D1763459

தடங்கள்

1980ஆம் வருடம் தாமஸ் குக்கின் சிறந்த பயண நூலிற்கான விருதைப் பெற்றது.

ராபின் டேவிட்சன் க்வீன்ஸ்லாண்ட்டில் ஒரு பண்ணையில் பிறந்தார். அறுபதுகளின் பிற்பகுதியில் சிட்னிக்குச் சென்றுவிட்டு இந்நூலின் நிகழ்வுகள் தொடங்கிய ஆலிஸ் ஸ்பிரிங்கிற்குச் செல்வதற்குமுன் படிப்பிற்காக பிரிஸ்பேன் சென்றார். அதன்பின் பரவலாக பயணம் செய்து லண்டன், நியூயார்க் மற்றும் இந்தியாவில் வசித்துவந்தார். 1990இன் முற்பகுதிகளில் இடம்பெயர்ந்து வடமேற்கு இந்தியாவின் ஆதிவாசிகள் பற்றி எழுதினார். தற்போது மெல்போர்னில் வசித்துவரும் இவர், வருடத்தில் பலமாதங்களை இமய மலையில் கழிக்கிறார்.

தடங்கள்

1980ஆம் வருடம் தாமஸ் குக்கின் சிறந்த பயண நூலிற்கான விருதைப் பெற்றது.

ராபின் டேவிட்சன் க்வீன்ஸ்லாண்ட்டில் ஒரு பண்ணையில் பிறந்தார். அறுபதுகளின் பிற்பகுதியில் சிட்னிக்குச் சென்றுவிட்டு இந்நூலின் நிகழ்வுகள் தொடங்கிய ஆலிஸ் ஸ்பிரிங்கிற்குச் செல்வதற்குமுன் படிப்பிற்காக பிரிஸ்பேன் சென்றார். அதன்பின் பரவலாக பயணம் செய்து லண்டன், நியூயார்க் மற்றும் இந்தியாவில் வசித்துவந்தார். 1990இன் முற்பகுதிகளில் இடம்பெயர்ந்து வடமேற்கு இந்தியாவின் ஆதிவாசிகள் பற்றி எழுதினார். தற்போது மெல்போர்னில் வசித்துவரும் இவர், வருடத்தில் பலமாதங்களை இமய மலையில் கழிக்கிறார்.

தடங்கள்

தடங்கள்

ராபின் டேவிட்சன்

தமிழில்
பத்மஜா நாராயணன்

எதிர்
வெளியீடு

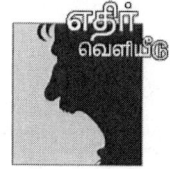

தடங்கள்

ராபின் டேவிட்சன்
தமிழில்: பத்மஜா நாராயணன்

முதல் பதிப்பு: டிசம்பர் 2017

எதிர் வெளியீடு,
96, நியூ ஸ்கீம் ரோடு, பொள்ளாச்சி – 642 002
தொலைபேசி: 04259 – 226012, 99425 11302

விலை: ரூ. 399

Thadangal
TRACKS
Robyn Davidson

Copyright©Robyn Davidson
This edition has been Published in an arrangement with Robyn Davidson, c/o DGA Ltd, London.

Translated by Padmaja Narayanan
First Edition: December 2017

Published by
Ethir Veliyeedu, 96, New Scheme Road, Pollachi - 642 002
Email: ethirveliyedu@gmail.com
www. ethirveliyeedu.com

Cover Design: Santhosh Narayanan
ISBN : 978-93-87333-14-7
Printed at Jothy Enterprises, Chennai.

All rights reserved. No part of this book may be reprinted or reproduced or utilised in any form or by any electronic, mechanical or other means, now known or hereafter invented, including photocopying and recording, or in any information storage or retrieval system, without permission in writing from the Publisher.

பாலைவனத்தைக் கடக்க வேண்டும் என்று அன்னாவிற்குத் தெரியும். அதன்மேல் வெகுதூரத்தில் மலைகள் இருந்தன – ஊதா, ஆரஞ்சு மற்றும் சாம்பல் நிறங்களில். கனவுகளின் வண்ணங்கள் சொல்ல இயலாதபடி அழகாகவும் உயிர்ப்புடனும் இருந்தன. அந்தக் கனவு அன்னாவிடம் ஒரு மாற்றத்தைக் கொண்டுவந்தது – அவளைப்பற்றிய புரிதலிலும். பாலைவனத்தில் அவள் தனியாக இருந்தாள். அங்கு நீரில்லை. நீரூற்றுகளிலிருந்து அவள் வெகுதூரத்தில் இருந்தாள். பாலைவனத்தைக் கடக்க வேண்டுமென்றால் பாரங்களை உதிர்க்கவேண்டும் என்ற புரிதலோடு கண்விழித்தாள்.

டோரிஸ் லெஸ்ஸிங்
"கோல்டன் நோட்புக்" நூலில்

பத்மஜா நாராயணன்

இவர் ஒரு வங்கி ஊழியர். "மலைப்பாதையில் நடந்த வெளிச்சம்" மற்றும் "தெரிவை" என்ற இவரது இரு கவிதைத் தொகுப்புகள் இதுவரை வெளிவந்துள்ளன. 2014 ஆம் ஆண்டுக்கான "நல்லி திசையெட்டும்" விருதை சிறந்த மொழிபெயர்ப்புக்காகப் பெற்றுள்ளார்.

தொடர்ந்து இவரது கவிதைகளும், கட்டுரைகளும், மொழிபெயர்ப்புகளும் இலக்கிய இதழ்களில் வெளிவந்து கொண்டிருக்கின்றன.

வாசகியாகவே தன்னை அடையாளம் கொள்ள விரும்பும் இவர் தன் மகளுடன் சென்னையில் வசித்து வருகிறார்.

மொழிபெயர்ப்புகள்
வெண்ணிற இரவுகள்
நான் மலாலா

...

நன்றி

திரு. அனுஷ்
திரு. தினேஷ்ராம்
திருமதி. அனுராதா கிருஷ்ணசாமி
செல்வி. சுதா

உள்ளடக்கம்

பகுதி 1
ஆலிஸ் ஸ்பிரிங் ... 13

பகுதி 2
சுமைகளை உதிர்த்தல் ... 127

பகுதி 3
சிறிது நீண்ட பாதை ... 183

பகுதி 4
வெகுதூரத்தில் ... 259

பின்குறிப்பு ... *293*

ஒப்புகை ... *301*

Great Sandy
Lake Disappointment
Gibson
Lake McLeod
Gunbarrel Highway
Glenayle
Well no.9
Well no.6
Carnarvon
Dalgety Downs
Carnegie
Cunyu
Woodleigh
Hamelin Pool
Meekatharra
Wiluna
FINISH
WESTERN
Geraldton
AUSTRALIA
Kalgoorlie
INDIAN OCEAN
PERTH
Fremantle
N

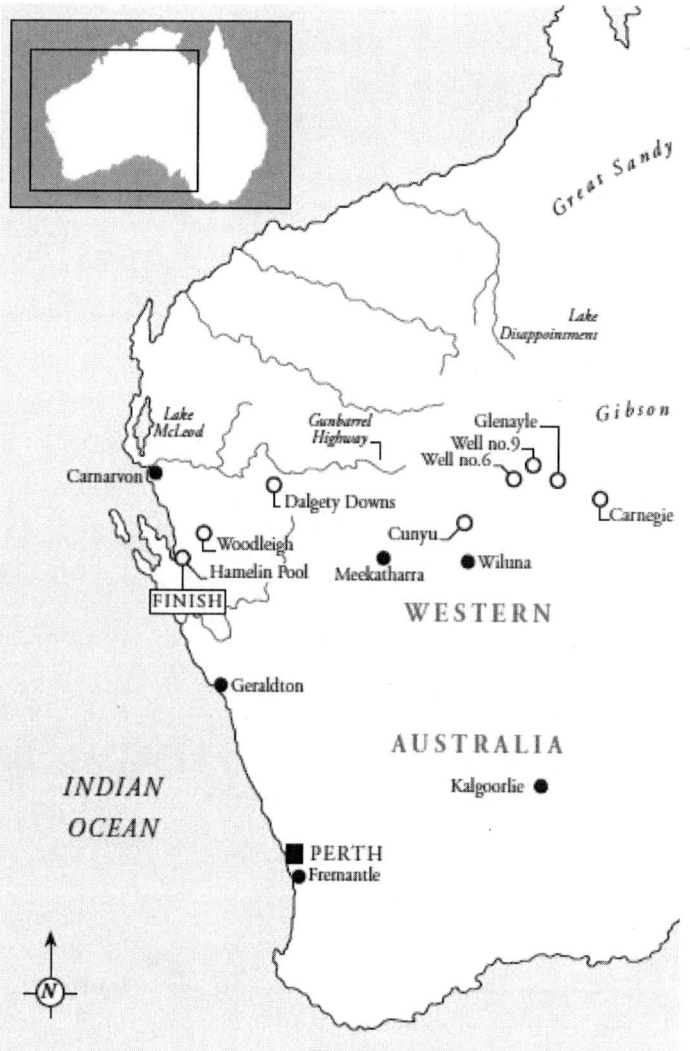

Canning Stock Route
Desert
NORTHERN
TERRITORY
Aboriginal Reserve
Lake Mackay
START
Utopia
Redbank Gorge
Glen Helen Tourist Camp
Areyonga
Alice Springs
Desert
Docker River
Tempe Downs
Wingelinna
Mount Olga
Ayers Rock
Pipalyatjara
Warburton
Great Victoria Desert
Aboriginal Reserve
SOUTH
AUSTRALIA
Nullarbor Plain
0
500 kilometres
0
300 miles
ADELAIDE

பகுதி 1
ஆலிஸ் ஸ்பிரிங்

1

ஒரு நாய், ஆறு டாலர்கள் மற்றும் ஒரு பெட்டி நிறைய பொருத்தமில்லா ஆடைகளுடன் காலை ஐந்து மணிக்கு நான் ஆலிஸ் சென்றடைந்தேன். மாலையில் அணிய ஒரு கார்டிகன் எடுத்து வரவும் என்று அந்தத் துண்டு அறிவிப்பில் கூறியிருந்தது. உறைய வைக்கும் காற்று நடைமேடையூடே அடித்தது. கதகதப்பான உடல் சூடுடைய நாயை அணைத்துக்கொண்டு, எந்த இடமென்றே தெரியாத ஓரிடத்தில், காலியான, அமானுஷ்யமான புகைவண்டி நிலையத்தில், என்னை நிற்க வைத்தது எந்த பைத்தியக்காரத்தனம் என்று சிந்தித்துக்கொண்டு நின்றேன். காற்றின் போக்கிலிருந்து திரும்பியபோது, நகரின் முடிவில் நின்ற வரிசையான மலைகளைக் கண்டேன்.

உங்களின் இருப்பு மையாய்ச்சுழலும், வாழ்வின் சில கணங்கள் உண்டு - சிறிய உள்ளுணர்வுகள், அதிசயமாய் ஏதோ சரியாகச் செய்துவிட்டோம் என்று நாமறியும் போதுகள், சரியான பாதையில் நாம் இருக்கிறோம் என்றறியும் கணங்கள் அவை. காலைக் கதிரவனின் வெளுத்த கதிர்கள் மலையுச்சியைத் தழுவி பளபளத்தபோது அத்தகைய கணம் இது என்று உணர்ந்தேன். சிறிதுகூடச் சிக்கலில்லாத, தூய தன்னம்பிக்கைக் கணம் அது - ஒரு 10 விநாடிகள் அது நீடித்தது. என் கையிலிருந்த "டிக்கிட்டி" நெளிந்து, தலையைத் திருப்பி, காதுகளை விரைத்து, என்னை நோக்கியது. மிகவும் கடினமான செயல் ஒன்றைச் செய்ய முடிவெடுத்து, அதிலிருந்து திரும்பிச் செல்ல இயலாது என்று அறியும்போது வரும் ஒரு மனத்தளர்ச்சி ஏற்பட்டது. எல்லாம் சரிதான், கையில் காசு ஏதுமின்றி, ரயிலேறி, "நீ தைரியசாலிதான், சவால்களை ஏற்பவள் தான், என்ன நடந்தாலும் அதை சரியாக எதிர்கொள்வாய்"

என்று நீ கூறிக் கொண்டாலும், நிஜத்தில் உலகின் அடுத்த எல்லையை அடைந்து, நம்மை வரவேற்க யாரும் இல்லாமல், செல்வதற்கு இடமில்லாமல், நமக்கு ஆதரவாய், நாமே இன்னும் முழுதாய் நம்பாத அந்தப் பைத்தியக்கார எண்ணம் மட்டும் ஆதாரமாய் இருக்கும்போது குயின்ஸ்லாண்ட் கடற்கரை அருகில் உள்ள இல்லத்தில், நண்பர்களுடன் திட்டங்களைப் பற்றி விவாதித்துக் கொண்டும், ஜின் அருந்திக்கொண்டும், முடிவுறாத, பின் தூக்கி எறியப் போகும் அட்டவணைகளைத் தயாரித்துக்கொண்டும், ஒட்டகங்களைப் பற்றி வாசித்துக்கொண்டும் இருப்பது இதை விட கவர்ச்சிகரமாய்த் தோன்றியது.

என் பைத்தியக்கார எண்ணம் என்னவென்றால், பழக்கப்படாத ஒட்டகங்களைக் குறுங்காட்டிலிருந்து தேவையான அளவு பிடித்துக் கொண்டு, என் துணைக் கருவிகளைச் சுமக்கப் பழக்கப்படுத்தி பின் மத்தியபாலைவனப் பகுதியைக் கடப்பது என்பதே ஆகும். நாட்டில் பண்படாத பழக்கப்படாத ஒட்டகங்கள் நிறைய உள்ளன என்று எனக்குத் தெரியும். அவை 1850களில் ஆஃப்கானியர்கள் மற்றும் வட இந்தியர்களால், இறக்குமதி செய்யப்பட்டு, செல்லவியலாத பாதைகளைத் திறப்பதற்கும், உணவினைக் கொண்டு செல்வதற்கும், தந்தித் துறைக்கும் மற்றும் புகைவண்டித் தடங்கள் ஏற்படுத்தவும் பயன்படுத்தப்பட்டன. இவை நாளடைவில் பொருளாதாரச் சரிவிற்கும் காரணமாய் அமைந்தன. அவ்வாறு நிகழ்ந்தபோது மனமுடைந்த ஆஃப்கானியர்கள், ஒட்டகங்களைப் பராமரிக்காமல் விட்டுவிட்டு வேறு வேலை தேடலானார்கள். அவர்கள் ஒட்டகங்களைப் பற்றிய அறிவில் விற்பன்னர்கள். அதனால் அவற்றைவிட்டு நீங்குவது அவ்வளவு எளிதாக இல்லை. ஆனால், ஒட்டகங்கள் நல்லதொரு வழியைக் கண்டுகொண்டன அவை பல்கிப் பெருக. அந்நாடு சரியானதொன்றாய் இருந்தது. ஆகவே அவை பல்கிப் பெருகின. அதன் காரணமாய் இப்போது ஏறக்குறைய 10 ஆயிரம் ஒட்டகங்கள் நாட்டினுள் அலைந்துகொண்டு இருக்கின்றன. ஆடு மாடுகளைத் தொல்லைப்படுத்தி, தாமும் தொல்லைக்குண்டாகி, சுடப்பட்டு, சில சுற்றுச் சூழலியளாலர்கள் கூறுவதைப் போல், சில செடி வகைகளுக்கு, அவற்றை அதிகம் உண்பது மூலம், ஆபத்தை உண்டாக்கி அலைந்து கொண்டிருக்கின்றன. அவற்றின் இயற்கையான எதிரி மனிதன்தான். அவை எந்த நோயாலும் தாக்கப்படாமல் ஆரோக்கியமாய் உள்ளன. உலகிலேயே சிறந்த வகை ஒட்டகங்களாகக் கணிக்கப்படுகின்றன.

இரயில் பாதி காலியாகவே இருந்தது. பிரயாணமோ நீண்டது. 500 கி.மீ. தொலைவிலிருந்து - அடிலெய்டிலிருந்து - ஆலிஸ் ஸ்பிரிங்

வர 2 நாட்கள் ஆயின. அகஸ்டா கடற்கரை நகரிலிருந்த நவீன சாலைகள், முடிவில்லாத, கொடுமையான, சுருங்கிய, பளபளக்கும் தொடுவானத்திற்கு அழைத்துச் செல்லும் சாலைகளாய் மாறிப் போயின. ஆண்கள் ஆண்களாகவும், பெண்கள் ஏதோ இருக்கிறார்கள் என்று படைத்த கடவுள் ஒளிந்து கொள்ளும் பொந்தைப் போல, இறந்துவிட்டவரின் இதயத்தின் வறண்ட, சிவந்த தோல் போன்று அவை நீண்டன.

இரயிலில் நிகழ்ந்த சம்பாஷனை எனக்கு இன்னும் நினைவில் உள்ளது.

"வணக்கம். நான் இங்கு உட்காரலாமா?"

(பெருமூச்சுவிட்டு, ஜன்னலுக்கு வெளியோ அல்லது புத்தகத்தை வெறித்துக் கொண்டோ).

"கூடாது!"

கண்களை மார்பளவு தாழ்த்தி நோக்கி, "உன்னுடன் வந்திருக்கும் ஆண் எங்கே?"

"என்னுடன் ஆண் யாரும் வரவில்லை."

(சிவந்த, மங்கலான விழிகள் இப்போது சற்று பிரகாசிக்கும். ஆனால் மார்பிலிருந்து விலகாது). யேசுவே! ஆலிஸிற்குத் தனியாகவா போகிறாய். நான் சொல்வதைக் கேள். நீ மாட்டிக் கொண்டால் உன்னை அவர்கள் சின்னாபின்னமாக்கி விடுவார்கள்! கறுப்பர்கள் அங்கு கட்டுக்கடங்காமல் உள்ளனர் தெரியுமா? உன்னைப் பாதுகாக்க யாராவது வேண்டும். நான் சொல்வதைக் கேள். உனக்கு ஒரு பியர் வாங்குகிறேன். உன் இருக்கைக்குச் சென்று நாம் ஒருவரைப் பற்றி ஒருவர் தெரிந்து கொள்ளலாம். என்ன சொல்கிறாய்?"

இரயில் நிலையத்தின் பரபரப்பு சிறிது அடங்கும் வரை, விடியற்காலையின் அமைதியான வெறுமையில் நின்று, அசௌகரியத்தை நிராகரித்து டிக்கிட்டியுடன் நகரை நோக்கி நகன்றேன்.

யாருமில்லாத வீதிகளில் நடக்கும்போது எனக்கேற்பட்ட முதல் எண்ணம், அழகற்ற கட்டடங்களைப் பற்றியது. அவற்றைச் சுற்றியுள்ள இயற்கை எழிலிலிருந்து அவை முரண்பட்டு நின்றன. மூலையில் இருந்த பானங்கள் விற்கும் பெரிய "பப்"பிலிருந்து, முக்கிய வீதிகளில் வரிசையாய் நிற்கும் கற்பனை வளமற்ற கடைகள் வரை அனைத்தும்

புழுதியால் மூடப்பட்டிருந்தன. வளைந்து நின்ற விளக்குகளில் பூச்சிகள் இறந்து குவிந்து கிடந்தன. துடைப்பான்களால் சுத்தம் செய்யப்பட்ட இரண்டு இடங்களைத் தவிர சிவப்பு மண் அப்பப்பட்ட, நான்கு சக்கர வாகனங்கள் ஓய்வின்றி, கரியும் சிமென்டும் கொண்ட நகரில் சென்று கொண்டிருந்தன. இந்தச் சாம்பல் நிறத்திலான, வெளுத்த மற்றும் பச்சை நிறமுள்ள வியாபார இடம் வளர்ந்து புறநகரை நோக்கிச் சென்று, நகரின் தெற்குப் பக்கம் செங்குத்துவாக்கில் பச்சையாக நிற்கும் சிவப்பு நிறமான மக்டொனல்ட் மலைத் தொடரில் சென்று முடிந்தன. அத்தொடர் சில மலையிடுக்குகளைத் தவிர்த்து கிழக்கிலும் மேற்கிலும் பல நூறு மைல்கள் தொடர்ச்சியாய் நின்றது. இருபுறமும் உயர்ந்து வளர்ந்திருக்கும் யூகலிப்டஸ் மரங்கள் கொண்ட வெள்ளை மணலின் மேல் ஓடும் டோட் நதி நகரின் ஊடே ஓடி, மலைகளின் நடுவே ஒரு பள்ளத்தில் சென்று விழுகிறது. பயந்த வரலாற்றுக்கெல்லாம் முன்பான ஓர் அரக்கனைப் போல் நின்று கொண்டிருக்கும் அம்மலைத்தொடர், மக்களின் மனநிலையில் பெரிய மாற்றங்களை உண்டாக்குகிறது என்பதைப் பின் புரிந்து கொண்டேன். அது அவர்களுக்கு எண்ணிக்கையில்லாமல் பலவற்றைத் தருகிறது. காலத்தின் புரிந்துகொள்ளவியலாத பரிமாணங்களை அவர்களுக்கு நினைவூட்டுகிறது. அதை அவர்கள் கற்களாலான வீடுகளாலும் காய்ந்துபோன ஆங்கிலேயர்களின் தோட்டங்களாலும் ஏறக்குறைய மறைத்துவிட்டனர்.

அங்கு ஏதாவது வேலை கிடைத்து, தங்க இடம் கிடைக்கும்வரை பூர்வகுடி மக்களுடன் தங்கலாம் என்று நினைத்திருந்தேன். ஆனால், இரயிலில் சந்தித்த, அந்த எல்லாம் தெரிந்த கட்டியக்காரன் அது தற்கொலைக்குச் சமமான ஒன்று என்று எச்சரித்து இருந்தான். கடும் குடிகாரர்கள் முதல், உணர்ச்சியற்ற சுருக்கங்கள் நிறைந்த பழுப்பு முகத்துடனும், இருந்த ஆண்களும் பெண்களும், மற்றும் கோட் அணிந்து மது பரிமாறி, அதே சமயம் அதிக அளவில் தானும் மதுவருந்தும் ஆட்கள் வரை என்னை எச்சரித்தனர். அழுக்கான, சோம்பேறியான, ஆபத்தான கறுப்பர்கள்தான் எதிரிகள். டோட் நதியோரம் தெரியாத்தனமாய் உலவப் போன வெள்ளைக்காரப் பெண்கள், இறப்பைவிடக் கொடுமையான கதியை அடைந்த கதைகள் உணர்ச்சிகரமாய்க் கூறப்பட்டன. இதைப் பற்றிப் பேசினால் யாராக இருந்தாலும், அதிகம் உணர்ச்சிவசப்பட்டனர். என்னுடைய ஊரில்கூட இப்படிப்பட்ட பல கதைகள் கேட்டதுண்டு. ஆலிஸின் சாக்கடையில் கறுப்பர் ஒருவர் வெள்ளை நிற சாயமடிக்கப்பட்டுக் கிடந்ததாக ஒரு கதையுண்டு. நகரத்தின் தெருக்களில் சுற்றும் மனிதர்கள், ஒரு பூர்வகுடி

மகனைப் பார்த்தோ பேசியோ இருக்காதபோதும், தேவையில்லாத வெறுப்போடு, அவர்கள் சோம்பேறிகள், புத்தியில்லாதவர்கள் என்று மணிக்கணக்கில் பேசுவார்கள். ஏனென்றால், அரசு நிதியில் வாழும் குடிகாரர்கள் என்ற மாறாத பிம்பமே அவர்களைப் பற்றி ஊடகத்தின் மூலம் பரப்பப்பட்டது. மேலும் பள்ளிகளில் அவர்கள் மனிதக் குரங்குகளை விட மேலானவர்கள் இல்லை எனவும், அவர்களுக்குக் கலாசாரமோ, அரசாங்கமோ ஒன்றில்லையென்றும், இப்பரந்த உயர்ந்த வெள்ளையர்வாழ் உலகில் வாழ உரிமையில்லை என்றும், அவர்கள் இலக்கற்ற ஊர் சுற்றிகள் என்றும் பிற்படுத்தப்பட்டவர்கள் என்றும், அறிவற்றவர்கள் என்றும் பழங்காலத்தைச் சேர்ந்தவர்கள் என்றும் கற்றுக் கொடுக்கப்பட்டது.

புனைவிலிருந்து உண்மையையும், சித்தப் பிரமையிலிருந்து பயத்தையும், தீயவைகளிலிருந்து நல்லவற்றையும், ஓர் ஊருக்குப் புதிதாக இருக்கும் போது பிரித்தறிவது கடினம். ஆனால், இவ்வூரில் ஏதோ ஒன்று விசித்திரமாய் இருந்தது. இவ்வூர் ஓர் ஆன்மாவற்றும் வேர்களற்றும் காணப்பட்டது. ஒருவேளை அது தான் சில சமயங்களில் அசாதாரணத்தை நோக்கித் தூண்டுகிறதோ? குறுங்காட்டுச் சிற்றூரில் நான் நகரவாசியாக இருப்பதால்தான் அனைவரும் என் மனதில் பயவுணர்ச்சியை உண்டு செய்ய முயற்சி செய்கிறார்களோ?

நான் திடீரென்று, "கு குளுக்ஸ் க்ளான்" நாட்டிற்கு வந்துவிட்டேனா? பூர்வகுடி மக்களுடன் நான் பழகியிருக்கிறேன். உண்மையாகக் கூறப் போனால், என் வாழ்க்கையிலேயே சிறந்த விடுமுறை நாட்களை அவர்களுடன் கழித்திருக்கிறேன். நன்கு குடித்துவிட்டு, அவ்வப்போது சண்டைகள் நடந்ததுதான். ஆனால், ஆஸ்திரேலியா வாழ் வெள்ளையர்களின் வழக்கமும் அதுதான். இங்கிருக்கும் கறுப்பர்கள் அவர்களைப் போலத்தான் என்றால், ஏன் ஒரு வெள்ளை மக்கள் குழு அவர்கள் மேல் வெறுப்பை உமிழ்ந்து பயம் கொள்ள வேண்டும்? என் உள்ளுணர்வு ஜாக்கிரதை என்று எச்சரித்தது. நகரில் ஒளிந்து கொண்டிருக்கும் வன்முறையை என்னால் உணர முடிந்தது. நான் தங்குவதற்கு ஆபத்தில்லாத இடம் ஒன்றை நான் கண்டுபிடிக்க வேண்டும். முயல்களுக்குக்கூட பிழைத்திருப்பதற்கான வழிமுறைகள் உண்டு.

சித்தப்பிரமை, சித்தப்பிரமையால் ஈர்க்கப்படும் என்று கூறுவார்கள். நான் சந்தித்த வேறு எவரும் ஆலிஸ் ஸ்பிரிங் பற்றிய எதிர்மறை எண்ணங்கள் கொண்டவராய் இல்லை. ஆனால், மிகவும் கீழான நிலையில் வசிப்பவர்களிடம் இருந்துதான் நான் தெரிந்துகொள்ள

நேர்ந்தது. ஆகையினால் விதவிதமான பார்வைகளே கிடைத்தன. டோட் நதி ஓடுவதை மூன்றுமுறை கண்டுவிட்டால், ஆலிஸை எவரும் விரும்பத்தொடங்குவார்கள் என்பது வழக்கு. இரண்டு வருடங்களின் இறுதியில், பலநேரம் அது வெறித்தன வெள்ளமாய்ப் பெருகி ஓடுவதைக் கண்டபோது, அதிகளவில் அதன்மேல் வெறுப்பும், அதேசமயம் கூறவியலாத, என்னைத் தின்று தீர்க்கும் விருப்பும் என்னிடம் இருந்தது.

இங்கு 14 ஆயிரம் மக்கள் வசிக்கின்றனர். அதில் ஏறக்குறைய 1000 பேர் பூர்வகுடியைச் சேர்ந்தவர்கள். வெள்ளையர்களில் பலர் அரசாங்க உத்தியோகம் பார்ப்பவர்களாகவும், பொருத்தமில்லாமலும், விநோத அனுபவங்களைத் தேடுபவர்களாகவும், ஓய்வு பெற்ற கால்நடை அல்லது ஆடு வளர்ப்பிடங்களின் உரிமையாளர்களாகவும், தேசாந்திரிகளான வேலைக்காரர்களாகவும், ட்ரக் வண்டி ஓட்டுநர்களாகவும், அமெரிக்காவிலிருந்தும் ஜப்பான் மற்றும் ஆஸ்திரேலிய நகரங்களில் விநோத அனுபவங்களை எதிர்நோக்கி, உலகின் கவர்ச்சியான முனைக்கும் அதைச் சுற்றியுள்ள பாலைவனத்தையும் காண, பேருந்து நிரம்ப வரும் சுற்றுலாப் பயணிகளிடம் காசு பிடுங்குவதையே குறிக்கோளாய்க் கொண்ட சிறுதொழில் முனைவோர்களாகவும் உள்ளனர்.

இங்கு 3 மதுபானக் கடைகளும், சில தங்குமிடங்களும், மலிவான உணவிடங்களும், "நான் அயர்ஸ் மலை ஏறியவன்" என்று அச்சடித்த பனியன்கள், தைவானில் செய்யப்பட்ட பூமராங்குகள், ஆஸ்திரேலியா பற்றிய நூல்கள், மறையும் சூரியனின் முன் நிழலுருவாய் ஈட்டிகள் ஏந்திய பழங்குடிகளின் படம் அச்சிடப்பட்ட துண்டுகள் போன்றவற்றை விற்கும் கடைகள் உள்ளன. இது வெறித்தனமான ஆணாதிக்க நெறிமுறைகளும், கடுமையான இன சம்பந்தமான பதற்றமும் கொண்ட எல்லைப்பகுதியாகும்.

ஒரு மலிவான உணவகத்தில், காலையுணவை அருந்தினேன். இனிதான் கொஞ்சம் கொஞ்சமாய் அசைவுகள் ஆரம்பிக்கும். பளிரென்று இருக்கும் தெருவில் அடி எடுத்துவைத்து, என் சொந்த ஊராக அமையப் போகும் இடத்தைக் கண்களைச் சுருக்கி நோக்கினேன். விலை குறைவான தங்குமிடம் எங்கு என்று கேட்டதற்கு, மூன்று மைல் தொலைவில் வட திசையில் அமைந்திருக்கும் காரவான்கள் உள்ள பூங்காவிற்கு வழிகாட்டினர்.

வெப்பமும் தூசியும் நிறைந்த தெருவில் நடக்க வேண்டியிருந்தது.

இருப்பினும் நடப்பதில் ஆர்வம் இருந்தது. சாலை டோட் நதியின் ஒரு கிளை ஒட்டியே சென்றது. யூகலிப்ட்ஸ் மரங்களின் ஊடே தெரிந்த அசையாத தூண் போன்ற நீலப் புகை பழங்குடிகளின் இருப்பிடத்தைச் சுட்டியது. இடதுபுறம் ஆலிஸின் தொழிற்பேட்டையைச் சேர்ந்த கார் நிறுத்தும் இடங்களும் பணியிடங்களும், இரும்புக் கொட்டகையும் அமைக்கப் பெற்றிருந்தன. அதன்பின், புல்வெளிகளும் அந்நாட்டிற்குரிய மரங்களும் காணப்பட்டன. நான் சென்று சேர்ந்ததும் உரிமையாளர் என்னிடம் கொட்டகை (டென்ட்) இருந்தால் 3 டாலர் எனவும், இல்லாவிட்டால் 8 டாலர் எனவும் கூறினார்.

என் முகம் சிறுத்தது. அங்கிருந்த குளிர் பானங்களை ஆவலுடன் நோட்டமிட்டு பின் வெளியே சென்று வெதுவெதுப்பான குழாய் நீரை அருந்தினேன். அது இலவசம் தானே என்று கேட்கவில்லை. ஒரு சமயம், இல்லை என்றால் என்ன செய்வது? பூங்காவின் ஓர் ஓரத்தில், நீண்ட முடியும் ஒட்டுப் போட்ட ஜீன்ஸூம் அணிந்திருந்த இளைஞர்கள், பெரிய கூடாரம் ஒன்றை அமைத்துக் கொண்டிருந்தனர். அவர்கள் ‘அணுகலாம்’ என்பதுபோல தோற்றமளித்தனர். அதனால் அவர்களுடன் தங்கிக் கொள்ளலாமா என்று கேட்டேன். எனக்கொரு கூரையையும் நட்பையும் மகிழ்வுடன் தந்தனர். தன்னிஷ்டப்படி வண்டியோட்டும் நகர இளைஞர்களிடம் பொதுவாக இருக்கும் இணைப்புகள் நிறைந்த பழைய வேன் ஒன்றில் என்னை நகரத்திற்கு அழைத்துச் சென்றனர். அதில் காதைத் துளைக்கும் ஸ்டீரியோவும், கடலில் மிதக்க உதவும் பலகைகளும், கூடையுமிருந்தன. அவர்கள் வடக்கு நோக்கிச் சென்று கொண்டிருந்தனர். புகைந்து கொண்டிருக்கும் நகர விளக்குகளிடையே சென்று ஒரு மதுபானக் கடையில் மது வாங்க நிறுத்தினோம். இளமையான அதிகம் பழகாத அந்தப் பெண், திடீரென்று என்னை நோக்கித் திரும்பி, “ஓ!அவர்களைப் பாருங்கள். பார்க்கவே சகிக்கவில்லைதானே? கடவுளே, மனிதக் குரங்குகளைப் போல் அல்லவா உள்ளனர்?” என்றார்.

“யார்?”

“இந்த “பூங்”குகள்தான்” என்றாள் (ஆஸ்திரேலியாவின் குடிமைகள் - பூங்).

அவளின் தோழன் மதுக்கடையின் மேல் சாய்ந்து காத்திருந்ததான். “சீக்கிரம் ‘பில்’. இங்கிருந்து போய் விடுவோம். அவலட்சணமான காட்டுமிராண்டிகள்” என மிகவும் குளிரெடுப்பது போல், கைகளைக் கட்டிக்கொண்டு அருவருப்பில் சிலிர்த்தாள்.

என் கைகளில் தலையைச் சாய்த்துக்கொண்டு, நாக்கைக் கடித்துக் கொண்டேன். இந்த இரவு நீளப் போகிறது என்று எனக்குத் தெரிந்தது. அடுத்த நாள், ஒரு மதுபான விடுதியில் எனக்கு வேலை கிடைத்தது. இரண்டு நாட்களில் ஆரம்பிக்க வேண்டும். ஆம், அவ்விடுதியின் பின்னால் உள்ள ஓர் அறையில் நான் தங்கிக்கொள்ளலாம். அதற்கான வாடகை என் வாரக் கூலியில் கழிக்கப்படும். உணவு தரப்படும். அருமை. ஒட்டகங்களைப் பற்றித் தெரிந்துகொள்ள அந்த நேரத்தைப் பயன்படுத்தினேன். விடுதியில் அமர்ந்து வாடிக்கையாளர்களிடம் பேசினேன். ஊரில் மூன்று ஒட்டக வியாபாரிகள் இருப்பதாகத் தெரிந்து கொண்டேன். இருவர் சுற்றுலாவுடன் சம்மந்தப்பட்டவர்கள். மற்றொருவர் ஆஃப்கானைச் சேர்ந்தவர். காடுகளில் இருந்து ஒட்டகங்களை ஓட்டி வந்து, அரேபியாவிற்கு மாமிசத்திற்காக விற்பவர். நான் சந்தித்த நில ஆராய்ச்சியாளரான ஓர் இளைஞன், அவரைச் சந்திக்க என்னை அழைத்துச் செல்வதாக உறுதியளித்தார்.

சாலி முகமதுவைச் சந்தித்த அடுத்த நொடியே, அவர் தாம் என்ன செய்கிறோம் என்பதை அறிந்து செய்யும் ஒருவர் என்பது புரிந்துவிட்டது. பல நாட்களை மிருகங்களுடன் பழகும் ஒருவர் தன்னம்பிக்கையுடன் கயிற்றை எவ்வாறு கையாளுவார்களோ, அதே தன்னம்பிக்கை அவரிடம் நிரம்பி வழிந்தது. விசித்திரமான அம்மிருகங்கள் நின்றிருந்த, புழுதி நிறைந்த முற்றத்தின் அருகே விசித்திரமான இருக்கைகளைப் பொருத்திக் கொண்டிருந்தார்.

“உங்களுக்கு என்ன வேண்டும்?”

“வணக்கம் திரு. முகமது” என்று தன்னம்பிக்கையுடன் ஆரம்பித்தேன். “என் பெயர் ராபின் டேவிட்சன் வந்து... நான் மத்திய பாலைவனத்தில் ஒரு பிரயாணத்தை மேற்கொள்ள வேண்டும் என்று திட்டமிட்டிருக்கிறேன். அதற்காக மூன்று ஒட்டகங்களை வாங்கி, அவற்றிற்குப் பயிற்சியளிக்க வேண்டும். அதற்காக நீங்கள் உதவி புரிவீர்கள் என்று நினைத்தேன்.”

“ஹ்ம்ம்.”

“சாலே” அவருடைய வெள்ளையான அடர்ந்த புருவங்களுக்குக் கீழாய் என்னை வெறித்தார்.

“அதை நிறைவேற்றி விட இயலும் என்று நீங்கள் நினைக்கிறீர்களா?”

நான் நிலத்தை வெறித்துக்கொண்டு, கால்களை மாற்றி வைத்துக் கொண்டு, ஏதோ முணுமுணுத்தேன்.

“ஒட்டகங்களைப் பற்றி உங்களுக்கு என்ன தெரியும்?”

“ம்ம், உண்மையில் எதுவும் தெரியாது... அதாவது இவைதான் நான் உண்மையில் பார்க்கும் முதல் ஒட்டகங்கள். ஆனால்...”

“ஹ்ம்... பாலைவனங்களைப் பற்றி உங்களுக்கு என்ன தெரியும்?”

என் மௌனமே எனக்கு ஒன்றும் தெரியாது என்பதைப் பறைசாற்றியது.

சாலே தன்னை மன்னிக்குமாறும், தன்னால் உதவ முடியாதென்றும் கூறி, தன் வேலைகளைத் தொடர்ந்தார். என் தன்னம்பிக்கை மங்கியது. நான் நினைத்ததைவிடக் கடினமாய் இருக்கும் போல் எனக்குத் தோன்றியது. எனினும் இன்றுதானே முதல் நாள்.

பின், ஊரின் தெற்குப் பக்கம் உள்ள ஒரு சுற்றுலாத் தளத்திற்குச் சென்றோம். அதன் உரிமையாளரையும், அவர் மனைவியையும் சந்தித்தேன். எனக்குத் தேநீரும் கேக்கும் தந்தார். என் திட்டத்தை, நான் கூறியவுடன் அவர்கள் ஒருவரை ஒருவர் மௌனமாகப் பார்த்துக் கொண்டனர்.

“சரி, எப்போது வேண்டுமானாலும், இங்கு வந்து மிருகங்களைப் பற்றித் தெரிந்து கொள்ளுங்கள்” என்றார் இலகுவாக. அவரின் கிண்டலான புன்னகையை அவரால் மறைத்துக் கொள்ளவே முடியவில்லை. என் உள்ளுணர்வு அவரிடமிருந்து விலகுமாறு எச்சரித்தது. அவரை எனக்குப் பிடிக்கவில்லை. பரஸ்பரம் அப்படித்தான் இருக்குமென்று உறுதியாக நினைத்தேன். மேலும், அவரின் மிருகங்கள், உரக்கக் கத்திக்கொண்டு, சண்டை போடுவதைக் காணும்போது, நான் கற்றுக் கொள்ள இவர் சரியானவர் இல்லை என்பதை அறிந்து கொண்டேன்.

மூன்றாமவரின் இடம், வடக்கே மூன்று மைல் தொலைவில் இருந்தது. விடுதியில் உள்ளவர்களின் கருத்தின்படி, அந்த இடம் ஒரு வெறியனுக்குச் சொந்தமானது.

என் நண்பர், என்னை விடுதியில் இறக்கிவிட்டார். அங்கிருந்து சார்லஸ் நதியின் படுகை வரை நடந்து சென்றேன். நிழலான குளிர்ந்த மரங்களின் கீழ் நடந்து செல்வது சுகமாக இருந்தது. தங்களின் மயிர் சிலிர்க்கக் குரைத்தபடி, என்னையும் டிக்கிட்டியையும் வெளியே செல்லும்படி ஓடி வந்து குரைத்த நாய்களாலும், எங்களைப் பார்த்து புன்னகைத்தபடியே, பாட்டிலாலும் புட்டியாலும் வசவுகளாலும், அவற்றை விரட்டிய பழங்குடி மக்களாலும் அமைதி அடிக்கடி சிதைந்தது. மரங்கள் மற்றும் நேரிய புல்வெளிக்கிடையே அமைக்கப்பட்ட ஒரு

வெள்ளை நிற வீட்டின் வாயிலை அடைந்தேன். அது ஒரு பண்ணைக் குடிசையின் சிறு வடிவம். அழகாய் இருந்தது. ஆனால், சிவப்பு நிற பாறாங்கற்களுக்கும், புழுதிப் புயல்களுக்கும் இடையே விநோதமாய் அமைந்திருந்தது. வெளியெங்கும் கைகளால் பிளக்கப்பட்ட விறகுகளும் கயிறுகளும் கிடந்தன. ஒரு கைதேர்ந்த கலைஞனின் வேலை அது. தொழுவத்தின் வாசலில் வளைவுகளும், செவ்வந்திப் பூக்களும் இருந்தன. எல்லா இடங்களும் மிகச் சுத்தமாய் இருந்தன. க்ளாடி போஸல் என்னை வாயிலில் சந்தித்தாள். ஒரு பறவை போன்ற, நடு வயது பெண்மணி அவளது முகத்தில் வறுமையும் கவலையும் எதற்கும் அசையாத உறுதியும் வெளிப்பட்டன. அதில் சிறு சந்தேகமும் தெரிந்தது. இருந்தாலும் என் லட்சியத்தை நம்பிக்கை இல்லாமல் ஒப்புக் கொள்ளும் பாவனையில்லாத முதல் மனுஷி அவள்தான். இல்லையென்றால் அவள் அதை வெளித்தெரியாமல் நன்கு மறைக்கும் திறன் பெற்றவளாய் இருக்கவேண்டும். அவளின் கணவன் குர்ட் அன்று அங்கு இல்லை. அதனால் மறுநாள் வந்து காண்பதாகக் கூறினேன்.

"எங்கள் ஊரைப் பற்றி என்ன நினைக்கிறாய்?" என்று கேட்டாள்.

"நாற்றம் பிடித்த ஊர்" என்று சட்டெனப் பதிலளித்துவிட்டு, உடனே வருந்தினேன். எனக்கெதிராய் அவள் மாறிவிடக் கூடாது.

முதல் முறையாய் அவள் புன்னகைத்தாள். "நல்லது. போகப் போகப் பழகிவிடும். ஆனால், இது மட்டும் ஞாபகத்தில் இருக்கட்டும். இங்கு பல பேர் புத்தி சரியில்லாதவர்கள். உன்னை நீதான் பார்த்துக் கொள்ள வேண்டும்."

"கறுப்பர்கள் எப்படி?" என்றேன்.

சந்தேகம் மீண்டும் அவள் முகத்தில் அப்பியது.

"வெளுத்த மக்கள் செய்வதை விட கறுப்பர்களிடம் எந்தவொரு குறையும் கிடையாது" என்றாள்.

இது நான் புன்னகைக்க வேண்டிய ஒரு தருணமாயிற்று. க்ளாடி நிச்சயம் ஒரு போராளிதான்.

மறுநாள், ஒரு ஜெர்மானியனிடம் காணக்கூடிய உற்சாகத்தோடு என்னைக் காண வந்தான் குர்ட். சிறிதுகூட அழுக்கில்லாத வெள்ளை உடையும், அதே போன்றதொரு தலைப்பாகையும் அணிந்திருந்தான். அவனுடைய நீல நிறக் கண்களைத் தவிர, ஒரு சுருண்ட முடியுடன்

தாடி வைத்த ஓர் அரேபியனைப் போலவே தோற்றமளித்தான். அவன் அருகில் இருப்பது, ஓர் உடைந்து விழுந்த அபாயகரமான சக்தி மிக்க மின்சாரக் கம்பியின் அருகில் இருப்பது போல் இருந்தது. அவன் பழுப்பு நிறத்தில் சுருண்ட முடியுடன், அகன்ற வேலை செய்து காய்ப்புத் தட்டிய கைகளுடன் காணப்பட்டான். நான் கண்டவர்களிலேயே, மிகவும் விசித்திரமான பிறவி இவன். என் பெயரைச் சொல்லி முடிப்பதற்கு முன், என்னை வராண்டாவிற்கு அழைத்து வந்து, அடுத்த எட்டு மாதங்களுக்கு என் வாழ்க்கை எவ்வாறு அமையப் போகிறதென்று இளித்தபடி, ஓட்டை விழுந்த பற்களைக் காட்டியபடி கூற ஆரம்பித்தான்.

"நீ என்னிடம் எட்டு மாதங்கள் வேலை செய்யவேண்டும். பின் என் ஒட்டகங்களில் ஒன்றை வாங்கிக் கொள்ளலாம். அவற்றைப் பழக்க நான் உனக்குச் சொல்லித் தருகிறேன். பின், நீ பழக்கப்படாத இரு ஒட்டகங்கள் வாங்கிக் கொள். அவ்வளவுதான். உனக்கு ஏற்ற ஓர் ஒட்டகம் என்னிடம் உள்ளது. அதற்கு ஒரு கண்தான் உண்டு. ஆனால், அது பரவாயில்லை. அது நல்ல பலத்துடனும், நீ நம்பும்படியும் இருக்கும்" என்றான்.

"ஆனால்..." என்று நான் தடுமாறினேன்.

"ஆனால் என்ன?" என்று அவன் நம்ப இயலாமல் கேட்டான்.

"அதன் விலையென்ன?"

"ஓ... அதன் விலையா? பார்ப்போம். உனக்காக நான் 1000 டாலர்களுக்குத் தருகிறேன்."

ஒரு குருட்டு ஒட்டகம் 1000 டாலர்களுக்கா? அதற்கு ஒரு யானையையே வாங்கி விடலாமென்று எண்ணினேன்.

"அது சரிதான் குர்ட். ஆனால், என்னிடம் பணம் இல்லையே!"

அவன் புன்னகை, சாக்கடையில் ஓடி மறையும் நீரைப் போல் சட்டென மறைந்தது.

"ஆனால், இந்த மதுக்கடையில் நான் வேலை செய்வேன். அதனால்..."

"ம்ம். சரி" என்றான். "அங்கு நீ வேலை செய். ஆனால், உணவிற்காகவும் வாடகைக்காகவும் தங்கி என்னிடம் பயிற்சி

பெறுபவளாய் இன்றிரவில் இருந்து இங்குத் தங்கு. உன்னிடம் என்ன திறமை இருக்கிறது என்று பார்க்கிறேன். இப்போது பேசி முடித்தாயிற்று. உனக்கு இதெல்லாம் நான் செய்வதற்கு நீ மிகவும் அதிர்ஷ்டம் செய்திருக்க வேண்டும்" என்றான்.

நம்ப முடியாமல் ஒரு மயக்க நிலையில் என்னை வற்புறுத்திச் சம்மதிக்க வைப்பது மட்டும் எனக்கு அரைகுறையாய்ப் புரிந்தது. தொழுவத்தில் உள்ள என் அறைக்கு வழி காண்பித்துவிட்டு, ஒட்டகம் ஓட்டுபவனுடைய சீருடையை எடுக்கச் சென்றான். அந்த வெண்ணிற ஆடையால் என்னைச் சுற்றிக்கொண்டு, விசித்திரமான தலைப்பாகையைத் தலையில் என் வெளுத்த முடிக்கும் கண்களுக்கும் மேல் பொருத்திக் கொண்டேன். மனச்சிதைவடைந்த ஒரு ரொட்டி சுடுபவனைப் போல் காட்சியளித்தேன். என் சிரிப்பை என்னால் அடக்கவே முடியவில்லை.

"என்னவாயிற்று? இந்த உடை உனக்குத் தகுதில்லையா என்ன?"

இல்லை! இல்லை! என மறுத்தேன். ஓர் ஆஃப்கானியன் போல் நான் உடை அணிந்ததே இல்லை.

என் முதல் பாடத்தைக் கற்பிக்க, ஒட்டகங்களை நோக்கி அழைத்துச் சென்றான்.

"கீழிருந்து ஆரம்பித்து மேல் நோக்கி வர வேண்டும்" என்றான் ஒரு துடைப்பத்தையும், முறத்தையும் என்னிடம் தந்தபடி.

ஒட்டகங்களின் எச்சம், முயல்களின் மலம் போன்றது. சரியான கூழாங்கற்களைப் போல் அதிகமான அளவில் இருக்கும். குர்ட்டின் விரல்கள் அவற்றைச் சுட்டிக் காட்டின. அப்போதுதான் அந்த ஐந்து ஏக்கர்நிலம் முழுவதிலும், ஒரு சிறிய புழுக்கைகூடக் காணாததை நான் உணர்ந்தேன். எட்டு ஒட்டகங்கள் இருக்கும் ஓர் இடம் இவ்வாறு இருந்தது மிகவும் ஆச்சரியமாய் இருந்தது. என் கடும் உழைப்பைக் காட்டி, என் எஜமானனை அசத்த நினைத்து, குனிந்து மிகவும் கவனத்துடன் அத்தனை எச்சத்தையும் வாரி எடுத்துவிட்டு, அதை அவன் பார்வையிடக் காத்து நின்றேன்.

குர்ட்டிடம் ஏதோ சரியாக இல்லை. அவன் புருவங்கள் ஒரு லிஃப்ட்டைப் போல் மேலும் கீழும் இறங்கின. அவன் முகம் சிவப்பாக மாறத் தொடங்கியது. ஓர் எரிமலையைப் போல் வெடித்தான். அவன் எச்சில் என் மேல் எரிமலைக் குழம்பைப் போல் தெளித்தது.

“அது என்ன?”

குழப்பத்துடன் கீழே நோக்கினேன். எனக்கு எதுவும் தெரியவில்லை. குர்ட், என் அருகே முழங்கால் இட்டான். அங்கே ஒரு உடைந்த புல்லின் கீழ், உங்களால் கற்பனையே செய்ய இயலாதபடிக்கு மிகச் சிறிய ஒட்டக எச்சத்தின் தூள் இருந்தது. அதைச் சுத்தம் செய் என உரக்கக் கத்தினான். இந்நிகழ்வு எனக்கு நடக்கிறது என்பதை என்னால் நம்பவே முடியவில்லை. நடுங்கிக்கொண்டே, அந்தத் துளியை அப்புறப்படுத்தினேன். நாளடைவில் தூசாகவே மாறியிருந்தது. ஆனால், குர்ட்க்கு இப்போதுதான் திருப்தி. பண்ணையைச் சுற்றிப் பார்க்கத் தொடங்கினோம்.

இந்தக் கூச்சலுக்குப் பிறகு இங்கு இருக்க வேண்டுமா என்று நான் யோசித்திருக்கலாம். ஆனால், ஒட்டகங்களைப் பொறுத்தவரை குர்ட் கை தேர்ந்தவன். இப்போது ஒரேயடியாக ஒட்டகங்களைப் பற்றி, வழி வழியாய் வந்த கதைகளை எல்லாம் அழித்துவிடலாம். நாய்களுக்கு அடுத்தபடியாக மிக அறிவார்ந்த மிருகங்கள் அவை. ஒரு எட்டு வயது குழந்தைக்கு உள்ள அறிவுத்திறன் மிகுந்தவை. அவை ஆசையுடனும், விளையாட்டுத்தனத்துடனும், குறும்புத்தனத்துடனும் கள்ளத்தனத்துடனும், நகைச்சுவையுணர்வுடனும் இருந்தன. ஆம், நகைச்சுவையுணர்வுதான். அவை பொறுமையான, அமைதியான, கடுமையாய் உழைக்கக் கூடிய கவர்ச்சியான, அதே சமயம் சுவாரசியமான மிருகங்கள். அவற்றைப் பழக்குவது மிகவும் கடினம். சிறிதுகூட வீட்டு விலங்குகளின் மனநிலை இல்லாதவை. அதே சமயம், கூரிய நோக்கும் புத்திசாலித்தனமும் உடையவை. அதனால்தான் அவற்றிற்கு இத்தனை கெட்ட பெயர். தவறாய் அவற்றோடு பழகினால் அவை ஆபத்தானவை. மற்றும் நம்மோடு ஒத்துழைக்காதவை. குர்ட்டின் ஒட்டகங்கள் இதுபோலில்லை. அவை ஆர்வமுள்ள நாய்க்குட்டிகள் போலிருந்தன. பயத்தினால் பச்சையாய் உங்கள் மேல் கக்கும் சமயங்களைத் தவிர்த்து, அவற்றின் மேல் எந்தவித துர்நாற்றமும் இல்லை. அவை மிக எளிதில் உணர்ச்சிவசப்படக்கூடிய மிருகங்கள் என்றுகூடக் கூறலாம். தவறாகக் கையாள்பவர்களைக் கண்டு எளிதில் பயந்துவிடும்; பாழாகிவிடும். அவை திமிர் பிடித்தவை. இனப்பற்று உடையவை. தாங்கள் கடவுளால் தேர்ந்தெடுக்கப்பட்ட ஓர் இனம் என்று உறுதியாய் நம்புவை. ஆனால், அவை கோழைகளும் கூட. அவற்றின் பெரிய உருவங்கள் மென்மையான இதயங்களை மறைக்கின்றன. நான் அவைகளிடம் மாட்டிக் கொண்டேன்.

குர்ட், என் கடமைகளைப் பட்டியலிட்டான். சாணியே பெரிய

பிரச்சனையாக இருந்தது. ஒட்டகங்களைப் பின் தொடர்ந்து அதை அள்ளிக்கொண்டே இருக்க வேண்டும். அவற்றின் மலத்துளையினுள், கால்பந்தின் உள்ளிருக்கும் ரப்பர் பகுதியைத் திணிக்கலாம் என்ற எண்ணம் தனக்கு ஏற்பட்டது என்றும், ஆனால் அவை அதை முக்கி வெளியே தள்ளிவிட்டன என்றும் கூறினான். நான் ஓரக்கண்ணால் அவனை நோக்கினேன். அவன் வேடிக்கையாகக் கூறவில்லை.

காலை 4 மணிக்கு, அவற்றைப் பிரித்து அவற்றின் கட்டுகளை அவிழ்த்து விட வேண்டும் (அவற்றின் முன்னங்கால்கள் அவை வேகமாய் நடக்க இயலாதபடியும், வெகு தூரம் செல்லாதபடிக்கும் சங்கிலிகளால் கட்டப்பட்டிருக்கும்). பின் நீண்ட வரிசையில் ஒன்றையொன்று மூக்கினால் வாலைத் தொட்ட வண்ணம், சேணங்கள் பொருத்துவதற்காக வீட்டிற்கு அழைத்து வரவேண்டும். இரண்டு அல்லது மூன்று ஒட்டகங்கள் நாள் வேலைக்கு உபயோகப்படும். அதாவது சுற்றுலாப் பயணிகளை ஒரு டாலருக்கு ஒரு சுற்று அழைத்துச் செல்வதற்காக. மற்றவை வெளியேதான் இருக்கும். அந்தத் தேர்ந்தெடுக்கப்பட்ட மூன்று ஒட்டகங்களுக்கு, அதனதன் உணவுக் கூடையைக் கட்டவேண்டும். பின் துடைப்பத்தால் அவற்றைச் சுத்தம் செய்ய வேண்டும். பின் அவற்றை, ஊஷ் செய்யச் சொல்லி (ஆஃப்கன் மொழியில் ஊஷ் என்றால் “உட்கார்” என்பது போல் பொருள்), குர்ட் வடிவமைத்த அரேபியன் இருக்கைகள் போன்ற போலியான பளபளப்பான இருக்கைகளைக் கட்டவேண்டும். அடுத்த எட்டு மாதங்களுக்கு, இந்தப் பொழுதுகள் தான் சிறந்தவையாக இருக்கப் போகின்றன. குர்ட் என்னை ஓய்வில்லாமல் வேலைகளைச் செய்யச் சொன்னதால், எனக்கு அம்மிருகங்களைப் பற்றிய பயம் ஏற்பட நேரமே இல்லை. மற்றநேரங்கள் இடத்தைச் சுத்தமாக களைகள் ஏதுமில்லாமல் பராமரிப்பதில் செலவழிந்தது. ஒரு புல்லுக்குக்கூட வேண்டாத ஓர் இடத்தில் வளர தைரியமிருக்காது.

அன்றிரவு என்னை ஊர் முழுவதும் அழைத்துச்சென்ற அந்தப் பையன், இப்போது எவ்வாறு இருக்கிறேன் என்பதைக் காண வந்தான். குர்ட்டிடம் என்னைப் பார்க்க ஒரு விருந்தாளி வந்துள்ளார் எனக் கூறிவிட்டு, அவனைத் தொழுவத்திற்கு அழைத்துச் சென்றேன். நாங்கள் அரட்டை அடித்தபடியே, மாலையின் செவ்வானத்தையும் நீல வானையும் ரசித்தோம். நாள் முழுவதும் செய்த வேலைகளால் மிகவும் களைப்பாய் இருந்தது. குர்ட் என்னை உணவுக் கொட்டகையிலிருந்து முற்றம் வரை வேக வேகமாகப் பலமுறை நடக்க வைத்திருந்தான். தோட்டத்தில் களையெடுத்தேன். ஒரு மைல் தூரத்திற்குப் பூச்சிகள் உள்ள வளைவாய் சிறு சுவராய் அமைந்த செடிகளைக் கத்திரிக்கோலால்

சரி செய்திருக்கிறேன். எண்ண முடியாத சுற்றுலாப் பயணிகளை, ஒட்டகத்தில் அமர்த்தி வளைய வளைய வந்திருக்கிறேன். பெருக்கித் துடைத்து சுத்தம் செய்து விழுந்து விடுவேனோ என்று அஞ்சும் வரை வேலை செய்திருக்கிறேன். வேலை செய்யும் வேகம் சிறிது கூடக் குறையவில்லை. ஒவ்வொரு விநாடியும், என்னையும் என் வேலையையும் குர்ட் கவனித்துக்கொண்டே, மாறி மாறி நாளடைவில் நான் சரியாகி விடுவேன் என்று கூறிக்கொண்டே, அங்கு வந்திருந்த சுற்றுலாப் பயணிகள் தர்மசங்கடப்படும்படி என்னைக் கெட்ட வார்த்தைகளால் திட்டித் தீர்த்துக் கொண்டிருந்தான். அப்போது வேலைக்கு நடுவே 8 மாதம் என்னால் இதைப் பொறுத்துக்கொள்ள முடியுமா என்றெல்லாம் தோன்றவில்லை. ஆனால், என் நண்பனிடம் என்னுள்ளே இம்மனிதனைப் பற்றிக் கொப்பளித்துக் கொண்டிருக்கும் கோபத்தையெல்லாம் கூறினேன். திமிர் பிடித்தவன், கொஞ்சம்கூட இளகாதவன், கொடுமையானவன், சதா குற்றம் கூறுபவன் என்றெல்லாம் நினைத்தேன். மற்றவர்களிடம் பழகும்போது என்னிடம் உள்ள அதீத கோழைத்தனத்திற்காக என்னை வெறுத்தேன். இது பெண்களுக்கும், வேட்டையாடப்படும் மிருகங்களுக்குமே உள்ள நோய்க்குறி. அவனை எதிர்க்கவோ, அடாவடியாக நடக்கும் அளவிற்கோ நான் இல்லை. இப்போது, உள்ளே உள்ள இந்தக் கையாலாகாத கோபம் திக்கித் திக்கி வெளிப்பட்டது. திடீரென்று குர்ட் தென்பட்டான். வெள்ளை உடையில் நீண்ட அடிகள் எடுத்து வைத்து நடந்த ஓர் உருவம். அவன் வருவதற்கு முன்பே அவன் கோபத்தில் இருப்பது எனக்குத் தெரிந்தது. அதை எதிர்நோக்க எழுந்து நின்றேன். அவன் விரலை ஆட்டிக்கொண்டு, பல்லைக் கடித்துக் கொண்டு என் நண்பனை நோக்கி, "ஏய், வெளியே போ. நீ யாரென்று எனக்குத் தெரியாது. இருட்டிய பிறகு இங்கு யாரும் வரக்கூடாது. என் ஒட்டக இருக்கைகளைப் பற்றி உளவு பார்ப்பதற்காக அந்த ஃபுல்லர்டன் இங்கு அனுப்பினானா?" என்றான்.

பின் என்னைக் கடுமையாக நோக்கி, "நீ ஏற்கெனவே அங்குச் சென்றிருக்கிறாய் என்று நம்பகமான சில பேர் கூறியுள்ளனர். என்னிடம் வேலை செய்யும்போது, அந்த இடத்தின் அருகில் கூடச் செல்லக் கூடாது. புரிந்ததா?" என்றான்.

நான் வெடித்து விட்டேன். நரகத்தில்கூட இத்தனை கோபம் இருந்திருக்காது. என் நண்பன் கண்கள் பிதுங்க ஓடிவிட்டான். நான் குர்ட்டை வசைபாடத் தொடங்கினேன். சூரியனுக்குக் கீழ் உள்ள அத்தனை வசைச் சொற்களையும் அவனிடம் விசினேன். அவனுடைய மட்டமான வேலைகளை நான் செய்ய சிறு துளி அளவுகூட இனி

வாய்ப்பில்லை என்று கூச்சலிட்டேன். அதற்குப் பதில் நான் இறந்து விடலாம். மிகுந்த கோபத்துடன் தொழுவத்திற்குள் புகுந்தேன். அதன் கதவை - கண்ணாடி போல் கையாளவேண்டிய ஒன்றை - அறைந்து சாத்தினேன். என் உடைமைகளைச் சேகரிக்கத் தொடங்கினேன்.

குர்ட் அதிர்ச்சியால் உறைந்து போய் நின்றான். அவன் என்னைப் பற்றித் தவறாகக் கணித்து விட்டிருந்தான். அவன் எல்லை மீறி என்னைப் படுத்தி எடுத்தான். டாலர் கனவுகள் அவன் கண்களில் இருந்து மறையத்தொடங்கின. ஆனால், மன்னிப்பு கேட்க அவன் கௌரவம் இடம் தரவில்லை. அடுத்த நாள் காலை, நான் மது விடுதிக்குக் குடிபெயர்ந்தேன்.

2

அந்த மதுவிடுதி நான்கு பிரிவுகளைக் கொண்டது. நான் வேலை பார்த்த சலோன் பார், அடிக்கடி வரும் வாடிக்கையாளர்களுக்கானது. ட்ரக் வண்டி ஓட்டுபவர்கள் மற்றும் ஸ்டேஷனில் வேலை செய்பவர்கள் போன்றவர்களுக்கு. அதில் சிலர் பூர்வகுடியினர். சிலர் 200 டாலர்கள் சம்பளத்தைக் காசோலையாக வாங்கி அதை விடுதியில் மாற்ற அவ்வப்போது வரும் கருப்பர்கள். அதிகாலையில் அந்தப் பணத்தில் கொஞ்சமே பாக்கியிருக்கும். எளிதாய்ப் பணத்தை அவர்களிடமிருந்து பறிக்கலாம் என்றாலும், அவர்களின் வருகை வரவேற்கப்படவில்லை என்பதால் அவர்களும் அதிகம் வருவதில்லை. அடுத்து லவுஞ்ச் பார். அது சுற்றுலாப் பயணிகளுக்கும் சிறிதளவு சமூக அந்தஸ்தில் கூடியவர்களுக்குமானது. பூல் ரூம் கருப்பர்களைச் சகித்துக்கொண்டே அனுமதித்தது. கடைசியாக இன்னர் பார். சௌகரியமான, ரசனையற்று அலங்கரிக்கப்பட்ட இடம். இங்குதான் காவலர்களும், வழக்கறிஞர்களும், உயர்மட்ட வெள்ளையர்களும் குடிப்பதற்கு வருவார்கள். இங்குக் கருப்பர்கள் தடை செய்யப்பட்டிருந்தனர். அது சட்டபூர்வமாகவோ, அல்லது அறிக்கையிலோ குறிப்பிடப்படவில்லை என்றாலும், சில கட்டுப்பாட்டு விதிகள் - உதாரணத்திற்கு, ‘வாடிக்கையாளர்கள் நல்ல உடைகள் அணியவேண்டும்’ போன்ற அறிக்கைகளினால், அதை நடைமுறைப்படுத்தியது. சிலர் அதனை வெறுப்போடு, ஓரினச்சேர்க்கை பார் எனவும் கூறுவர். நல்லவேளை இங்கு நாய் ஜன்னல் இல்லை. வட மாநிலங்களில் அவை பிரசித்தம். அவை பின்புறம் உள்ள சிறு ஜன்னல்கள். அங்கு கருப்பர்களுக்கு மது விற்கப்படும்.

நான் விடுதியின் பின்புறம் உள்ள வறண்டதொரு சிமென்ட்டினாலான புறாக் கூண்டொன்றில் வசித்தேன். அதில் அழுக்கான ரோஸ் வண்ண விரிப்பிட்ட ஓர் அலுமினிய கட்டில் ஒன்றிருந்தது. நான் என் வீட்டில் உள்ளோருக்கு, பெரிய பெரிய கரப்பான் பூச்சிகளில் மிருகங்களை அடக்கும் வழியைக் கற்றுக் கொள்கிறேன் என்றும், அவற்றை சாட்டையால் அடித்து பணிய வைக்கிறேன் என்றும், ஒருநாள் அவை என்னைப் பழிவாங்கக்கூடும் என்பதால் அவற்றின் வாயில் என் தலையை விடுவதில்லை என்றும், உற்சாகமூட்டும் கடிதங்கள் எழுதினேன். இந்த நகைச்சுவை என் வளரும் மனச் சோர்வை மறைத்தது. நான் நினைத்ததைவிட ஒட்டகங்கள் கிடைப்பதோ அல்லது அவற்றைப் பற்றி விபரங்கள் கிடைப்பதோகூட மிகவும் கடினமாய் இருந்தது. இதற்குள் என்னுடைய திட்டம் பரவலாய்த் தெரிந்து, கிண்டலான சிரிப்பும், ஒரு நூலகத்தை நிரப்பும் அளவிற்குத் தவறான, வேண்டாத பொய்த் தகவல்கள் குவிய ஆரம்பித்தன. திடீரென அனைவருக்கும் ஒட்டகங்களைப் பற்றிய அனைத்து விபரங்களும் தெரிந்திருந்தது.

உலகின் மிகவும் கோபமுள்ள பெண்ணியவாதிகள், தங்கள் கங்காரு தோல் பைகளைச் சுமந்துகொண்டு லண்டன், நியூ யார்க் அல்லது வேறேதாவது இடங்களுக்கு, தங்களின் விழுப்புண் பெற்ற மனசாட்சியிலிருந்து ஆஸ்திரேலியர்களின் ஆண் பெருமை, ஒரு வேண்டாத கனவு காலையில் மறைவது போல மறைவதற்காகச் செல்லுமுன், தங்களின் ஆரம்ப காலத்தில் ஆஸ்திரேலியக் காற்றைத்தான் சுவாசித்து இருந்திருக்க வேண்டும் என்பதைக் கண்டுபிடிக்க மிகவும் சிரமப்பட வேண்டியிருக்காது. ஆலிஸில் ஆண்கள் மட்டும் கூடும் விடுதியில் வேலை பார்த்திருந்தால் நான் கூறுவது புரியும்.

கடை திறக்கும்போதே, சிலர் கதவருகில் காத்துக் கொண்டிருப்பார்கள். பின், 12 மணி நேரம் குடித்து நிரம்பினாலும், வேண்டா வெறுப்பாய்த்தான் கடை மூடும் நேரம் வெளியேறுவர். அதுவும் கால்நடைகளைப் போல், நான்கு கால்களில். மற்றவர்களுக்குக் குறிப்பிட்ட நேரமும், இடமும், நட்பும் உண்டு. சிறிது நேரம் வம்பு பேசுவார்கள். எப்போதும் ஒரே கதை. எப்போதும் ஒரே விதமான எதிர்வினை. சிலர் தனியே ஒரு மூலையில் அமர்ந்து கொண்டிருப்பார்கள். அவர்கள் எதைப் பற்றி கனவு காண்கின்றனர் என்பது கடவுளுக்கே வெளிச்சம். சிலர் பைத்தியம் போல் இருப்பர். சிலர் கருணையற்று இருப்பர். மிகச் சிலரே, "ஓ... அவர்கள் காணக் கிடைக்காத மணிகளைப்"

போன்றோர். அவர்கள் உதவி செய்பவர்களாகவும், அன்பாகவும், நகைச்சுவை உணர்வு உள்ளவர்களாகவும் இருப்பர். இரவு 9 மணியளவில், இழந்த வாய்ப்புகளையும், பெண்களையும், தங்களின் அவநம்பிக்கையையும் எண்ணி அழத் தொடங்கி விடுவர். அவர்கள் அழும் சமயம், அவர்களின் கைகளைப் பற்றி, வேண்டாம் வேண்டாமெனக் கூறும்போது, தங்களை அறியாது, விடுதியில் அமைதியாக சிறுநீர் கழித்து விடுவர்.

இந்த மனித வெறுப்பு நிறைந்த ஆஸ்திரேலியக் கலாசாரத்தை அறிந்து கொள்ள, 200 வருடங்களுக்கு முன் ஆண்ட வெள்ளையர்களின் ஆஸ்திரேலிய வரலாற்றிற்கு, அகன்ற பழுப்பு நாட்டிற்கு வந்திறங்கிய, கடினமேறிய குற்றவாளிகளைச் சென்றடைய வேண்டும். உண்மையில் அவர்கள் வந்திறங்கிய இடம், பசுமையாகவும் வரவேற்பதாகவும்தான் இருந்தது. பழுப்பு இனம் பின்னால்தான் வரும். அங்கு (காலனியில்) வாழ்க்கை அவ்வளவு சுலபமாக இல்லை. வேலைகள் எல்லாம் முடிந்த பின், அவர்கள் ஒன்றாகவே இருந்தனர். அதன் பின் கால்களில் வலு சிறிது இருந்தால், அந்த மறுக்கப்பட்ட நிலத்திற்குச் சென்று சிறிது சம்பாதிக்க முயன்றனர். அவர்கள் மிகவும் கடினப்பட்டவர்கள். இழப்பதற்கு என்று எதுவும் இல்லை அவர்களிடம். வலியை மறக்க மது இருந்தது அவர்களிடம். 1840 களில், தங்களிடம் ஏதோ ஒன்று குறைவதாக உணரத் தொடங்கினர். அது ஆடுகளும் பெண்களும். ஆடுகளை அவர்கள் ஸ்பெயின் நாட்டிலிருந்து வரவழைத்தனர் - அந்த ஒரு புத்திசாலித்தனமான செயல்தான் ஆஸ்திரேலியாவிற்கு பொருளாதார வரைபடத்தில் ஓரிடத்தைப் பெற்றுத் தந்தது. பெண்கள் இங்கிலாந்தின் அநாதை விடுதிகளிலிருந்தும், ஏழைகளின் வீடுகளிலிருந்தும் வரவழைக்கப்பட்டனர். வேண்டிய அளவிற்கு இல்லை என்பதால் (பெண்கள்) அவர்கள் தைரியத்துடன் படகுகளில் வந்திறங்கும்போது, அத்துறைமுகங்களில் கூடும் கூட்டத்தை நாம் கற்பனை செய்து பார்த்துக் கொள்ளலாம். அத்தகைய அதிர்ச்சியான இன ஞாபகங்கள், ஒரு நூற்றாண்டில் அவ்வளவு எளிதாய் மறைந்துவிடாது. அந்தக் கலாசாரமே, ஒவ்வொரு மதுக்கடையிலும் தங்கி தன்னைப் புதுப்பித்துக் கொள்கிறது. அதுவும் பிற்படுத்தப்பட்ட பகுதிகளில் அச்சடிக்கப்பட்ட ஆஸ்திரேலிய ஆண் பிம்பம் உணர்வுபூர்வமாய் ஏற்றுக்கொள்ளும் இடங்களில் அது கோலோச்சுகிறது. இந்நாளைய ஆண் பிம்பம் சிறிது கூடக் கவர்ச்சியற்றது. அவன் ஒரு நிலை சார்ந்தும், சிறிதும் ஆர்வம் இல்லாதவனாகவும், பிடிவாத குணமுள்ளவனாகவும், எல்லாவற்றிற்கும் மேலாக சிறிதுகூட இரக்கமில்லாத கொடியவனாகவும் இருக்கிறான். வாழ்க்கையில் அவனுக்கு மகிழ்ச்சி என்பது சண்டை போடுவதிலும்,

வேட்டையாடுவதிலும், குடிப்பதிலும் அடங்கி விடுகிறது. அவனுக்கு நண்பன் என்றால் வாப்பாகவோ (wop), வாக்காகவோ (Wog), பாமாகவோ (pom), கூனாகவோ (coon), பூங்காகவோ (boong), நிக்கராகவோ (nigger), ரைஸ்ஐ-யாகவோ (rice-eye), கைக்காகவோ (kyke), சின்க்காகவோ(chink), இட்டியாகவோ (Iti), நிப்பாகவோ (nip), ஃப்ராக்காகவோ (frog), க்ராட்டாகவோ (kraut), காமியாகவோ (commie), பூஃப்டராகவோ (poofter), ஸ்லோப்பாகவோ (slope), வேன்க்கராகவோ (wanker) மற்றும் ஷீலா (Sheila) சிக் (chick) அல்லது பேர்ட்டாகவோ (bird) இருக்கக்கூடாது.

ஒருநாள் விடுதிக்கு வரும் கருணையுள்ள ஒருவர் என்னிடம் கிசுகிசுத்தார். "நீ கொஞ்சம் கவனமாக இருக்கவேண்டும் பெண்ணே! இந்த நகரின் அடுத்த வன்புணர்தலுக்காக சில ரௌடிகளால் நீதான் குறி வைக்கப்பட்டிருக்கிறாய். நீ அனைவரிடமும் மிகுந்த நட்பாய் இருக்கக்கூடாது" என்றார்.

நான் விதிர்விதிர்த்துப் போனேன். எப்பொழுதாவது சில தோள்களைத் தட்டிக் கொடுப்பேன். அல்லது கை கால் விளங்காதவர்களுக்கு உதவுவேன். அல்லது மனதை உருக்கும் அதிர்ஷ்டம் கெட்ட கதைகளுக்குச் செவி சாய்ப்பேன். அவ்வளவுதான். முதல் முறையாக நான் பயப்படத் தொடங்கினேன்.

மற்றொரு சமயம் நான் விடுதியின் உள்ளே உள்ள பாரில் வேலை செய்து கொண்டிருந்தேன். அங்கு ஏறக்குறைய ஒரு டஜன் ஆண்கள், 2 அல்லது 3 காவலர்கள் உட்பட மதுவருந்திக் கொண்டிருந்தனர். திடீரென ஆடைகள் எல்லாம் கலைந்த, மது போதையில் இருந்த ஒரு வயதான பூர்வகுடிப் பெண் உள்ளே வந்து, காவலர்களை நோக்கி வசை பாடத் தொடங்கினாள். ஒரு வாட்டசாட்டமான காவலர் எழுந்து அவளை நோக்கிச் சென்று, சுவரில் அவள் தலையை மொத்தத் தொடங்கினார்.

வாப் – இத்தாலியன்; வாக் – தென் ஐரோப்பியன், கிழக்கு ஐரோப்பியன்; பாம் – இங்கிலாந்தில் இருந்து வந்த கைதி (Prisoner of Mother England); கூன் –கருப்பன்; பூங் –நியூ கினியாவைச் சேர்ந்தவன்; நிக்கர் – நீக்ரோ; ரைஸ் ஐ –காலையில் கண்களில் காய்ந்த விந்துவுடன் எழுபவள்; கைக் – யூதர்; சின்க் – சீனன்; இட்டி – சிறிய ஆணுறுப்புக் கொண்டவன்; நிப் – ஜப்பானியன்; ஃப்ராக் – ஃபிரான்ஸ் தேசத்தைச் சேர்ந்தவன்; க்ராட் – ஜெர்மானியன்; காமி – கம்யூனிஸ்ட்; பூஃப்டர் – ஓரினச் சேர்க்கையாளன்; ஸ்லோப் – வியட்நாமியன்; வேன்க்கர் – சுய இன்பம் காண்பவன்; ஷீலா – பெண்; சிக் – இளம்பெண்; பேர்ட் – வேசி.

"வெளியே போ கிழமே!" என்று கத்தினான். என் உணர்விழந்துபோன கை கால்களில் உணர்வுகளை வரவழைத்துக் கொண்டு, குதித்தோடி அதை நிறுத்துவதற்கு முன், அவளைத் தரதரவென்று கதவிற்கு வெளியே இழுத்துச் சென்று, வெளியே சாலையில் தள்ளினான். ஒருவர் கூட அவர்களின் இடத்தைவிட்டு அசையவில்லை. கருப்பர்களின் முட்டாள்தனத்தைப் பற்றி சிறிது முணுமுணுத்துவிட்டு, அவர்கள் மீண்டும் குடிப்பதைத் தொடர்ந்தனர். யாரும் பார்க்காதபோது, அந்த இரவில் கண்ணீர்விட்டு அழுதேன். சுய பச்சாதாபத்தினால் அல்ல. கையாலாகாத கோபம் மற்றும் வெறுப்பினால்.

இதனிடையே குர்ட் தன் கர்வத்தைக் கொஞ்சம் விட்டுவிட்டு அவ்வப்போது வந்து என்னைத் திரும்பி வருமாறு அழைக்கத் தொடங்கினான். நான் நிஜமாகவே சந்திக்க விரும்பிய கிளாடி ஏதாவது முன்னேற்றம் உள்ளதா எனப் பார்க்க வருவாள். அவளும் திரும்பிச் செல்லுமாறு ரகசியமாக வற்புறுத்தினாள். இரண்டு மூன்று மாதங்கள் விடுதியில் வேலை செய்த அனுபவம், திரும்பிச் செல்வதில் ஈர்ப்பாக இல்லாவிட்டாலும் செயல்படுத்தக்கூடிய ஒன்றாய்ச் செய்துவிட்டது. குர்ட்தான் அனைத்தையும் கற்றுக் கொடுக்கக் கூடியவன் என்பது திண்ணமாகிவிட்டது. அவனுடைய கிறுக்குத்தனங்களைப் பொறுத்துக் கொண்டால், அதுதான் சரியான முடிவு. மேலும் விடுதிக்கு வரும்போது, அவன் நல்லவிதமாகவே நடந்து, நான் ஏதோ தவறான முடிவை எடுத்து விட்டேனோ என்று என்னை யோசிக்க வைக்கும்படி நடந்து கொண்டான்.

ஆகவே, என் வேலையில்லா நாட்களை அங்குக் கழிக்கத் தொடங்கினேன். கிளாடியின் வற்புறுத்தலால், வீட்டின் உள்ளே படுத்துறங்கி விடியற்காலையில் வேலைக்குச் செல்லத் தொடங்கினேன். இப்போதுதான் விடுதி எனக்கு மரண அடியைத் தந்தது.

டஞ்சன் போன்ற என் அறைக்கு, ஒருநாள் அதிகாலை திரும்பி வந்தபோது என் தலையணையில் மேல் ஒட்டிக்கொண்டு குழியலாக மலம் கிடந்தது. அதுதான், அது இருக்க வேண்டிய இடம் போல. இறுதியாய் அதன் ஓய்விடத்தை, அது கண்டுகொண்டது போல. அதனிடம் - வழி தவறி வந்தவளைப் போல - என் இருப்பைத் தெரிவிக்க - ஏதாவது பேச வேண்டும் என்றுகூட ஒரு விபரீத எண்ணம் தோன்றியது.

"மன்னிக்கவும். நீ தவறான படுக்கையில் இருக்கிறாய்" என்று கூற வேண்டும் போல் தோன்றியது. வாயிற்படிகளில் கைகளை வைத்துக்

கொண்டு, வாய் பிளந்தபடி 5 நிமிடங்கள் அதையே வெறித்தபடி நின்றிருந்தேன். என் நகைச்சுவை உணர்வு, என் தன்னம்பிக்கை மற்றும் மனித குலத்தில் எனக்கிருந்த நம்பிக்கை அனைத்தும் கண்ணெதிரே மறையத் தொடங்கின. வேலையை ராஜினாமா செய்துவிட்டு, பண்ணையின் பாதுகாப்பை நோக்கி ஓடினேன்.

★

அதற்குப் பிறகு குர்ட்டின் கண்டிப்பைக்கூடப் பொறுத்துக் கொள்ள முடிந்தது. சுட்டெரிக்கும் வெயிலில், சுத்தமான காற்றில், கடின உடலுழைப்பு, பொழுதுபோக்க ஒட்டகங்கள், ஆம் மற்றும் க்ளாடி இவையனைத்தும் வாழ்க்கையில் ஒரு நம்பிக்கையைத் தந்தன. மேலும் குர்ட் கருணையாக இல்லாவிட்டாலும், அவ்வப்போது நாகரீகமாக இருந்தான். அவன் ஓர் அருமையான ஆசிரியன். கோழைத்தனத்தால் நான் முயன்றுகூடப் பார்க்காத விதங்களில் எல்லாம் ஒட்டகங்களோடு பழக விட்டான். முடிவில் நான் பயமற்றவளாய் ஆனேன். என்னைப் பயமுறுத்த, இம்மிருகங்களால் ஏதும் செய்ய முடியாது. இந்தக் காலத்தில் என் உடலுக்கு ஏதும் தீங்கு ஏற்படாமல் இருந்ததற்குக் காக்கும் தேவதைகள், குர்ட்டின் புத்திசாலித்தனம், மற்றும் கூறவியலாத அதிர்ஷ்டமும்தான் காரணமாய் இருந்திருக்க வேண்டும். ஒட்டகங்களுடனான என் ஒட்டுறவு அவனுக்கு மகிழ்ச்சியை அளித்திருக்க வேண்டும். அவற்றைக் கையாளும் ரகசியத்தை எனக்கு அறிமுகப்படுத்த ஆரம்பித்தான்.

“ஒட்டகத்தைக் கவனி. அதை இரவும் பகலும் கவனி. அது எவ்வாறு எண்ணுகின்றது என்பதைப் பார். மேலும் ஒட்டகங்களின் தேவைக்குத்தான் முன்னுரிமை என்பதை நினைவில் வைத்துக் கொள்” என்றான்.

அவனுடைய எட்டு ஒட்டகங்களுக்கும் தனித் தனியான குணாதிசயங்கள் இருந்தன. பிட்டிதான் (Biddy) ஒட்டக உலகின் மேட்டிமை மிகுந்த சீமாட்டி. வெறும் மனிதர்களைவிட அளவிற்கதிகமாய் மேன்மையானவள். மிஷ்-மிஷ், மிகவும் துடிப்பான வெட்டியான அரச குல இளைஞன். கார்டூம் மனநிலை குன்றியவன். அலி (Ali) துயரத்துடன் கூடிய கோமாளி. ஃபகானிவயதான முதியவள். அபா (Aba) மிகவும் பின் தங்கிய, பருவமடையும் பிரச்சனைகளுடன் கூடிய குழந்தை. பப்ளி, தீராத குறும்புக்காரன். டூக்கி ஒரு அரசனுக்குப் பிறந்த ஒட்டகம். இவையனைத்தையும் மனித வடிவில் பார்க்கும் அர்ப்பணிப்போடு நேசித்தேன். அவைகளைப் பற்றி எத்தனை

தெரிந்து கொண்டாலும், கற்பதற்கு மேலும் விபரங்கள் இருந்தன. அவை, இந்திய மகா சமுத்திர கரையில் எனக்குச் சொந்தமான நான்கு ஒட்டகங்களை விட்டுவிட்டு வரும்வரை, என்னைத் தொடர்ந்து வியப்பிலும் பிரமிப்பிலும் ஆழ்த்திக்கொண்டே இருந்தன. அவைகளைக் கூர்ந்து நோக்கிக்கொண்டும், அவற்றின் குறும்புகளுக்குச் சிரித்துக்கொண்டும், அவற்றுடன் பேசிக்கொண்டும், அவற்றைத் தொட்டுத் தடவிக்கொண்டும், பல மணி நேரங்களைச் செலவழித்தேன். என் எண்ணங்கள் அனைத்தையும், எனக்குக் கிடைத்த சிறிய ஓய்வு பொழுதையும் அவையே ஆக்கிரமித்தன. குர்ட் மற்றும் கிளாடியுடன் தொலைக்காட்சி நிகழ்ச்சிகளைக் காணாமல், நிலவு பொழியும் புல்வெளியில் அவைகளின் அசை போடுதலின் ஓசையையும், தாழ்ந்த குரலில் தனித்து உரையாடும் ஓசையையும் கேட்டுக் கொண்டிருப்பேன். இந்தக் காதல் வாழ்க்கை தொடர்ந்து கொண்டிருக்கையில், என் பயணத்தைப் பற்றி அதிகம் நினைக்க வேண்டியிருக்கவில்லை. ஒரு நீண்ட குகைப் பாதையின் முடிவில் தெரியும் பாதுகாப்பான வெளிச்சம் போல் அது இருந்தது.

நான் ஏதாவது தவறு செய்தால், குர்ட் என்னைக் குறைத்துப் பேசுவதையும் கூச்சலிடுவதையும் தொடர்ந்தான். அதை என்னால் ஏற்றுக் கொள்ள முடிந்தது. ஏன், அதை நான் ரசித்தே ஏற்றுக் கொண்டேன் எனலாம். ஏனெனில், அது பிறவிக் குணமான சோம்பேறித்தனத்துடன் போட்டியிட்டு என்னை எப்போதும் தயார் நிலையில் இருக்கவும், வேகமாய்க் கற்றுக் கொள்ளவும் உதவியது. மேலும், எப்பொழுதாவது அவன் ஒரு வார்த்தை பாராட்டி விட்டாலோ, அல்லது அதிசயமாகப் புன்னகை புரிந்து விட்டாலோ, அது விவரிக்க இயலாத நிம்மதியையும் பெருமையையும் அளித்தது. எஜமானனிடமிருந்து வலிந்து வரும் ஒரு பாராட்டு மற்றவர்கள் எளிதாகத் தரும் ஆயிரம் பாராட்டுகளுக்குச் சமம். சந்தோஷ அடிமைகள் பலர் இருந்திருக்கின்றனரே!

உலகின் பழமையான மலைகளுக்கு நடுவே இயற்கையை மீறி விசித்திரமாகவும் அமைதியாகவும் அமைந்திருந்தது அந்தப் பண்ணை. அதனின் தனிமைப்படுத்தப்பட்ட, ஈர்ப்பின்மைதான் அதைச் சுற்றியுள்ள இடங்களின் ஈர்ப்பையும் விநோதத்தையும் கூர்ந்து கவனிக்கும்படி செய்தது. அவ்விடங்களில் நுழைந்தால், மண் மூச்சு திணறச் செய்யும். எங்கும் நிறைந்திருக்கும் ஆஸ்திரேலிய ஈக்கள் நிலைகுலையச் செய்யும். தொடர்ந்து வீசும் வெப்ப அலைகள் திணறச் செய்யும். வெற்றுவெளி வியக்க வைக்கும். பூமியின் மேல் அமைந்திருக்கும். மிகப் புராதனமான, வியக்க வைக்கும் வளமற்ற நிலத்தின் முன் நம்மைச் சிறிதாய் உணரச் செய்யும். அங்கு செல்வது

என்பது உலகின் புராண உலையை, மனிதர்களே அற்ற அவுட்பேக் (Outback) என்ற இடத்தை, காணவே முடியாத ஓர் இடத்தை, முடிவில்லா நீல நிறக் காற்றும், அளவில்லா ஆற்றலுமுள்ள சிதைந்து போன பாலைவனத்தைக் கண்டுபிடிப்பது போலாகும். நான் வாழ்ந்து கொண்டிருந்த நிலப்பிரபுவின் கீழ் அடிமை போன்ற சூழ்நிலையில், எனக்கு ஏற்பட்ட விடுதலை உணர்வைப் பற்றிக் கூறினால் அபத்தமாக இருக்கும். ஆனால், நிலவொளி பொழியும் பளபளக்கும் நதி படுக்கையிலோ, அல்லது கால வெளியற்ற அப்பாறைகளினூடே நடக்கும்போது, எதையும் சரி செய்யலாம், எதையும் மறக்கலாம். எந்தச் சந்தேகமும் தீர்ந்து போகலாம்.

சூரியன் உதித்தவுடன் வேலையை ஆரம்பித்து, அது மறையும் வரை சில சமயங்களில், அதற்கு மேலும், வாரத்தில் ஏழு நாட்களும் பணி புரிவேன். மழை காரணமாகவோ அல்லது குர்ட் விடுமுறை என்று அறிவித்ததின் காரணமாகவோ பண்ணையை மூடி விட்டாலும், சுத்தப்படுத்தும் வேலைகளும் சரி செய்யும் வேலைகளும் இருந்தன. ஒரு ஒட்டகத்தைப் பயிற்றுவிப்பது போல்தான் என்னையும் நடத்துகிறான் என்பதை உணர ஆரம்பித்தேன். உதாரணத்திற்கு என்னை காலணிகள் அணிவதற்கே அவன் அனுமதிக்கவில்லை. அதன் காரணமாய் மிகவும் வலியுடன் பொருக்கு தட்டியதைப் பொறுத்துக் கொண்டேன். அதே சமயம், என் தோல் ஒரு இஞ்ச் அளவிற்கு முள் போன்ற வெடிப்புகளைத் தாங்கக் கற்றுக் கொண்டன. வீங்கிய, அழுகிய, பிளவுபட்ட கால்களில் வலியால் பல இரவுகள் என்னால் தூங்க முடியாமல் போனது. நான் மறுத்தால் அது கீழ்படிய மறுப்பதாய்க் கொள்ளப்படும், அதே சமயம், அடிக்கடி புகார் செய்வதற்கு என் சுயமரியாதை ஒப்புக் கொள்ளவில்லை. என் சிறையை நானே அமைத்துக் கொண்டேன். அதன் கண்காணிப்பாளர் என்ன செய்தாலும் அதைப் பொறுத்துக் கொள்ளத்தான் வேண்டும். காலப்போக்கில் என் கால் கறுத்து, வெடித்து, தடித்து கரடுமுரடு ஆனதும், காலணிகளை அணியச் சொன்னான். நான் சாப்பிடுவதைக் காண்பதிலும் விநோதமான இன்பம் அவனுக்கு.

அதிகமான உணவை நான் விழுங்கும்போது, "அப்படித்தான், சாப்பிடு சாப்பிடு. உனக்கு வலிமை தேவை" என்பான். நான் நன்றாகச் சாப்பிட்டேன்தான். ஒரு பருந்தைப் போல என்னைக் கண்காணித்தான். என் தவறுகளுக்காக என்னைத் திருத்தினான். நான் சரியாக இருக்கும் போது, என்னைத் தட்டிக் கொடுத்து உணவிட்டான்.

எங்கள் பொது எதிரியாலும், நதியின் அடுத்துள்ள மக்களின்

தொடர்பாலும் க்ளாடிக்கும் எனக்கும் நடுவே ஆழமான நட்பு வேர்விட்டது. அவள் இல்லாதிருந்தால், அத்தனை நாட்கள் குர்ட்டிடம் வேலை பார்த்திருக்க முடியாது. அவள், முக்கியமாக கணவனிடமிருந்து சிறிது விடுபடவும், அவர்களின் பொருளாதார நிலையைப் பற்றி குர்ட் எப்போதும் அலுத்துக்கொண்டும், குறைகூறிக்கொண்டும் இருந்ததால் ஊரில் ஒரு வேலையைத் தேடிக் கொண்டாள். பண்ணையில் வேண்டிய வருமானம் இல்லை என்பதற்கு இரண்டு காரணங்கள் இருந்தன. ஒன்று, குர்ட்டிற்கும் ஃபுல்லர்டன்னுக்கும் இடையே இருந்த நாள்பட்ட சண்டை, குர்ட்டின் கூற்று ஃபுல்லர்ட்டன் தான் எல்லாப் பேருந்து ஓட்டுநர்களுக்கும், உல்லாசப் பிரயாணிகளுக்கும் லஞ்சம் கொடுத்து அவர்களை வரவிடாமல் செய்கிறான் என்பதாகும். மற்றொன்று, பண்ணைக்கு வரும் மக்களின் மேல் குர்ட்டிற்கு இருக்கும் விசித்திரமான வெறுப்பும் முரட்டுத்தனமும்.

"முட்டாளே! அந்த வேலியின் அருகே என்ன செய்கிறாய்? முட்டாள் பயணிகளே! உங்களுக்கு வாசிக்கத் தெரியாதா? இன்று பண்ணை திறக்காது. எங்களுக்கு விடுமுறையே கிடையாது என்று நினைத்து விட்டீர்களா என்ன?" என்று கத்துவான்.

அவனிடம் பிடித்த சில குணங்களில் அதுவும் ஒன்று. ஒட்டகங்கள் சார்ந்த உரையாடல்களைத் தவிர்த்து, நாங்கள் உரையாடினோம் அல்லது சிரித்துக் கொண்டோம் என்றால் அவன் தீவிரவாதிகள் என்று குறிப்பிடும் பயணிகளின் கிழமைகளைப் பற்றித்தான். அவன் நல்லதொரு மனநிலையில் இல்லாதபோது, அவன் சாப்பிடும் ரொட்டி, வெண்ணெய் உட்பட அனைத்திலும் தன் கோபத்தைக் காண்பிப்பான். அது அவனுடனே பிறந்த நியாய குணத்தின் அறிகுறி. அந்தச் சில மாதங்களில், நட்பு போன்றதொன்று எங்களிடம் மலர்ந்திருந்தது என்றால் அதற்குக் காரணமாய் நான் சொல்வது, "ஒரு பிரச்சனையின் அடிவேரை அடைய முடியுமானால், மனதில் அனைவரும் நல்லவரே!" என்ற மத்திய வர்க்க ஏமாற்றுச் சிந்தனையை நான் நம்பிக் கொண்டிருந்ததால்தான். ஆனால், நாளடைவில் அந்தப் பைத்தியக்காரத்தனத்தை அவன் தகர்த்து எறிந்துவிட்டான். அவனுடைய ஆழ்மனச் சிந்தனைகளைத் தொடாமல் இருப்பதே நல்லது. இந்தச் சமயத்தில் என் இனத்திலிருந்து மிகவும் வேறுபட்ட ஒருவனைப் புரிந்து கொள்ளும் மிகவும் தவறான ஆர்வம் எனக்கு ஏற்பட்டது. ஆனால், புரிந்துகொண்டு மன்னிப்பும் அளித்தால், அங்கு வெறுப்பதற்கு வேறேதும் மிஞ்சாது என்பது எனக்குப் புரிந்தது.

அக்காலத்தை அமைதியாக இப்போது யோசித்துப் பார்க்கும்போது,

குர்ட் தன் சொந்த நரகத்தைத் தானே உருவாக்கிக் கொண்டான் என்பது எனக்கு வருத்தத்துடன் புரிகிறது. ஏனெனில் அவனோடு பழகிய அருமையான கணங்கள் இருந்தன. நாட்டுபுறத்தில் அமைதியாக சவாரி செல்வதும், நதிப் படுக்கையில் ஒட்டகங்களைப் பந்தயத்திற்குப் பழக்குவதும். அத்தருணங்களில் சேணமில்லா முதுகில் அந்த விரையும் கால்களுக்குக் கீழ், வேகமாய் ஓடும் தரையைப் பற்றி எந்தச் சிந்தனையுமற்று சவாரி செய்திருக்கிறேன். அது விவரிக்கவே முடியாததொரு பரவச நிலை. எப்போதும் டூக்கி என்ற காளையின் மேலேயே சவாரி செய்வது வழக்கம். அவன்தான் எனக்கு மிகவும் பிடித்தவன். குர்ட்டுக்கும் அவனைத்தான் பிடிக்கும் என்ற சந்தேகம் எனக்கு இருந்தது. பயிற்சியில் பயம், முனைப்பு மற்றும் கடினப் போக்கிற்குப் பின் ஆயிரம் பவுண்ட் எடையுள்ள, பயந்த சுபாவமுள்ள, கட்டுப்படுத்த இயலாத ஒரு தொலைவில் இருந்து ஒரு நிறைவான ஒரு மிருகம் மெதுவாக வெளிவருவதைக் காணும்போது, அம்மிருகத்துடன் ஒரு தனி ஒட்டுறவு ஏற்பட்டு விடுகிறது. நானும் பயிற்சி பெறுபவள் என்ற நிலை, இதை மேலும் இறுக்கியது. நானும் டூக்கியும் ஒரேசமயத்தில் சோதனைகளை எதிர்கொள்ளும் ஒரே அணி ஆனோம். மிருகங்களுடனான உறவில் குர்ட்டிற்கு மிகப் பெரிய பின்னடைவு ஒன்று இருந்தது. அவனுக்குக் கோபம் வந்தால் வெறித்தனமாய் இருப்பான். ஒட்டகங்களைக் கடுமையாகத்தான் கையாள வேண்டும். அவற்றின் தவறான நடவடிக்கைகளை எதிர்த்துக் கடுமையாகத் தண்டிக்க வேண்டும்தான். அவ்வப்போது சில அடிகளும் தரவேண்டும். ஆனால், குர்ட் எல்லை மீறி விடுவான். முக்கியமாக, இளங்கன்றுகளுக்கு அவனைக் கண்டாலே நடுக்கம். இத்தகைய அதிகபட்ச கோபத்தை நான் அவனிடம் வந்து சேர்ந்த சில நாட்களிலேயே கண்டிருக்கிறேன். டூக்கி குர்ட்டை ஓர் உதை விட்டதற்கு, பதினைந்து நிமிடங்களுக்கு, ஒரு சங்கிலியால் காலில், அது உடைந்து விடுமோ என நான் அஞ்சும் அளவிற்குத் தொடர்ந்து அடித்ததால், நான் கிளாட்டின் அருகே சென்று அமர்ந்தேன். எனக்குப் பேச வாயெழவில்லை. அவனிடமும் இரண்டு நாட்கள் பேசவில்லை. அவனைத் தண்டிக்கவேண்டும் என்றெல்லாம் தோன்றவில்லை. அவனைப் பார்க்கவே பிடிக்கவில்லை. அந்த ஒருமுறைதான், அவன் தன் தவறை உணர்ந்து வருந்தினான். மீண்டும் என்னை இழக்க விரும்பவில்லை. ஆனால், அது மீண்டும் மீண்டும் நிகழ ஆரம்பித்தது. ஒட்டகங்கள் உட்பட அனைவருக்கும் அது தவிர்க்க முடியாத, மற்ற எல்லாவற்றையும் போல் அனுபவித்துக் கழிக்க வேண்டிய ஒரு நிகழ்வாகப்பட்டது.

ஆரம்ப மாதங்களில் இத்தகைய மனக்கசப்பான நிகழ்வுகளால் வெறுத்துப் போய் வீட்டிற்குச் சென்றுவிடலாமென எண்ண ஆரம்பித்தேன். ஆனால், குர்ட் இதை மிகவும் தந்திரமான ஒரு வழியால் சரியாக எதிர்கொண்டான். எனக்கு ஒருநாள் விடுப்பளித்தான். சந்தேகத்துடன் கூடிய நன்றியுணர்வுடன் நான் அப் பரிசை எதிர்கொண்டேன். ஏதோ தீய்ந்த எண்ணம் எனக்குப் புலப்பட்டது. என் வேலையைப் புகழ்ந்து விட்டு, அவன் தீர்மானம் செய்து வைத்திருந்த ஓர் ஒப்பந்தம் பற்றி என்னிடம் சொன்னான். அங்கு நான் எட்டு மாதங்கள் வேலை செய்யலாம். பின் இரண்டு அல்லது மூன்று மாதங்களில், சேணங்களையும் மற்ற உபகரணங்களையும் தயார் செய்ய அவன் உதவுவானாம். பின் நான் விரும்பிய மூன்று ஒட்டகங்களை எனக்கு இலவசமாகத் தருவதாகவும், அதைப் பயணம் முடிந்தவுடன் அவனிடம் திருப்பித் தந்தால் போதுமெனவும் கூறினான். இது நம்புவதற்கே சிரமமாய் இருந்தது. என்னுடன் ஏதோ விளையாடுகிறான் என்பது மட்டும் தெரிந்தது. நிச்சயம் தெரிந்தது. ஆனால், நம்பித்தான் ஆகவேண்டும் என்பதால் அந்த எண்ணத்தை அப்புறப்படுத்தினேன். அவன் கண்களை நோக்கினேன். அது சுய ஆர்வத்தில் மின்னியது. நான் ஒப்புக் கொண்டேன். அது ஒரு பரஸ்பர நம்பிக்கையுடன் கூடிய ஒப்பந்தம். குர்ட், எந்தத் தாளிலும் கையொப்பமிட மறுத்தான். அப்படிப்பட்ட வியாபாரம் அவன் செய்வதில்லை எனக் கூறினான். ஆனால், அனைவருக்கும் முக்கியமாக எனக்கு அவன் ஒரு கனவான் இல்லை என்பது தெரியும். என்னை மிகவும் கீக்கிடமான நிலையில் வைத்துவிட்டான். ஆனால், என் கனவிற்கு உயிர் தர வேண்டுமென்றால் எனக்குப் போவதற்கு வேறு ஏதும் இடமில்லை.

★

எனக்கு காக்கைகள் மிகவும் பிடிக்குமென்று குர்ட்டிடம் அடிக்கடி கூறுவேன். என்னைப் பொறுத்தவரை வரையற்ற சுதந்திரம் மற்றும் புத்திசாலித்தனமான இருத்தலின் சாராம்சம் அவை. வளர்ப்பதற்காக எனக்கு ஒன்று வேண்டுமாயிருந்தது. கேட்கும்போது ஒலிப்பது போல அது ஒன்றும் அத்தனை சுயநலமான விருப்பமில்லை. கவனமாக இருந்தால் கூட்டிலிருந்து ஒரு காக்காய் குஞ்சை மற்றவற்றிற்குத் தொந்தரவு தராமலோ, அதன் பெற்றோருக்கு உளைச்சலைத் தராமலோ திருடிவிடலாம். அதற்குப் பறக்கக் கற்றுத் தந்து உணவிற்கும் பிரியத்திற்கும் உங்களிடம் வருமாறு கற்பிக்கலாம். அதற்குக் கூடு தேவையில்லை. அதன் சிறகுகளையும் வெட்டத் தேவையில்லை. அது தன் செல்லமான குழந்தைப் பருவத்தை உங்களிடம் கழித்த பின், அதன் இளவயது நண்பர்களை மாலை நேர உணவிற்கும்

விருந்திற்கும் அழைத்து வரும். பின் காலப்போக்கில், புதர்களில் தன் புது வாழ்வைத் துவக்க உங்களைவிட்டுப் பிரியும். அனைவரும் அதற்குப் பிறகு சந்தோஷமாக வாழ ஓர் அருமையான முறை. ஒரு காக்கைக் குஞ்சைப் பிடிப்பதுதான் எனக்கு அவன் செய்ய வேண்டிய இறுதிக் கோரிக்கையென்றால், அதைச் செய்து தருகிறேன் என்றான். நதிப் படுக்கையில் கூடுகளைக் கண்காணிக்கத் தொடங்கினோம். நதியோரமிருந்த 40 அடி உயரமுள்ள யூகலிப்டஸ் மரங்களில் தாய்ப் பறவைகள் கூச்சலிடும் குஞ்சுகளுக்கு உணவு புகட்டிக் கொண்டிருந்தன. ஒரு வெப்பமான மதிய நேரத்தில், உயிருள்ள அனைத்தும் கண் அசந்தோ, தூங்கிக்கொண்டோ இருக்கும் நேரத்தில், ஒரு சாம்பல் வண்ணக் கொக்கு ஒரு காக்கைக் கூட்டின் எதிரே உள்ள மரத்தில் அமர்ந்து, வெக்கையில் உறங்கத் தொடங்கியது. இதுவரை தனக்குத்தானே மிழற்றிக் கொண்டிருந்த பெற்றோர் காக்கைகளில் ஒன்று, சலிப்படைந்து, எதிரே பறந்து, ஏதும் அறியாமல் உறங்கிக் கொண்டிருந்த கொக்கின் கிளைக்குக் கீழே உள்ள கிளையில் அமர்ந்தது. பின் மற்றொரு கிளைக்குத் தவ்வி, முன்பை விட அமைதியாகவும் அசட்டையாகவும் புறத்து ஏறியது. உறங்கும் கொக்கின் அருகில் சென்று அமர்ந்தவுடன் கரகரப்பான குரலில் கரைந்து தன் சிறகுகளைப் படபடத்துக் கொண்டது. கொக்கு வானில் ஆறு அடி உயரம் படபடத்து பறந்த பிறகே அது முரட்டுத்தனமான வேடிக்கைக்கு ஆளாகியிருக்கிறோம் என்பதையுணர்ந்து தன்னிலையை அடைந்தது. நாங்கள் வெடித்துச் சிரித்து ஓய்ந்ததும், அந்தக் கூட்டைத் தேர்ந்தெடுத்தோம்.

காக்கை வேட்டை என்பது ஒரு முக்கியமான சாகசப் பயணம். கயிறு, சவாரி செய்யும் ஒட்டகங்கள் மற்றும் மதிய உணவு எல்லாம் சேர்ந்தது. தானொரு சிறந்த மரமேறி என்றும், தன்னால் கூட்டை அடைய முடியுமென்றும் குர்ட் எனக்கு நம்பிக்கையளித்தான். எனினும் பல முயற்சிகளுக்குப் பின், அந்த நான்கு காக்கைக் குஞ்சுகளையும் பார்க்க முடிந்தாலும், அவனால் அவற்றை அடைய இயலவில்லை. மரத்திலிருந்து வழுக்கி இறங்கி, திட்டம் B-ஐ மேற்கொள்ளலாம் என்றான்.

"ஆனால், அதைச் செய்யக் கூடாது குர்ட். நமக்கு நான்கு காக்கைகள் வேண்டாம். மேலும் அவை விழும்போது இறந்துவிடும்."

"சரியான முட்டாள்தனம். கூடு லேசாக உள்ளது. அதனால் அது மிதக்கும். மேலும் அது விழும்போது, கிளைகள் அதைத் தாங்கிக் கொள்ளும். அதனால் உனக்கென்ன? உனக்கு ஒரு காகம் வேண்டும் இல்லையா?"

எந்தச் சொல்லும் அவன் காதில் விழவில்லை. கிளைக்கு மேல் கயிற்றைப் போட்டு, அவன் முழுப் பலத்துடன் கிளையை இழுத்தான். அந்தக் கிளை, கூட்டிலேயே இறந்த இரண்டு குஞ்சுகளுடனும், என் கைகளில் இறந்து போன மற்றொன்றுடனும், உடைந்த கால்களுடன் ஒன்றுடனும், முறிந்து விழுந்தது.

டுக்கியின் மேலமர்ந்து, அக்நட்டானைக் கூண்டிலிருந்த இறக்கைகளைச் சுற்றி, என் சட்டைக்குள் வைத்து எடுத்துச் சென்றேன். நான் அழுவதை குர்ட் காணக் கூடாது என்று அவனுக்கு முன்னாலே சவாரி செய்தேன்.

★

இதற்குள் வாழ்க்கையைச் சிறிது இலகுவாக்க இரண்டு முக்கிய முன்னேற்றங்கள் நிகழ்ந்தன. என் சகோதரி, எனக்கொரு கூடாரத்தை அனுப்பியிருந்தாள். அதை நான் பண்ணைக்கு எதிரே உள்ள மலையின் அடுத்த பக்கத்தில் பொருத்தியிருந்தேன். அது எனக்கு சிறிது தனிமையைக் கொடுத்தது. என் அருகில் இருப்பவர்களுடன் நட்பு பாராட்டவும் தொடங்கியிருந்தேன். அவர்கள் பானைகளும், தோலினால் கலைப்பொருட்களும் செய்யும் உண்மையான ஹிப்பிக்கள். அவர்கள் கவர்ச்சியான குற்றவாளிகள் பேசும் மொழியில் உரக்கப் பேசினர். நட்பாகவும், வரவேற்கும் மனத்துடனும் நான் ஏறக்குறைய மறந்துவிட்ட மொழியில் என்னுடன் பேசினர். ஆலிஸ் ஸ்பிரிங்கிற்கே உரித்ததாய்த் தோன்றிய ஒரு பாழடைந்த, இரண்டு மலைகளுக்கு நடுவே அமைந்திருந்த, அதில் குடியிருந்தவர்களைப் போலவே என் மனதுக்கு நெருக்கமான பாஸோவின் பண்ணை என்றழைக்கப்பட்ட கல் வீட்டில் வசித்து வந்தனர். பாலி, ஜியாஃப், மற்றும் அவர்களின் குழந்தை ஒரு முனையிலும், டெனிஸ், மாலினா, மற்றும் டென்னிஸின் இரண்டு மகன்களும் மற்றொரு முனையிலும் வசித்தனர். மாலினா வெள்ளைத் தோலும், சிவந்த முடியும் உடைய ஸ்காட்லாந்தைச் சேர்ந்த பெண். அவள் அருமையான பானைகளைச் செய்தாள். ஆனால், அவள் உடல் முழுவதும் சிரங்குகளும், பூச்சிக்கடிகளும், சூட்டுக் கொப்பளங்களும் இருந்தன. எங்களைப் போலல்லாது பாலைவனத்தின் அழகை அவளால் அவ்வளவு எளிதாகப் பாராட்ட முடியவில்லை.

எனக்குக் கிடைத்த அனைத்து ஓய்வுப் பொழுதிலும், என்னுடைய ரொட்டிக்காரன் உடையில் அவர்களின் வாசலுக்கு, அரட்டை அடித்தபடியும், சிரித்தபடியும், அல்லது பாலி தோலில் தைப்பதைப் பார்த்தபடியும் அல்லது சிறிதுகூட சத்தம் எழுப்பாமல், தொந்தரவெனக்

கருதாமல், தன் மகளின் துணிகளை மாற்றுவதையும் பார்த்தபடி இருப்பேன். அவளொரு அருமையான கைத்தொழில் கலைஞர். அவள் செய்த பைகளெல்லாம், உபகரணங்கள் உபயோகிக்காமலே மிகவும் நுண்மையான, அழகாக வடிவமைக்கப்பட்ட நுட்பமான வேலைப்பாடுகளுடன் இருந்தன. அவள் எனக்கும் அதைக் கற்றுக் கொடுத்தாள். ஆனால், அவளின் பொறுமையோ திறமையோ கை நேர்த்தியோ என்னிடம் இல்லை என்பதை உணர்ந்து கொண்டேன். ஆனால், மிகுந்த சிரமத்துடன் இரண்டு ஆட்டுத்தோல் பைகளைச் செய்து முடித்தேன். அவை மிக அழகாக இருந்தாலும், பயணத்திற்குச் சிறிதும் பயனற்றதாய் இருந்தன. இப்பாடங்கள், எனினும் ஒரு வருடத்திற்குப் பின், என்னுடைய சொந்த உபகரணங்களைத் தயார் செய்யும்போது, எனக்கு உதவியாய் இருந்தன.

என்னுடைய சமூக வாழ்க்கை இப்போது, பாஸோவின் பண்ணையைச் சுற்றியே இருந்தது. ஒவ்வொரு இரவும் ஒன்று அல்லது இரண்டு மணி நேரங்கள் அங்கு அமர்ந்துகொண்டும், அவர்களுடன் குடித்துக்கொண்டும், விளக்கில் விழுந்து தற்கொலை செய்து கொள்ளும் பூச்சிகளை விரட்டிக்கொண்டும், குர்ட்டைப் பற்றி புகார் கூறிக்கொண்டும், நட்புடன் கூடிய மிக அரிதான ஆலிஸ் ஸ்பிரிங்கைச் சேர்ந்தவர்களைச் சந்தித்துக்கொண்டும் இருப்பேன். இந்த காலகட்டத்தில் வெளி ஆட்களிடமிருந்து மனதளவில் நான் விலகியே இருக்கத் தொடங்கினேன். மற்றவர்களிடம் ஒரு முத்திரையோடு அறிமுகப்படுத்தப்படும்போது, உணர்ச்சியற்றிருப்பது கடினமாக இருந்தது. அது ஓர் அடையாள நெருக்கடியை ஏற்படுத்தியது. “இது ராபின் டேவிட்சன். இவர் ஆஸ்திரேலியாவை ஒட்டகங்களுடன் கடக்கப் போகிறார்.” இதற்கு ஒத்துப் போவதைத் தவிர, இதை எவ்வாறு எதிர்கொள்வது என்பது எனக்குத் தெரியவில்லை. மற்றொரு பொறி என்னவென்றால், ஒட்டகப் பெண்மணி என்ற அதிர்ஷ்டமில்லாத பிம்பத்தின் ஆரம்பம். அதை அங்கே முளையிலேயே நான் கிள்ளியிருக்க வேண்டும்.

இங்குதான் ஓரிரவில், முதல் முறையாக மது தூண்டிய ஒரு மாயத் தோற்றத்தை நான் கண்டேன். அரை பாட்டில் டெக்கீலாவை மீதம் வைத்துவிட்டு, சிறுநீர் கழிப்பதற்காக வெளியே தடுமாறி வந்தேன். எனக்கு முன் மூன்று ஒட்டகங்கள் பேய் போல் நின்றிருந்தன. அனைத்தும் சேணமிடப்பட்டு அழகான உபகரணங்களுடன் எலுமிச்சை மரங்களின் நடுவிலிருந்து என்னை வெறித்து நோக்கின. அதில் வெள்ளை நிறத்தில் இருந்த ஒன்று, என்னை நோக்கி நகரத் தொடங்கியது. ஒரு தீர்க்க தரிசனம் போல் இருந்தாலும், மயங்கிக் கொண்டிருந்த என் மூளை நரம்புகளுக்கு அதைத் தாங்க முடியவில்லை.

என் கால்சட்டையை நடுங்கும் விரல்களால் கட்டிகொண்டு அரை மைல் தொலைவிலுள்ள என் கூடாரத்தை நோக்கி ஓடினேன். வழியில் ஒரு சாக்கடையில் தடுக்கி, இரவு முழுவதும், அரை மயக்கத்திலும் பனியினால் சூழப்பட்டும், ஒரு வெட்டப்பட்ட மரத்தைப் போல் விழுந்து கிடந்தேன். மறுநாள் என் தலைவலி அடிக்கடி என் தலைக்குள் கியர் மாற்றிக்கொண்டிருக்கும் ஒரு கென்வெர்த் ட்ரக்கின் அளவிலும் ஆற்றலில் நாள் முழுதும் நீடித்தது. அம்மாதங்களில் நான் மூன்று நொடிகளுக்கு மேல் நோக்கும் அனைத்திலும் ஒட்டகங்களின் உருவமே எப்போதும் என் கண்களில் தெரிந்தது. ஆடும் கிளைகள், உணவை மெல்லும் ஒட்டகங்களின் தலைகளாயின. படிந்த தூசு, விரையும் ஒட்டகங்களைப் போலிருந்தன. ஓடும் மேகங்கள் அமர்ந்திருக்கும் ஒட்டகங்களைப் போலிருந்தன. என்னுடைய மென்மையான மனது, பைத்திய நிலையை அடைகிறது என்பதற்கு அது ஒரு சரியான அறிகுறியாய் இருந்தது. அதனால் நான் லேசாகக் கவலைப்பட்டேன். என் புதிய நண்பர்களுக்குத் தெரியுமோ தெரியாதோ, ஆனால் என் மூளை சேதமடையாமல் அந்நாட்களைக் கடக்க அவர்கள்தான் உதவினர். ஏனெனில், என் பழைய வாழ்க்கையின் ஒரு மென்மையான தொடர்பாக அவர்கள்தான் இருந்தனர். மேலும், அவர்கள் என்னைச் சிரிக்க வைத்தனர்.

பாலைவனச் சூரியனுக்குக் கீழ் அமைக்கப்பட்ட என் கூடாரம் வசதியானது இல்லைதான். ஆனால் என்னுடையது. எனக்கான ஓரிடம். விடிவதற்கு முன்பே அக்நாட்டான் அதன் உள்ளே நுழைந்து, டிகிட்டியை அது படுக்கையில் இருந்து எழும்வரை தாக்கத் தொடங்கிவிடும். அதன் பின் என் முகத்திலிருந்த போர்வையை இழுத்து, என் காதுகளிலும் மூக்கிலும் லேசாக கொத்தி நான் எழுந்து அதற்கு உணவிடும் வரை கரையும். அவன் சிறிதுகூடத் திருப்தியில்லாதவன். அத்தனை இறைச்சியும் எங்குச் செல்கின்றன என்பது கடவுளுக்குத்தான் வெளிச்சம். வேலைக்குச் செல்லும் நேரத்தில், மலையேறி கீழே ஒரு போலி மரகதம் போல் பண்ணை விரிந்திருப்பதைக் காணும் வரை, என் தோளிலோ அல்லது தொப்பியிலோ அமர்ந்திருப்பான். பின் பறப்பதற்குத் தயார் செய்துகொண்டு, பறந்து கூரை மேல் சென்று அமர்வான். மற்றவர்களுடைய பறக்கும் அனுபவத்தை மிக அருகிலிருந்து பார்த்தது அப்போதுதான். அவனுடைய கடுமையான தேவைக்கும், திருத்தவே முடியாத திருட்டுக் குணத்திற்கும் அது சரியாகவே இருந்தது.

ஒட்டகக் கன்றுகளுக்கு ஒரு வாளி இனிப்பூட்டிய பாலை நான் தயார் செய்ததும், டிக்கிட்டி, தன்னுடைய காலை உணவு என்று

கருதி, அதைக் குடிக்கக் குனியும் எந்த நீண்ட கழுத்தையும் தடுக்க, ஆறடி உயரம் பாய்வாள். காகமோ தாழப் பறந்து அதைத் தட்டிவிடப் பார்க்கும். அவன் குறும்பைக் கொஞ்சம்கூட அடக்க முடியாது. டிக்கிட்டி அதை அடிக்க மிகவும் ஆசைப்படுவாள். ஆனால், அடிப்பது தடை செய்யப்பட்டிருந்தது. டிக்கிட்டி அவனை விரும்பாவிட்டாலும் காலப்போக்கில் ஒப்புக் கொண்டாள். அவள் முதுகில் அவன் சவாரி செய்வதையும் பொறுத்துக் கொண்டாள். அவனுக்கு அது மிகவும் விருப்பமான ஒன்று. தன் அலகால் பளபளப்பான கருநீல இறக்கைகளை தற்பெருமையுடன் கோதிக்கொண்டு, அவ்வப்போது வேகமாய்ச் செல்லும்படி அவள் முதுகில் கொத்துவான். மக்களின் சகவாசத்தைவிட மிருகங்களின் அருகாமையை நான் விரும்புகிறேன் என்று என் வாழ்க்கையில் முதல்முறை புரிந்துகொண்டேன். என் இனத்துடன் சிறிது வெட்கத்துடனும், குழப்பத்துடனும் இருப்பேன். மேலும் அவர்கள் மேல் எனக்கு நம்பிக்கை இல்லை. இந்த மாறுதலை நான் புரிந்து கொள்ளவில்லை. நான் எல்லாவற்றிலிருந்தும் ஒதுங்கி, போர்க்குணத்துடன், நகைச்சுவையற்றுப் போனதை உணரவில்லை. நான் தனியள் என்பது எனக்குத் தெரியவில்லை.

என் கூடாரம் இடிந்து போனது ஒரு சோகக் கதை. ஒரு மிகப் பெரிய ஆலங்கட்டி மழையுடன் கூடிய, மிகப் பெரிய புயல்காற்று வீசிய இரவொன்றில் நான் உறங்கிக் கொண்டிருந்தேன். பனிக்கட்டிகள் கூரையில் அது கிழியும் வரை விழுந்து கீழே இருப்பவர்களின் மீது நீர் கொட்டியது. நான் குர்ட்டின் இருப்பிடத்திற்கே திரும்பி வந்துவிட்டேன். மீண்டும் மெதுவாய் அழுத்தம் ஏறத் தொடங்கியது. அவன் பணம் இல்லையென்று புலம்பத் தொடங்கினான். ஆகையினால், வாரத்தில் சில நாட்கள் ஓர் உணவு விடுதியில் இரவில் வேலை செய்ய முடிவெடுத்தேன். அது மிகவும் கடுப்பான வேலைதான் என்றாலும், மீண்டும் மனிதர்களோடு பழகவும், சமையலறையில் நிஜமான மனிதர்களுடன் வேடிக்கையாகப் பேசவும் வழிவகுத்தது. அதே சமயம் மறுநாள் வேலையில் நான் மிகவும் களைப்படையவும் வழிவகுத்தது. பண்ணை வேலைகள் அனைத்தையும் என் தலையில் கட்டிவிட்டு, குர்ட் அதிக சோம்பேறியாகவும், மூர்க்கனாகவும் மாறிவிட்டான். நான் திறம்பட நிர்வகித்தேன். என் பின்னாலேயே அவன் வருவதில்லை என்பதால் எனக்கும் அது சரியாகவே பட்டது.

ஒருநாள், நான் காலையில் இரண்டு மணி நேரம் முன்னதாகவே எழுந்து ஒட்டகங்களைப் பிடித்துக்கொண்டு வரவேண்டும் என்று கூறினான். நம்ப முடியாமல் அவனை வெறித்து நோக்கினேன். என் வாழ்க்கையில் இரண்டாவது முறையாகவும் கடைசி முறையாகவும் அவனிடம் சண்டையிட்டேன்.

"வேசி மகனே! அளவீடே செய்யமுடியாத வேசி மகனே! என்னை அப்படிச் செய்யச் சொல்ல உனக்கு எத்தனை தைரியம்?" என்று முணுமுணுத்தேன்.

அவனிடம் வந்து 8 மாதங்கள் ஆகின்றன! அவன் எனக்கு உதவப் போகும் நாள் அருகே நெருங்கிக் கொண்டிருந்தது. சமீப காலங்களில் நான் உடைந்து நானாகவே சென்றுவிடுவேன் என்று கத்தியை இன்னும் ஆழத் திருகிக் கொண்டிருக்கிறான். எண்ண முடியாத அளவிற்கு அவன் எனக்கு தீங்கு விளைவித்துக் கொண்டிருக்கிறான். அவன் அதில் வெற்றி பெற்று விடக்கூடாது என்ற என் உறுதியை அது மேலும் வலுவூட்டியது. ஆனால், அசதியின் காரணமாக என் உணர்ச்சிகளைக் கட்டுப்படுத்த என்னால் முடியவில்லை. குர்ட் அதிர்ச்சியில் வாயடைத்துப் போனான். 1 மணி நேரம் கழித்து நான் திரும்பிச் சென்றபோது, அவன் வெளுத்துப் போயிருந்தான். அவன் உதடுகள் கடினமான கோடு போல இருந்தது.

"நான் சொல்வது போல நீ செய்யவேண்டும். இல்லையென்றால் வெளியே போ" என்று என்னைப் பிடித்து என் பற்கள் ஆடும் வரை உலுக்கிக்கொண்டே சீறினான்.

மறுநாள் ஒரு மயக்க நிலையில் பண்ணையைவிட்டு வெளியேறினேன். ஒட்டகங்களோ மற்றெதுவோ, எதுவும் எனக்குக் கிடைக்கப் போவதில்லை! அவன் சொன்ன பொய்களை எப்படிக் கண்மூடித்தனமாய் நம்பிக் கொண்டு, இத்தனை நாட்கள் அங்கு நாட்களைக் கழித்தேன் என்று அதிசயித்தேன். பக்கத்து வீட்டிற்கெல்லாம் சோர்ந்து போய், மாரடித்துக் கொண்டு அழுதேன், புலம்பினேன். பின் அந்த முன்கோபியான, வயதான கனவானான, பின்வரும் நாட்களில் நண்பனாகவும், ஒட்டக - குருவாகவும், என்னை இரட்சிப்பவனாகவும் ஆகப் போகிற சாலே முகம்மது எனக்கு ஒரு வேலை தந்தான். குர்ட்டிடம் இத்தனை நாட்கள் யார் வேலை பார்த்திருந்தாலும் அவர்களுக்கு ஓய்வு தேவையென்று கூறி, கையெழுத்திடப்பட்ட ஒப்பந்தத்தை நீட்டினான். அதில் அவனிடம் 2 மாதங்கள் வேலை செய்தால், அவனிடமுள்ள 2 நாட்டு ஒட்டகங்களைத் தருவதாக எழுதப்பட்டிருந்தது. அவனை முத்தங்களால் நனையச்செய்யவும், அவன் காலில் நன்றி நன்றி நன்றி என்று கூறிக்கொண்டே விழுந்து புரளலாம் போலிருந்தது. ஆனால், அது சாலேவின் பாணியல்ல. ஒப்பந்தம் செய்துகொண்டு கை குலுக்கிக் கொண்டோம். ஒரு புதிய சகாப்தம் தொடங்கியது.

சாலேயின் வேலைகளுக்கு என்னால் சிறிதுகூட உதவ முடியாது என்று அவனுக்குத் தெரியும். ஆனால், அது தான் அவன் தயாள குணம்.

பிரிஸ்பேனில் இருந்து வந்த ஒருவனிடம் இருந்து என் நிலைமை தெரியவந்தது. அவன் ஒரு ஒட்டக மனிதன். மத்திய ஆஸ்திரேலியாவை 2 முறை தன் சொந்த 3 ஒட்டகங்களுடனேயே கடந்தவன். ஆரம்ப சோதனைப் பயணங்களுக்குப் பின் சென்ற முதல் மனிதன். அந்தக் கொடுமையான கோடையில் நாங்களிருவரும் சாலேயிடம் வேலை செய்தோம். கொஞ்சம்கூடச் சகிக்க முடியாத வெப்பமோ, அல்லது தொடர்ந்து புல் தரையின் கீழ் நெளிந்து கொண்டிருந்த பாம்புகளாலோ, அல்லது ஒரு இஞ்ச் நீளமுள்ள, சோகை பிடித்தவராய் ஒருவர் மாறும் வரை அவரின் ரத்தத்தை உறுஞ்சும் கொசுக்களாலோ, அல்லது ஒட்டகங்களுடன் பல நாட்கள் பழகினதாலோ, என் மனநிலை சிறிது தடுமாறி இருந்தது. அது என்னவாக இருந்தாலும், டெனிஸிடம் இருந்தும் நான் தள்ளியே இருந்தேன். ஆரம்பத்தில் எனக்கு உதவ மிகவும் விருப்பத்துடன் இருந்தான். ஆனால், அடிக்கடி எங்கள் சிறு சிறு விவாதங்கள் கொதித்துக் கொண்டிருந்த காற்றில் வந்து விழும். ஆண்களின் மனதில் பகையை உருவாக்கும், நான் கண்டடைந்த இந்தப் புதிய திறமை என்னவென்று என்னால் புரிந்து கொள்ள முடியவில்லை.

குர்ட்டிடம் ஒட்டகங்களைக் கையாளும் நுணுக்கங்களைக் கற்றுக் கொண்டேன். சாலே மற்றும் டெனிஸிடம் முரட்டுத்தனங்களைத் தெரிந்து கொண்டேன். இம்மிருகங்களால், சந்தர்ப்பம் கிடைத்தால் கொல்லவும் முடியும் என்றும், அவை கொன்றும்விடும் என்பதை தெரிந்து கொண்டேன். டெனிஸின் பயந்த. “பார்த்துப் போ”, “கவனமாயிரு” என்ற எச்சரிக்கையுடனும், “வலுவற்றவர்கள்” என்று தான் கருதுபவர்களைப் பாதுகாக்க வேண்டும் என்ற சாலேயின் இயல்பூக்கமும், என்னை நிரந்தர பயத்தில் வாழ வைத்தன. அவர்கள் முன் பதற்றமாக வேலை செய்வதும் எதற்கும் உதவவில்லை. அங்கிருந்தபோது, உதைக்கப்பட்டேன், அடிக்கப்பட்டேன், மிதிக்கப்பட்டேன். குதித்தோடிய ஓர் ஒட்டகத்தின் மேலிருந்து வீழ்ந்து என் முழங்கால் சேணத்தில் இரும்புக் கம்பிக்கும் ஒரு மரத்திற்கும் இடையே நசுங்கியது. தமக்குத் தேவையில்லாதவர்களைத் தள்ளிவிட ஒட்டகங்கள் பயன்படுத்தும் பழைய சூழ்ச்சிதான் காலை நசுக்குவதோ அல்லது பிறாண்டுவதோ, அல்லது அமர்ந்துகொண்டு அவர்கள் மேல் புரளுவதோ. நான் நன்கு சவாரி செய்பவள் அல்ல; மேலும், அதற்கேற்ற வலுவும் என்னிடம் இல்லை. உபயோகமற்றவளாகவும் திறமையற்றவளாகவும் உணரத் தொடங்கினேன்.

கயிற்றை உபயோகப்படுத்தி ஒட்டகங்களை எவ்வாறு கட்டவேண்டும் என்பதும், கருவேல மரத்திலிருந்தோ வெள்ளை மரத்திலிருந்தோ

மூக்குக் கட்டைகளை எவ்வாறு சீவுவது என்றும், எவ்வாறு புரிகளை இணைப்பது என்றும், சேணங்களை எவ்வாறு பொறுத்தவேண்டும் என்பதும், சாலே எனக்குக் கற்றுத் தந்தவைகளில் முக்கியமானவை. உண்மையில் குறுங்காடுகளில் நான் உயிர் பிழைக்க தேவையான பங்களிக்கும், பல சிறிய விஷயங்கள் அனைத்தும் முக்கியமானவை தான். இது போன்ற தகவல்களின் முடிவுறாக் களஞ்சியமாய் அவன் விளங்கினான். தன் வாழ்க்கை முழுவதும் அவன் ஒட்டகங்களுடனே இருந்தான். ஆனால், அவற்றுடனான அவனின் உறவு உணர்வுபூர்வமானது இல்லைதான். என் மென்மையான, ரசனையுள்ள மனதின்படி பார்த்தால், அவன் அவைகளைக் கடுமையாகத்தான் கையாண்டான். தன் கையின் பின்புறத்தைப் போல் அவைகளைப் பற்றி அறிந்து வைத்திருந்தான். அந்த அறிவு என்னுள்ளும் புகுந்து நான் நினைத்தே பார்க்காத பயணத் தருணங்களில் வெளிப்பட்டது. நம்ப முடியாத, அருமையான நகைச்சுவையுணர்வு கொண்ட என் நிலையைக் கண்டு நானே சிரிக்க உதவிய அவன் மனைவி ஐரிஸை நான் சந்தித்து இருக்கிறேன். அவள் சாலேக்கு நேர் எதிராகவும், அவனை ஈடு செய்பவளாகவும் இருந்தாள். அந்தக் கொடுமையான இடத்தில் நான் சந்தித்த இரண்டு அருமையான நபர்கள் அவர்கள். இன்று வரை நான் அவர்களை வியந்து எண்ணி, மரியாதையுடன் விரும்புகிறேன். அவர்களுக்கு நான் என்றென்றும் கடமைப்பட்டுள்ளேன்.

★

ஒருநாள் மதியம் வியர்வைக் குளத்திற்கு நடுவே கட்டிலில் நான் உறங்கிக்கொண்டிருந்தபோது, யாரோ என்னைப் பார்த்துக் கொண்டிருக்கிறார்கள் என்ற ஒரு விநோதமான உணர்வு ஏற்பட்டது. நகரிலிருந்து யாராவது வந்திருப்பார்கள் என்றெண்ணி உடைகளை எடுத்து வரச் சென்றேன். ஆனால், யாருமில்லை. நான் மீண்டும் படுத்தும்கூட அவ்வுணர்வு நீங்கவில்லை. மேலே நோக்கியபோது கூரையில் இருந்த இரண்டு இஞ்ச் ஓட்டையின் வழியே அக்னடானின் நீல மணி விழிகள் தெரிந்தன. முதலில் வலது பின் இடது என என் ஆடையற்ற உடலை வெறித்து நோக்கின. ஒரு காலணியை அவன் மேல் வீசினேன்.

திருடும் வழக்கத்தால் தாங்க முடியாத தொல்லை பிடித்தவன் ஆனான் அவன். பற்களைத் துலக்கும்போது பறந்து வந்து பற்குச்சியை எடுத்துச் சென்று, கையை ஆட்டிக் கத்தும் வரை கீழே போடமாட்டான். கோப்பையில் சர்க்கரையும் தேநீரும் எடுத்துக்கொண்டு அமர்ந்தவுடன் அடுத்த நொடி அவன் கரண்டியுடன் பறந்து விடுவான்.

எனக்கு மற்றொரு கூடாரம் கூம்பு வடிவத்தில் மரத்தில் கட்டப்பட்டு உறங்குவதற்காக இருந்தது. அதிகமான சூட்டின் காரணமான பாதி நேரம் இதிலும், மற்ற நேரத்தில் ஆறடி உயரமுள்ள ஒரு கிளையின் மேலும் படுத்து உறங்குவேன். ஒருநாள் வழக்கம் போல் அர்க் என்னை எழுப்ப ஆரம்பித்தான். வர வர இச்செயல் எனக்கு அலுப்பைத் தந்தது. அவனாகவே உண்ணவும், தன்னைப் பார்த்துக் கொள்ளவும் கற்றுக் கொண்டுவிட்டான். இன்னும் அவன் செவிலித்தாயை அண்டி வாழத் தேவையில்லை. என்னை எழுப்ப அவன் முயன்று அதில் தோற்று, நான் அவனைத் திட்டி அவன் உணவை அவனைத் தேடிக் கொள்ள சொன்னதும், அவன் அந்தக் கிளை வரை தத்திச் சென்று, அதனூடே நடந்து, கூர்ந்த முனைப்புடன், வெள்ளையான ஒழுக்கொன்றை சரியாக என் முகத்திற்கு நேராய் எச்சமிட்டது.

⋆

ஏறக்குறைய *1* வருடம் ஆலிஸில் இருக்கிறேன், நான் மாறிவிட்டேன். நான் காலம் முழுவதும் இங்கிருந்தது போலவும், அதற்கு முன் நடந்தது எல்லாம் ஒரு கனவு போலும் தோன்றியது. யதார்த்தத்தைப் புரிந்து கொள்வது சிரமமாய் இருந்தது. ஒட்டகங்கள் மற்றும் பைத்தியக்காரர்களைத் தவிர்த்து, அனைத்திலிருந்தும் விடுபட்டுவிட்டேன் என்று உணர்ந்ததால், என் நண்பர்களை மீண்டும் காண விரும்பினேன். குர்ட்டிடம் கழித்த நாட்கள் என் மீது வினோதமான பாதிப்பை ஏற்படுத்தி இருந்தன. நான் என்னைப் பாதுகாத்துக் கொள்பவளாகவும், சந்தேகம் உள்ளவளாகவும், தற்காப்புணர்வு உடையவளாகவும் இருந்தேன்; எனக்கு யாராவது கெடுதல் செய்வது போல் தோற்றமளித்தால் அவர்கள் மேல் பாயத் தயாராக இருந்தேன். இது ஓர் எதிர்மறை குணம் போல் தோற்றமளித்தாலும், பிறப்பில் இருந்து இனிமையாகவும், வளைந்து கொடுப்பவர்களாகவும், மன்னிப்பவர்களாகவும், மனமிறங்குபவர்களாகவும், கால் மிதி போல் உபயோகப்படும்படி பயிற்சியளிக்கப்பட்ட ஆதி பெண் இனத்தைத் தாண்டி வளர வேண்டிய தேவை இருந்தது. வேறெதற்கும் இல்லாவிட்டாலும், இதற்காக நான் குர்ட்டுக்கு நன்றி சொல்லியே தீரவேண்டும். என் மஞ்சள் நிறத்தை முற்றிலும் மறைத்த முதுகில், பலப்படுத்தப்பட்ட கான்க்ரீட் பட்டை ஒன்றும் இருந்தது. அத்தனைப் பலத்தை நான் பெற்றுவிடவில்லை. விடாமுயற்சியைத்தான் பெரிய நாயைப் போன்ற விடாமுயற்சியைத்தான் நான் கற்றுக்கொண்டிருந்தேன். என் நெருங்கிய தோழி நான்ஸியைக் காண க்வீன்ஸ்லாண்ட் செல்லலாம் என்று முடிவெடுத்தேன். அவளும் நானும் பல வருடங்களாக நண்பர்களாக இருக்கிறோம். *1960*க்கு அப்பால் நிகழ்ந்த பிரிஸ்பேனின் ஏற்ற இறக்கத்தின் கஷ்டப்பாடுகளை

ஒன்றாகக் கடந்து, அதனின்று நெருங்கிய சகித்துக் கொள்ளக்கூடிய இனிய, அதற்காகவே போராடிய இரண்டு பெண்களுக்கு இடையே மட்டும் நிலவக்கூடிய நட்புடன் வெளிவந்தோம். நான் என்ன கற்றுக் கொண்டேன் என்பதையும், நான் எவ்வாறு உணருகிறேன் என்பதையும் அளக்கக்கூடிய அளவுகோல் அவள். என்னைவிட அவள் 10 வயது முதிர்ந்தவள். மதிநுட்பம் உடையவள். என் எண்ணங்களில் ஊடுருவி, அவை நனவாய் மாறச் செய்வற்கு அவளை நம்பலாம். அந்த முன்னறிவையும், அரவணைப்பையுமே எல்லாவற்றுக்கும் மேலாக நான் மதித்தேன். இப்போது சமையலறை மேசையில் அமர்ந்துகொண்டு அவளுடன் நன்றாகப் பேசவேண்டும்.

சிம்ஸன் பாலைவனத்தின் முடிவில்லாக் குப்பைகளின் மேல் நான் விமானத்தில் பறந்து வீட்டிற்குச் சென்றேன். பயணம் மேற்கொள்ளப் போகும் என் அசட்டுத் தைரியத்தைப் பற்றி இருமுறை சிந்திக்க வைத்தது இப்பயணம். தெற்கு க்வீன்ஸ்லாண்டின் கருங்கல் மலையிலே ஒரு பழத் தோட்டத்தில், ஒரு கடற்கரையின் ஓதமான பசுமையில், நான்ஸியும் ராபினும் வசித்து வந்தனர். நான் அங்கு சென்று பல நாட்கள் ஆகியிருந்தன. இப்போது அது மிக அருகருகில் கட்டமைக்கப்பட்டதாகவும், குட்டைகள் நிரம்பியும் இருப்பது போல் இருந்தது.

என்னில் ஏற்பட்டிருந்த மாற்றங்களை நான்ஸி உடனே கண்டுபிடித்து விட்டாள். ஒவ்வொரு நாளும் காலை வரை காப்பி, விஸ்கி மற்றும் சிகரெட்டுடன் பேசிக் கொண்டிருப்போம். என்னுடைய நண்பர்களில் பலரும் அங்கிருந்தனர்; அன்பும் கருணையும் ததும்பும் ஒரு சூழலில் மீண்டுமிருப்பது விவரிக்க முடியாத அளவிற்கு நன்றாக இருந்தது. பழைமையான மேற்கு பகுதியைப் பற்றி நம்ப முடியாத கதைகளைக் கூறியும், உண்மைகளைக் கூறியும், அவர்களை மகிழ்வித்தேன். நான் கிளம்புவதற்கு முன், மதிய நேரத்தில் நான்ஸியும் நானும் புதர்களினூடே சிறிது நடந்தோம். நாங்கள் எதுவும் அதிகமாய்ப் பேசவில்லை. ஆனால், சிறிது நேரம் கழித்து, "ராப், நீ செய்து கொண்டிருப்பது எனக்கு மிகவும் பிடித்திருக்கிறது. முன்பு அது எனக்குப் புரியவில்லை. ஆனால், நீ எழுந்து உனக்காக ஏதாவது செய்வது எங்கள் அனைவருக்கும் மிக முக்கியம். உன் பிரிவு என்னை வருத்தாதோ அல்லது உன்னைப் பற்றிக் கவலைப்பட மாட்டேன் என்றெல்லாம் கூற மாட்டேன்; நீ செய்வது பெரிய காரியம் என்றும் அதனால் நான் உன்னை மிகவும் விரும்புகிறேன் என்றும் கூற முடியும். நாம் ஒருவரை ஒருவரையும், சொகுசு வாழ்க்கையையும் பிரிந்து, சுற்றி அலைந்து, அது நம்மை மாற்றிவிட்டாலும், அல்லது நம்மை

நாம் அறிந்து கொள்ள இயலாமல் போகும் அபாயம் இருந்தாலும். நாம் கற்றதை பகிர வேண்டும்தான். அது சில சமயங்களில் மிகவும் கஷ்டமானது என்றாள்.

அன்றிரவு தோட்டத்தின் 'பிரிவு உபசார' விருந்து இருந்தது. நாங்கள் காலை வரை சிரித்துக் குடித்துப் பேசி நடமாடினோம்.

ஆஸ்திரேலியாவின் சிறிய சமூகங்களில் காணப்படும் நட்பின் பிணைப்பைப் போன்று நான் வேறெங்கும் கண்டதில்லை. இதற்குக் காரணம், ஆதியில் தொழிலாளிகளுக்கிடையே இருந்த நட்பின் குறியீட்டினாலோ, அல்லது ஒருவரைப் பற்றி ஒருவர் கவனம் செலுத்த நேரம் இருந்ததாலோ, அல்லது கருத்து வேறுபாடுகள் உடையவர்களும் ஒருமித்து இருக்க வேண்டியிருந்ததாலோ, அல்லது போட்டியும் வெற்றியும் கலாசாரத்தின் முக்கியக் கூறுகளாய் இல்லாததாலோ, அல்லது தனித்தன்மையான மரபில்லா வெளியிலும் ஆற்றலிலும் வளரக் கூடிய ஆன்மாவின் பெருந்தன்மையைச் சார்ந்ததோ தெரியவில்லை. எதுவாக இருந்தாலும் அது அசாதாரணமாய் விலைமதிப்பற்றது.

★

வீட்டிற்கு நான் மேற்கொண்ட பயணம் என் நம்பிக்கையை மீண்டும் என்னுள்ளும், என் செயல் மீதும் விதைத்தது. நான் அமைதியாகவும் நேர்மறை எண்ணங்களுடன் பலத்துடன் இருந்தேன். இந்தப் பயணம் ஏதோ மேற்கொள்ளக்கூடாதது போல் இல்லாமல், இதைச் செய்யலாமா வேண்டாமா என்று கவலைப்படாமல் அதன் பின்னுள்ள காரணங்களையும் தேவையையும் என்னால் காண முடிந்தது.

இரண்டு வருடங்களுக்கு முன், யாரோ என்னிடம் ஒரு கேள்வி கேட்டார்கள். "நீ வாழும் உலகின் சாராம்சம் என்ன?" என்று. கூறப் போனால் என்னால் மூன்று நான்கு நாட்களுக்கு உறங்கவோ உண்ணவோ முடியவில்லை. அந்தச் சமயத்தில் அது மிகவும் ஆழ்ந்த ஒரு கேள்வியாக எனக்குப்பட்டது. அதற்குப் பதிலளிக்க எனக்கு ஒரு மணி நேரம் தேவைப்பட்டது. பதில் வந்தபோது, அது என் ஆழ் மனதில் இருந்து வெளிப்பட்டது. "பாலைவனம், தூய்மை, நெருப்பு, வளி, சூடான காற்று, வெளி, சூரியன், பாலைவனம், பாலைவனம், பாலைவனம்" என்று... எனக்கு மிகவும் ஆச்சரியமாக இருந்தது. இந்தக் குறியீடுகள் என்னுள் இத்தனை வலிமையுடன் வினை புரிந்து இருந்து கொண்டிருக்கின்றன என்று எனக்குத் தெரியவே தெரியாது.

பூர்வகுடியினரைப் பற்றி நான் வெகுவாகப் படித்திருப்பதும், நான் பாலைவனத்தில் பயணம் செய்ய விரும்புவதற்கு ஒரு காரணமாகும். அவர்களைப் பற்றி நேராகவும் எளிதாகவும் அறிந்து கொள்ள ஒரு வழி.

என் வாழ்க்கையில் மேலும், திரும்பித் திரும்பி நிகழும், பாதி முடிந்த, பாதி மனதுடனான பல வேலைகளுக்கான மற்றும் படிப்புக்கான முயற்சிகள் அலுப்பாய் இருந்தது. என் தலைமுறையின், என் பாலைவனத்தின், என் வகுப்பின் நோயான, தன்முனைப்பு எதிர்மறை எண்ணங்களைச் நான் சுமந்தலைவது வேதனையளித்தது.

ஆகவே, அந்தச் சமயத்தில் என்னால் வார்த்தைகளால் கூற முடியாத விஷயங்களைத் தன்னுள் அடக்கிய ஒரு முடிவை நான் எடுத்தேன். அம்முடிவு இயற்கையானது, பின்னாட்களில்தான் அதற்கான அர்த்தத்தை அதற்குக் கொடுத்தேன். சாதனை என்ற நினைப்பில், பயணம் என் மனதில் தோன்றியதில்லை. மிகவும் கடினமானது, ஒரு செயலைச் செய்ய எடுக்கும் முடிவுதான் என்று எனக்கு அப்போது தோன்றியது. மற்றதெல்லாம் மனவுறுதிதான். பயம் என்பது தாள்களால் செய்யப்பட்ட புலிகளே! ஒருவருடைய வாழ்க்கையைக் கட்டுக்குள் கொண்டு வரவும் மாற்றவும் ஒருவர் நிஜமாகவே செயல் புரியலாம் - வழிமுறையும் நடப்பும்தான் அதன் வெகுமானங்கள்.

3

என் இரு ஒட்டகங்களைத் தேர்ந்தெடுக்கும் நேரம் வந்துவிட்டது. பிடிவாதமான, வயதான சீமாட்டி போன்ற அல்கூட்டா கேட் என்ற ஒட்டகத்தையும், அழகான இளமையான ஜெலிகாவையும் தேர்ந்தெடுத்தேன். என் தேர்வை, சாலே அங்கீகரித்து எனக்கு நல்வாழ்த்துகள் தந்தான். பாஸோ பண்ணையில் இருந்த என் நண்பர்கள் நகரத்திற்குச் சென்று விட்டனர். பண்ணை விற்கப்படும் வரை, என்னை அங்குத் தங்கிக் கொள்ள அனுமதித்தனர். அது மிகவும் அதிர்ஷ்டமாய்ப் போயிற்று. இந்த நிலையில், இதைவிட வேறு எதுவும் சரியானதாய் இருந்திருக்க முடியாது. அந்த வீட்டில் தங்குவதனால், அவை உண்ண நிறைய தீவனம் இருக்கும். வேலியில்லாக் காடுகளில் என் ஒட்டகங்களின் கால்களைக் கட்டி மேய்ச்சலுக்கு விட இயலும். மேலும் என் சொந்த வீட்டில், யாருமேயில்லாமல் நான் மட்டும் வசிக்கலாம்.

கூடாரத்தில் கடைசி நாள் மிகவும் கொடுமையாக இருந்தது. நான் வெளியே சென்றிருந்தபோது, அக்னட்டான் தன் நண்பர்களுடன் ஓடி விட்டான். இனி அவனைப் பார்க்கவே முடியாது. இரண்டு வெறி பிடித்த ஒட்டகங்களை, நெடுஞ் சாலையில் ஆறு மைல் தூரத்திற்கு அவற்றைக் கொன்று விடாமல், நானும் சாகாமல் எப்படியாவது கொண்டு சேர்க்கவேண்டும். சில வாரங்களுக்கு முன்பு, கேட் ஒரு உடைந்த பாட்டிலின் மீது அமர்ந்து, அதன் பின்புறத்தைக் கிழித்து கொண்டிருந்தது. அதை யாரும் கண்டுகொள்ளவே இல்லை. அவ்வப்போது ஸ்டாக்ஹோம் தாரை(TAR) அதன் மேல் தடவி வந்தனர். ஜெலிகாவிற்குத் தலையில், சீழ் வைத்த பெரிய பிளவு இருந்தது. கடைசியாக ஒரு முறை, டென்னிஸும் நானும் ஒருவர் மேல் எரிச்சலடைந்தோம்.

சில வேண்டத்தகாத சிறு சம்பவங்களுடனும், ஏறக்குறைய ஒரு பைத்தியக்கார நிலையிலும், ஒரு வழியாக அவற்றை பாஸோவிற்குக் கொண்டு சேர்த்தேன். இங்கு ஒத்தாசைக்கு என்னைத் தவிர, எனக்கு யாருமில்லை. குர்ட்டோ, சாலோயோ அல்லது டென்னிஸோ, உதவி செய்யவும் இல்லை, உபத்திரப்படுத்தவும் இல்லை. அவற்றின் காயங்களைச் சுத்தப்படுத்தி, அவற்றின் கால்களைக் கட்டி மேய்க்கவிட்டு, கிழக்கு மலைகளில் செல்லும் பாதையில், அவை அசை போட்டுக்கொண்டே செல்வதை மகிழ்ச்சியுடன் நோக்கினேன். என் ஒட்டகங்கள். என் வீடு.

பாலைவனங்களில் மட்டுமே காணக்கூடிய, மிகப் பிரகாசமான நாட்களில் ஒன்று. சார்லஸ் நதியின் அகன்ற படுக்கையில் சுத்தமான நீர் வேகமாகச் சென்றது. அங்கிருக்கும் பிரம்மாண்டமான பிசின் மரங்களின் அடிப்பாகங்களில் சுழன்று சென்றது. பின்னால் தோட்டத்தில் கருப்புத் தோல்களை உடைய பருந்துகள், அவற்றின் பளபளப்பான சிறகுகளிலும், சிவந்த கண்களிலும் ஒளியைச் சிதறியபடி வட்டமிட்டன. ஆரஞ்சு வண்ண வால்களை உடைய கருப்புக் கிளிகள், உயர்ந்த மரங்களில் கிறீச்சிட்டன. தன் சக்தியால் அனைத்தையும் நிரப்பியபடி, சூரிய ஒளி வெடித்துச் சிதறியது. பூப்பூத்துக்கொண்டிருந்த மாதுளைச் செடியில் இருந்து சில்வண்டுகளின் இடையறாத காதைத் துளைக்கும் ஓசையும், சமையலறையில் ஈக்களின் ரீங்காரமும், வெப்பமான ஆஸ்திரேலிய மதியங்களின் தேசியகீதமானது.

எனக்கென்று ஒரு வீடு இருந்ததே இல்லை. இராணுவக் கட்டுப்பாடுகள் நிறைந்த, கம்பிகள் இட்ட ஜன்னல்கள் உள்ள, தங்கிப் பயிலும் பள்ளிகளின் படுக்கை விடுதிகளைவிட்டு வந்தவுடன் பல நண்பர்களுடன் பகிர்ந்துகொண்ட மலிவான வீடுகளில்தான் என் சமூக வாழ்வு தொடர்ந்தது. ஆனால், இங்கோ நானே ராணியாய் இருக்கக் கூடிய முழுமையான கோட்டையில் இருக்கிறேன். மிகவும் விரும்பத் தகாத நட்புகளில் இருந்து, யாருமே இல்லாத நிலைக்கு வந்த திடீர் மாற்றம் ஓர் இனிய அதிர்ச்சி. மிகவும் பரபரப்பான ஒரு தெருவின் ஓசையில் இருந்து, ஒரு மூடிய அறையின் ஆழ்ந்த அமைதிக்குள் நடந்து வந்ததைப் போலிருந்தது. என் நிலம் முழுவதிலும், எனக்கான பிரத்தியேகமான இடம் முழுவதிலும், அதன் சாரத்தை நுகர்ந்தவாறு என் மீது அதன் உரிமையை ஒப்புக்கொண்டு, ஒவ்வொரு புழுதியும், ஒவ்வொரு சிலந்தி வலையும், கையப்படுத்தியபோதையில் திளைத்து, அலைந்து திரிந்தேன். தான் வந்த இடத்திற்கே லாவகமாய்த் திரும்பிச் செல்கின்ற, இந்தப் பரந்த, உடைந்த, பழமையான மனச் சிதிலம், மற்றும் மகிழ்ச்சியை ஏற்படுத்தும் மேற்கூரையில்லாத, ஃபிக்

மரங்களும் உயரமான புற்களும், வளரும் கற்குவியல்களும், அதன் நிரந்தர விருந்தாளிகளான பாம்புகள், பல்லிகள், பூச்சிகள், பறவைகள், ஒளியும் நிழலும் ஏற்படுத்தும் அழகான வடிவங்களும் அதன் ரகசிய அறைகளும், ஓய்விடங்களும், கீலற்ற அதன் கதவுகளும், அருண்ட்டா பாறைகளில் அவை சரியாகச் சாய்ந்து கொண்டிருப்பதும்; இது தான் என் முதல் வீடு. இங்குதான் எனக்கு நிம்மதியும், இது என் இடம் என்ற உணர்வும் தோன்றியது. இதனால் எனக்கு எதுவும் யாரும் தேவையில்லாமல் போனது.

இதற்குமுன் தனிமைதான் என் எதிரி என நினைத்துக் கொண்டிருந்தேன். என்னைச் சுற்றி மனிதர்கள் இல்லாமல், நான் வாழ்ந்ததே இல்லை. நான் எப்போதும் ஒரு தனிமை விரும்பிதான் என இப்போது நான் புரிந்து கொண்டேன். இந்த நிலைமை எனக்களிக்கப்பட்ட ஒரு பரிசே அன்றி, பயப்படக்கூடிய நிலை அல்ல. என் கோட்டையில், தனியாக இருக்கும்போது, தனிமை என்றால் என்ன என்பதைத் துல்லியமாக என்னால் காண முடிந்தது. என் வாழ்க்கையில், ஓர் அந்நியத் தன்மையுடனேயே இருந்து வந்திருக்கிறேன். அந்த உயர்ந்த தெளிவான இடத்தைக் காத்து, அதை அழித்தால் மட்டுமே மற்றவர்களோடு அதைப் பகிரலாம் என்ற ஒரு அந்நியத்திலேயே வாழ்ந்திருக்கிறேன் என்பது எனக்குப் பளிச்சிட்டது. அதை அடைய, தீவிர அவநம்பிக்கையான கணங்களைக் கடந்து வந்திருக்கிறேன். ஆம், அது அதற்குத் தகுதியானதுதான். ஒரு பளபளவென்ற கவசமணிந்த ஒரு வீரனுக்கான என் ஆசையை, எனக்குப் பிடிக்காத ஆண்களுடன் அல்லது மிகவும் ஒட்டுறவு இல்லாத, ஒரு நிரந்தர உறவு கொள்ள இயலாத ஆண்களுடன் நட்பு கொள்வதன் மூலமாக எதிர்த்திருக்கிறேன். இதை என்னால் மறுக்கவே முடியாது. இந்தப் புரிதலை நோக்கி பல வருடங்களாய் புத்திசாலித்தனமாய் தானாகவே உருவாகிய ஒரு திட்டம், போதாமை மற்றும் தோல்வியின் உணர்வுகளின் கீழ் தெள்ளத் தெளிவாகக் கிடக்கிறது. உள்ளுணர்வுக்கே எது சிறந்தது என்பது தெரியும் என்பதை நான் நம்புகிறேன். நிபந்தனைக்கு உட்பட்ட மிகவும் உயர்வெனக் கருத்தப்படும் இந்தப் பகுத்தறிவு புத்தியே அனைத்தையும் கெடுக்கிறது.

ஆகவே, என் வாழ்க்கையில் முதல் முறையாக என் தனிமை ஒரு பொக்கிஷமாய் இருந்தது. அதை ஒரு விலைமதிப்பற்ற அணிகலன் போல் காத்தேன். என்னைக் காண யாராவது வந்தால், நான் மறைந்து கொள்வேன். இம்மகிழ்ச்சியான பொழுதுகள், ஓரிரு மாதங்களுக்கு மட்டுமே. எல்லாவற்றையும் போல, அதுவும் மாற்றங்களின் விதியைப் பின்பற்றியது.

அடா பாக்ஸ்டர் என்ற அழகிய, எளிதில் உணர்ச்சிவசப்படக்கூடிய தாராளமனம் கொண்ட பூர்வகுடிப் பெண்தான் எனக்கு மிகவும் அருகில் வசித்தார். பரபரப்பான கொண்டாட்டங்களும், வைன் நிரம்பிய பாத்திரங்களும், அவளுக்கு மிகவும் பிடிக்கும். பாஸோவின் பின் பக்கத்தில் இருந்த அவளுடைய குடிசை நதியின் எதிர்க் கரையில் இருந்த அவளின் ஏழ்மையான உறவினர்களின் வீடுகளை விட மிக வித்தியாசமாக இருந்தது. அவளின் வெள்ளைக்கார நண்பர்களில் ஒருவன் அதை அவளுக்காகக் கட்டித் தந்திருந்தான் (அடாவிற்கு வெள்ளைக்காரர்களுடன் தொடர்பில் இருப்பது அந்தஸ்திற்குரிய விஷயம்). அவள் ஓரளவு சுவீகரித்துக்கொண்ட, ஆனால் அவளுக்குச் சொந்தமில்லாத பணக்காரச் சமூகத்தில் காணக்கூடிய சின்னஞ்சிறு அலங்காரப் பொருட்கள் அந்த வீட்டில் காணப்பட்டன.

மது அருந்துவதற்காகவோ, எனக்குப் பாதுகாப்புத் தேவை என நினைத்து இங்குக் கூடாரம் இடவோ அடிக்கடி வருவாள். தனிமையின் மீதான என் ஆசையை அவள் புரிந்து கொள்ளாவிடினும், அவளது வருகை என் தனிமையைக் குலைக்கவில்லை. ஏனெனில், மிகவும் எளிதாகவும் இயல்பாகவும், பூர்வகுடி மக்களுக்கே உரித்தான இயல்பான தொடுதலும், அமைதியில் ஆறுதலாய் இருப்பதும் அவளுடைய இயல்பாய் இருந்தது. அவள் எப்போதும், என்னை "என் மகள்" என்றுதான் கூப்பிடுவாள். மேலும் நான் விரும்பக்கூடிய கருணையான, புரிதலுள்ள தாயைப் போல்தான் அவள் இருந்தாள்.

இதற்குமுன், இங்கு வாழ்ந்த குயவர்களில் ஒருவர், இந்தப் பெண்மணியைப் பற்றி ஒரு குறிப்பிடத்தக்க கதையைக் கூறியிருந்தார். ஓரிரவு அவர்கள் அடாவின் வீட்டிலிருந்து வந்த சண்டையைக் கேட்டுக்கொண்டு அமர்ந்திருந்தனர். திடீரென்று சண்டையின் சத்தம் அதிகரித்தது. உடனே அந்த நண்பர் அங்கே ஏதாவது பிரச்சனையா எனக் காண விரைந்தார். அவர் அங்குச் சென்றபோது, அடாவின் நண்பன் குடிசையைச் சுற்றித் தடுமாறிக்கொண்டே, ஒரு புட்டி பெட்ரோலை ஊற்றிவிட்டு, குனிந்து நடுங்கும் கரங்களால் அதைப் பற்ற வைக்க முயன்று கொண்டிருந்தான். பெட்ரோல் மண்ணால் உறிஞ்சப்பட்டதனால், ஆபத்து ஒன்றுமில்லை. ஆனால், அடாவிற்கு அது தெரியாது. அவள் விறகுக் குவியலுக்கு அருகில் சென்று, கோடாரியை எடுத்து அவனை ஒரே போடாகப் போட்டாள். அவன் மல்லாந்து விழுந்தான். அவன் காயத்தில் இருந்து குருதி பெருகி நிலத்தில் ஓடியது. என் நண்பன், அடா அவனைக் கொன்று விட்டாள் என்று நினைத்து, ஒரு ஆம்புலன்ஸை அழைத்து வர உரக்கக் கூவினான். அடிபட்டவனுக்கு எந்த உதவியும் செய்ய

இயலாது என்பது அவனுக்குத் தெளிவாகத் தெரிந்து, அதிர்ச்சியில் உள்ள அடாவிற்கு அவனால் உதவக்கூடியதைச் செய்தான். நடுங்கும் விரல்களால், அவளை ஒரு போர்வையால் போர்த்தி, அவளுக்குச் சிறிது டெக்கிலாவை அருந்தக் கொடுத்தான். அவனுக்குப் பின்னால் ஒரு முனகல் கேட்டது. அந்த மனிதன் சிரமப்பட்டுக்கொண்டு, முழங்கையால் தன்னைத் தாங்கிக்கொண்டு, என் நண்பனை நோக்கி, "அவள் ஏற்கெனவே அதிகமாகக் குடித்திருக்கிறாள் என்பது உனக்குத் தெரியவில்லையா?" என்றான்.

பாஸோவிற்குக் குடி போகும் முன், பூர்வகுடிகளின் உரிமையில் அக்கறையுள்ள சில இளம் வெள்ளையர்களை நான் சந்தித்திருந்தேன். என்னைப் போலவே அவர்களும், நல்ல கல்வி வழங்கக்கூடிய கருத்தியல் கோட்பாடுகளையும், சீர்றமான அறநெறிக் கொள்கைகளையும் தங்களுடனே வைத்துக் கொண்டிருந்தனர். இவர்களுக்கு எதிராக, "நாட்டில் இருந்து வந்த நல்லது செய்யும் கலகக்காரர்கள்" என்ற கோஷம் உள்ளூர்க்காரர்களிடம் இருந்தது. இது ஆரம்பத்தில் உண்மையாக இருந்தாலும், கடைசி வரை அவ்வாறு இல்லை. ஆலிஸ் ஸ்பிரிங்க்ஸில் வாழ்ந்தால், அரசியல் மற்றும் தனிமனித அப்பாவித்தனத்தை தந்திரம் இடம் மாற்றிக்கொள்ளும். எனக்கு அவர்களைப் பிடித்திருந்தது. அவர்களோடு ஒத்துப் போனேன். அவர்களை ஆதரித்தேன். ஆனால், அவர்கள் என் அருகில் இருப்பதை விரும்பவில்லை. நான் நானாகவே, இந்நிலத்தைச் சம்பாதித்துக் கொண்டிருந்தேன்; நிறைய வெற்றிகளை அடைந்திருந்தேன். ஆகையினால், மனரீதியாகவேனும் தன்னிறைவு பெற்றவளாக உணர்ந்தேன். உள்ளார்ந்த நட்பு, இவ்விஷயங்களைக் குழப்புவதில் எனக்கு விருப்பமில்லை. ஏனெனில், ஒட்டகப் பயணத்திற்குச் செலுத்தத் தேவையான சக்தியை, நட்புக்கும் நான் கொடுக்க வேண்டியிருந்தது. ஆனால், அதில் இரண்டு பேர் ஜென்னி க்ரீன் மற்றும் டோலி சாவென்கோ, அவர்களின் நகைச்சுவை உணர்வு, புத்திசாலித்தனம் மற்றும் அன்பு என்னை வசீகரித்ததால், அவர்களின் வருகையை நான் எதிர்நோக்கத் தொடங்கினேன். அவர்கள் கொண்டு வந்த, பாலாடைக் கட்டியும் வைனும், என் கடினமான துறவற வாழ்க்கையில் மிகவும் ஆடம்பரமான பொருட்களாய் இருந்தன. மற்றவர்களுடன் எளிதில் பழகாத என் தனிமையை, அவர்கள் மெதுவாகச் சாதுரியமாக உடைத்தனர். ஆதரவிற்கும் ஊக்கத்திற்கும் அவர்களிடம் எவ்வாறு சார்ந்திருந்தேன் என்றால், எப்பொழுதெல்லாம் இந்தக் காலகட்டத்தை யோசிக்கிறேனோ அப்பொழுதெல்லாம் அவர்களை யோசிக்காமல் இருக்கவே முடியாது.

ஒரு கட்டுவிரியனின் சிக்கலான கூண்டைப் போல, சில மாதங்களின்

சிதறப்பட்ட நினைவுகள் என் மூளையில் சேகரிக்கப்பட்டுள்ளன. பாஸோவின் அந்த அருமையான ஆரம்பத்திற்குப் பிறகு, வாழ்க்கை ஒரு நம்ப முடியாத நாடகமாகச் சிதிலம் அடைந்ததால், விதியை ஏறக்குறைய நம்பத் தொடங்கினேன். விதியோ எனக்கு எதிராய் இருந்தது.

நான் இன்னும் குர்ட் மற்றும் கிளாடியுடன்தான் பழகிக் கொண்டிருந்தேன். ஏனெனில், எனக்கு குர்ட்டின் நிலத்தையும் வசதிகளையும், அவன் அறிவையும் பயன்படுத்திக் கொள்ள வேண்டியிருந்தது. இதற்காக குர்ட் ஓர் அடிமையிடம், விரும்பிய பணிவான நல்ல குணங்களைக் கொண்ட நல்லவளாய் நான் நடந்து கொண்டேன். ஆனால், இதற்காக நான் நிறைய இழந்தேன். அவன் என்னை எப்படியெல்லாம் இழக்க வைத்தான் தெரியுமா? முன்பு ஓரளவுக்கு இருந்த நட்புகூட எங்களிடையே இப்போது இல்லை. அதற்குப் பதில், எதிர்ப்புணர்வே இருந்தது. மேலும் க்ளாடியிடம் என் நட்பை நீடித்துக் கொள்ளவே விரும்பினேன். அவளுக்கும் அது தேவையாக இருந்தது. குர்ட்டிடம் இருந்து விலகுமாறு, அவள் கூறிக்கொண்டே இருப்பாள். தன் பண்ணையை மிகப்பெரும் தொகைக்கு வேண்டா வெறுப்பாய் அப்போது குர்ட் விலை பேசிக் கொண்டிருந்தான். இன்னும் சிறிது காலம், அது விலை போகும் வரை அதைவிட்டு வெளியே வந்து விடவேண்டுமென்று அவள் விரும்பினாள். அதனால் அவளிடம் கொஞ்சம் பணமும் கையில் இருக்கக்கூடும். உண்மையில் பணத்தின் மேலுள்ள விருப்பத்தைவிட அடி வாங்காமல் இருக்கவேண்டும் என்பதே அவளின் ஆசையாக இருந்தது. மேலும் மௌன்ட் நான்சி கேம்ப்பில் இருந்து, இரண்டு பூர்வகுடிக் குழந்தைகளான ஃப்ராங்கி மற்றும் ஜோனியுடன் நாங்கள் எங்கள் நாட்களின் பெரும்பாலான நேரத்தைச் செலவழித்தோம்.

ஓர் இயற்கையான மாடல் போன்ற லாவகமும் அழகும் கொண்ட பதினான்குவயதுச் சிறுமிதான் ஜோனி. அவள் கூர்ந்த பார்வையும், நல்ல அறிவும் கொண்டவள். இந்த வயதுக்குள்ளேயே நம்பிக்கையின்மை உடையவளாய் இருந்தாள். அவளுடைய மனச்சோர்வை என்னால் புரிந்து கொள்ள முடிந்தது. கடக்க முடியாத பல விஷயங்களால் ஏற்படக்கூடிய கையாலாகாதத்தனத்தால் வரக்கூடிய சோர்வு அது. ஜோனி வாழ்க்கையில், அவளுடைய வறுமையினால், நிறத்தால் அவளுக்குக் கிடைக்கவே கிடைக்க முடியாத பல விஷயங்களுக்கு ஆசைப்பட்டாள்.

“எதைப் பற்றி நான் நம்பிக்கை கொள்ள வேண்டும்? மதுவா? அல்லது என்னை இரவுதோறும் அடிக்கப்போகும் யாரையாவது திருமணம் செய்து கொள்வதையா?” எனக் கேட்பாள்.

ஃப்ராங்கி அவளை விட சிறிது மேல். அவனுக்கு ரயில் நிலையத்தில் ரிங்கர் அல்லது ரயில் நிலைய உதவியாளர் என்ற அலைந்து திரிகிற ஒரு வேலை. இருந்தாலும், அது அவனுக்கு சிறிது சுய கௌரவத்தைத் தந்தது. ஃப்ராங்கி இயற்கையிலேயே கோமாளி. அவன் குழந்தையாய் இருந்து வளர்ந்து இளைஞனாக, பெரிய காலணிகளுடன் ஆடிக் கொண்டே நடக்கும் நடையுடன் உருமாறுவதை நாங்கள் ஆசையாகக் கவனிப்போம். ஒரு பெரிய மனிதனைப் போல் பேசிக்கொண்டும் நடந்துகொண்டும் அவன் என்னை பாஸோவில் சந்திக்க வருவான். இருட்டுவதைக் கவனித்தவுடன், திடீரெனச் சிறுவனாக மாறிவிடுவான். சிறிது வெட்கப்பட்டுக்கொண்டே, “நதியைத் தாண்டுவதற்கு என்னுடன் வருகிறாயா? எனக்கு இரவில் பயமாக இருக்கும்” என்பான்.

ஆரம்பத்தில் ஒரு பெண் தனியாக வசிக்கலாமென்பதை அங்குள்ள சில மனிதர்கள் புரிந்து கொள்ளவில்லை. நகரிலுள்ள ஓரிரு திருடர்களுடன் நடு இரவில் வந்து குடிபோதையில் ஏதாவது வம்புசெய்யலாம் என வருவார்கள். நான் ஒரு .222 துப்பாக்கியும், 20 காஜ் துப்பாக்கி ஒன்றையும் எனக்காக வாங்கினேன். ஒரு முனையில் பற்றிக்கொண்டால், மற்றொரு முனையில் தோட்டா வரும் என்பதைத் தவிர எனக்கு வேறொன்றும் தெரியாது. ஆனால், அதில் ஒருபோதும் தோட்டாக்கள் நிரப்பியதில்லை. கதவிற்குப் பின் நின்று, துப்பாக்கியைக் காண்பித்துக் கடுமையாக சில வார்த்தைகள் கூறுவதே போதுமானதாயிருந்தது. ஒரு மனிதனை நோக்கி துப்பாக்கியை நீட்டுகிறேன் என்பதை அறிந்த என் நண்பர்கள் எல்லாம் நிஜமாகவே பயந்து போனார்கள். ஆனால், ஒருவனை நோக்கி அல்ல என்று நான் அவசரமாக விளக்கினேன். ஓர் இலக்கில்லாமல், கதவின் வழி இருளை நோக்கித்தான் நீட்டுவேன். அவர்கள் என் உறுதியை நான் இழப்பதாக நினைத்தார்கள். ஆனால், இம்மலைவாழ் மனநிலையை நான் சரியென வாதித்தேன். நான் வாழும் சூழ்நிலையிலும், என் சொத்துகளைப் பாதுகாக்கும் போராட்டக் குணத்திற்கும் அது சரியாகத்தான் இருந்தது. இந்தத் துப்பாக்கிச் சம்பவங்கள் முடிவில்லாத மரியாதையுடன் கூடிய கிண்டலை நகரத்தில் ஏற்படுத்தியது என்பதை நான் பின்னால் கேள்விபட்டேன். அதற்குப் பின், எனக்குத் தொல்லைகளே இல்லை. உண்மையில் கூறப் போனால், நாட்கள் செல்லச் செல்ல அவர்களுடைய மனப்பான்மை முற்றிலும் மாறியது. இப்போது நான் கண்காணிக்கப்பட்டுக்கொண்டு பாதுகாப்பாக இருந்தேன். என்னை அவர்கள் முட்டாளென நினைத்துக் கொண்டிருந்தாலும், அது ஒரு நல்லெண்ணத்துடன்தான். ஜோனி, ஃப்ராங்கி, க்ளாடிஸ் மற்றும் அடா மூலமாக அவர்களைப் பற்றி நன்கு அறிந்துகொள்ள ஆரம்பித்தேன். என் கூச்ச சுபாவம் சிறிது

சிறிதாக மறைந்தது. வெள்ளையர் என்ற குற்றவுணர்வு மறைந்து, அனைத்துப் பூர்வீக மக்களும் எதிர்கொள்ளும் அவர்களுடைய உடல், மனம், அரசியல் சிக்கல்களைப் புரிந்து கொள்ள ஆரம்பித்தேன்.

ஆலிஸ் ஸ்பிரிங்ஸைச் சுற்றி நகரத்திலேயோ, அல்லது நகரின் வெளியிலேயோ ஏறக்குறைய 30 முகாம்கள் இருந்தன. இவை, பல மைல்கள் தொலைவில் இருந்து, வடக்கு மாநிலத்தில் இருந்தோ தெற்கு ஆஸ்திரேலியாவில் இருந்தோ, தங்கள் குடியிருப்பில் இருந்து பல சுற்றுப்புறங்களைச் சேர்ந்த பழங்குடியினர்கள், இந்நகரத்திற்கு வந்தபோது, பல வருடங்களுக்கு முன் ஏற்படுத்தப்பட்டது. இந்நகரின் முக்கிய கவர்ச்சியே மது எளிதில் கிடைப்பதுதான். அதைத் தவிர, இவ்விடத்திற்கே உரிய வளங்களும் இருந்தன. பூர்வகுடியினருக்கான சட்ட உதவி, மருத்துவ உதவி, பூர்வகுடியினருக்கான கலை மற்றும் கைவினை மையம், பூர்வகுடி நலத்துறையைச் சேர்ந்த அலுவலகங்களும், உபயோகப்படுத்தப்பட்ட, பூர்வகுடிகளைக் கவருவதற்கு வடிவமைக்கப்பட்ட, பலவித பிரகாசமான விளக்குகள் பொருத்தப்பட்ட கார்கள் ஆகிய அனைத்தும் இங்கிருந்தன. ஆலிஸ் ஸ்பிரிங்கின் இவ்விடங்களிலிருந்து அவர்களுடைய சொந்த இடங்களுக்குப் போக்குவரத்து அடிக்கடி இருக்கும். எனினும், சிலர் இங்கேயே நிரந்தரமாகத் தங்கி மரம், உபயோகப்படுத்தப்பட்ட இரும்பு, மற்றும் குப்பைக் குழியில் காணப்பட்ட எந்தவொரு உபயோகப்படக்கூடிய பொருட்களாலும் அமைக்கப்பட்ட குடிசைகளில் வாழ்ந்து வந்தனர். இம் முப்பது முகாம்களுக்கும் ஐந்து தண்ணீர்க் குழாய்கள் இருந்தன. பலர் மிகவும் ஆதரவில்லாமல் குப்பைத் தொட்டிகளையும், தூக்கி எறியப்பட்ட உணவுகளை உண்டுகொண்டும், பிச்சை எடுத்தும் நாளைக் கடத்தினர். பலர் குடிகாரர்கள். அவர்களுக்குக் கிடைத்த சிறு தொகையும் மட்டமான மதுக் கடைக்குச் சென்றது. குழந்தைகளும் பெண்களும்தான் போதிய உணவில்லாமலும், வரும் நோயினாலும், வன்முறையாலும் கஷ்டப்பட்டனர்.

மௌன்ட் நான்சிதான் பொருளாதாரத்தில் முன்னேறிய நன்கு வடிவமைக்கப்பட்ட சமூக ஒத்திசைவுள்ள ஒரு முகாம் (DAAவினால் உதவி பெறும்) சிறிய வீடுகள், குடிசைகளுக்குப் பதில் முளைக்கத் தொடங்கின. குளியல் அறைகள் கட்டப்பட்டன. டோட் நதியின் வறண்ட படுக்கையில் நகருக்கு நடுவே இருந்த முகாம்கள்தான் இருப்பதிலேயே மிகவும் மட்டமானது. இதிலிருந்த மக்களுக்கு நீரோ, கழிப்பிட வசதியோ, மேற்கூரையோ, பாதுகாப்போ இல்லை. அவர்களின் இருப்பிற்கு மது ஒன்றே ஊன்றாய் இருந்தது. நதி நில உரிமை காரணமாக, இடம் மாறிக்கொண்டிருக்கும் பூர்வகுடியினர்களுக்கு

இது தான் முகாமிடும் இடமாக இருந்தது. நதிக்கரை இடங்களைக் குத்தகைக்கு விட்டுக்கொண்டு, அதை நதியின் படுகைக்கே கொண்டு செல்ல முயலும் நகர நிர்வாகம் இவர்களை அடிக்கடி அச்சுறுத்திக் கொண்டே இருந்தது. இப்படிச் செய்தால்தான், இம்முகாம்களைக் காலி செய்து வரும், கடைகளிலிருந்து போலியான பூர்வகுடிக் கலைப் பொருட்களைப் பெருந்தொகை கொடுத்து வாங்கும் சுற்றுலாப் பயணிகளுக்காக இடங்களைச் சுத்தப்படுத்தலாம்.

மௌன்ட் நான்சியில் இருக்கும் மக்கள், பகுதி நேர கால்நடை வேலைகளில் கிடைக்கும் வருமானத்தையும், குழந்தை மானியம், விதவைகள் மற்றும் கைவிடப்பட்ட பெண்களின் ஓய்வூதியம் பெற்றும் மிகவும் அபூர்வமாக வேலையில்லா நிலைக்குத் தரப்படுகிற காசோலைத் தொகையைப் பெற்று, பகிர்ந்து வாழ்ந்து கொண்டிருந்தனர். சூதாட்டம் என்பது செல்வத்தை அடையும் ஒரு வழி என்றில்லாமல் பகிரும் ஒரு வழியாக இருந்தது. பூர்வகுடியினரைப் பற்றி காலம் காலமாய் வழங்கப்படும் ஓர் கட்டுக்கதை என்னவென்றால், அவர்கள் திருத்தவே முடியாதபடிக்குச் சோம்பேறிகள். வேலை செய்வதைவிட சும்மா இருப்பதையே விரும்புவார்கள். ஆனால், மிகக் குறைந்த கருப்பர்களே, அவர்களுக்கு வெள்ளையர்களைவிட பத்து மடங்கு வேலையில்லாமலிருந்தாலும் இச்சமூகப் பலன்களை அடைந்துகொண்டிருந்தனர்.

நகரத்தில் வெள்ளையர்கள் போல் வாழும் சில பழங்குடி மக்களும்கூட ஒருவிதத்தில் லேசான இன வேற்றுமைக்கு ஆட்படுவர். ஆலிஸ் ஸ்ப்ரிங்கில் வாழும் கருப்பர்களுக்கோ, அது தினம் தினம் ஏற்படும் ஓர் அனுபவம். அவர்களுடைய சுய வெறுப்பையும், உபயோகமில்லாத உணர்வையும் அது மேலும் வெளிப்படுத்தும். தங்கள் வாழ்வை மாற்றவே முடியாதென்ற தொடர்ச்சியான ஏமாற்றம் அவர்களை நம்பிக்கை இழக்கச் செய்து குடிகாரர்களாக மாற்றி விடுகிறது. ஏனெனில் மது அவர்களுக்கு மாற்ற முடியாத சூழ்நிலைகளிலிருந்து ஒரு விடிவையும், மறதியையும் தருகிறது.

Because a White Man"ll never Do It என்ற நூலில் இவ்வாறு எழுதுகிறார்:

> ஆஸ்திரேலியப் பூர்வகுடியினரின் ஆத்மா வன்புணரப்பட்டது. அதன் தாக்கம் எவ்வாறு இருந்தது என்றால், அந்த அழிவு இன்று வரை கருப்பர்களின் மனதில் தொடர்ந்து வந்து கொண்டிருந்தது. இந்த மனோரீதியான அழிவுதான், இன்று நாம் காணும் நிலைக்குக் காரணம். அது தலைமுறை தலைமுறையாக மீண்டும் நிகழ்த்தப்படுகிறது.

கல்வி எப்போதுமே பிரச்சனையாகவே இருந்தது. வெள்ளையர்களும் கருப்பர்களும், பூர்வகுடியினர்களின் பல இனங்களும் கலந்து பள்ளிகள் கலவையாக இருந்தன. டிக், டோரா மற்றும் அவர்களின் பூனை ஃப்ளஃப் போன்ற புத்தகங்களை வாசிப்பதோ அல்லது கேப்டன் குக்தான் ஆஸ்திரேலியாவைக் கண்டடைந்த முதல் ஆள், கருப்பர்கள் மனித இனத்தின் மட்டமான இனத்தைச் சேர்ந்தவர்கள், வெள்ளையர்களின் வருகையினால் அவர்கள் விரைவாக அழிந்து வருகிறார்கள் என்ற வரலாற்றைப் படிப்பதிலோ அல்லது சமைக்கப் பணமில்லாமலும் வழியில்லாமலும் மதிய உணவிற்குப் பதிலாக பழுப்பு நிறத் தாள்களில் செங்கல்லைச் சுற்றி எடுத்துச் செல்வதிலோ எந்தவொரு பலனும் இல்லை. இவற்றை எல்லாம் மீறி, பள்ளிகளில் வீட்டுப்பாடம் செய்யாமல் வந்ததற்குத் திட்டப்பட்டும்(துரு பிடித்த கார்களில் நெருப்பின் ஒளியில் வீட்டுப்பாடம் செய்ய இயலுமா?), ஓட்டையுள்ள காதும் கண் நோயும் சிரங்கும் சத்துக் குறைபாடும், பல ஆசிரியர்களின் இன வேறுபாட்டையும் சமாளித்துக்கொண்டு இயல்பாகவே பூர்வகுடியினரை எதிரியாகக் கருதும் ஒரு சிறுவனின் அருகில் அமர வேண்டியிருக்கும்.

இந்த முற்றிலும் மாறான, பயமுறுத்தக்கூடிய சூழ்நிலையைக் குழந்தைகள் அனுபவிக்க விரும்பவில்லை என்பது ஆச்சரியமில்லை தான். அவர்களுக்குத் தேவையான எதையும் அது சொல்லித் தரவில்லை. ஏனெனில், அவர்களுக்குக் கிடைக்கப் போவது அலைச்சலுள்ள ரயில் நிலைய வேலைகள்தான். அதற்கு எழுதவோ படிக்கவோ தேவையில்லை. அவர்கள் சிறிதுகூடப் பிரயோஜனமற்றவர்கள். கற்றுக் கொள்ள முடியாதவர்கள். பன்றிக் காது உடையவர்கள் என்று குறிப்பிடப்பட்டதில் ஆச்சரியமே இல்லை. வெள்ளையர்கள் தங்கள் தலையைக் கவலையுடன் ஆட்டிக்கொண்டு, “அது அவர்களின் ரத்தத்திலேயே உள்ளது. அவர்களால் ஒன்றிப் போகவே முடியாது” என்று கூறுவார்கள்.

பூர்வகுடியினருக்குச் சொந்தமான நிலங்களின் மீது பெரிய சுரங்க நிறுவனங்கள் பேராசைப்படத் தொடங்குவதற்கு முன், இந்த ‘ஒன்றிப் போதல்’ என்பது நிஜத்தில் ஒரு கொள்கையாக இல்லை. பூர்வகுடியினர் எவ்வாறு வாழ்ந்தார்கள் என்பது எந்தவொரு மாற்றத்தையும் கொண்டு வரப் போவதில்லை. ஆனால், இப்பொழுதோ அவர்களை அவர்களின் இடங்களில் இருந்து அப்புறப்படுத்துவதற்கு அது ஒரு வழியாக இருந்தது. அது அவர்களுக்கு சுய மதிப்பைத் தரக்கூடியதாகவும், வேலை கிடைக்காத ஒரு நகரத்திற்கு அனுப்புவதாகவும், மேலும் மேலும் தங்களின் வாழ்வாதாரத்திற்காக வெள்ளையர்களை அவர்கள் சார்ந்து

இருப்பதற்கும் அடிப்படையாக இருந்தது. மேலும் அது அரசுக்கு, இலகுவான மக்கள் தொடர்பிற்கான ஒரு சாதனமாக இருந்ததால், பிரதம மந்திரி இன ஒதுக்கீட்டு எதிராகப் பேசுவதற்கு ஒரு வாய்ப்பாக இருந்தது. மேலும் சர்வதேச அளவில் ஒரு களங்கமில்லாப் புகழையும், மேலோட்டமாய்ப் பார்க்கும்போது இன ஒதுக்கீட்டிற்கு முரணான, ஆனால் ஆழ்ந்து நோக்கினால் இன ஒதுக்கீட்டை நடைமுறைப்படுத்தும் ஒரு கொள்கையைக் கைகொள்ள உதவியது. இந்தக் கொள்கை பூர்வகுடியினரின் நிலங்கள் மீண்டும் வெள்ளையினரின் (பன்னாட்டு வெள்ளையர்கள்) கைகளுக்குச் சென்றடையவும், மலிவான கூலித் தொழிலாளிகள் அவர்களின் கருப்பினக் கலாசாரத்தையும் நெறியையும் அகற்றப்பட்டு, வெள்ளையினத்தவர்களைத் தூயவர்களாய்க் காட்ட உதவியது. இதை நடைமுறைப்படுத்தத்தான் இன ஒதுக்கீட்டு, தென் ஆஃப்ரிக்காவில் நிறுவப்பட்டது. 'ஒன்றிப் போதல்' நில உரிமைக்கு எதிரானது. சுய உறுதிக்கு எதிரானது. அதை கருப்பர்கள் வரவேற்கவில்லை. கெவின் கில்பர்ட் மீண்டும் கூறுகிறார்:

ஆஸ்திரேலியாவின் வெள்ளையர்கள், கறுப்பர்களுக்கு, அவர்களுக்குத் தேவையான நிலத்தையும், அதில் அவர்களே உழைத்து சம்பாதிக்கத் தேவையான நிதியையும் அளித்தால் மட்டுமே தீர்வு கிடைக்கும் என ஒவ்வொரு பூர்வகுடியினரும் மீண்டும் மீண்டும் கூறி வந்துள்ளனர்.

மற்ற பிரச்சனைகளைப் போல, இந்தப் பள்ளிப் பிரச்சனையும் அரசாங்கம் சிறிது செலவு செய்திருந்தால் எளிதாகத் தீர்ந்திருக்கக்கூடும். சிறிது மாற்றங்களுடன் நடமாடும் பள்ளிகளை ஏற்படுத்தி இருக்கலாம். ஆனால், அரசாங்கமோ இவ்வகை செலவுகளை அதிகரிக்காமல், அதன் வரவு செலவுக் கணக்கில், பூர்வகுடியினருக்காகச் செலவழிக்கும் தொகையை ஒரு பெரிய தொகையை நிறுத்தி விட்டது. (அண்மையில் பூர்வகுடி நலத்துறை, ஆஸ்திரேலியப் பூர்வகுடியினர்பற்றி ஒருகணக்கெடுப்பு நடத்தியது. இருப்பிடம் சார்பான ஒரு கேள்வி, எத்தனை பூர்வகுடியினர் வீடில்லாமல் இருக்கின்றனர் என்பது. மற்றொரு பகுதியிலோ வீடில்லாமல் இருப்பது என்பது உடைந்த கார்களிலும், தகரக் கொட்டகைகளிலும், குடிசையிலும் வாழ்வது சேராது எனக் குறிப்பிடப்பட்டிருந்தது).

ஃப்ராங்கியின் நண்பன் க்ளைவ் என்றொருவன் இருந்தான். அவன் சிறுவனாய் இருந்தாலும் உலக வழக்கு அறிந்தவனாய் இருந்தான். அவன் ஒரு திருத்தவே முடியாத தேர்ந்த திருடன். அதைப் பற்றி எனக்குப் புகார்கள் எதுவுமில்லை. ஏனெனில், அவனுடைய நிலையில், அது

சிறிது புத்திசாலித்தனமான செயல்தான் என்றாலும், என்னிடமிருந்து திருடுவதைத்தான் நான் ஒத்துக் கொள்ளவில்லை. நானே ஆதரவில்லாமல், ஒவ்வொரு 50 காசுகளாய்ச் சேர்த்து ஸ்க்ரூ-ட்ரைவர்களும், ரிவெட்களும், கத்திகளும் வாங்கி வைத்துக் கொண்டிருந்தேன். இவை அனைத்தும் சிறுவர்களுக்கு மிகவும் பிடித்தமான பொருட்கள். இதை என்னால் எப்படி எதிர்கொள்வது என்பது எனக்குத் தெரியவில்லை. அவர்கள் ஒரு பொருளை உரிமை கொள்வது என்பது என் அளவில் இருந்து மாறுபட்டது. அதாவது அவர்களைப் பொறுத்தவரை ஒரு பொருள் ஒருவருக்கே சொந்தமானது கிடையாது. அது பகிர்தலுக்குரிய ஒன்று. சில சமயங்களில், பாஸோவில் இருந்து சில பொருட்கள் காணாமல் போனால், அது திரும்பி வரவே வராது. அல்லது சில சமயம் மிகுந்த மன்னிப்புடன் உபயோகிக்கப்பட்டு, உடைந்து போய் ஒரு தாயால் திருப்பித் தரப்படும். ஆகவே நான் க்ளைவ்வையும் ஃப்ராங்கியையும், அவர்களின் திருட்டுத்தனத்திற்காகத் தொடர்ந்து நச்சரித்துக்கொண்டே இருப்பேன். சில சமயங்களில் தற்காலிகமாய் மன்னிப்பு கேட்டாலும், அது நிற்கவே இல்லை.

ஒருநாள் நான் நகரில் இருந்து வந்தபோது, என் அறைக்குச் சத்தமில்லாமல் நடந்து சென்றேன். விலை மதிப்புள்ள சில பொருட்கள் உடைய ஒரு அறையை மட்டும் பூட்டி வைத்திருந்தேன். ஃப்ராங்கியும் க்ளைவும், அவ்வறையின் ஜன்னல்களில் இருந்து வெளியேறிக் கொண்டிருந்தனர். நகைத் திருடர்களைப் போல அவர்கள் ரகசியமாக முணுமுணுத்துக் கொண்டிருந்தனர். என்னால் சிரிப்பைக் கட்டுப்படுத்திக் கொள்ளவே முடியவில்லை. சிறிது தன்னிலை அடைந்ததும், முகத்தைக் கடுமையாக வைத்துக்கொண்டு, “இங்கு என்ன செய்கிறீர்கள்?” என்று கேட்டேன்.

இப்படித் திடுக்கிட்டு யாரையும் பார்த்ததில்லை. ஒரு மின்சாரக் கம்பியைத் தொட்டது போல், அவர்கள் அதிர்ந்தனர். சில நிமிடம் அங்கு அமைதி நிலவியது.

சில மாதங்களுக்குப் பிறகு, க்ளைவ் ஒரு பெரிய திருட்டில் ஈடுபட்டான். அது என்னவென்று எனக்குத் தெரியவில்லை. ஆனால், ஏதோ முட்டாள்தனமாகச் செய்திருப்பான் போல் இருக்கிறது. அவன் கத்திகளையும் துப்பாக்கிகளையும் திருடிக்கொண்டு, அதற்கு மேல் காவல் துறையில் இருந்து ஒரு பாட்டில் விஸ்கியையும் திருடிக்கொண்டு, இரண்டு வாரங்கள் அவன் செயல்களுக்காகப் பயந்து தனியாக ஒளிந்து வாழ்ந்தான். இறுதியாக அவன் வீட்டிற்குத் திரும்பியபோது, நலத்துறை மற்றும் காவல் துறையால் இளம்

குற்றவாளி என்று குற்றம் சாட்டப்பட்டு, அவனை சரியான முறையில் வளர்க்க இயலவில்லை என்று கை கால்கள் விளங்காத அவன் தாயிடமிருந்தும் மற்ற உறவினர்களிடம் இருந்தும் பிரிக்கப்பட்டு, கீழே தெற்கில் ஏதோவொரு சிறார் நிலையத்துக்கு அனுப்பப்பட்டான். க்ளைவிற்கு அப்போது வயது 11.

இவ்வேளையில் எனக்கே தெரியாமல் ஒரு சோகமும் தோல்வியும் என்னுள் வளர்ந்து கொண்டிருந்தது. நான் தனியாக, என் கனவு இடத்தில் வாழும் சுகமும், யதார்த்தத்தோடு சமரசம் செய்து கொள்ளாமல் ஒரு பயணத்தைப் பற்றி கனவு காண்பதும், சிறிது சிறிதாக மங்கத் தொடங்கியது. நான் ஒத்திப் போட்டுக் கொண்டிருந்தேன். என்னையே ஏமாற்றிக் கொண்டிருந்தேன். நாடகம் ஆடிக் கொண்டிருந்தேன். இவைதான் என் உணர்வுகளுக்குக் காரணம் என்பது தெரிந்தது. நான் ஒட்டகங்களுடன் பாலைவனத்தைக் கடப்பேன் என்று மற்றவர்கள் நம்பினாலும் நான் நம்பவில்லை. வேறெதுவும் வேலைகள் இல்லாதபோது மட்டும்தான் அதைப் பற்றி நினைப்பேன். அது எனக்கு மேலோட்டமான ஓர் அடையாளம் அல்லது ஓர் உருவத்தைத் தந்திருந்தது. எனக்கு மனச்சோர்வு ஏற்பட்ட பொழுதெல்லாம், ஓர் ஆடையைப் போல் அதை அணிந்து கொள்வேன்.

இந்த வேண்டாத மனநிலை, அன்றாட குழப்பங்களினாலும் சிறிய பிரச்சனைகளாலும் ஒத்தி வைக்கப்பட்டது. என் இரு ஒட்டகங்களும் உடல்நிலை சரியில்லாமல் தொடர்ந்த கவனிப்பைக் கோரின. இரவில் அவற்றின் கால்களைக் கட்டிவிட்டு மேய்க்கவிட்டு, காலை 7 மணியளவில் அவற்றைக் கண்டுபிடிப்பதற்காகச் செல்வேன் (அதற்கு பல மணி நேரம் பிடிக்கும்). அவற்றைத் திரும்ப அழைத்து வந்து, மருத்துவ உதவி கொடுத்து ஜெல்லிக்குப் பயிற்சி கொடுத்து, அரைகுறை மனதோடு அவற்றின் உபகரணங்களைத் தயார் செய்து, மூன்று மைல் தொலைவிலுள்ள உணவு விடுதிக்கு அழைத்துச் சென்று, நள்ளிரவில் அதே மூன்று மைல்கள் நடந்து அழைத்து வருவேன்.

ஜெலிக்கா மிகவும் மெலிந்து காணப்பட்டது. அதைப் பயிற்சிக்காகப் பிடித்து வந்தது முதல் அதன் இயல்பு வாழ்க்கையே மாறிவிட்டது. ஒரு டஜன் பயந்த மிருகங்களுக்கு நடுவில் அது திணிக்கப்பட்டது. தொழுவத்தில் இடப்பட்டு, வீசப்பட்டு, கால்கள் கட்டப்பட்டு, இவையனைத்தும் பழகிக் கொள்வதற்காகவும் சில நாட்கள் தனிமையிலும் விடப்பட்டது. மிகவும் பயமுறுத்தப்பட்டு அடிக்கப்பட்டும், எல்லாவற்றிற்கும் மேலாக மூக்கணாங்கயிறு இடப்பட்டும் இருந்தது. காடுகளில் இருந்து ஒட்டகங்களைப் பிடிப்பது என்பது மிகவும்

கொடூரமான ஒரு செயல். பல சமயங்களில் அக்கூட்டங்களில் பல, சோர்வினாலோ அல்லது கீழே விழுந்து உடைந்த கால்களினாலோ இறந்துவிடும்.

கேட், இந்தத் துயரத்தை எல்லாம் அனுபவிக்கவில்லை. பல வருடங்களுக்கு முன்பே பொதி சுமக்கும் மிருகமாய் உபயோகப்பட்டு வந்திருந்தது. மிகவும் கொடுமையாக நடத்தப்பட்டது. அதை எப்போதும் அதனால் மறக்கவே முடியாது. பின், அல்கூட்டா நிலையத்தில் ஒரு தோழியுடன் அதன் முதிய வயதில் ஓய்விற்காக விடப்பட்ட இடத்திலிருந்துதான் அதன் தோழியை விட்டு விட்டு, இதனைத் தேர்ந்தெடுத்து வந்தான். அதற்கு மனிதர்கள் நினைவில் இருந்தன. அது அவர்களை வெறுத்தது. சவாரி செய்யும் ஒட்டகமாக, அதற்கு எந்தவொரு தகுதியும் இல்லை. எப்போதும் தன் மூக்கணாங்கயிறுடன் சண்டையிட்டுக்கொண்டே இருக்கும். மிகவும் வயதானதாகவும், தன் நடவடிக்கையில் பிடிவாதமாகவும் மாறவே விரும்பாததாகவும் இருக்கும். இருந்தாலும் அது ஒரு நல்ல சுமைதூக்கி. மிகவும் நல்ல பலமான பொறுமையான சுமைதூக்கி. ஜெல்லியைச் சவாரி செய்வதற்கும், வயதான கேட்டை பொதி சுமக்கவும் பயிற்சி அளிக்கலாம் என்று நினைத்திருந்தேன். எப்போதும் அது உதைக்க முயலாது என்றாலும், அதிருப்தியாய் இருக்கும் நேரத்தில் அதன் அருவருப்பான மஞ்சளான பற்கள் நான்கு பக்கங்களிலும் சீறி வெளியே வரும். அவள் உதடுகளுக்கு மேல் சில அடிகள் கொடுத்த பின்புதான் இயல்பு நிலைக்கு வருவாள். பாவம் கேட். எளிதாய் விட்டுக்கொடுத்து விடுவாள். ஆனால், தொடர்ச்சியாய் நான் எவ்வளவு அன்பாகவோ அல்லது கருணையாகவோ அவளிடம் நடக்க முயன்றாலும், சிறிது கூட என்னை நம்பவோ விரும்பவோ மாட்டாள். அவளுக்கென்று பத்தடியை, பிரத்தியேகமான இடமாக வைத்திருந்தாள். அந்த விட்டத்திற்குள் எந்த மனித இனமும் நுழைந்து விட்டால், தன் தலையைத் தூக்கி, அவ்விடத்தைவிட்டு அம்மனிதன் விலகும் வரை உறுமுவாள். அமைதியாக நின்றுகொண்டு, வாயை அகலமாகத் திறந்து ஒரு சிங்கத்தைப் போல் மீண்டும் மீண்டும் கர்ஜிப்பாள். மூச்சு விட மட்டுமே, நடுவில் சிறிது நேரம் கர்ஜனையை நிறுத்துவாள். நீங்கள் இரண்டு மணி நேரம் அங்கு நின்றால், அந்த இரண்டு மணி நேரமும் அவள் கர்ஜிப்பாள். அவள் அருவருக்கத்தக்க முறையில் மிகவும் பருமனானவள் கூட! ஒருநாள் ட்ரக்குகளை எடை போடுமிடத்திற்கு அவளை அழைத்துச் சென்றேன். அவளின் எடை 2000 பவுண்ட். வயதான தடுமாறும் கால்களை உடைய ஒரு பெண் ஒட்டகத்திற்கு இது நல்லதொரு எடைதான். அவளுடைய திமில் ஒரு பெரிய உருவமில்லா

மாமிசக் குன்றாக அவளின் முதுகில் இருந்தது. அவளுடைய பெரிய தொடைகள் ஒன்றோடு ஒன்று உரசிக்கொண்டு, அவள் நடக்கும்போது தளும்பின. மொத்தத்தில் அவளொரு ஆச்சரியப்பட வைக்கும் ஒரு மிருகம்.

மிருக வைத்தியரை முதல் வாரத்திலேயே இவர்களைப் பார்க்க அழைத்து வந்தேன். ஆலிஸ் ஸ்பிரிங்கின் மிருக வைத்தியர்களுடனான நீண்ட தொடர்பிற்கு இதுவே முதல் அடி. சிலர் என் மேல் பரிதாபப்பட்டு மருத்துவ ஆலோசனைக்கு பணம் ஏதும் வாங்கவில்லை என்றாலும், நான் கிளம்புவதற்கு முன்பே நூற்றுக்கணக்கான டாலர்கள் அவர்கள் கணக்கில் சென்றடைந்தன. இந்த அருமையான மனிதர்கள், நான் அவர்களுடைய மருத்துவச் சாலைக்குள் நுழைவதைக் கண்டதும் ஓடி ஒளியும் காலமும் வந்தது. நான் அவர்களைக் கண்டுபிடித்து விட்டால் பெருமூச்சு விட்டுக்கொண்டே, "இன்றைக்கு யார் செத்துக் கொண்டிருக்கிறார்கள் ராப்?" என்று கேட்பார்கள். சமீப கால ஒட்டக சம்பந்தப்பட்ட பிரச்சனைகளை அவர்களிடம் கூறும்போது முகம் சுளிப்பார்கள். ஆனால், அப்போது எனக்கு பல விஷயங்களைக் கற்றுக் கொடுத்தனர். தசையினுள் ஊசியை எவ்வாறு எறிவது என்றும், ரத்த நாளத்திற்குள் எவ்வாறு ஊசியைச் செருகுவது என்றும், எப்படி அறுப்பது, கிழிப்பது, தைப்பது, எப்படி தொற்று ஏற்படாமல் பாதுகாப்பது, எப்படி காயடிப்பது, ஒட்டுப் போடுவது, கட்டுவது, சுத்தம் செய்வது, இவை அனைத்தையும் ஒரு தேர்ந்த தொழில் வல்லுநரின் திறனோடு கற்றுக் கொடுத்தனர்.

ஒட்டகங்களை மருத்துவர் முழுதாகப் பரிசோதித்தார். ஜெலிக்காவின் மார்பெலும்பு உடைந்துவிட்டது என்று கூறினார். பின் என் முகம் போன போக்கைப் பார்த்தவுடன், அது ஒன்றுசேர்ந்துவிட்டது என்றும், திரும்பி அவள் கீழே விழுந்தால்தான் பிரச்சனை என்றும் உறுதி கூறினார். அவளுடைய தொற்றை ஆன்ட்டிபயாட்டிக் பொடிகளால் குணமாக்கிவிடலாம் என்று கூறினார். அதன் பின், உருண்டு திரண்ட கேட்டை அவரிடம் அழைத்துச் சென்று, அவளின் மார்பை அவரிடம் காண்பித்தேன். அங்கிருந்து அப்போது அதிகளவில் சீழ் வழிந்து கொண்டிருந்தது. இந்த மார்பு என்ற இடம், முன்னங்கால்களுக்குப் பின் உள்ள திசுக்களால் ஆன இடம். இது போலவே, பின்னங்கால்களுக்கு முன்னும் இருக்கும். ஒட்டகம் அமரும்போது, இந்த இடங்களில் தான் அழுத்தம் ஏற்படும். அதனால் மரத்தின் பட்டை போல், இவ்விடங்கள் காய்த்துப் போயிருக்கும். இந்தக் காயத்தை, நீர் அடித்துச் சுத்தம் செய்து, ஆன்ட்டிபயோட்டிக் பொடிகள், தொற்று ஏற்படாமல் இருக்க மருந்துகள் மற்றும் ஸ்டாக்ஹோம் தார், இவைகளைத் தடவி

வைத்தியம் பார்த்திருந்தேன். மருத்துவர் அதைப் பரிசோதித்து, சிறிது நேரம் நின்று, பின் தன் கையை ஆழமாய் அதனுள் விட்டு விசில் அடித்தார். அந்த விசிலின் ஓசை எனக்குப் பிடிக்கவில்லை.

மிகவும் மோசமாக இருக்கிறது என்றார். தசையினூடே தொற்று பரவிக் கொண்டிருக்கிறது. அதனுள் கண்ணாடித் துண்டு இருக்கலாம். இருந்தாலும் அவளுக்கு டெராமைசன் தந்து, அதற்கு எவ்வாறு எதிர்வினை புரிகிறாள் பார்ப்போம் என்றார்.

அதன் பின், ஒரு பெரிதான, நீண்ட உறிஞ்சுக்குழல் போல் ஊசியுள்ள ஒருசிரிஞ்சை எடுத்து என்னிடம் தந்தார். கேட்டின் கழுத்தில் இருந்து, இரண்டடி தொலைவில் நின்றுகொண்டு, அம்பு எய்வது போல் வீசச் செய்தார். நான் பலமாக வீசவில்லை. கேட்டின் கர்ஜனைகள் அடுத்த சுருதியை அடைந்தது. நான் மீண்டும் பின்னோக்கி நடந்து, என் பலம் முழுவதும் உபயோகித்து, குறி பார்த்து வீசினேன். அது நன்றாகப் போய் பதிந்தது. அடுத்த பக்கத்தில் இருந்து வெளியே வரவில்லை என்பது எனக்கு ஆச்சரியமாகவே இருந்தது. அதன் பிறகு, அந்த ஊசியில் சிரிஞ்சைப் பொருத்தி 10 சி. சி. மருந்தைச் செலுத்தினேன். முட்டை போல் அந்த இடம் வீங்கியது.

"சரியாகச் செய்து இருக்கிறாய்" என்றார் மருத்துவர். "மூன்று நாட்களுக்கு ஒருமுறை என இரண்டு முறை செய்துவிட்டு என்னைக் கூப்பிடு. சரியா?" என்றார்.

நான் எச்சிலைக் கூட்டி விழுங்கி, சத்தமில்லாமல், "சரி" என என் தாடைகள் நடுங்கியபடியே கூறினேன். ஊசிகளின் மேலான என் வெறுப்பு ஒரேடியாகத் தீர்ந்து விடும் போலிருக்கிறது.

கேட்டின் நம்பிக்கையை அடைந்து விடலாமென்று நான் கனவு கொண்டிருந்ததது, இப்போது காணாமலே போய்விட்டது. ஒருநாளில் இரண்டு முறை அவள் காயங்களைச் சுத்தப்படுத்தும்போதும், ஊசி போடும்போதும் அவளுக்கு வலி ஏற்படுத்தி, என் இனத்தின் மீதிருந்த அவளின் வெறுப்பை மேலும் வலுப்படுத்தினேன். அவளுடைய பாதுகாப்பு வளையம், என்னைப் பொறுத்த வரையில் இருபது அடியாகவும் மற்றவர்களுக்கு பத்தாகவும் இப்போது மாறிப் போனது. ஆனால், முன்னேற்றம் எதுவுமில்லை. அடுத்த முறை மருத்துவர் வந்த போது, அவளுக்கு நெம்புட்டால் தந்து, காயத்தை வெட்டிச் சுத்தப்படுத்த முடிவு செய்தோம். எனக்கு மட்டும் கவலையில்லாமல் இருந்திருந்தால் (ஒட்டகத்திற்கான சரியான மருந்து அளவு யாருக்கும் தெரியாது. எனவே நாங்கள் யூகித்து மருந்து அளித்தோம்), மருந்திற்கு

அவள் கொடுத்த எதிர்வினையைக் கண்டு என்னால் சிரித்திருக்க இயலும். அவளின் உதடுகள் முட்டாள்தனமாய்ப் பொங்க, கண்கள் பளபளக்க, புல்லையும் எறும்புகளையும் அதிசயமாகப் பார்த்துக் கொண்டு, அவளது பெரிய தாடைகளில் இருந்து எச்சில் வடிய, மெதுவாய்க்கீழே விழுந்து மயக்கம் அடைந்தாள்.

ஆனால், அறுவை சிகிச்சை வேடிக்கையாக இல்லை. நாங்கள் பார்த்தமட்டில், கண்ணாடித் துண்டுகள் ஏதுமில்லை என்றாலும், நாங்கள் நினைத்ததைவிட தொற்று மிகவும் ஆழமாகச் சென்றிருந்தது. நாங்கள் தவிர்க்க நினைத்ததற்கு எதிராக, அதிகமாக வெட்ட வேண்டி வந்தது. இருப்பினும் அது முடிந்தவுடன், அடுத்த ஊசி பரிந்துரைக்கப்பட்டவுடன், இனி அனைத்தும் சரியாகிவிடும் என்ற நம்பிக்கை வந்தது. கேட்டின் உடல்நலத்தில் முன்னேற்றமும் இல்லை. அடுத்த பல மாதங்கள் அவளின் நலனுக்காகவே, என் வாழ்க்கையை அர்ப்பணித்தேன். அவளுக்காக தண்ணீரைப் போல பணத்தைச் செலவழித்தேன். அதிகளவில் அனைத்து ஆன்ட்டிபயாட்டிக் மருந்துகளும், மூலிகை மருந்துகளும், சில நூல்களில் வாசிக்கக் கிடைத்த ஆஃப்கானிஸ்தத் தீர்வுகளையும் நான் பிரயோகித்தேன். ஊரிலுள்ள அத்தனை மருத்துவர்கள் கூறிய எல்லாச் சிகிச்சை முறையையும் முயன்றேன். ஆனால், கேட்டினிடம் எந்த மாற்றமும் இல்லை.

இந்நாட்களில் ஜெல்லிக்காவைச் சுமை தூக்கவும், சவாரி செய்வதற்கும் பயிற்சி அளிக்க ஆரம்பித்தேன். அது சுலபமானதாக இல்லை. உபகரணங்கள் வாங்க என்னிடம் பணமில்லை. ஒவ்வொரு முறை அவள் எதிர்க்கும்போதும், கீழே விழாமல் இருக்க ஒரு சேணம்கூட இல்லை. சாலேவிடம் என் பொறுமையை இழந்தேன். ஆகையினால் அவளின் வெற்று முதுகிலேயே, நதியின் மென்மையான மண்ணின் மீது மேலும் கீழும் சவாரி செய்தேன். அவளுக்கு அதிகம் வேலை கொடுக்கவில்லை - அவளின் நம்பிக்கையைப் பெற்று அமைதியாக்கி என்னைப் பாதுகாக்க முயற்சி செய்தேன். அவளின் நிலைமை மிகவும் பரிதாபகரமாக இருந்தது. அவள் மீண்டும் கவலைப்பட்டே எலும்புக்கூடாய் மாறிவிடப் போகிறாள் என்ற அச்சத்தில், அடிக்கடி பயிற்சிக்கான தேவையை ஒத்தி வைத்தேன். பயிற்சியின்போது எப்போதும் ஒட்டகங்களின் எடை குறைந்துவிடும். சாப்பிடுவதற்குப் பதிலாக நாம் அவற்றை என்ன செய்யப் போகிறோம் என்று எண்ணிக் கொண்டே நாளைக் கடத்தும். மேலும் ஜெலிக்காவிடம், அழகிய மென்மையான இயல்பு இருந்தது. அதைக் குலைத்துவிட நான் விரும்பவில்லை. பயத்தினாலும் பதற்றத்தினாலும் அவளின் தசைகள் இறுகிக் கடினமான கட்டிகளால் மாறுவதை என்னால் உணர முடிந்த

போதிலும், புதர்களினூடே, அவள் கால்கள் கட்டப்பட்டிருந்தாலும் இல்லையென்றாலும், எங்கு வேண்டுமானாலும் அவளை நடத்திச் செல்லலாம். அவளிடமிருக்கும் ஒரே ஒரு அபாயகரமான குறை என்னவென்றால், உதைப்பதற்கு எப்போதும் விருப்பத்துடன் இருப்பதுதான். ஒரு ஒட்டகம் ஆறடி ஆரத்தில், எந்த திசையில் வேண்டுமானாலும் உதைக்கலாம். தங்கள் முன்னங்கால்களால் முன் புறமாகவும், பக்கவாட்டிலும் பின்னங்கால்களால் பின்புறத்திலும் தாக்கலாம். காய்ந்த சருகை உடைப்பது போல், அந்த உதை உங்களை உடைத்துவிடும். கால்கள் கட்டப்படுவதையும், பக்கவாட்டில் கயிறுகளைக் கட்டும்போது அவளை ஒத்துக் கொள்ள வைப்பது, எளிதான வேலையில்லை. உண்மையில் கூறப் போனால், அது வயிற்றெரிச்சலையோ அல்லது மரணத்தையோ உண்டாக்கும் ஒரு காரணி. அதற்கு அளவில் அடங்காப் பொறுமையும் வீரமும் தேவையாக இருந்தது. இவை இரண்டும் எனக்கு வாய்க்கப்படவில்லை என்றாலும், எனக்கு வேறு எந்த வழியும் இல்லை. அவளை அமைதிப்படுத்த அவளை ஒரு மரத்தில் கட்டி, விலை அதிகமான சத்தான உணவுகளை கையிலிருந்து உண்ண அவளை ஊக்கப்படுத்தி, அதே சமயம் அவளை அவள் உடல் முழுவதையும் தடவிக் கொடுத்து, கால்களைத் தடவி டேப்-ரிக்கார்டரில் உரத்த இசையை ஒலிக்கவிட்டு, அவளின் கால்களுக்கு அருகேயும், அவளின் பின்புறத்திலும் ஆரவாரம் இருப்பதை அவள் பழகிக் கொள்ளச் செய்தேன். இதை நடைமுறைப்படுத்தும்போது, அவளிடம் ஓயாமல் பேசிக்கொண்டே இருப்பேன். அவள் தன் காலை எப்பொழுதாவது உதைக்கத் தூக்கினால், அதை சாட்டையினால் அடக்குவேன். அவள் விரைவிலேயே உதைப்பதில் ஏதும் பலன் இல்லை என்றும், இணக்கமாக இருப்பது - அந்த இணக்கம் இதயத்தில் இருந்து வரவில்லை என்றாலும் - நல்லதுதான் என்பதை சீக்கிரம் கற்றுக் கொண்டு விட்டாள். ஒருநாள் பாஸோவில் ஒரு மரத்தில் அவளைக் கட்டிவிட்டு, கேட்டைக் குளிப்பாட்டுவதற்காக, குர்ட்டின் பண்ணைக்கு அழைத்துச் சென்றிருந்தேன். நான் திரும்பி வந்தபோது ஜெல்லிக்காவைக் காணவில்லை. கூடவே, அவள் கட்டப்பட்டிருந்த 15 அடி உயரமுள்ள ஓரடி பருமனான மரத்தையும் காணவில்லை. மரம் வேரோடு பெயர்க்கப்பட்டிருந்தது. கேட்டினிடமிருந்து பிரிக்கப்படுவதை ஜெல்லி விரும்பவில்லை. இந்தப் பயிற்சியின்போது, இந்தப் பிரத்தியேகமான விநோதம்தான் சரி செய்வதற்கு மிகக் கடினமானது. தங்கள் நட்பைப் பிரிய ஒட்டகங்கள் வெறுக்கும். வீடு திரும்ப எல்லா உபாயங்களையும் தந்திரங்களையும் திருட்டுத்தனங்களையும் செய்யும். அவைகளைக் கூட்டமாக ஓரிடத்திற்கு எடுத்துச் சென்றுவிடலாம். ஆனால், தனியே ஒரு மிருகத்தை அழைத்துச் செல்வது என்பது நம்

புத்தியைத் தளரச் செய்துவிடும் ஒரு சோதனை. அவை கூட்டமாக வாழும் மிருகங்கள் என்பதால் இதைப் புரிந்து கொள்ள இயலும். கூட்டமாக இருப்பதைப் பாதுகாப்பு என்று நினைக்கக்கூடியவை. ஓர் ஒட்டகம் தனியாக, அதுவும் ஒரு பிச்சியை போன்ற ஒருத்தியைத் தன் முதுகில் சுமந்திருப்பது என்பது மிகவும் அச்சுறுத்தக்கூடியதுதான். ஒட்டகங்களின் கழுத்துகள் மிகவும் உறுதியானவை. அதனால் அதன் மேல் சவாரி செய்ய மூக்கணாங்கயிறு மிகவும் முக்கியம். அதீதமான உடல்பலம் இருந்தால் ஒழிய கயிற்றைக் கொண்டு அவற்றைக் கட்டுப்படுத்த முடியாது. அசை போடும் மிருகங்களாய் இருப்பதால், அதன் வாயினுள்ளும் கயிற்றை செலுத்த முடியாது. அதனால் அதன் தாடைகளினூடே கயிற்றை நுழைப்பதுதான் ஒரே வழி. பயிற்சியின்போது அதை நான் உபயோகித்தேன். ஆனால், அது அவற்றின் மென்மையான கீழ் உதட்டைக் கிழித்துவிட்டது. அதனால் மூக்கணாங்கயிறுதான் சிறந்த வழி. அவற்றின் நாசித் துவாரங்கள் வழியாக ஒரு கட்டையைச் செருகி, மூக்கின் இரண்டு பக்கமும் அவைத் துருத்திக் கொண்டிருக்கும். அதில் ஒரு கயிறு கட்டப்படும். அதை இழுக்கும்போது வலி ஏற்படும். ஆனால், அதே சமயம் அதிகமாகவும் இழுத்தால் அந்தக் கட்டை வெளியே வந்துவிடும். இந்தக் கயிறு மூக்கிலுள்ள கட்டையில் கட்டப்பட்டு, தாடைக்குக் கீழே பிரிக்கப்பட்டு, கடிவாளம் போல் உபயோகப்படுத்தப்படுகிறது. கட்டைக் குத்தப்பட்ட காயம் ஆறிவிட்டது என்றால் அது ஒட்டகத்திற்கு எந்தவொரு பாதிப்பையும் தராது. குர்ட்டிடம் இருந்து, சாலேவிடமிருந்தும் இம்மூக்கணாங்கயிற்றை எவ்வாறு செலுத்துவது என்று கற்றுக் கொண்டேன். இருவரும் வேறு வேறு வழியை உபயோகப்படுத்தினர். சாலே கூரிய ஒரு குச்சியால் நேராகக் குத்தி ஓட்டையிட்டு அதில் ஒரு கட்டையைச் செருகி விடுவான். அதற்கு மண்ணெண்ணெயும், எண்ணெயும் தடவுவான். குர்ட்டின் முறையோ இதைவிட மேலானது இல்லையென்றாலும் நாகரீகமானது. மூக்கில், குறியிடும் பேனாவினால் ஓர் அடையாளம் இடுவான். அதன் பின் ஒரு தோல் ஆணியால், அந்தத் தசையைத் துளையிடுவான். அதன் பின் மூக்கின் உள்ளிருந்து கசாப்புக்காரனின் குத்தும் கம்பியை உபயோகித்து, அந்தத் துளையைப் பெரிதாக்குவான். அதன் பிறகு, அதனிலிருந்து ஒரு குச்சியைச் செருகுவான். பார்க்கப் போனால், அது ஒரு சிறிய மரத்தாலான ஆணுறுப்பைப் போல் தோன்றும். அதன் பின், ஒவ்வொரு நாளும் அதற்கு, நீர்க்கப்பட்ட, புரையோடுதலைத் தடுக்கும் மருந்தினாலும், ஆன்ட்டிபயாட்டிக் பொடிகளினாலும் இரண்டு மாதங்களுக்கு மருந்திடுவான். இந்தக் கொடுமையான சிகிச்சையை குர்ட்டின் இளம் கன்று ஒன்றுக்கு நான் செய்திருக்கிறேன்.

ஆனால், அதை செய்வது எனக்குப் பிடிக்கவில்லை. அது என்னை வெறுப்படைய செய்தது. ஆனால், தொடர்ந்து சுத்தம் செய்தாலும் கூட, ஜெல்லியின் மூக்கு இப்போது மிகவும் அழுகிப் போயிருந்தது. அதன் மூக்கினுள் உள்ள மரச் சிலாம்புகள் அதைத் தடுக்கிறதோ என எண்ணினேன். அதனால் நாங்கள் இருவருமே பயந்தபடி, அவளைக் கீழே படுக்க வைத்துக் கட்டி, மூக்கிலிருந்த அந்தக் கட்டையை வெட்டி, அந்தக் காயத்தை நன்றாக ஆராய்ந்தோம். மூக்கிலிருந்த கட்டை தோலினூடாகப் பிளந்து, ஒவ்வொரு முறை திரும்பும் போதும், மூடி வரும் காயத்தைத் திறந்துகொண்டே இருந்தது. நான் மற்றொரு கட்டையைத் தயாரித்து, இந்தச் சித்ரவதைக்கு உள்ளாக்கப்பட்ட தசையினூடே செருக வேண்டி வந்தது. அவற்றிற்கு நாம் செய்யும் கொடுமையை, மிருகங்கள் எவ்வாறு மன்னிக்கின்றனவோ என்பதை என்னால் புரிந்து கொள்ளவே முடியவில்லை.

நான் எவ்வாறு இருக்கிறேன் என்பதைக் காண சாலே ஒருநாள் வந்தான். அவனை ஜெல்லியைக் காண அழைத்துச் சென்றேன். அவன் அவளைப் பார்த்துவிட்டு, அவள் எவ்வாறு அமைதியாகவும் ஆரோக்கியமாகவும் இருக்கிறாள் என்று கூறினான். பின் ஒரு நிமிடம் அமைதியாக நின்று, தன் தாடையைச் சொறிந்துகொண்டே என்னை ஓரக்கண்ணால் நோக்கினான்.

"நான் என்ன நினைக்கிறேன் தெரியுமா பெண்ணே?"

"என்ன நினைக்கிறாய் சாலே?"

அவன் தன் அனுபவம் மிக்க கைகளினால் ஜெல்லியின் வயிற்றைத் தடவிக்கொண்டே, "உன்னிடம் ஒரு கர்ப்பமான ஒட்டகம் இருக்கிறது என்று நினைக்கிறேன்" என்றான்.

"என்ன! கர்ப்பமா?"என்று நான் உரக்கக் கூவினேன். "ஆனால், அது அருமையாயிற்றே! இரு, இரு. அது அருமையில்லை. பயணத்தின் பாதி வழியில் அவள் பிரசவித்தால் என்ன செய்வது?"

சாலே சிரித்தபடியே என் தோளைத் தட்டிக் கொடுத்தான். "என்னை நம்பு. ஒரு ஒட்டகக் கன்று உன் பயணத்தில் வருவது உனக்குக் கவலையளிக்கக் கூடாது. அது பிறந்தவுடன் அதை ஒரு சாக்கில் கட்டி, அதன் தாயின் முதுகில் ஏற்றி விடு. சில நாட்களில் அது மற்றவர்களுடன் நடக்கத் தொடங்கிவிடும். பார்க்கப் போனால் அது உனக்கு நல்லதுதான். ஏனெனில், அதன் கன்றை இரவில் அதன் மேல் கட்டிவிட்டால், தாய் வெகு தூரம் செல்லாது என்று

நம்பியிருக்கலாம். உன் மிகப் பெரிய பிரச்சனை தீர்ந்து விடுகிறது அல்லவா? உனக்காகவாவது அவள் கர்ப்பமாக இருக்கவேண்டும் என்று நான் விரும்புகிறேன். அவள் அலைந்து திரிந்து கொண்டிருந்த அந்தக் கருப்புக் காளைதான் தகப்பன் என்றால், கன்று மிகவும் நல்லதாய் இருக்கும்.

கேட்டைப் பற்றி ஏதாவது ஒரு முடிவுக்கு வரவேண்டும் என்பது எனக்குத் தெரிந்துவிட்டது. அவளின் ரத்தம் விஷமாகப் போய் அவளது தொற்று முழங்கால் வரை சென்றுவிட்டது. பாதி எடையை இழந்துவிட்டாள். அவளின் கூச்சல் இப்பொழுதெல்லாம் வயதான பாவப்பட்ட மெலிதான கிழவியினுடையது போலிருந்தது. ஒரு நாளில் மூன்று அல்லது நான்குமுறை அவளுக்கு சிசுருஷை செய்தேன். முழங்காலின் ஒரு பகுதியிலிருந்து நீரை அடித்து, மற்றொரு பகுதியின் துளையில் இருந்து சிவப்பு வண்ணத்தில் ஒரு வில்லைப் போல் அழுக்கு வெளியாகும். அவளைக் கொல்வதை இரண்டு காரணங்களுக்காக ஒத்திப்போட்டுக்கொண்டே வந்தேன். ஒரு சாதாரண வெட்டு, ஒரு ஒட்டகத்தையே கொல்லக்கூடும் என்பதை என்னால் நம்பவே முடியவில்லை. மேலும் கேட் போய்விட்டால், என் பிரயாணத்தை ஆரம்பிக்க எந்தவொரு நம்பிக்கையும் இருக்காது. நான் ஆரம்பித்த இடத்திற்கே சென்று விடுவேன். காலப்போக்கில் வயதான அவளின் துன்பத்திலிருந்து விடுதலை செய்யவேண்டும் என்று முடிவு செய்தேன். மிகுந்த குற்றவுணர்வில் ஆழ்ந்தேன். மருத்துவர்களின் கடுமையான மருத்துவ முறைகளுக்கும், சேணங்களுக்கும், அல்கூட்டாவில் அவள் இணையின் பிரிவையும் அனுபவிக்கும் வயதையெல்லாம் கடந்துவிட்டாள். வாழ வேண்டுமென்ற மன உறுதியை அவள் இழந்துவிட்டாள். உண்மையில் அவள் வேதனையில் மூழ்கி வாழ வேண்டுமென்ற மனவுறுதியை இழந்துவிட்டாள். அவளைத் திருப்பி அனுப்பி விடுவோமா என்றுகூட நான் அடிக்கடி யோசித்ததுண்டு. ஆனால், இப்போது காலம் கடந்துவிட்டது. எனினும் அதைப் பற்றிச் சிந்தித்து அழப் போவதில்லை என்று நான் உறுதி பூண்டேன். அது நடக்க வேண்டிய ஒரு செயல். என்னுடைய கத்திகளைச் சாணையிட்டு அவளின் அழகான தோலை எடுத்துப் பதமிடும் அளவிற்கு யதார்த்தமாய் இருந்தேன். துப்பாக்கியை நான் உபயோகித்ததே இல்லை. அவளைக் கொல்வதைவிட, அவளுக்கு ஏதாவது தீங்கு ஏற்படுத்திவிடுமோ என்றுதான் மிகவும் பயமாக இருந்தது. வெற்றிகரமாக அதைச் செய்வதற்கு என்னைத் தயார் செய்து கொண்டேன். பாஸோவில் என்னுடன் அதிக நேரம் கழிக்கும், பிரிக்க முடியாத தோழியாய் மாறிக் கொண்டிருக்கும் ஜென்னி, அன்று என்னுடன் இருப்பதாக உறுதி கூறினாள்.

"பரவாயில்லை ஜென். அனைத்தும் கட்டுப்பாட்டில்தான் இருக்கிறது. ஆனால், நீ வருகிறாய் என்றால் நல்லதுதான்."

அவள் வந்தாள். நான் பயத்தினால் வியர்த்து விதிர்விதிர்த்து இருந்தேன். அந்த நாளே ஒரு நீர்த்துவிட்ட நாளைப் போல் பொய்யாகத் தோன்றியது. கேட்டின் அருகே சென்ற போதுதான் ஜென்னியின் கையை எவ்வாறு அழுத்திப் பிடித்திருக்கிறேன் என்பது எனக்குப் புரிந்தது. நீர் போகும் ஒரு வழியில் கேட்டை அமர வைத்து, ஏதாவது தெய்வீகப் பழியினால், தோட்டா என்னை நோக்கிப் பாய்ந்துவிடுமோ என்று எண்ணியபடியே அவள் தலையை நோக்கி துப்பாக்கியால் சுட்டேன். அவள் ஒரு சத்தத்துடன் மண்ணில் விழும் ஓசை என் நினைவில் இருக்கிறது. என் கண்களை நான் மூடிக் கொண்டிருந்திருக்க வேண்டும். அக்கணத்தில் எனக்கு ஏற்பட்ட கண நேர மனத்தளர்ச்சியை நான் எதிர்பார்க்கவே இல்லை. ஜென் உண்மையாகவே என் தோள்களைப் பிடித்து என்னை வீட்டிற்கு அழைத்து வந்து, தேநீர் தயாரித்துக் கொடுத்துவிட்டு வேலைக்குச் சென்றாள். நான் மிகவும் கலங்கிப் போயிருந்தேன். இதுபோல் நான் இதுவரை எதுவும் செய்ததில்லை. ஆளுமை உள்ள எதையும் நான் அழித்ததே கிடையாது. ஒரு கொலைக்காரியைப் போல் உணர்ந்தேன். கேட்டின் தோலை உரிப்பதென்பது, நினைக்கக்கூட முடியாத ஒன்று. திரும்பி அவ்வுடலின் அருகே சென்று, வெறித்துப் பார்த்து, நான் என்ன செய்துவிட்டேன் என்று யோசிக்காமல் இருப்பதை என்னால் செய்ய இயலும். அவ்வளவுதான். கேட்டி இல்லை. பயணம் இல்லை. மீண்டும் விதி. அத்தனை நேரம், அத்தனை பணம், அத்தனை சக்தி, அத்தனை அர்ப்பணிப்பு, அத்தனை அக்கறை அனைத்தும் ஒன்றுமில்லாமல் போய்விட்டது. 18 மாதங்கள் ஒன்றுமில்லாமல் சாக்கடையில் ஓடிவிட்டன.

4

கேட்டை (Kate) சுட்டவுடன் எனக்கு ஏற்பட்ட மன அழுத்தம், குர்ட்டைப் பற்றி அதிகரித்துக்கொண்டே போகும் பயத்தால் பன்மடங்கானது. அவன் கட்டுப்பாட்டிலேயே இல்லை. ஒரு விளிம்பு நிலையில் காணப்பட்டான். அவனுக்கு என்னையோ அல்லது க்ளாடியையோ இல்லை என் மிருகங்களையோ கொன்றுவிடும் ஆற்றல் இருந்தது என நம்பினேன். ஆகையினால், அவனுடன் சேர்ந்து அவனுடைய ஆட்டத்தை ஆட வேண்டியிருந்தது. நான் அவனுக்கு ஓர் அச்சுறுத்தல் இல்லையென்றும் என்னைப்பற்றி வீணாகக் கவலைப்படும் அளவுக்கு நான் தகுதியானவள் இல்லையென்றும் அவனை நம்ப வைக்க வேண்டியிருந்தது. க்ளாடியும் நானும் ஏதோ திட்டம் போடுகிறோம் என்று அவன் நினைத்தான். ஆனால், வெளியே எதுவும் சொல்லவில்லை. அவன் மனது நாங்கள் எந்தவொரு உபாயத்தைக் கண்டுபிடித்தாலும் அதை அழிக்கும் வழியை உருவாக்க ஒரு அரவை இயந்திரத்தைப் போல் இயங்கிக் கொண்டிருந்தது.

இந்தத் தளர்வூட்டும் பயம், என் மேல் குர்ட்டிற்கு இருந்த வெறுப்பின் முழு ஆற்றல், அவன் விரும்பாத வகையில் நான் நடந்தால், அவன் என்னை மோசமாய்த் தாக்கலாம் என்ற புரிதல் இவை அனைத்தும்தான் என் தெளிவற்ற துயரையும், தோல்வியுணர்வையும், திணற வைக்கும் யதார்த்தமாக மாற்றிய வினையூக்கிகள். இவ்வுலகில் குர்ட்கள்தான் எப்போதும் ஜெயிப்பர். அவர்களை எதிர்க்க வழியே கிடையாது. அவர்களிடமிருந்து பாதுகாப்பும் கிடையாது. இந்தப் புரிதலின் முடிவில் வந்தது ஒரு வீழ்ச்சி. நான் செய்து கொண்டிருந்த, நினைத்துக் கொண்டிருந்த அனைத்தும் குர்ட்டின் இருப்பின் எதிரே அர்த்தமற்றவையாய், அற்பமாய்ப் போயின.

அந்தப் பயம் ஒரு பூஞ்சைக் காளானைப் போல் என் மேல் வளர்ந்து, தொடர்ந்து வந்த வாரங்களில் என்னைத் தோற்கடித்தது. நான் கீழே கீழே சென்று, எப்பொழுதோ இருந்த, மறந்தே போய்விட்ட நிலையை அடையத் தொடங்கினேன். ஏதுவும் செய்யத் திறனற்று, ஜன்னல் வழியே பல மணி நேரம் வெறித்தபடி நிற்பேன். ஏதாவது பொருளைக் கையில் எடுத்து அதை வெறித்து நோக்கி, என் கையில் புரட்டிப் புரட்டிப் பார்த்துவிட்டு, அதைக் கீழே எறிந்துவிட்டு, பின் ஜன்னலுக்குத் திரும்பி விடுவேன். அதிக நேரம் உறங்கினேன். அதிகம் உண்டேன். சோர்வு என்னைத் திணற அடித்தது. ஒருநாள் வரும் ஓசைக்கோ, ஒரு பேச்சொலிக்கு, எதற்கோ காத்திருந்தேன். என்னையே அசைத்துக் கொள்ள முயன்றேன். நானே கன்னத்தில் அறைந்து கொண்டேன். ஆனால், நான் மிக எளிதாக நினைத்த சக்தியும் ஆற்றலும் என் பயத்தினூடாக நழுவிப் போய்விட்டன.

ஆனால், விசித்திரம் என்னவென்றால், நண்பர் யாராவது வந்துவிட்டால் இந்தத் துயர நிலையில் இருந்து சட்டென விடுபட்டு விடுவேன். அதைப் பற்றி அவர்களிடம் கூற முயற்சி செய்வேன். ஆனால், அதை விளக்கும் மொழி அந்த உணர்விற்குச் சொந்தமானது. அதனால் அதற்குப் பதில் அதைக் கேலி செய்வேன். எனினும் அவர்கள் புரிந்து கொள்ள வேண்டும் என்று அந்த நம்பிக்கையிழந்த நிலையிலும் விரும்பினேன். என் கூர்மதியும், தெளிவான மனமும் இன்னும் இருப்பதற்காக ஒரே சாட்சி அவர்கள்தாம். மூழ்கிக் கொண்டிருப்பவளைப் போல் அவர்களைப் பற்றிக் கொண்டேன். விடுமுறைக்காக குர்ட் சென்றுவிட்டான். சந்தர்ப்பம் வாகாய் இருக்கும்போதே சென்று விட க்ளாடி தீர்மானித்தாள். அவளுக்காக நான் சந்தோஷப்பட்டேன். முன்பை விட இப்போது நன்றாகத் தோற்றமளித்தாள். ஆனால், அவளின் பிரிவு என்னால் தாங்க முடியாது என்பது எனக்குத் தெரியும். அதே சமயம் அவள் கணவனுடன் தனியே இருக்கப் போவது பயத்தைத் தந்தது. ஓரிரவு குர்ட் இல்லாத சமயங்களில், எப்போதும் தங்குவது போல் அவளுடன் தங்கினேன். கேட்டின் ஆவி பாஸோவிலுள்ள என் அறையை இன்னமும் ஆக்கிரமித்துக் கொண்டிருந்தது. நாங்கள் இருவரும் படுக்கைக்குச் சென்று விட்டோம். ஆனால், எனக்கு உறக்கமே வரவில்லை. நான் மீண்டும் தோல்வி மனநிலையால் ஆக்கிரமிக்கப்பட்டிருந்தேன். பயணம் பற்றி மட்டுமல்ல, என் தனி வாழ்க்கையின் தோல்வி பற்றி வெறித்தனமான திணித்தலையும் ஆதிக்கத்தையும் வெல்ல வாய்ப்பே இல்லாததையும், அதைப்பற்றி நினைத்து நினைத்துக் கவலைப்பட்டு ஏதாவது ஒரு முடிவு காண முயன்றேன். ஆனால், இந்த மனநிலையில் அதற்கு வழியே இல்லாமல்

போனது. பின் நான் யோசித்தேன். ஆம், இதிலிருந்து மீள சரியான வழியொன்று உள்ளது - தற்கொலை. இது சாதாரணமாய் நாம் ஏன் பிறந்து, கஷ்டப்பட்டு, சாகவேண்டும் என மாரடிக்கும் நோயின் குறியல்ல. இது புதிதானது. இது விவேகமானது. உணர்ச்சிகள் அற்றது. இப்படித்தான் மக்கள் சாதாரணமாய் இந்நிலைக்கு வருவார்கள் போலும். உணர்வுகளற்று, அது உண்மையில் மிக எளிதாய் இருந்தது. புதர்களை நோக்கி நடந்து, எங்காவது அமர்ந்துகொண்டு அமைதியாக ஒரு தோட்டாவை தலைக்குள் செலுத்தி விடலாம். எந்த ஆர்ப்பாட்டமும் இல்லை. எந்த அலமலப்பும் இல்லை. அருமையான அசிங்கமில்லாத எளிதான வெளியேற்றம். ஏனென்றால், பாதி வாழ்க்கையைவிட, எந்த வாழ்க்கையும் சிறந்தது கிடையாது. அதற்காக நான் திட்டங்கள் தீட்ட ஆரம்பித்தேன். சரியான இடம், சரியான நேரம் என்று அப்போது திடீரென்று க்ளாடி படுக்கையில் எனக்கெதிரே எழுந்து உட்கார்ந்து கொண்டு, "ராப் என்னவாயிற்று? எல்லாம் சரியாக இருக்கிறதா? ஒரு கோப்பை காப்பி அருந்துகிறாயா?" என்றாள். அது மனநிலை உணராது இருக்கும் ஒருவர் மேல் ஒரு வாளி குளிர்ந்த நீரைக் கொட்டுவது போல் என் சிந்தனையின் கோரத்தை, அதன் பரந்த வீச்சை என்னை உணரச் செய்தது. நான் இதுவரை இந்த எல்லை வரை வந்தது இல்லை. இனியும் வரமாட்டேன் என்று நினைக்கிறேன். என் நடுங்கிய வழியில் எதையோ அன்றிரவு கண்டுபிடித்தேன்.

சில நாட்களில் அவள் சென்றுவிட்டாள். சில வாரங்களுக்கு அவள் முன் பட்டியிலிருந்து காப்பாற்றிய ப்ளூ என்ற வயதான கால்நடைகளுக்கு பயிற்சி பெற்ற நாய் என் உடைமையானது. இருவரும் அவள் விடைபெறும் முன் அணைத்துக்கொண்டபோது, அவள், "உனக்குத் தெரியுமா? உன்னை முதன்முதலில் பார்த்தபோது, என் வாழ்க்கையில் முக்கியமான பங்கு வகிப்பாய் என்றெண்ணினேன். விசித்திரமாய் உள்ளது. இல்லையா?" என்றாள்.

சில நாட்களில் குர்ட் திரும்பி வந்தான். அவனின் பழிவாங்கும் உணர்விற்கு இணையே இல்லாமல் போனது. என்னை அவன் படுத்திய பாட்டில் நான் பயந்து என் தலையணையின் அடியே ஒரு சிறு கோடாரியை வைத்துக்கொண்டே உறங்கினேன். அவன் இடத்தை விற்க முயற்சி செய்து கொண்டிருந்தான் அல்லது அப்படித்தான் தோன்றியது. என் மைத்துனர் இதைப்பற்றிக் கேள்விப்பட்டு, நான் அதிசயித்துப் போகும் முறையில் அவ்விடத்தை எனக்காக வாங்கிக் கொள்வதாகக் கூறினார். என் பிரச்சனைகளுக்கெல்லாம் ஒரு விடிவாக எனக்கு முதலில் தோன்றினாலும் அது ஒரு பைத்தியக்காரத் திட்டம் என்பது எனக்குத் தெரியும்தான். அதை மீண்டும் விற்க எங்களுக்கு

நிச்சயம் முடியாது. பல வருடங்களுக்கு அதனோடு மன்றாடிக் கொண்டிருப்போம். இருப்பினும் க்ளாடி ஒரு நல்ல வக்கீலைக் கண்டுபிடிக்கத் தன்னைத் தயார் செய்து கொள்ளும்வரை, குர்ட்டை கைப்பிடிக்குள்ளே வைத்துக் கொள்ள இயலுமென்றால் அது நல்ல விஷயம்தானே. அதனால், ஒரு எலியும் பூனையுமான ஒரு விளையாட்டு என்னைக் கொடுமைப்படுத்துபவனுடன் தொடர்ந்தது. எனக்கு வாங்குவதற்கான முனைப்பு நிச்சயம் உண்டென்று அவனை நம்ப வைப்பதற்கு நான் அங்கு அதிக நேரம் செலவு செய்ய வேண்டி வந்தது. கை மாறுதலுக்காக தயாராவது போல். இப்போது எந்தக் கட்டுப்பாடும் இல்லை. ஒருநாள் காலை ஆறு மணியளவில், பாஸோவில் உள்ள எனது அறைக்கு குர்ட் வந்து, என் படுக்கையின் மேல் இருந்த துணியையெல்லாம் கிழித்து எறிந்து, என்னை வெளியே இழுத்து வந்து, பண்ணையின் உரிமையாளர் இவ்வாறு உறங்கினால், அனைத்தும் மதிப்பில்லாமல் போய்விடும் என்று கூச்சலிட்டது எனக்கு ஞாபகத்தில் இருக்கிறது. அவ்வாரங்களில், கொலைக்காரப் பார்வை அவன் கண்களைவிட்டு அகலவே இல்லை. நாங்கள் ஒரு மௌனப் போரில் ஈடுபட்டிருந்தோம். இருவரும் தத்தமது விளையாட்டினை ஆடியபடியே, இருவரும் எப்படியாவது வென்று விட வேண்டும் என்ற வெறியுடன். இளைய காளையான பப்பி (Bubby)-ஐ மூக்கணாங்கயிறோ, சேணமோ அற்று பயிற்சியளிக்குமாறு என்னைக் கட்டாயப்படுத்தினான். முந்தைய நாட்களில் நிச்சயம் இப்படியெல்லாம் செய்ய மாட்டான். இதனால் ஒருநாளில் நான் மூன்று முறை தூக்கி எறியப்பட்டேன். என் உணர்வுகள் பொடிப்பொடியாயின. இந்தச்செயலின் அழுத்தமும், மிகவும் ஆபத்தான விளையாட்டை ஆடிக் கொண்டிருப்பதின் அழுத்தமும், என் உடல்நிலையில் பிரதிபலிக்கத் தொடங்கின.

ஒருநாள் காலை எழுந்தபோது, அவன் பண்ணையைப் பாதி விலைக்கு யாருக்கோ விற்றுவிட்டு, ஒரு தூசியைப் போல, ஒரு ஆவியைப் போல, இரவோடிரவாக மறைந்துவிட்டான். பண்ணையோடு நானும் சேர்த்தி என்றும், ஒட்டங்களைப் பற்றி அனைத்தையையும் அவர்களுக்கு நான் கற்றுத் தருவேன் என்றும் கூறியிருக்கிறான். அவர்களுக்குச் சுத்தமாக எதுவும் தெரியாது. அவர்களைக் காணச் சென்றேன். "இதோ பாருங்கள், இடத்தோடு நானும் சேர்த்தி இல்லை, ஆனால், எனக்கு இரண்டு ஒட்டகங்கள் கொடுத்தால், எனக்குத் தெரிந்தவற்றையெல்லாம் சொல்லித் தருகிறேன்" என்றேன்.

பாவம் அவர்கள் குழப்பத்திலிருந்தனர். யார் யாரை ஏமாற்றுகின்றனர், யாரை நம்புவது என்று அவர்களுக்குப் புரியவில்லை. காழ்ப்புடன் ஒப்புக் கொண்டாலும், ஒப்பந்தத்தில் கையொப்பமிடுவதைத்

தள்ளிப் போட்டுக்கொண்டேவந்தனர். எனக்கு எந்த ஒட்டகங்கள் வேண்டுமென்று தெளிவாகத் தெரியும். பிட்டி (Biddy) மற்றும் மிஷ் மிஷ் இரண்டும்தான் அவை. அவை பெட்டைகள், காளைகள், குளிர்காலத்தில் அவர்களின் பருவகாலத்தில், மிகவும் தொந்திரவாகவும் ஆபத்தாகவும் இருக்கும். மீண்டும் பண்ணையோடு நெருக்கமானேன். மேலும், ஒத்துழைக்காத மக்களிடம் நைச்சியமாகப் பேசி ஒட்டகங்களைப் பெற்றுக் கொள்ளும் நிகழ்விற்கு முடிவே வராதோ என்று எண்ணத் தொடங்கினேன். பைத்தியக்காரத்தனமாய் ஒட்டகங்களைச் சமாளிக்கும் வழிமுறைகளை, போதுமான அளவிற்கு, என் உதவி தேவைப்படாத அளவிற்கு அவர்களுக்குக் கற்றுக் கொடுத்ததால், ஆச்சரியமே இல்லாமல் அவர்கள் ஒப்பந்தத்தில் இருந்து பின் வாங்கினர்; நான் செய்த வேலைக்கான கூலியைக் கொடுத்து, என்னை வெளியேற்றினர். 'சரி' என்று நினைத்தேன். ஏதாவது தவறாக நடக்கட்டும், பின் யார் யாரைப் பார்த்துத் தவழ்ந்து வந்து கெஞ்சப் போகிறார்கள் என்று பார்க்கலாம் என்று நினைத்தேன். என் அதிர்ஷ்டம், அப்படி நிகழ்ந்த போது அது அவர்கள் செய்த அனைத்து இழி செயல்களுக்கும் ஒரு பதிலாய், விதி மேலோங்கி சுழற்றிச் சென்றது. அன்பான டூக்கி, அங்கிருந்த மிருகங்களிலேயே மென்மையானவன். திடீரென மாறி, புதிய எஜமானனைக் கூறவியலாத அளவு பயமுறுத்தி விட்டான்.

என் நல்ல நேரம் நான் அங்கிருந்தேன். என் ஒருநாளின் பெரும்பகுதி பண்ணையில்தான். ஒப்பந்தத்தைப் பற்றியும், பணத்தைப் பற்றியும் வாதாடியபடியும், அம்மனிதன் தவறுகள் செய்யும்போது திருப்தியாக பார்த்துக்கொண்டு இருப்பேன். என் மனம் கடினப்பட்டுவிட்டது. "ஹா ஹா" என்று எனக்குள்ளேயே சிரித்துக் கொள்வேன். "கையெழுத்திடு அல்லது கஷ்டப்படு."

முதல் முறை ஒட்டகங்களின் கால்களைப் பிணைக்கும்போது, ஒட்டகங்களுக்காகவாவது அதை அவனுக்குக் கற்றுத் தர வேண்டும் என்று நினைத்தேன். பிணைக்கும் தோல் பட்டைகளைத் தளர்வாய் விட்டுவிட்டால் அவை குளம்பின் வழியே கீழே விழுந்து மிருகத்தின் கால்களைப் பாதித்துவிடும். முதலில் என் அன்பான அமைதியான டூக்கியை அழைத்து வந்தேன்.

"இதோ இங்கொரு துளை தெரிகிறதா? இது தளர்வாய் இல்லாமல் பார்த்துக் கொள். இல்லாவிட்டால் அது சரிந்து கீழே வந்துவிடும் புரிகிறதா?"

"ம்ம் புரிகிறது" என்றான்.

நான் காளையை விடுவித்து மற்றவற்றை அழைத்துவரச் சென்றேன். என் பின்னால் விசித்திரமான ஓர் உறுமல் கேட்டது. திரும்பிப் பார்த்த நான் வழியிலேயே உறைந்து போய் நின்றேன். அம்மனிதனின் முகத்தையும் ஒரு கணம் பார்க்க முடிந்தது. அவன் முகத்திலிருந்த இரத்தம் எல்லாம் அவன் காலணிக்குள் வந்திருக்க வேண்டும். டூக்கி, அவனின் இரு கண்களும் சுழலும் கோலிகள் போல அவன் முகத்தில் சுற்றிக் கொண்டிருக்க, நிச்சயமாக குர்ட்டைப் போலவே நோக்கிக் கொண்டு, என் திசை பார்த்து வந்து கொண்டிருந்தான். குழப்பமாய் ஒலி எழுப்பிக் கொண்டிருந்தான். அவன் வாயிலிருந்து வெள்ளை நிற நுரை பொங்கி வெளியேறிக் கொண்டிருந்தது. ஏதோ அவன் பருவ எழுச்சியில் இருந்தான். டூக்கி முற்றிலும் தன்னிலை இழந்துவிட்டான். அவனுக்கும் அவன் தோழிக்குமிடையே நான் குறுக்கிட்டு விட்டேன். அவனின் இளம் பருவத்தில் முதன் முறையாக பருவச்சூட்டின் அடக்க முடியாத உந்துதல்களுக்கு ஆட்கொண்டிருந்தான். தன் கழுத்தையும் தலையையும் சாட்டையைப் போல ஆட்ட ஆரம்பித்தால், தன் கால்கள் பிணைக்கப்பட்ட நிலையிலேயே என்னை நோக்கிப் பாய்ந்து வர முயன்று கொண்டிருந்தான். என்னைக் கீழே தட்டிவிட்டு என் மேல் அமர்ந்து என் உயிரை நசுக்கி இரத்தத்தையெல்லாம் வெளியே எடுக்க முயற்சிசெய்யப் போகிறான்.

பின்னால் நகர்ந்தபடியே டூக்கி என்றேன். "ஹே டூக் நான்தான்" மூச்சுத் திணறியபடியே மெதுவாய் வாயிலை நோக்கி நகர்ந்தேன். ஐந்தடித் தொலைவில் உள்ள அதை பசலைக்கீரைக்குப் பறக்கும் பாப்பாயி(popoyee) (ஒரு கதாபாத்திரம்) போல சென்றடைந்தேன். வேலியின் மறுபுறத்தில் உறைந்து போய் பாறைகளால் ஆன சுவற்றில் பம்மிக்கொண்டிருக்கும் மற்றொரு மனிதன் அதற்குப்பொருட்டாகவே இல்லை. நான் தான் டூக்கிக்கு வேண்டிய ஆள்.

என் தலையைக் கடித்து எடுக்க டூக்கி முயன்றபோது, "வெளியே போ" என்று கூச்சலிட்டேன். "போய் அந்தச்சாட்டையை எடுத்து வா. பிணைப்புச் சங்கிலியைக் கொண்டு வா! அந்தத் தூண்டுகோலைக் கொண்டு வா!" என்று பைத்தியம் பிடித்தவள் போல் கத்தினேன். டூக்கி என்னை வாயில் கதவின் பக்கத்தில் தன் கழுத்தால் அழுத்தி ஓரங்கட்டி ஒரு சுவரொட்டியைப் போலாக்க முயற்சி செய்து கொண்டிருந்தான். வேலியின் மீது சாய்ந்து அதை உடைக்கப் பார்த்து, என்னை அடைய முயன்றான். என்னால் இதை நம்பவே முடியவில்லை. இது நான் அலறிக்கொண்டே விழிக்கப் போகும் துர்சொப்பனம்தான். என் டூக்கி, ஜெக்கில் மற்றும் ஹைட்டைப் (Jekyll and Hyde) போன்றவன், ஒரு கொலைக்காரன் மற்றும் பைத்தியக்காரக் காளை. அம்மனிதன் செயலில்

இறங்கினான். சித்திரவதைசெய்யும் அத்தனை உபகரணங்களையும் கொண்டுவந்தான். அந்தத் தூண்டுகோல் அதிகளவில் மின்சார அதிர்வை உண்டாக்கும். அதை டூக்கியின் கடிக்கும் உதடுகளின் மேல் வைத்து அழுத்தினேன். அதே சமயம் அவனின் பின் தலையில் பிணைப்புச் சங்கிலியால் எனக்குப் பலமுள்ள வரை அடித்தேன். இத்தனை சத்தங்களுக்கு நடுவே என் குரல் பயத்தோடு ஒலிப்பதுகூட எனக்குக் கேட்கவில்லை. டூக்கிக்கு எதுவுமே உறைக்கவில்லை. பற்களுடன் கூடிய காற்றாலை போலிருந்தான். வாயிலிருந்து ஒரு கணம் வெளியே வந்தேன். என் மனம் தெளிவானது. சில கயிறுகள், ஒரு மரச்சட்டம் மற்றும் 15 பவுண்ட் எடையுள்ள ஒரு இரும்புக்கம்பி இவற்றை எடுக்க ஓடினேன். வேலியின் அடுத்த பக்கத்தில் 5 அடி தொலைவில் ஒரு யூகலிப்டஸ் மரம் இருந்தது. அதற்கு நேர்க்கோட்டில் இருக்குமாறு இந்தப் பக்கத்தில் நடந்து சென்றேன். அடித்தவாறும், ஓசையெழுப்பியவாறும், மூக்கால் சுத்தமாக மூச்சுவிட்டபடியும், டூக்கி என்னைப் பின் தொடர்ந்தது. அவன் முன்னங்காலுக்குக் கீழ் குனிந்து அவனின் பிணைப்புகளுக்கிடையே கயிற்றை வீசினேன். வேலியை அப்புறப்படுத்தி வேகமாக, ஆம் மிக மிக வேகமாகக் கயிறை மரத்தைச் சுற்றி என் பலம் அனைத்தையும் திரட்டி இழுத்தேன். இப்போது அவன் கால்களை மரத்தில் கட்டி விட்டேன். அது தாங்கவேண்டும் என்று நம்பினேன். பின் அவன் கழுத்தைப் பலகையால் அது உடையும் வரை அடித்தேன். பின் இரும்புக் கம்பியால் அடித்தேன். பாதி மயக்கத்தில் கீழே விழுவான். பின் மீண்டுமெழுந்து தாக்குவான். உயிருக்காகப் போராடும் நேரம், அட்ரீனலின் சுரக்கும் அந்த நேரத்தில் கிடைக்கும் மனித ஆற்றலுக்கு மேற்பட்ட ஒரு சக்தி என்னிடம் இருந்தது. திடீரென்று டூக்கி "தட்"டென்று கீழே விழுந்து, தலையை சிலமுறை ஆட்டிவிட்டு, பற்களைக் கடித்துக்கொண்டே தரையில் அமர்ந்தான்.

இரும்புக் கம்பியைப் பாதியில் நிறுத்தியபடி நான் ஒரு கணம் காத்திருந்தேன். "டூக்கி சரியாக இருக்கிறாயா?" என்று முணுமுணுத்தேன். அவன் தலையை நோக்கிச் சென்றேன். எந்த எதிர்வினையும் இல்லை. "டூக்கி, இந்த மூக்கணாங்கயிற்றைப் போடப் போகிறேன். மீண்டும் பைத்தியம் போல் நடந்து கொண்டால் கொன்று விடுவேன்" என்றேன். தன் நீண்ட நளினமான இமைகளின் ஊடாக என்னை நோக்கியது. அவன் வாயில் வெண்ணெய் கூட உருகாது என்றொரு பாவனை. மூக்கணாங்கயிறை மாட்டிவிட்டு, அவனை எழுந்து நிற்கச் சொல்லி, குனியச் சொல்லி, கயிற்றை அவிழ்த்தேன். இணைப்புச் சங்கிலிகளைக் கழற்றினேன். பின் அவனைத் தோட்டத்திற்கு நடத்திச் சென்றேன். ஒரு ஆட்டுக்குட்டியைப் போல், சிறிது நொண்டியபடியே அவன் சென்றான்.

அங்கிருந்த மனிதனிடம் திரும்பிச் சென்றேன். "நல்லது! ஹா ஹா காளைகள் என்றால் இப்படித்தான்" என்றேன். கன்னங்களில் சிறிது வண்ணத்தைக் கொண்டு வர முயற்சி செய்துகொண்டே. வியர்வையில் நனைந்து, சூறாவளியில் நடுங்கும் இலையைப் போல் நடுங்கிக் கொண்டிருந்தேன். அவன் திறந்த வாயை இன்னும் மூடவில்லை. இருவரும் சேர்ந்து வீட்டினுள் சென்றோம். ஒரு நல்ல கோப்பை பிராந்தி அருந்தினோம்.

"எல்லா... எல்லாக் காளைகளும் அடிக்கடி இவ்வாறு நடந்து கொள்ளுமா?" என்று கேட்டான்.

"ஆம்" என்றேன். சுரங்கப்பாதையின் இறுதியில் இப்போது கொஞ்சம் வெளிச்சம் தெரிவதை உணர்ந்துகொண்டு, "ஆம்!காளை எப்போதும் இப்படித்தான் தாக்கும்" என்றேன். அவன் இப்போது என் கையில். என்ன நடக்கப் போகிறது என்று எனக்குத் தெரிந்துவிட்டது. மகிழ்ச்சியினால் திக்குமுக்காடினேன். என் முகத்தில் ஒரு சகோதரிக்குரிய அக்கறையை அப்பிக் கொள்ள முயன்றேன். "உன் குழந்தைகளை அவனிடமிருந்து தொலைவில் வைத்துக் கொள்ள வேண்டும். அது மட்டும் நிச்சயம்" என்றேன்.

ஒன்பது மணி அளவில் நதியின் வழியே வீட்டை நோக்கி, கத்திக் கொண்டும், குதித்துக்கொண்டும் அடக்க முடியாது சிரித்துக்கொண்டும் ஓடினேன். இரண்டு காளைகளையும் அவன் 700 டாலருக்கு எனக்கு விற்றுவிட்டான். என்னிடம் அந்தத் தொகை இல்லைதான். ஆனால் கடன் வாங்கிக் கொள்ளலாம். அவை நான் தேர்ந்தெடுத்தவை இல்லைதான். ஆனால், தானம் பெற்ற ஒட்டகத்தின் பல்லைப் பார்க்கும் நிலையில் நான் இல்லை. டூக்கி அரசர்களின் அரசனும், திருத்த முடியாத சின்னக் கோமாளி பப் (Bub)-பும் என்னுடையவர்கள். என்னிடம் என் மூன்று ஒட்டகங்கள் இருந்தன!

⋆

இந்த அதிசயமான, எதிர்பார்த்ததற்கு மாறான நிகழ்ச்சிகள் வேறொருவழியில் எனக்குப் புதிய தொந்திரவை ஏற்படுத்தின. டூக்கியை எத்தனைதான் புதரில் மேய விட்டாலும், அவன் எப்படியாவது பண்ணைக்குத் திரும்பி அனைவரையும் பயமுறுத்தினான். கால்கள் பிணைக்கப்படும்போதோ, கயிறு கட்டியிருக்கும்போதோ அவனால் எந்தத் தொந்தரவும் இல்லை. சட்டப்படி பண்ணையிலுள்ளவர்களால் ஒன்றும் செய்ய முடியாதுதான். ஆனால், அவர்கள் கஷ்டப்படுகிறார்கள் என்பது எனக்குப் புரிந்தது. அவர்களுக்காகப் பரிதாபப்பட்டேன்.

அவனைப் பகலில் கட்டியே வைத்திருந்தேன். இரவில் ஜெல்லி மற்றும் பப்-புடன் மலைகளுக்கு செல்ல அனுமதிப்பேன். அவன் கால்கள் கருணையின்றிக் கட்டப்பட்டிருக்கும். காலையில் அவனின் முந்தைய எஜமானர்கள்வரும் முன் பிடித்து கட்ட முயற்சி செய்வேன். ஆனால், அவர்கள் நியாயத்திற்குக் காது கொடுக்கவே இல்லை! இருமுறை அம்மனிதன் காரை டூக்கியின் பின்பாகத்தில் மோதுவதை கண்டேன். அவ்வாறு செய்து அம்மிருகத்தை முன்பிருந்ததைவிட அதன் எதிர்ப்புக் குணத்தை அதிகரித்தான். அதன் இணைக்கப்பட்ட கால்களை சரி செய்ய முடியாதபடிக்கு ஊறு விளைவிக்கப் பார்த்தான். ஒருநாள் அவன் கோபத்தில் என் மேல் எரிந்து விழுந்தான்.

“நீ விடுமுறையில் எதுவும் செய்யாமல் பொழுதைப் போக்கிக்கொண்டிருக்கிறாய்! நானோ இம்மிருகங்களை வைத்துச் சம்பாதித்துத் தொலைக்கவேண்டும்.” இப்போது சொல்கிறேன் கேள்! இந்தக் காளை என் இடத்திற்கு அருகில் எங்கேயாவது வந்தால், அதைக் கொன்றுவிடுவேன்” என்றான்.

ஆபத்து அப்போது எனக்கு விளங்கியது. என்ன இருந்தாலும் நான்தான் அவனுக்கு அனைத்தையும் சொல்லிக் கொடுத்தவள். அவன் மட்டும் சிறிது நாகரீகமாக இருந்திருந்தால் அவனுக்கு மேலும் கற்பிக்க விருப்பமுள்ளவளாகவே இருந்தேன். எங்கள் ஒப்பந்தத்தை அவன் அதிகம் மீறவில்லை. “என் டூக்கிக்கு ஏதாவது ஒன்று நடந்துவிட்டால், நண்பனே, ஒருநாள் நீ கண் விழிக்கும் போது உன் அனைத்து ஒட்டகங்களும் காணாமல் போயிருக்கும். புதர்களை நோக்கி விடுமுறைக்குச் சென்றிருக்கும்” என்றேன். எதிர் மிரட்டல் விடுவது எனக்கு மிகவும் எளிதாக கை வந்துவிட்டது எனினும் ரகசியமாகவும், குற்றவுணர்வோடும் அவன் கூறுவது சரிதான் என்று நம்பினேன்.

இந்தப் பண்ணைகளுக்கிடையே சண்டை புரியும் மனோபாவம் பல மாதங்களில் - இப்போது வருடங்களில் - உருவானது. அது பெரும்பான்மையான உலகைப் பற்றிய என் உளப் போக்கை ஆளுமை செய்யும்வரை வளர்ந்துவிட்டது. நான் ஒரு போர்க் கோடாரி - எல்லைகளால் உருவாக்கப்பட்டவள். அதற்கு பல சரியான காரணங்கள் உண்டு.

ஃபுல்லர்டன் ஒருநாள் சிறிது நேரம் என்னைச் சந்திக்க வந்து, நான் ஒட்டக வியாபாரத்தை ஆரம்பிக்கலாம் என்று நினைத்திருந்தால், இந்த ஊர் இரண்டு வியாபாரத்தைத் தாங்கக்கூடிய அளவிற்குப் பெரிதானது இல்லை என்று தன் அபிப்ராயத்தைக் கூறினான்.

ஒருமுறை ஊரில் இருந்து சிலர், பழங்குடி மக்கள் வாரியம், தன் கறுப்புக் கைகளை நிலத்தின் மேல் வைத்துவிடுவதற்கு முன், அதைத் தாங்கள் வாங்கிவிட இயலுமா என்ற ஆவலுடன் காண வந்தனர். ஒரு சௌக்கியமா? என்ற கேள்வியோ, நீங்கள் சென்ற பிறகு… என்ற மரியாதையான சொல்லோ கூறாமல், அவர்கள் நான் அங்கு இல்லை என்பது போலவே என் படுக்கை அறையைத் தாண்டிக் கடந்தனர். நான் அதிக கோபமடைந்து, என் வீட்டைவிட்டு வெளியேறச் சொன்னேன். அடுத்த முறை உள்ளே நுழைவதற்கு முன் அல்லது புகைப்படங்கள் எடுப்பதற்கு முன், என் அனுமதியைக் கோரும் நாகரீகத்தைக் கடைபிடிக்கும்படி கூறினேன். அவர்கள் கொந்தளித்து, பதிலுக்கு சுகாதாரத் துறையின் மூலம் என்னை வெளியேற்றி விடுவோம் என்று கூச்சலிட்டனர்.

சில நேரங்களில் காவல்துறையைச் சேர்ந்தவர்களின் வருகையைச் சந்திக்க வேண்டியிருந்தது. “என்ன செய்கிறாய் என்று காண வந்தோம்” என்று கூறியபடியே கூரையில்லா அறைகளில் எதையோ தேடுவார்கள். என்ன என்பது கடவுளுக்கே வெளிச்சம். மொல்டோவ் வெடிமருந்தா? ஹெராயினா? எனக்குத் தெரியாது. இருவர் நான் பயணம் மேற்கொள்ளப் போவதைத் தடுக்கப் போவதாகப் பயமுறுத்தினர். “உன்னால் நிச்சயம் முடியாது தெரியுமா! ஆண்கள்கூட இங்கு இறந்து போயிருக்கின்றனர். நீ எப்படி உன்னைக் காப்பாற்ற, இங்குள்ள மக்களையும் எங்களையும் நம்பி இருக்கலாம்.”

இந்தச் சமயத்தில், ஜூலி என்றொரு தோழி என்னுடன் குடியிருந்தாள். ஜன்னல்களைச் சுத்தம் செய்யும் வேலையை நாங்கள் ஊருக்குள் மேற்கொண்டிருந்தோம். எங்கள் சைக்கிளில், துடைப்பங்களையும், ஈரத் துணிகளும், சுத்தம் செய்யும் திரவங்களையும் எடுத்துச் செல்வோம். ஜென்னியும் விரைவில் வெளியேவருவதாக இருந்தாள். குர்ட் சென்றுவிட்டதால் என் தோழிகளின் பாதுகாப்பைப் பற்றிக் கவலைப்படத் தேவையில்லாமல் இருந்தது. மேலும் தனியே இருப்பதென்பது சில சமயங்களில் மிகவும் அலுப்பூட்டக் கூடியது என்பதை உணர்ந்த நான், எனக்கு மக்களின் அருகாமை மிகவும் தேவை என்று புரிந்து கொண்டேன். என் வாழ்க்கை மாற்றமடைந்தது. நான் மென்மையானவளாகவும், வேறு பாதையில் செல்பவளாகவும் நண்பர்களால் ஆக்கி வைக்கப்பட்டேன். என் பயணத்தை ஏறக்குறைய மறந்தே போய்விட்டேன். பாஸோவில் முன்பு கஞ்சத்தனமான காட்டுமிராண்டி வாழ்க்கையை நடத்தி வந்தேன். நான் வெறுத்த பழுப்பரிசிச் சோறும், என் பரிதாபமான தோட்டத்தில் விளைந்த காய்களையும் உண்பேன். வேலைக்குப் பின், சமையற்காரர்களால்

தரப்பட்ட குளிர்ந்த மாமிசத்தைக் கொண்டு வரும்போது, டிக்கிட்டி, பூளூ மற்றும் நானும் அதன் மேல் ஓநாயைப் போல் பாய்ந்து, நல்லதொரு துண்டுக்கு சண்டை போட்டபடியே ஒன்றாக உண்போம். ஆனால், நண்பர்களின் இருப்பு சிறிது நாகரீகமாக, இலகுவாக, ரம்மியமாக இருக்க காரணமாயிற்று. ஜென் அருமையான தோட்டக்காரன். டோலி எதையும் சரி செய்யும் ஆற்றல் கொண்டவன். ஜூலி அற்புதமாக சமையல் செய்பவள். நாங்கள் ஏறக்குறைய சொகுசாக வாழ்ந்தோம். என்னைப் போலவே அவர்களும் பாஸோவை மிகவும் விரும்பினர். அதற்குக் கூடுதலாக ஒரு பரிணாமத்தைக் கொடுத்து அதை ஏறக்குறைய ஓர் இல்லமாக்கினர். ஆரம்பத்தில் இதை ஒப்புக் கொள்ள எனக்குச் சிறிது கடினமாய் இருந்தது. ராணியாக இருந்து பழக்கப்பட்டுவிட்டால், குடியரசில் இருப்பது கடினம்.

மாற்றங்களை எதிர்ப்பது எத்தனை ஆழமாக என்னுள் பதிந்துவிட்டது என்பது ஒரு மதியம் நாங்கள் தேநீர் அருந்திக்கொண்டு அமர்ந்திருந்த போது எனக்கு உறைத்தது. பயணித்துக் கொண்டிருக்கும் சில ஹிப்பிகள் வந்தனர். தெற்குப் பகுதியில் இருக்கும் இந்த இடத்தைப் பற்றிக் கேள்விப்பட்டு, சில நாட்கள் தங்கிப் போவதற்காக வந்திருந்தனர். அவர்கள் தங்க முடியாது என்று கூறினேன். "ஒருவருக்குச் சொந்தமான வீட்டிற்குள் நுழைந்து அங்கு விடுமுறையைக் கழிக்கப் போகிறேன் என்று சொல்ல அவர்களுக்கு எத்தனை தைரியம் வேண்டும்? அலுப்பூட்டும், உணர்ச்சியில்லா, பாட்டு ஒலிக்கவைக்கும் ஜொனாதன் லிவிங்ஸ்டனின் ஸீகல் நூலை வாசிக்கும் காளைகள், ஜீசஸ்" என்றேன்.

ஜென்னியும் டோலியும் புருவங்களைத் தூக்கிக்கொண்டு என்னை ஓரக்கண்ணால் நோக்கினார்கள். ஏதும் கூறவில்லை. ஆனால் பார்வைகள் வார்த்தைகளைவிட உரக்கப் பேசும்தானே! "கொஞ்சம் கூட சகிப்புத்தன்மையற்ற, உள்ளொன்று நினைத்துப் புறமொன்று பேசும் பழைய கொதிகலனே, உனக்கு எது பிடிக்காதோ அதுவாகவே மாறிவிட்டாயே!" என்று அவர்கள் நினைப்பது புரிந்தது.

ஆகவே, அதைப் பற்றிச் சிந்தித்துப் பார்த்தேன். வெளியில் வெட்டவெளிச்சமாய்த் தெரியும், உதாரணத்திற்கு ஆலிஸ் ஸ்பிரிங்கில் மட்டுமாவது நெருப்பிற்கு நெருப்பெனச் சண்டை போடும் என் குணத்தை விட்டுவிட்டு, என்னுள் இருக்கும் இந்தக் காழ்ப்புணர்வின் காரணம் என்னவாய் இருக்கும் எனக் கண்டுபிடிக்க முயன்றேன். என்னைச் சுற்றி மனிதர்கள் இருந்தனர். ஏனோ என் இருப்பு அவர்களுக்குச் சவாலாக இருக்கிறது. அவர்களுடைய விதிமுறைகளுக்கு என்னால் ஒத்துப் போக முடியாதிருந்தால், என் வாலை என் கால்களிடை இருத்தி,

கிழக்கு கடற்கரைச் சாலையில் எங்கோ நான் இருந்திருக்க வேண்டும். ஆனால், இது அதற்கெல்லாம் மேல். ஆஸ்திரேலியாவில் குடியேறிய மக்களுக்கு, அவர்களின் முற்றிலுமான தனிமையும், அத்துடன் கூடிய நிலத்துடனான போராட்டங்களும் மிகவும் பெரிதானவை. அதனின் பலன்களை அடையும்போது, அவர்கள் தாங்கள் முதுகு உடைய பெற்ற அறிவையும், சொத்துகளையும் சுற்றி ஓர் உளவியல் கோட்டையைக் கட்ட வேண்டும் என்று எண்ணுகின்றனர். அந்த மூர்க்கமான தனித்துவம், நான் இப்போது கொண்டுள்ள அந்த விரைப்பான உணர்விற்கும், இதே அனுபவங்களைப் பகிர்ந்திருக்காத மனிதர்களுடன் தொடர்பு கொள்ள முடியாத மனோநிலைக்குச் சமமானது. ஆலிஸ் ஸ்பிரிங்கின் ஒரு பக்கம் எனக்குப் புரிந்தது. அந்தக் கணத்தில் அதை நினைக்கையில் என் மனம் நெகிழ்ந்தது.

க்ளாடி புறப்பட்டுச் சென்ற சில வாரங்களில் ‘புளூ’ என் இதயத்தில் மட்டுமின்றி, டிக்கிட்டியின் இதயத்திலும் நயமாகப் புகுந்துவிட்டான். அவன் வயதான, கவர்ச்சியான கிழநாய். நாய்களின் நாய். அவனுடைய வேலைகள் என்பது உண்பதும் உறங்குவதுமே. சில பெட்டை நாய்களைத் துரத்திய பின்பும், அல்லது முகாமிலுள்ள ஆண் நாய்களுடன் சண்டையிட்ட பின்பும் அது தொடர்ந்தது. ஆரம்பத்தில் அவனை வெளியிலேயே இருக்குமாறு டிக்கிட்டியும் நானும் உத்திரவிட்டோம். பின் கொஞ்சம் கொஞ்சமாக அவன் எங்களுடன் வீட்டினுள் குறட்டை விட்டுக்கொண்டும், உறைந்து போகும் வண்ணம் குளிருள்ள பாலைவன இரவுகளில் சொறிந்து கொண்டு இருக்கவும், மோப்பம் பிடிக்கவும் அனுமதித்தோம். அவன் வாழ்க்கையை நன்கு தெரிந்து வைத்திருந்தான். அவனுக்கு எது முக்கியம் என்பதும், எது முக்கியமில்லை என்பதும் தெரியும். அவனுடைய சண்டையிடும் வேட்கை, முகாமில் இருந்த நாய்களால் ஏறக்குறைய கொல்லப்படும் நிலைக்கு வந்த ஒருநாளில் தடாலடியாக நின்றுவிட்டது. ஒரு வாரத்திற்குத் தன் பலத்தை மீட்கப் போராடினான். பின் நீண்ட நாட்கள் வாழ்ந்து அனுமதித்த ஒரு நாயின் விவேகத்துடன், பெருந்தன்மையான, வசீகரமான முதுமையில் ஓய்வு கொண்டான்.

ஒருநாள் காலை நான் எழுந்தபோது, வீட்டின் பின்பகுதியில் அவன் இறந்து கொண்டிருப்பதைக் கண்டேன். ஸ்ட்ரிச் நைன் என்ற பூச்சிக்கொல்லி மருந்தை யாரோ அதற்குக் கொடுத்திருக்கிறார்கள். என் நிலை உணரும் முன் அவன் இறந்து போயிருந்தான். அவனை அழுது கொண்டே புதைத்தேன். இத்தகைய குரூரமான முடிவு ப்ளூவிற்கு வந்திருக்கக் கூடாது. என் மனதில் இரண்டு எண்ணங்கள் மேலோங்கி நின்றன. இத்தகைய காரியம் செய்யுமளவிற்கு

மனநோய் உள்ளவர் யாராய் இருக்கும், மற்றும் டிக்கிட்டிற்கு இது நேரவில்லையே! கடவுளுக்கு நன்றி. ஆலிஸ் ஸ்பிரிங்கில் நாய்கள் இவ்வாறு விஷமிட்டு இறப்பது சகஜம் என்று கேள்விப்பட்டேன். யாரோ ஒரு தெரியாத மனிதன், கடந்த 20 வருடங்களாக இவ்வாறு செய்துவிடுகிறான் என்றும் அவன் யார் என்று போலிஸாருக்கு ஒரு துப்புகூடக் கிடைக்கவில்லை என்றும் தெரிந்து கொண்டேன். நீண்ட நாட்கள் இங்கு வாழாதிருந்தால் எனக்கு ஆச்சரியமாக இருந்திருக்கலாம். ஆனால், இப்போதோ வெறும் பெருமூச்சுவிட்டு, இப்படி ஓர் இடத்தில் வேறென்ன எதிர்பார்க்க இயலும் என்று நினைக்கத்தான் முடிந்தது.

மீண்டும் வேனிற்காலம், வருடத்தின் முடிவு, குளிர்காலத்தில் ஐஸ் போல் குளிராய் இருந்த, பேஸோவில் இருந்த என் அறை, இப்போது அடுப்பைப் போல் இருந்தது. உண்மையில் அவை குகை போன்ற கல்லினால் கட்டப்பட்ட, வளைவான ஜன்னல்களும் வாயில்களும், சிமென்ட் தரையில் வைக்கோல் பரப்பப்பட்டு. அறைகலன்கள் ஏதுமற்ற அறைகள். நான் இதுவரை போரிடாத பெரிய கரப்பான்பூச்சிகளின் வாசஸ்தலம். அவை சிறிதும் பயமற்றவை. எதிர்த்தால் தம் பின்னங்கால்களில் நிற்கும். என்னை மிகவும் ஏமாற்றும். இரவில் மெழுவர்த்தியுடன் சென்றால், விரைந்து அவை வசிக்கும் துளைகளைச் சென்றடையும். அப்போது அவை ஏற்படுத்தும் ஒலி என் தோலைச் சிலிர்க்க வைத்து என் வயிற்றை வலித்திழுக்கும். அட்டைகளைப் போலவே இவற்றையும் என்னால் பொறுத்துக் கொள்ளவே முடியாது. சாதாரணமாக நான் செய்யவே செய்யாத ஒரு காரியமாய், தரையெங்கும் விஷப்பொடியைத் தூவினேன். ஆனால், அவை அதிலிருந்து தப்பித்து விட்டன. அப்பொடியைக் காலையுணவாகவும், மதிய உணவாகவும், மாலை உணவாகவும் சப்தமிட்டுக்கொண்டெ அருந்தி, திசு மாற்றம் பெற்ற அரக்கனைப் போல் வளர்ந்தன.

பின் பாம்புகள். பாஸோ இந்த வசீகரமான உயிரினங்களுக்குத் தாய்மண். அவை மனிதர்களின் குறுக்கீட்டைப் பொருட்படுத்தாது, முயங்கி, பல்கி அங்கேயே இறந்தன. அவை மரணமேற்படுத்தும் என்றாலும் கரப்பான்களைப் போல், என்னை அவை தொந்தரவு செய்யவில்லை. தூரத்திலிருந்து, அவைகளை மரியாதையோடு விரும்பினேன். அவற்றைத் தனியே விட்டுவிட்டால் அவை உங்களை விட்டுவிடும் என்ற நம்பிக்கையில் தான் செயற்பட்டேன். ஆனால், டிக்கிட்டியோ அதை மனமாற வெறுத்தாள். அவளுக்காகத்தான் நான் கவலைப்பட்டேன். ஏனெனில், அவற்றைத் துரத்திக் கொல்ல

முயற்சி செய்வாள். அதில் அவள் திறமைசாலிதான் எனினும் ஒரே ஒரு கடி போதும் அவளைக் கொன்று போட. ஒருநாள், என் குகையில் மெழுகுவர்த்தி வெளிச்சத்தில் ஒரு நூலை வாசித்துக்கொண்டு, வெந்து கொண்டிருந்தேன். அப்போது டிக்கிட்டி பாம்புகளுக்கான தன் பிரத்தியேக தொனியில் கத்தினாள். அவளின் இந்த சமிக்ஞையில் சந்தேகமே இருக்காது. என் படுக்கையின் கீழிருந்து ஒரு சிறிய பழுப்பு நிறத்திலான ஒன்று வெளியே வந்தது. அது என்னைப் பெரிதும் பாதிக்கவில்லை. மெழுகுவர்த்தியை அணைத்துவிட்டு உறங்கச் சென்றேன். இரவில் டிக்கிட்டியால் மீண்டும் எழுப்பப்பட்டேன். விரைப்பாய் அதன் மயிர்கள் முள்ளம்பன்றியினது போல் நின்றபடி, அதன் பற்கள் வெளியே தெரிய உறுமிக்கொண்டு என் அருகில் நின்றிருந்தது. மெழுகுவர்த்தியை ஏற்றினேன். என் படுக்கையின் அடிப்புறம் மற்றொரு பாம்பு உறங்கிக் கொண்டிருந்தது. டிக் அதைத் துரத்தியது. என் மயிர்கால்கள் கூச்செரிந்து நின்றன. எழுந்து கதவை மூடச் சென்றால், அதில் எதையாவது மிதித்து விடுவேனோ என அஞ்சினேன். மீண்டும் உறங்க சில மணி நேரங்களானது. மறுநாள் பத்து மணியளவில் கண் விழித்தபோது, என் படுக்கையின் கீழ் நெளிந்து கொண்டிருந்த மிகப் பெரிய பாம்பொன்றின் மேல் பாய டிக்கிட்டி தயாராக இருந்தது. ஒரே இரவில் மூன்று பாம்புகள் மிக அதிகம். என் சுவரில் உள்ள பாம்பு நுழையக்கூடிய துளைகளையும் அடைத்தேன். ஆனால், நான் நன்கு உறங்க சில வாரங்கள் ஆயின.

ஒருவர் தொடர்ந்து வாழ்க்கையிலிருந்து ஏதோ ஒரு பாடத்தைக் கற்றுக்கொண்டே இருக்கின்றார். அதை உடன் மறந்தும் விடுகிறார். கர்வமென்பது ஒரு வீழ்ச்சிக்கு முன் ஒன்றுமில்லை என்பதை நான் உணர்ந்து கொண்டிருக்க வேண்டும். நான் மிகவும் தெனாவெட்டாய் இருந்தேன். நிகழ்வுகளை என் கட்டுப்பாட்டுக்குள் வைத்திருக்கிறேன் என்று நம்ப ஆரம்பித்தேன். என்னை நானே பாராட்டிக் கொண்டேன். மிதப்பாய்த் தெரிந்தேன். வாழ்க்கை அழகாகவும் நிறைவாகவும் இருந்தது. எதுவும் தவறாய்ப் போக வாய்ப்பே இல்லை. புள்ளி விபரங்கள் அதற்கு எதிராய் இருந்தன. என் நண்பர்கள் என்னைச் சுற்றி இருந்தனர். நான் எந்தவித ஆபத்திலும் இல்லை. இதுவரை நான் கடந்து வந்ததில், பேஸோவைவிட்டு ஒருநாள் வெளியே செல்ல முடியாமல் இருக்கும் அசௌகரியம் அப்படியொன்றும் பெரியது அல்ல. டோலி தன் வார விடுமுறை தினங்களை எங்களுடன் கழித்தான். எங்கள் அனைவருக்கும் அவனை மிகவும் பிடிக்கும். அவன் பழங்குடியினர் ஒருவரின் யூடோப்பியா என்ற பண்ணையில் வடக்கே 150 மைல் தொலைவில் ஆசிரியராக வேலை

பார்த்தான். அவன் ஜென்னை சில நாட்கள் அவனுடன் அழைத்துச் செல்லும்போது, ஒட்டகங்களிடமிருந்து நான் பிரிய முடியாததால் பொறாமைப்படாமல் இருக்க முயற்சி செய்வேன். அவர்களின் பிரிவு பெரிய வெற்றிடத்தை ஏற்படுத்திவிடும். உண்மையில் நான் யூடோப்பியாவிற்குச் செல்ல 100 வழிகளைத் திட்டமிட்டோம். ஆனால், ஏதாவது சிறியதொரு விஷயம் குறுக்கிட்டு என்னைப் போக விடாமல் செய்துவிடும். சிறிய விஷயங்களில் ஒன்று என்னவென்றால், ஒட்டகங்களைத் தேடிக் கண்டுபிடிப்பதில் எனக்கு ஒருநாள்கூட ஆகிவிடும். அவைகளின் காலடித் தடங்கள் குழம்பிப் போய், நேற்றைய தடத்தில் இருந்து இன்றையதைப் பிடிப்பது கடினமாய் இருக்கும். அவை 6 அல்லது 7 திசைகளில் மேய்வதற்குச் செல்லும். அவை யாவும் பாறை சார்ந்த பகுதிகள். அங்கு அவற்றைத் தேடுவது கடினம். நான் காண முடியாத மறைந்திருக்கும் பள்ளத்தாக்குகளிலோ அல்லது அடர்த்தியான புதர்களிலேயோ ஒளிந்து கொண்டுவிடும். அவை நிலப்பரப்பின் பழுப்பு மற்றும் சிவப்பு நிறங்களுடன் நன்கு ஒன்றிப் போய்விடும். அவைகளில் கழுத்தில் மணிகள் இருந்ததுதான். ஆனால், என் வாசனையைக் காற்றில் சுவாசித்துவிட்டால் அவை கழுத்தை ஆட்டாமல் விரைப்பாக வைத்துக் கொண்டிருக்கும் என நான் அடித்துக் கூறுவேன். என்னைப் பார்த்துவிட்டால் பின், "ஹா கண்டுபிடித்து விட்டாயா நன்று! க்ளாங் க்ளாங்", "ஏன் இத்தனை தாமதம்?" என்றோ, "ஏய் உன்னைப் பார்த்ததில் மகிழ்ச்சி, உன் பையில் ஏதாவது உண்பதற்கு இருக்கிறதா?" என்பது போல் நடந்து கொள்ளும். நாளாக ஆக அவற்றைப் பிடிப்பதைவிட்டு, அவற்றின் சங்கிலிகளை அவிழ்த்து அவை வீடு நோக்கிப் பாய்ந்து செல்வதைப் பார்த்துக்கொண்டோ, அல்லது ஏதாவது திமிலின் பின் ஏறி சவாரி செய்து வீட்டிற்கு வருவேன். டூக்கி காளைகளுக்கே உரிய முட்டாள்தனங்களை, கோடைக்காலத்தோடு தொலைத்துவிட்டது. இப்போது அவை மூன்றும் பிரிக்க முடியாத கூட்டு. ஜெல்லிக்குச் சரியான இடங்களில் சதை வளர்ந்து வந்தது. அவளுடைய பால் மடி நன்கு பெருத்துக்கொண்டு வந்தது. ஒட்டகத்தின் கர்ப்பக்காலம் 12 மாதங்கள். ஆனால், எப்போது குட்டி போடப் போகிறது என்று எனக்குத் தெரியவில்லை. அவைகளுக்குள் ஒருவரோடு ஒருவர் தனித்த உறவு இருந்தது. ஜெல்லிகா சாமர்த்தியமான, தந்திரமான எதற்கும் அசையாத தன்னையே ஆட்கொண்ட ஒரு தலைவி. காடுகளின் விதி என்று பார்க்கப் போனால், மற்ற இரண்டைக் காட்டிலும் புத்திசாலி. அவள் ப்ரதம மந்திரி, டூக்கியோ பெயரளவிற்கே அரசன். ஏதாவது அசம்பாவிதம் நடந்தால் அவளின் பின் ஓடி மறைவது முதலில் அவன்தான். பப்பிற்கோ டூக்கின் மீது காதல். டூக்கிதான்

அவனுடைய ஹீரோ. டூக்கியின் பின்புறம் அவன் மூக்கின் முன் இருக்கும் வரை அவன் தைரியமாக இருப்பான். டூக்கியை ஹார்டி என்று குறிப்பிடுவோமானால், அப்போது நிச்சயமாக பப்தான் லாரல்.

ஒரு நாள் காலையில் அவற்றை ஒரு ஓடையின் அருகே கண்டுபிடித்த பிறகு நடந்த ஒரு சம்பவத்தினால் இந்த உலகே சுழல்வதை நிறுத்தியதைப் போல் இருந்தது. பப் ஒருக்களித்துக் கிடந்தான். அவன் சூரிய வெளிச்சத்தில் குளிக்கிறான் என்றெண்ணி அவன் தலைமாட்டில் அமர்ந்து "அர்ரா" (கிளம்பு) என்றேன். சோம்பேறி வீடுதிரும்பும் நேரம் ஆகிவிட்டதுஎன்று கூறியவாறே அவன் வாயில் ஒரு மிட்டாயை இட்டேன். (அவை ஜெல்லி மிட்டாய்களையும், குச்சி மிட்டாய்களையும் விரும்பி உண்ணும்.) துள்ளி எழுந்து நான் வேறு என்ன திண்பண்டங்கள் கொண்டுவந்துள்ளேன் எனப் பாராமல் அவன் படுத்தபடியே அரை மனதோடு அதை சுவைக்கலானான். அப்பொழுதே எதோ பெரிய தவறு நிகழ்ந்திருக்கிறதென்று எனக்குப் புலப்பட்டு விட்டது. அவனை எழுப்பி நிற்க வைத்தபோது, அவன் மூன்று கால்களில் மட்டுமே நின்றான். காலைத் தூக்கி மென்மையான பாதத்தைச் சோதித்தேன் - ஒரு வெட்டுக்காயம் அதில் கண்ணாடித் துண்டு செருகியிருந்தது- இத்தகைய ஒரு காயத்தினால் குர்ட் ஒரு ஒட்டகத்தைச் சுட்டுக் கொன்றுவிட்டான். இந்தப் பாதங்கள் மென்மையான மணலுக்கு உரியவை. கூரிய பொருட்களுக்கு அல்ல. மிருகத்தின் மிகவும் தாக்குதலுக்கு உட்படக்கூடிய பாகம் அது. அதன் கீழ் ஒரு விரியும் கொழகொழப்பான பை இருக்கும். காலில் அழுத்தம் தரும் சமயம் அது விரியும். அது இல்லாமல் இருக்க முடியாது. ஏனெனில் இரத்த ஓட்டத்திற்கு அந்த அழுத்தம் தேவை. வெட்டு கீழ்ப் பகுதியில் இருந்து மேலே முடிகளுடன் கூடிய தோல் வரை சென்றிருந்தது. அவன் கதை முடிந்தது என்று நினைத்தேன். அந்த நதிக்கரையில் அமர்ந்து அரை மணி நேரம் அழுதேன். கத்திக் கூச்சலிட்டேன். ஒட்டகங்கள் நல்ல பலமான மிருகங்கள். நோகடிக்கும் விதியின் விளையாட்டுத்தான் இதை ஏற்படுத்தியிருக்கிறது என்று நினைத்தேன். மேலே இருந்துகொண்டு என்னை இவ்வாறு வெறுப்பவன் யார்? என் முஷ்டியை ஆட்டி இன்னும் உரக்க அழுதேன். டிக்கிட்டி என் முகத்தை நக்கியது. ஜெல்லியும் டூக்கும் ஆறுதலாய்க் குனிந்தனர். பப்பின் பெரிய அசிங்கமான தலை என் மடி மேல் இருந்தது. அவன் ஜெல்லி மிட்டாய்களைத் தொடர்ந்து மென்றுகொண்டு, காமில் (Camille) நாடகக் காட்சியை நடித்துக் கொண்டிருந்தான். நான் என்னைத் தேற்றிக்கொண்டு, மிகவும் கவனமாய் அவன் காலில் இருந்த கண்ணாடியை வெளியே எடுத்துவிட்டு, மெதுவாக வீட்டிற்கு அழைத்து வந்தேன். எனக்குத்

தெரிந்த மிருக வைத்தியர்கள் ஊரில் இல்லை என்பது நான் அங்கு சைக்கிளில் சென்ற பின்புதான் தெரிந்தது. அனுபவமில்லாத ஒரு சிறுவன் அவர்களுக்குப் பதிலாய் மருத்துவமனையில் இருந்தான். அவன் பாஸோவிற்கு வந்து ஆறடி தூரத்தில் இருந்து பப்பை நோக்கி, “சரிதான்! அவன் காலில் வெட்டுக்காயம் இருக்கிறதுதான்” என்று கூறி புரையோடாமல் இருக்க சில ஊசி மருந்தைத் தந்தான். அவன் வந்தது அத்தனை உதவியாக இல்லை. உணவகத்தில் இரண்டு பெண்களைப் (கிப்பி மற்றும் செர்ரி) பார்த்திருக்கிறேன். அவர்கள் பெர்த்தில் மிருகங்களுக்கு வைத்தியம் பார்ப்பவர்கள். அன்றிரவு வேலைக்கு சைக்கிளோட்டி சென்று அவர்களிடம் நடந்ததைக் கூறினேன். மறுநாள் அவர்கள் வந்தனர். அதுதான் ஊரில் அவர்களுடைய கடைசி தினம். மேலே உள்ள ஓட்டையை, அதிலுள்ளது எல்லாம் வழிந்தோடுமாறு கீறினர். சுடுநீரும், காண்டி கற்களும் உபயோகப்படுத்தும்படி கூறினர். ஒரு வாளி நிறைய இம்மருந்தில் காலை முக்கில், காயத்தை உருவிச் சுத்தப்படுத்த வேண்டும். அருமையான பெண்கள். எனக்கு நம்பிக்கை ஒளி தந்தனர்.

டோலியும் ஜென்னியும் பாஸோவின் பின்புறம் பழைய இரும்புக் கம்பிகளும், வலைகளும், மற்றும் அங்கும் இங்கும் பொறுக்கிச் சேர்த்த சாதனங்களால், ஒரு பெரிய முற்றத்தைக் கட்டித் தந்திருந்தனர். பப்பியை அங்குக் கிடத்தி, நாளில் மூன்று முறை அவன் கால்களுக்கு மருந்திட்டு பிரார்த்தனை செய்யலானேன். அவனுடைய சிகிச்சை இப்போது சிறிது மாறுதலுக்கு உட்பட்டு இருந்தது. ஊர் மருத்துவர் உதவியுடன் குழந்தைகளுக்கு மூக்கு வழி உணவளிக்கும்குழாயை வெட்டுக்காயத்தில் மேல் பகுதியில் இட்டு, முழுக் காயத்தையும் ஆன்டிசெப்டிக்கால் கழுவினேன். இது பல வாரங்களுக்கு நீடித்தது. காயம் குணமாகிறதா இல்லை அழுகிய தசை குடைக் காளான்கள் போல் உள்ளே வளர்கிறதா என்று தெரியவில்லை. சில நாட்களில் எனக்கு நம்பிக்கை இருந்தது. சில நாட்களில் நம்பிக்கையிழந்து ஆழ்துளையில் வீழ்ந்து, ஜென்னி, டோலி, ஜூலி அல்லது மருத்துவரைச் சிணுங்கியபடியே அழைத்து என்னை வெளிக்கொணரும்படி அழுவேன். பப்பிற்கு சிகிச்சைகள் பிடிக்கவே இல்லை. எனக்கும்தான். “அந்தக் காலை நேராக வை நாயே! இல்லையென்றால் முழங்காலோடு வெட்டி விடுவேன்” என்று கூச்சலிடுவேன். மெதுவாய் அவன் இயல்பு நிலை அடைந்தான். அவன் கால் இப்போது ஆரோக்கியமாய் இருந்தது. வீட்டைச் சுற்றி துர்நாற்றத்தைப் போல் சுற்றிச் சுற்றி வந்து, தங்களின் நீண்ட கழுத்தைச் சமையலறைக்குள் நுழைத்து, ஏதோ எதிர்பார்ப்புடன் நின்றுகொண்டு ஒரு கோப்பை தேநீருடன்

தோட்டத்தில் அமர்ந்தால், பேராசை பொங்கும் கண்களுடன் சுற்றும் மற்ற ஒட்டகங்களுடன் அனுப்பலாம் என்று நினைத்தேன். என்னைப் போலவே என் தோழர்களும் அவைகளின் மீது காதல் கொண்டனர். இருந்தாலும் மனித குணங்களை அவற்றிற்குப் பொருத்திப் பார்க்கிறேன் என்று என்னைக் குறை கூறினர். பல மணி நேரங்கள் அவற்றைக் கண்டு மகிழ்ந்து சிரிப்போம். மார்க்ஸ் ப்ரதர் திரைப்படங்களை விட அவற்றைக் காண்பது சிறப்பாய் இருந்தது.

நல்ல வெயில் அடித்த ஒரு நாளில் அது நிகழ்ந்தது. அவை காணாமல் போய்விட்டன. தூரத்தே தெரியும் நீலத்தில் தூசைப் போல காணாமல் போய்விட்டன. ஒட்டகங்கள் இல்லை. அருமையான தவறே செய்யாத மிருகங்கள் இல்லை. என்னைத் தனியே விட்டுச் சென்றுவிட்டன. சிறிதுகூட நன்றியற்ற, சூதுள்ள, நிலையான மனசற்ற, ஏமாற்றும், காட்டிக் கொடுக்கும் துரோகிகள் எங்கோ சென்றுவிட்டன. அருகிலேயே சிறிது தூரம் அலைவது அவற்றின் வழக்கம்தான். ஆனால், இந்த முறை அது கொஞ்சம் கடுமையாகிவிட்டது. அவர்களுக்கு அலுத்துப் போயிருக்கலாம். ஏதாவது சாகசங்களைத் தேடியிருக்கலாம். ஜெலிக்காதான் குற்றவாளியாக இருக்க வேண்டும் என்று நான் சந்தேகித்தேன். அவள் நன்றி சொல்லிவிட்டு அவள் வீட்டை நோக்கி, மற்ற இருவரையும் தன் கூட்டத்திற்கு அழைத்துச் சென்றிருக்க வேண்டும். அங்குச் சேணமோ, வேலையோ இல்லை. அவளை மற்றவர்களைப் போல் அணைத்து எளிதில் ஏமாற்றவோ, உண்ண ஏதாவது லஞ்சமாகத் தரவோ முடியாது. அவள் அந்த அளவு கெட்டுப் போனவள் அல்ல. அவள் ஒரு விநாடிகூட சுதந்திரத்தின் சுவையை மறந்தவள் அல்ல.

அன்று காலை டிக் உடன் அவற்றின் தடங்களைத் தேடிப் புறப்பட்டேன். அவற்றைக் கண்டுபிடிக்க எனக்கு ஒரு மணி நேரமானது. அவை கிழக்கை நோக்கி, காடுகள் நிறைந்த மலைகளை நோக்கி இருந்தன. ஓரிரு மைல்கள் அதைத் தொடர்ந்தேன். திரும்பியவுடன் அவற்றைக் கண்டுபிடித்து விடலாம் என்று நினைத்தேன். அருகிலேயே மணி ஓசை கேட்பது போல் இருந்தது. இங்கு தக்கை வாயுள்ள ஒரு பறவை உண்டு, அது கத்தும்போது ஒட்டக மணிகளின் ஓசைபோல் இருக்கும். அதைக் கேட்டு பலமுறை ஏமாந்திருக்கிறேன். வெப்பம் அதிகமாய் இருந்தது. என் சட்டையைக் கழற்றி ஒரு புதரின் கீழ் போட்டுவிட்டு, நான் திரும்பி வரும் வரை அங்கேயே இருக்கும்படி டிக்கிக்கு உத்தரவிட்டேன். ஓர் அரைமணி நேரத்தில் திரும்பிவிடலாம் என்பது என் எண்ணம். ஏற்கெனவே அவள் மூச்சிறைத்துக்கொண்டும், தாகத்துடனும் இருந்தாள். அவளைத்

தனியே விட்டுவிட்டுப் போவது அவளுக்குப் பிடிக்காது. ஆனால், அவளின் நன்மைக்குத்தான் என அவள் அடிபணிந்தாள். இப்போது நான் யாரும் வாழாத இடத்தினில் இருந்தேன். கண்ணுக்கெட்டிய தூரம், பல மைல்களுக்கு யாருமே இல்லை எதுவுமே இல்லை. இதுவரை இத்தனை வேகமாய் மேய்வதற்கு ஒட்டகங்களுக்கு எது காரணமாய் இருந்திருக்கக் கூடும் என்று வியந்தேன். ஆனால், நான் கவலைப்படவில்லை. அவர்கள் சென்ற வழித்தடத்தில்தான் செல்கிறேன். அவற்றின் சாணி இன்னும் ஈரம் காயாமல்தான் இருந்தது. தடத்தில் ஏதோ ஒன்று தோல் வாரை உடைத்துவிட்டு சங்கிலியை இழுத்தபடி சென்றிருக்கிறது என்றுணர்ந்தேன். நடந்தேன், நடந்தேன். தொடர்ந்து நடந்தேன். டோட் நதியைக் கடந்தேன். கொதிக்கும் என் உடலை அதில் அமிழ்த்தி, முடிந்தவரை நீரருந்தினேன். என் கால்சராயை நனைத்து என் தலையைச் சுற்றிக் கட்டிக்கொண்டேன். மேலும் நடந்துகொண்டே இருந்தேன். என் வேகம் சிறிது மட்டுப்பட்டது, இப்போது பாறைகள் நிறைந்த இடத்தில் இருந்தேன். இத்தனை நேரமும் "இங்கு என்ன நடக்கிறது? யாராவது விரட்டிவிட்டார்களா?" அன்று 30 மைல்கள் நடந்தேன். அவை எனக்கு ஒரு நிமிஷம் முன் இருக்கிறார்கள் என்ற எண்ணம் என்னை வெறியேற்றியது. ஆனால், என் மண்டையோட்டில் ஒலித்த அரூப மணிகளின் ஓசையைத் தவிர வேறேதுவும் எனக்குக் கேட்கவில்லை. ஓர் ஒட்டகத்தைக் கூடக் காணவில்லை. நான் இரவு திரும்பியபோது, கோபத்துடன் இன்னும் புதரின் அருகிலேயே அமர்ந்து கொண்டிருந்தது டிக்கட்டி. அவளின் இளஞ்சிவப்பு நாக்கு எலும்பைப் போல் வறண்டிருந்தது. வீட்டை நோக்கிய திசையிலுவும், நான் சென்றிருந்த திசையிலும் நூறு அடிகளுக்கு கவலை தோய்ந்த அவளின் காலடிச் சுவடுகள் தென்பட்டன. ஆனால், அவள் காத்துக்கொண்டிருந்தாள். நன்றியுள்ள ஜீவன் தாங்கமுடியாத தவிப்பும் அதேபோல் தாங்கமுடியாத தாகத்திலும் அவள் அங்கேயே இருந்தாள். என்னைப் பார்த்த நிம்மதியில் அவள் தன்னையே ஏறக்குறைய திருப்பிப் போட்டுக் கொண்டிருப்பாள்.

அடுத்த நாள் நல்ல ஆயத்தங்களோடு புறப்பட்டேன். முதல் நாள் சென்றடைந்த இடத்திற்கு விரைவாய் சென்றுவிட்டேன். நேராகச் சென்றால் அது எட்டுமைல் தூரம் இருக்கும். மேலும் இரண்டொரு மைல்களில் அந்தச் சாலை சறுக்குப் பாறையில் சென்று அந்த திசையில் இருந்த பண்ணைகளுக்கு தொலை பேசினேன். இல்லை! அவர்கள் யாரும் எந்த ஒட்டகத்தையும் பார்க்கவில்லை. அவர்கள் சாதாரணமாக சுட்டுவிடுவார்களாம். ஆனால், என் ஒட்டகங்களுக்காக ஒரு கண் வைப்பதாகக் கூறினார்.

பின்னர், ஊரில் சில பெருந்தன்மையான மக்களைச் சந்தித்தேன் அவர்கள் தங்களிடமிருந்த சிறிய வானவூர்தியில் ஏற்றிக்கொண்டு வான் வழியே அவைகளைத் தேடலாம் என்று கூறினர். ஜூலியும் என்னுடன் வந்தாள். அவை எங்கிருக்கும் என்று எனக்கு ஓரளவு தெரியும். பின் புரிந்தது, ஒரு நாளில் அவைகள் இத்தனை தூரம் செல்லமுடியும் என்றால், ஒரு வாரத்தில், இதைப்போல் ஏழு மடங்கு தூரம் சென்றிருக்கும். நான் நம்பிக்கை இழந்தேன். நாங்கள் அங்கும் இங்குமாக பறந்தோம். சட்டம் அனுமதிக்கும் உயரத்திற்கு கீழேயே ஒரு மணி நேரம் பறந்தோம். ஒரு பலனும் இல்லை.

“அதோ அங்கு இருக்கின்றன” என்று நான் கூச்சலிட்டேன், சக விமானியின் பின் பக்கத்திலிருந்து.

“இல்லை! கழுதைகள்.”

“ஓ!”

விமானத்தின் ஜன்னலிலிருந்து உறுத்து நோக்கியபடி நான் அமர்ந்திருந்த போது, இரண்டு வருடங்களுக்கு முன் இந்தப் பிரயாணத்தை நான் தீர்மானித்த கணத்திலிருந்து புதைக்கப்பட்டிருந்த ஏதோ ஒன்று வெளியே வந்தது. இதை நான் தொடர வேண்டிய அவசியம் இல்லை. ஒட்டகங்களைத் தொலைத்தது சரியான காரணம் என் மூட்டையை கட்டிக்கொண்டு, “நான் என்னால் ஆன அனைத்தையும் செய்தேன்” என்று கூறிக்கொண்டு வீட்டிற்கு சென்று விடலாம். இதைச் செய்யலாம் என்று உண்மையில் நான் யோசித்ததில்லைதான். என்னை நானே இதைச் செய்யலாம் என்று ஏமாற்றி நம்ப வைத்தேன். ஆனால், யாரும் இதைச் செய்யும் அளவிற்கு பைத்தியக்காரர்களாய் இருக்க மாட்டார்கள். இது ஆபத்தானது. இப்போது என் ஒட்டகங்களும் மகிழ்ச்சியாக இருக்கும். அவ்வளவுதான்.

கடினமான விஷயங்களை செய்ய நான் மேற்கொள்ளும் முயற்சியை நான் கண்டுகொண்டேன். பலனை எதிர்பார்க்க நான் எப்போதுமே என்னை அனுமதித்ததில்லை. ஆனால், என் கண்களை மூடிக்கொண்டு நான் எங்கிருக்கிறேன் என்று தெரிந்து கொள்வதற்கு முன்னமே குதித்து விடுவேன். நான் எங்கிருக்கிறேன் என்று தெரிவதற்குள், திரும்பிப் போவது முடியாத ஒரு காரியமாக ஆகிவிடும். அடிப்படையில் நான் ஒரு பயங்கரமான கோழை அது எனக்குத் தெரியும். அந்தக் கோழைத் தனத்தை வெற்றி கொள்ளும் ஒரே வழி எப்போதும் கனவிலும், கற்பனையிலும், வாழ்ந்து கொண்டிருக்கும், சோம்பேறியான, நடைமுறை ஒவ்வாமை வாழும் என் மற்றொரு சுயத்தை ஏமாற்றவது

தான். அப்படித்தான் நான் செய்திருந்தேன். ஆனால், இப்போது என் கோழையான சுயம் கடந்த காலத்திற்கு செல்ல எரியாமல் நிற்கும் ஒரு பாலத்தைக் கண்டுபிடித்து விட்டது. ரேனாடா அட்லர் "ஸ்பீட் போட்டில்" இவ்வாறு எழுதுகிறார்.

"நிஜமாகவே நீங்கள் மாட்டிக்கொண்டிருக்கும்போது, ஒரே இடத்தில் அசையாமல் வெகு நாட்கள் இருந்திருந்தால், நீங்கள் எங்கு நிற்கிறீர்களோ அதே இடத்தில் ஒரு குண்டை வீசிவிட்டு, குதித்து நகர்ந்து பின் பிரார்த்தனை புரியுங்கள். அதுதான் உங்களின் கடைசி கட்ட முயற்சியாக இருக்கக் கூடும் என நான் நினைக்கிறேன்."

ஆம், சரியாக இப்போதுதான், இத்தனை நாட்களுக்குப் பிறகு, அந்த குண்டு ஒரு நைந்து போனது எனப் புரிந்து கொண்டேன். பின் அதே பழைய பாதுகாப்பான இடத்திற்கே போய்விடலாம் என்பதைக் கண்டு கொண்டேன். தாங்க முடியாத விஷயம் என்னவென்றால் என் இரு சுயமும் ஒருவரோடு ஒருவர் போரிட்டுக் கொண்டிருந்தன. அந்த ஒட்டகங்களை எப்படியாவது கண்டுபிடிக்க வேண்டும் எனத் தவித்தேன். அதே சமயம் அதைக் கண்டு பிடிக்கக்கூடாது எனவும் நினைத்தேன்.

விமானி என்னை நிகழ்காலத்திற்கு அழைத்து வந்தார்.

"சரி, இப்போது என்ன செய்யலாம். இன்றைய பொழுது இவ்வளவுதான் எனத் திரும்பிவிடலாமா?"

நான் சரி என்று கூறியிருப்பேன். ஆனால், ஜுலி இன்னொரு முறை சுற்றலாம் என்றாள்.

அந்தக் கடைசிச் சுற்றின்போது அவை அங்கு இருந்தன. ஜுலி அவற்றைப் பார்த்துவிட்டாள். அந்த இடத்தைக் குறித்துக்கொண்டு விமானத் தளத்திற்குப் பறந்து சென்றோம். அந்த ஒரு புள்ளியில்தான் இறுதிகட்டத்தில் போராடும் என் அனைத்து சுயங்களும் இப்பயணத்தை மேற்கொள்ளலாம் என ஒப்புக்கொண்டன.

5

வானில் இருந்து பார்க்கும்போது ஒட்டகங்களின் இடங்களை எளிதாகக் கண்டுபிடித்து விடலாம் போலிருந்தது. ஆனால், விமானத்தில் இருந்து நான் பார்த்திராத சின்னஞ்சிறு நதிக் கிளைகளும், குன்றுகளும், நீர் வடியும் இடங்களும் இருக்கும் நிலத்தில் மிருகங்களைக் கண்டுபிடிப்பது மிகக் கடினமாய் இருந்தது. ஜென்னியும் டோலியும் என்னுடன் வந்திருந்தனர். அந்தப் பழைய டொயோட்டாவை எங்களால் முடிந்தளவு கற்களிலும் புதர்களிலும் ஒட்டிச் சென்று, பின் கற்பனைச் சிறுத்தைகளையும், நிலவொளிப் புலிகளையும் துரத்திக் கொண்டோடும் நாய்களுடன் நடக்கத் தொடங்கினோம். ஒட்டகங்களைத் தவிர்த்து, மற்ற எல்லாவற்றையும் வேட்டையாடத் துடிக்கும் டிக்கிட்டியின் ஆவல் எங்கள் இருவரிடையே எப்போதும் சண்டைக்குரிய பொருளாய் இருந்து வந்திருக்கிறது. அவைகளைக் கண்டுபிடிக்க, எனக்கு உதவுமாறு அவளுக்குப் பயிற்சியளிக்க முயற்சி செய்தேன். ஆனால், அவளுக்குச் சிறிதுகூட ஆர்வமில்லை. அவளுடைய மிகப் பெரிய ஆவலெல்லாம் கங்காருக்களும் முயல்களும்தான். அவற்றை மணிக்கணக்காக புற்களின் மேல் தாண்டிக்கொண்டும், தலையை இந்தப் பக்கமும் அந்தப் பக்கமும் காற்றில் பாலே டான்சர் நுரியெவ் போல ஆட்டிக்கொண்டும் துரத்துவாள். பார்ப்பதற்கு மிக அழகாய் இருந்தாலும், நிஜத்தில் அவள் எதையும் பிடித்ததேயில்லை.

பல மணல் ஆறுகளையும், நீர் வடியும் இடங்களையும் தாண்டிச் செல்லத் தீர்மானித்திருந்தேன். அப்போதுதான் அவர்களின் தடத்தை எளிதாகக் கண்டுபிடிக்க இயலும். நாங்கள் மலையின் உச்சிக்குச் சென்று அவர்களைக் கண்டுபிடிக்க முடியுமா என்று பார்த்தோம். ஆனால், ஆடாது அசையாது நின்ற புழு நிறைந்த புதர்களும், சிவப்புப் பாறைகளும்,

புழுதியும் மட்டும்தான் தெரிந்தது. மலையின் வேறொரு பகுதியில் இறங்கி, மற்றொரு நதிப் படுக்கையை அடைய விரும்பினேன். அதனால் இலக்கின்றிக் கீழே நடந்து, வளைவுகளில் தடுமாறிச் சென்றோம். சூரியன் ஏறக்குறைய எங்கள் தலைக்கு மேல் இருந்தது. மலையின் அடிவாரத்தை அடைந்தது. பல நிலங்களுக்கு அழைத்துச் செல்லும் என்று நினைத்த நதியை அடைந்ததும், விசித்திரமான ஒன்று நடந்தது. எங்களுக்கு எதிர் திசையில் புதிதான மனிதத் தடங்கள் மேலே சென்று கொண்டிருந்ததைக் கண்டோம். அனைவரும் திடுக்கிட்டு நின்றோம். ஒரு வினாடி, யாருமே இல்லாத ஓரிடத்தில், ஒரு கோடைக் கால மதியத்தில், இங்கு யார் வந்திருக்கக்கூடும் என்று நினைத்தேன். பிறகுதான் அவை எங்களுடைய காலடித் தடங்கள் என்பது புரிந்தது. நாங்கள் தொன்னூறு பாகை வலது பக்கமாய் எதிர் திசையில் அதே இடத்திற்கு வந்திருக்கிறோம் என்ற உண்மை எனக்கு உறைத்தது. நான் கீழே அமர்ந்தேன். என் காதில் இருந்து கணினி டேப்பின் துண்டுகளும் புகையும் நெருப்புப் பொறிகளும், எந்த நிமிடமும் வரலாம் என்று உணர்ந்தேன். வடக்கு, தெற்கு, கிழக்கு, மேற்கிற்கு என்னவாயிற்று. அவை எங்கே போயின? சில வினாடிகளுக்கு முன்புதான் அவைப் பற்றிய உறுதியான நம்பிக்கையான பிடிப்பு இருந்தது. எனக்குப் பின்னால் சிறிது மறைந்தபடி, கிண்டலும் கேலியும் நிகழ்ந்து கொண்டிருந்தன.

அது ஒரு நல்ல பாடம்தான். ஆனால், அது என் எலும்பு வரை சில்லிட்டது. வேக வைத்த உடலாய், நல்ல பொன்னிறத்தில் பாலைவனத்தின் நடுவே ஏதோ ஒரு சாக்கடையில் விழுந்து வாழ்வு முடிவதைப் போல மாயத் தோற்றங்களும் அல்லது பல வருட சுற்றலுக்குப் பின், விலுனா என்று நினைத்துக்கொண்டு ஆலிஸ் ஸ்பிரிங்கிற்கே திரும்ப வருவது போலவும், எனக்குத் தோன்றியது. யாரோ தாகத்தினால் இறப்பது (மிகவும் தேர்ந்தெடுத்த நன்கு யோசித்து கைக்கு அடக்கமான ஒரு பரிசு) என்ற ஒரு மருத்துவக் கையட்டையைக் கொடுத்திருந்தனர். இறப்பதற்கு அதுதான் மோசமான வழியென்று தெரிந்தது. தாகத்தால் இறப்பதற்கு நான் எப்போதும் விரும்பவில்லை. கடந்த நாட்களில் என்னை வீட்டிற்கு அழைத்துச் செல்ல, டிகிட்டியையோ தடங்களையோ சார்ந்திருந்தேன் என்பதை உணர்ந்தேன். என் மனதை அதற்குத் தயார் செய்யவில்லை. இதுவும் மற்ற உயிரைத் தக்க வைக்கும் முறைகளையும் நன்கு பயிற்சி எடுத்துக் கொள்ளவேண்டும்.

ஒட்டகங்களைக் கடைசியாகக் கண்டுபிடித்தபோது, அவை குற்றவுணர்வும் அவமானமும் வீட்டிற்குத் திரும்பிச் செல்லவேண்டுமென்ற

ஆர்வமும் கொண்டிருந்தன. காலைக் கட்டும் வார்கள் எல்லாம் காணாமல் போயிருந்தன. இரண்டு மணிகளைத் தொலைத்துவிட்டிருந்தன. இரண்டு அல்லது மூன்று நாட்கள் அவை, அவர்களுக்கும் பாஸோவின் திசைக்கும் நடுவே நின்று கொண்டிருக்கும் ஒரு வேலியின் அருகே மேலும் கீழும் நடந்து கொண்டிருந்திருக்கின்றன. ஒட்டகங்கள் உண்மையில் வீடுசார் மிருகங்கள். ஓர் இடத்தில் அவை தம்மைப் பொருத்திக் கொண்டுவிட்டால், 99 சதவிகிதம் அவை திரும்பி அங்கு வந்துவிடும் என்பது உறுதி. டூக்கியும், பப்பும் தானாகக் கிளம்பாத ஜெல்லியைக் கட்டாயப்படுத்தி இருக்க வேண்டும். அவை என்னை ஈக்களைப் போல சுற்றிச் சுற்றி வந்தன. கால்களை மாற்றி மாற்றி வைத்தும், அவமானத்துடன் தரையை வெறித்துப் பார்த்தோ, அல்லது வெட்கத்துடன் நீண்ட இமைகளினூடே பார்த்துக்கொண்டோ, தங்களின் செயலுக்காக மன்னிப்புக் கேட்டபடியும், அன்பாகவும் நடந்து கொண்டன. நான் அவைகளை வீட்டிற்கு ஓட்டி வந்தேன். பப்பின் கால் ஏறக்குறைய சரியாகிவிட்டது.

பயணம் இப்போது உண்மை என்றாகி விட்டதால், நிஜமாகவே நடக்கப் போவது என்று தெரிந்து விட்டதால், அதற்காகத் தயார் செய்வதற்காகச் செய்யவேண்டிய வேலையை எண்ணி எனக்குப் பயமாக இருந்தது. அதே சமயம், உபகரணங்கள் மற்றும் அதற்குத் தேவையானவைகளை வாங்குவதற்கு எங்கிருந்து பணம் கிடைக்கப் போகிறது என்று எனக்குத் தெரியவே இல்லை. என் நேரத்தையெல்லாம் ஒட்டகங்களே எடுத்துக் கொண்டுவிடுவதால், ஊரில் கூடுதல் வேலைசெய்வதற்கும் வழியில்லாமல் போனது. குடும்பத்தாரிடமிருந்தும் நண்பர்களிடமிருந்தும் கடன் வாங்கலாம். ஆனால், அது வேண்டாமென்று தீர்மானித்தேன். எப்போதுமே ஏழையாகத்தான் நான் இருந்திருக்கிறேன். எனக்குக் குறைந்தபட்ச வருமானமே இருந்திருக்கிறது. நான் கடன் வாங்கினால், அதைத் திருப்பிச் செலுத்த பல வருடங்களாகும். மேலும் கடனாளியாக இருப்பது எனக்குப் பிடிக்காது. ஏற்கெனவே என் திட்டத்தைப் பற்றி, மிகவும் கவலைப்பட்டுக் கொண்டிருக்கும் அவர்களிடம் போய் பணம் கேட்பது நியாயமாகப் படவில்லை. மேலும், இந்த விஷயத்தை மற்றவர்களுடைய குறுக்கீடோ உதவியோ இல்லாமல், நானே செய்வதற்கு விரும்பினேன். இதுவொரு தூய விடுதலைக்கான முயற்சி.

பாஸோவில் இதைப் பற்றிக் கவலைப்பட்டுக்கொண்டு, புலம்பிக்கொண்டு, நகத்தைக் கடித்துக்கொண்டு உட்கார்ந்திருக்கும் போது என் நண்பருடன் ஒரு புகைப்படக்காரன் வந்தான். அவன்

எங்களையும், ஒட்டகங்களையும் சில புகைப்படங்கள் எடுத்தான். நீண்ட விளைவுகளை ஏற்படுத்தக்கூடிய ஒரு நிகழ்ச்சிக்கு, இந்தச் சந்திப்பு மிகவும் குறிப்பிடத்தக்கதாக இல்லாததனால், நான் மறுநாளே அதைப் பற்றி மறந்து போனேன்.

ஆனால், ரிக் மீண்டும் வந்தான். இம்முறை இரவுணவிற்காக ஊரிலிருந்து சிலருடன். நான் மற்றவற்றைப் பற்றிச் சிந்தித்துக் கொண்டிருந்ததால், எனக்கு சில விஷயங்களே ஞாபகத்தில் இருந்தன. அவன் பார்க்க நல்ல பையனைப் போல இருந்தான் -ஏறக்குறைய ஜிம்மி ஓல்ஸனைப் போல (சூப்பர் மேன் கதையில் வரும் புகைப்படக் கலைஞர் கதாபாத்திரம்) -ஒழுங்கில்லாமல் விடலைத்தனத்துடன் ஒரு பிரச்சனையுள்ள இடத்திலிருந்து மற்றொரு இடத்திற்கு, அவர்கள் எங்கே இருக்கிறார்கள் என்று பார்க்கக்கூட நேரமில்லாமலோ, அல்லது அதனால் பாதிப்படையாமலோ தாவிக் கொண்டிருக்கும் புகைப்படப் பத்திரிகையாளரில் ஒருவன். யாரிடமும் நான் கண்டேயிராத அழகிய கைகள் அவனுக்கு இருந்தன. நீண்ட விரல்கள் புகைப்படக் கருவியை, தவளையின் கால்களைப் போல் பற்றியிருந்தன. பூர்வகுடி மக்களைப் பற்றி எதுவுமே தெரியாதபோது, அவர்களை டைம் இதழுக்காக புகைப்படம் எடுக்கும் கயமையைப் பற்றிய விவாதம் நடந்தது எனக்கு லேசாக நினைவிலுள்ளது. ஆம், அவன் என்னை நிறைய நேரம் வெறித்துக் கொண்டிருந்தேன். அதுவும் எனக்கு ஞாபகம் உள்ளது. இவைதான், வேறொன்றும் ஞாபகத்தில் இல்லை.

உதவிக்காக நேஷனல் ஜியாகிராஃபி பத்திரிகைக்கு எழுதுமாறு என்னை வற்புறுத்தினான். அவர்கள் சென்ற பின், சிறிது குடிப் போதையில் அருமையான கடிதமென்று நான் எண்ணிய ஒரு கடிதத்தை எழுதினேன். அதன் பின், அதைப் பற்றி மறந்து விட்டேன்.

ஆலிஸ் ஸ்பிரிங்கிற்குச் செல்வதற்கு முன், நான் ஒரு சுத்தியலைக் கூடத் தொட்டதில்லை. ஒரு மின்சார விளக்கை மாற்றியதில்லை. ஒரு ஆடையைத் தைத்ததில்லை. காலுறையைச் சரி செய்ததில்லை. வண்டி டயரை மாற்றியதில்லை. அல்லது ஒரு திருப்புளியை உபயோகித்ததில்லை. என் வாழ்க்கை முழுவதும், ஆண்களுக்கு உரிய கைத்திறனோ பொறுமையோ அல்லது வடிவமைப்பைப் புரிந்து கொள்ளக்கூடிய எதுவும் நான் செய்ததில்லை. ஆனால், இங்கோ ஒரு முழுத் திட்டத்தையும் வடிவமைத்து உருவாக்க வேண்டும். சேணங்களைப் பற்றிக் கூறவே வேண்டும். குர்ட், சாலே, மற்றும் டெனிஸ் எனக்கு நிறைய கற்றுக் கொடுத்திருக்கின்றனர். ஆனால், அது

போதவில்லை. ஒத்திகையும் தவறும் என்ற முறை மிகவும் உண்மைக்கு மீறி மதிப்பிடப்பட்டுள்ளது என்பது விரைவில் எனக்குப் புரிந்து விடும். பொருட்களை வீணாக்குவதோ, நேரத்தைப் பாழடிப்பதோ, அல்லது பொறுமையை இழப்பதோ என்னால் இயலாது. என்னிடம் வேண்டிய அளவு பணமில்லை. சிக்கனப்படுத்திச் சேமித்துத்தான் தேவையானவற்றை வாங்க வேண்டியிருக்கிறது. ஒரு ஆணி வீணாகப் போனால்கூட, அது என் பணப்பைக்குச் சேதத்தை உண்டாக்கியது. ஜெல்லிக்காவிற்குப் பொருத்தமாய் ஒரு சேணத்தின் சட்டகங்களைப் பற்ற வைக்கவேண்டும். அதற்குப் பிறகு பார்லி வைக்கோல்களால் அடைக்கப்பட்ட மூன்று தோல் பைகளை அதில் தைக்கவேண்டும். எனக்கு இருக்கைகளைக் கட்டும் பெல்ட்களும், கவசங்களும், சரிந்து விடாமல் இருக்க வார்களும், மேலும் இரும்புக் கம்பிகளும் பூட்டுகளும் தேவையாய் இருந்தன. மற்ற இரு சேணங்களும் வடிவமைக்கப்பட வேண்டும். எல்லாவற்றிற்கும் மேலாக, ஆறு கேன்வாஸ் பைகள், நான்கு தோல் பைகள், தண்ணீர் பைகள், படுக்கைகள், பிரத்தியேகமாய்த் தயாரிக்கப்பட்ட அனைத்தையும் மூடக்கூடிய துணிகள், வரைப்படத்தைத் தாங்கும் சட்டகம் ஆகியவை எல்லாம் தயாரிக்க வேண்டியிருந்தது. அது என்னைப் பெரும் பயத்தில் தள்ளிச் சிந்திக்கவிடாமல் செய்தது. நல்லவேளையாக டோலி என் உதவிக்கு வந்தான். அவனுக்கு இயற்கையாகவே செயல்திறன் இருந்தது. அவன் அறிவைக்கண்டு நான் பொறாமை கொண்டேன். நான் பல மணி நேரங்களுக்கு வெளியே அமர்ந்து, இவற்றுடன் போராடி கேன்வாஸைப் பற்றியும், தைப்பது பற்றியும், தோலைப் பற்றியும், செப்பு ஆணிகளைப் பற்றியும், பிளாஸ்டிக்கைப் பற்றியும் புலம்பிக் கொண்டிருப்பேன். பெரும்பாலும் முடியாமல் உரக்கக் கத்திக்கொண்டு பொறுமையில்லாமல் திறமையில்லாமல் என்னைச் சுற்றிப் பொருட்களை வாரி இறைப்பேன். இந்த நிகழ்வு, ஒருநாள், கோபத்தில் விளைந்த, டோலியின் தோள்களை நனைத்த கண்ணீருடன் முடிந்தது. அப்போது அவன், "ராப், இதன் ரகசியம் என்னவென்றால் நீ ஆணிகளை விரும்புவதற்குக் கற்றுக் கொள்ளவேண்டும்" என்றான்.

பயணத்திற்கு முன்னும் பின்னும் பல விஷயங்களை நான் எதிர்கொள்ள வேண்டியிருந்தாலும், சில பொருட்களை உருவாக்குவதையும் சரி செய்வதையும் கற்றுக் கொள்வதுதான் மிகவும் கஷ்டமாய் இருந்தது. அது ஒரு மெதுவான வலியைத் தரக்கூடிய நிகழ்வு. ஆனால், காலப்போக்கில் அறியாமை என்ற பனி விலகியது. என் சாதுரியமின்மை மறைந்தது. இயந்திரங்கள் எனக்குப் புரிய ஆரம்பித்தன. அவை எவ்வாறு இயங்குகின்றன என்பதை நான் புரிந்துகொள்ள ஆரம்பித்தேன்.

பெண்களின் ராஜ்ஜியம் அல்லாத இயந்திரம் மற்றும் உபகரணங்கள் எனக்குச் சிறிது சிறிதாய்ப் புரியலாயிற்று. இருந்தாலும் அவை நேரத்தை எடுத்துக் கொள்பவையாகவும், அலுப்பூட்டுவதாகவும், புரிந்து கொள்ள முடியாதவையாகவும் இன்னும் இருந்தன. அவை எனக்கு வயிற்றில் மேலும் புண்களைக் கொடுத்தன. ஆனால், முற்றிலும் புரிந்துகொள்ளவே முடியாததாக அவை இப்போது இல்லை. நான் டோலிக்குத்தான் நன்றி கூறவேண்டும். ஆணியை விரும்புவதற்கு நான் கற்றுக் கொள்ளவில்லை என்றாலும், அதைச் சகித்துக் கொள்வதற்காகவாவது கற்றுக்கொண்டு விட்டேன்.

பல அழுத்தங்கள் என்னை மனச்சோர்விற்கும், மனக்கசப்பிற்கும், எப்போதும் குறைகூறும் மனநிலைக்கும், கைகளைப் பிசைந்து கொண்டே இருக்கும் நிலைக்கும் என்னைத் தள்ளியது. இதை விட்டுச் சிறிது விலகவில்லை என்றால், நான் உடைந்து போய்விடுவேன் என்றும் ஜென்னும் டோலியும் நினைத்து, என்னை ஒரு வார விடுமுறை எடுத்துக்கொள்ளுமாறு என்னிடம் கூறிக்கொண்டே வந்தனர். அது நடக்கக்கூடியதுதான் என்றும், ஒட்டகங்கள் நானில்லை என்றால் இறந்துவிடாது என்றும், கூறிச் சம்மதிக்க வைக்க சில நாட்கள் ஆயின. ஜெல்லிகாவை முற்றத்தில் கட்டினோம். நான் அவளுக்கு உணவு சேகரிக்கச் செல்லும்போது, ஜென்னும் டோலியும் வெளியே சென்று நாங்கள் இல்லாமல் ஒன்றுமாகிவிடாது என்பதை எனக்கு உணர்த்தி, நான் எதற்கும் கவலைப்பட வேண்டாம் என்று என்னை நம்ப வைத்தனர். ஆனால், என்னுடைய அதிர்ஷ்டம் ஒருநாள்கூட ஓய்வில்லாமல் அவர்களுடனே நேரத்தைச் செலவழிக்கும் நான், ஒரு வார விடுமுறை எடுத்தபோது தான் ஜெல்லிகா பிரசவிக்க முடிவு செய்தாள். எனக்குத் தந்தி கிடைத்தவுடன் தேனீக்களால் துரத்தப்படுவதைப் போல் ஆலிஸுக்கு விரைந்தேன். அங்கு, தன் அருகில் யாரையும் விட மறுக்கும், தாயைச் சுற்றிக் கத்திக்கொண்டிருக்கும் மிகவும் அழகான பளபளப்பான நீண்ட கருப்பு நிறக் கன்றைப் பார்த்தேன். அவளின் குழந்தைக்கு எந்த ஊறும் விளைவிக்க மாட்டேன் என்பதை ஜெல்லிகாவை நம்ப வைக்க ஓரிரு நாட்களாயின. கோலியத்திற்கோ, இன்னும் நாட்களாயின. அவன் தன் தாயின் மூளையுடனும், தன் தந்தையின் அழகான உருவமைப்புடன் இருந்தான். அவன் பிறப்பிலேயே சண்டையை விரும்புபவனாக, குறும்புத்தனமாக, தன் வேலையைப் பிறர் செய்ய கட்டாயப்படுத்துபவனாக, தன்னைப் பற்றியே நினைப்பவனாக, மிகவும் எதிர்பார்ப்பவனாக, சட்டென்று எரிச்சல்படுபவனாக, திமிர் பிடித்தவனாக, மிகவும் செல்லம் கொடுத்துக் கெட்டுப்போனவனாக, மகிழ்ச்சி நிரம்பியவனாக இருந்தான். ஜென் அவனுக்காகச் செய்து வைத்திருந்த வாரை அவன்

தலையில் நிரந்தரமாகப் பொருத்துவதற்குக் காலப்போக்கில் அவன் சம்மதித்தான். அன்றிலிருந்து நான் அவன் கால்களைப் பராமரித்தும், அவன் உடல் முழுவதும் தொட்டு உணர்வூட்டியும், சில துணிகளை அவன் முதுகில் வைத்து 10 நிமிடத்திற்கு அவனையொரு மரத்தில் கட்டிப் போட்டேன். ஜெல்லிகாவை வெளியே அனுப்பிவிட்டு, இவனை நான் வீட்டிலேயே வைத்திருந்தேன். இது அனைவருக்கும் உகந்த ஒரு செயலாகவே இருந்தது. ஆனால், தன் தாய் திரும்பி வந்து அவனுக்குப் பாலூட்டும் வரை கோலியாத், தன் நெஞ்சே வெடிப்பது போல கத்துவான்.

எல்லாம் கன்னாபின்னாவென இருந்தாலும் சரியாக நிகழ்ந்து கொண்டிருந்தது. நான் குளிர்காலத்தில் பயணத்தை ஆரம்பிக்கப் போவதால், இரண்டு காளைகளையும் காயடிக்க வேண்டும். டூக்கியோ, பப்போ மற்றொரு ஆராவாரம் செய்வதை நான் விரும்பவில்லை. இலையுதிர்க்காலத்தின் ஆரம்பமான மார்ச் மாதத்தில், நான் கிளம்பலாம் என முடிவு செய்தேன். பூர்வகுடி நில வாரியம், பாஸோவைக் கைப்பற்றிக் கொள்ளும் போல் தோன்றியது. ஜென்னியும் டோலியும் யூடோப்பியாவிற்குத் திரும்பிச் செல்லவேண்டும். ஜனவரிக்கு இன்னும் ஒரு மாதமே இருந்ததால், ஒட்டகங்களையும் உபகரணங்களையும் வைத்துக் கொண்டு ஒரு முன்னோட்டம் பார்க்கலாமென்று திட்டமிட்டோம். சாலே, காளைகளை எனக்காக காயடித்தான். மயக்க மருந்து இல்லாமல் அது செய்யப்பட்டதால், நான் என் கைகளைப் பிசைந்துகொண்டு பரிதாபத்துடன் கூடிய வலியுடன் நடுங்கிக்கொண்டு நின்றேன். காளைகள் இறகு பிடுங்கப்பட்ட கோழிகளைப் போல, நான்கு கால்களிலும் கயிற்றால் கட்டப்பட்டு, உருட்டப்பட்டு, பின் ஸ்லாஷ் ஸ்லாஷ், "வீல் வீல்" - கொடுமையான வேலை முடிந்தது. இரண்டு வாரங்கள் கழித்து அழுகிப் போன தொற்றினால் டூக்கி மரணத்தின் வாயிலில் இருந்தான் என்பது தெளிவானது. மருத்துவரான என் நண்பனை அழைத்தேன். அவன் பெரிய கட்டிகளை அகற்றுவதற்காக கிடுக்கியுடன் வந்தான். மயக்கம் அடைய கேட்-டைப் (Kate) போலவே மயக்க மருந்து அளித்தோம். பின் என்ன செய்ய வேண்டுமென்பதை மருத்துவர் எனக்குக் காண்பித்தார். சேனை கிழங்குகளைப் போல் பெருத்திருந்த குழாய்களை இழுத்து, எத்தனை உயரத்திற்கு வெட்ட முடியுமோ, அத்தனை உயரத்திற்கு வெட்டினார். வலியில் டூக்கி விழித்துவிட்டது. அதன் பின் முடிவுறாத டெட்ராமைசின் ஊசிகள் வந்தன. யூட்டோப்பியாவிற்கு நடந்து செல்வது காயங்கள் வடிவதற்கு உதவுமென்று மருத்துவர் ஒத்துக் கொண்டதால் பயணத்திற்கான தயாரிப்பு இப்போது மிகவும் முனைப்புடன் இருந்தது.

பயணத்திற்குத் தேவையானவற்றை எடுத்துக் கொள்வதற்கும், நீண்ட பயணங்களை மேற்கொள்வதற்கும், ஒட்டகங்களுக்கும் எனக்கும் அனுபவமில்லை. என் பதற்றமும் எரிச்சலும் நம்ப முடியாத அளவிற்கு இருந்தன. சீதோஷ்ணமும் சிறிதும் உதவவில்லை. 130 டிகிரி வெப்பம். நான் தாராளமாகச் செலவு செய்து அளவுக்கு அதிகமாக கவனம் செலுத்திய உபகரணங்கள் நடைமுறையின் குரூர வெளிச்சத்தில் அச்சுப்பிச்செனத் தெரிந்தன. நாங்கள் கிளம்புவதற்கு முடிவு செய்த நேரத்தில் ஏறக்குறைய உளற ஆரம்பித்திருந்தேன். அதிகாலை ஆறு மணியளவில், காற்று நுரையீரலை சிகரெட்டின் முனை போல் எரிக்காமல், சுவாசிக்கமளவு இருக்கும் சமயத்தில் புறப்படுவதற்கு முடிவு செய்திருந்தோம். 11 மணிக்கு தலையில்லா கோழிக்குஞ்சைப் போல் நான் ஓடிக் கொண்டிருந்தேன். டோலியும் ஜென்னியும் மாறி மாறி என்னைச் சாந்தப்படுத்த முயற்சி செய்து, என் வழியைவிட்டு விலகியிருந்தார்கள். கடைசியில் அனைத்தும் சரியாய் இருப்பது போல் தோன்றியது. சேணங்கள் கட்டப்பட்டிருந்தன. ஆட்டுத் தோலும், போர்வைகளாலும் மெத்தென்று ஆக்கப்பட்ட சேணங்கள் கட்டித் தயாராக இருந்தன. பைகள் எல்லாம் சம அளவில் பகிரப்பட்டு இருந்தன. நிச்சயம் இது நடைமுறைப்படுத்தப்படலாம் என்று தோன்றியது.

மிகவும் பதற்றத்துடன் காணப்பட்ட மிருகங்களை ஒன்றாகக் கட்டினேன். பின் கடைசியாக ஒருமுறை, தேநீர் அருந்துவதற்காகவும் பாஸோவை அன்புடன் ஒருமுறை பார்வையிடவும் உள்ளே சென்றேன். எங்களுடன் அடாவும் கண்ணீருடன் கூட இருந்தாள். அது என் நம்பிக்கைக்கு எந்த விதத்திலும் உதவவில்லை. "மகளே தயவுசெய்து போகாதே! எங்களுடன் இரு. அங்கு சென்று நிச்சயம் அழிந்துவிடுவாய்" என்றாள். வெளியே ஒட்டகங்களின் கலாட்டா தொடங்கியது. அடாவின் கைகளில் இருந்து விடுவித்துக்கொண்டு ஓடினால், அங்கு மூன்றும் ஒன்றுக்கொன்று சிக்கிக்கொண்டு தங்கள் நிலையில் இருந்து விடுபட்டு இருந்ததைக் கண்டேன். கயிறுகளும் ஒட்டகங்களின் தலைகளும் கிழிந்த பைகளும், பெரிய முடிச்சாய் இருந்தன. அதை சரி செய்வதற்கு அரை மணி நேரமானது. கடைசியாக நாங்கள் புறப்பட்டோம். அடாவை அணைத்து நம்பிக்கையுடன் கையசைத்துக்கொண்டே எரிக்கும் வெயிலில் நகரத் தொடங்கினோம்.

மூன்று மணி நேரத்தில் நாங்கள் திரும்பி விட்டோம். ஜெலிக்கா தடுமாறி, அதற்கு முன்பிருந்த டூக்கியின் சேணத்தை ஏறக்குறைய தள்ளிவிட்டது. இரண்டு பைகள் கிழிந்து விட்டன. ஏனெனில் அதன் கைப்பிடிகளை உள்ளிருந்து தோலால் கட்டுவதற்கு எனக்குத் தோன்றவில்லை. மிருகங்கள் எவ்வாறு கட்டப்பட வேண்டுமென்பதைத்

திட்டமிடுவதற்கு முழுமையாக ஒருநாளைக் கழித்தேன். அதற்குக் கிடைத்த விடை என்னவென்றால், முன்பில் இருக்கும் ஒன்றின் கழுத்திலிருந்து வரும் கயிறு பின்னிருக்கும் மற்றொன்றின் தோள்பட்டைக்கு பொருத்தப்படும். அது சுற்றுப்பட்டையையும் மூக்கணாங்கயிறையும் தாண்டி சேணத்தின் முன்னால் தொங்காதவாறு இணைக்கப்படும். இது பிரச்சனைக்கு முடிவாக அமைந்தது. பைகளை டோலி சரி செய்ய உதவி செய்தான். கண்ணீருடன் இருந்த அடாவிற்கு நம்பிக்கையுடன் கையசைத்தவாறே மீண்டும் நாங்கள் புறப்பட்டோம்.

150 மைல் தொலைவிலுள்ள, வர்ணிக்க முடியாத நரகம் போன்ற யூடோப்பியாவிற்கு, விஷமான குலைந்து போன கோடையில் நடந்து செல்வதற்கு எங்களுக்கு எட்டு நாட்கள் ஆயின. முதல் நாள், அபத்தத்தின் உச்சியில் மிகவும் நகைச்சுவையாய் இருந்தது. ஆலிஸில் இருந்து வெளியே செல்லும் சாலை குறுகியதாகவும், வளைந்து செல்வதாகவும், பெரிய லாரிகள் மெதுவாக ஊர்ந்து செல்லும் ஆபத்துடையதாகவும் இருக்கும். மேலும், தங்களை விட பெரியதாய் நகரும் எதையும் ஒட்டகங்கள் வெறுக்கும். அதனால் நான் பின் வழியாகச் சென்று, இத்தனை ஆபத்தில்லாத தூரத்துச் சாலையை அடைய முடிவு செய்தேன். நல்லதுதான். ஆனால், அதற்காக அடர்த்தியான புதர்களின் ஊடேவும் பாறைகளைத் தாண்டியும், பெரிய கற்களின் மீது தடுமாறியும், வியர்த்துப் பதறிப் போராட வேண்டியிருந்தது. ஜென்னியும் டோலியும் சினத்தைத் தூண்டும் வகையில் அமைதியாகவும் சமாதானமாகவும் இருந்ததற்குக் காரணம், இந்தப் பிராயணத்தை எங்களால் முடிக்கவே முடியாது என்பதை முழுதாகப் புரிந்து கொள்ளாததாலும், அழிவு எந்தவொரு எச்சரிக்கைக்குப் பின் வருவதில்லை என்பதாலும்தான். என் பெரு வியத்தலுக்கு நடுவிலும், அவர்களின் பெருமிதமான வெற்றிக்கு நடுவிலும் அன்று எந்தவொரு சேதமும் இன்றி 17 மைல்களைக் கடந்திருந்தோம். இச்சிறிய வெற்றி, என் தோல்வி மனப்பான்மையை நீக்க உதவவில்லை. நாங்கள் இன்னும் நீண்ட தூரம் செல்லவேண்டும்.

அடுத்த நாள் இரண்டு சேணங்கள் கட்டாயம் மாற்றப்படவேண்டும் என்பது உறுதியானது. டூக்கியின் தோள் வெள்ளையாய் வழன்றுவிட்டது. ஜெல்லியின் சேணத்திலிருந்த ஒரு பட்டை விழுந்துகொண்டே இருந்தது. இதற்குள் அவள் இளைத்துப் போய் ஒரு மூட்டை எலும்பைப் போல் இருந்தாள். கவலைப்பட்டுக்கொண்டே எலும்புக்கூடாய் மாறிக் கொண்டிருந்தாள். என் பயண முறை ஒட்டகங்களுக்கு மிகவும் கடினமாய் இருந்தது என்பதை நான் உணரவில்லை. நாங்கள் காலை நான்கு மணிக்குப் புறப்பட்டு, 10 மணி வரை நடந்தோம். பின் நான்கு

மணி வரை நிழலில் ஓய்வெடுத்துவிட்டு, பின் இரவு 8 மணி வரை தொடர்ந்தோம். இது அவர்களை மிகவும் சோர்வுக்குள்ளாக்கியது மட்டுமில்லாமல், அவர்களுடைய உணவு வேளையையும் மாற்றியது. நீரில்லாமல் அவர்கள் இருந்ததே கிடையாது. ஒருநாளில் 5 கேலன் நீரும், முடிந்தால் அதற்கு மேலும் அருந்தினர். பாலைவன மிருகங்கள் பற்றிய கதைகள் அனைத்தும் நம்ப முடியாதவை என நினைக்கத் தொடங்கினேன். ஜென்னியும் டோலியும் மாறி மாறி அவர்களின் டயோட்டாவில் எங்கள் பின் வந்தனர். அந்த வண்டி மட்டும் இல்லாவிட்டால், எங்களால் அப்பயணத்தை முடித்திருக்க இயலாது. டூக்கியின் சேணத்தை அதில் தூக்கி எறிந்தேன். மீதமிருந்த பயணம் முழுவதிலும், அவன் இலகுவாய் இருந்தான்.

எப்போதும் உணர்வின் எல்லையில் வசித்துக்கொண்டு, ஒவ்வொரு விநாடியும், மிகப் பெரிய பேரழிவைக் கொண்டு வருமோ என எதிர்பார்ப்பது ஒரு விஷயமென்றால், 130 டிகிரி வெப்பத்தில் அப்படி இருப்பது மற்றொன்று. நரகம் என்பது இப்படித்தான் இருக்கவேண்டும். 9 மணியளவில், வெப்பம் மிக அதிகமாய், அளவுக்கு அதிகமாய், நம் மனதையே சிறிது மாற்றும் வகையில் இருக்கும். ஆனால், நாங்கள் மாறாது 10 மணி வரையில் பாடுபட்டுச் சென்றோம். ஏனெனில், ஒன்பது மணிக்கு நாங்கள் அனுபவிப்பது ஒப்பீட்ளவில் பனிக்கட்டியைப் போன்றது. பின் ஓய்வெடுக்க, ஓரிடத்தைத் தேடத் துவங்குவோம். அது பொதுவாக உருகி ஒளிரும் தார்ச்சலையின் அருகிலுள்ள ஒரு சிமெண்ட் வடிகால் குழாயாக இருக்கும். அங்குக் குறிக்கப்பட்ட நேரத்திற்கு, ஈரமான துவாலைகளை எரிந்து கொண்டிருக்கும் எங்கள் உடம்பின் மேல் போட்டுக் கொண்டும், ஆரஞ்சுப் பழங்களை உறிஞ்சிக் கொண்டும், வெதுவெதுப்பான நீரை அருந்திக்கொண்டும், திணறிக் கொண்டிருப்போம். டோலியும் ஜென்னியும் அருமையானவர்கள். ஒருமுறைகூட அவர்கள் எந்தக்குறையும் கூறவே இல்லை. உண்மையில் என் தொடர்ந்த வியப்பிற்கு நடுவே அவர்கள் இருவரும் மகிழ்ச்சியாக இருப்பதுபோலவே தெரிந்தது.

குழந்தைகளின் வரவேற்புக்கும் கூச்சலுக்கும், நூற்றுக்கணக்கான நாய்களின் குரைச்சலுக்கும் நடுவே நாங்கள் யூடோப்பியாவைச் சென்று அடைந்தோம். இந்தப் பயணத்தின் கடைசிப்பகுதி நிஜமாகவே இனிமையாக இருந்தது. மணல்நதிகளில் நடந்தவாறு, உயர்ந்த யூக்காலிப்டஸ் மரங்களின் நிழல்கள் எங்களுக்கு நிழல்தந்தவாறு, எங்களின் கொதிக்கும் உடல்களைக் குழாய் நீரில் கழுவியவாறு இனிமையாகவே இருந்தது. சேணங்கள் மற்றும் மற்ற பொருட்களின் தவறுகள் அனைத்தையும் இந்தப் பயணம் சரிசெய்துவிட்டது.

அதனாலேயே அது கடவுளால் எங்களுக்காகவே ஏற்படுத்தியது போல் இருந்தது. பயணப்பொருட்களைச் சரிசெய்வதும், புதிய அமைப்பில் உருவாக்குவதும் மிகப்பெரிய வேலை என்பது எனக்குத் தெரியும். ஆனால், அது செய்துமுடிக்க முடியாத வேலையல்ல.

தாராளமயமாக்கப்பட்ட லேபர் அரசாங்கத்தால், பூர்வீகக் குடிமக்களுக்கு அளிக்கப்பட்ட மேய்ச்சல் நிலமாகிய, 170 சதுரமைல் அளவிலான அழகிய செழிப்பான யூட்டோப்பியாவில் நான் பலவாரங்கள் கழித்தேன். ஊடகங்கள் கூறுவதற்கு மாற்றாக அவர்கள் நிலத்தை நன்கு பராமரித்துக்கொண்டு வந்தனர். எனினும் நானூறு பேர்களுக்கு நடுவே பகிரப்படும்போது, அந்நிலத்தினால் அதிகஅளவு லாபம் சம்பாதிக்க முடியவில்லைதான். அங்கு ஆறு வெள்ளையர்கள் சுகாதார வேலைகளையும் கல்வி கற்பிப்பதையும் மேற்கொண்டு இருந்தனர். அந்த மாநிலத்திலேயே வெற்றிகரமாக இயங்கிக்கொண்டிருந்த பூர்வக்குடியினரின் குடியிருப்பு அது. நிலம் தட்டையாகவும் புற்கள் நிறைந்தும் சில இடங்களில் உயரமான புதர்கள் வளர்ந்தும் அங்கும் இங்கும் ஏரிகள் அமைந்தும் இருந்தது. இதன் வழியாக சேண்டோவர் நதி ஓடியது. மற்ற காலங்களில் வெள்ளைமணல் படுக்கையாக இருக்கும் அது, மழைக்காலங்களில் சிவப்பு வெள்ளம் பாயும் நதியாக மாறும்.

காரவான் என்று வேடிக்கையாக நாங்கள் அழைக்கும் இரண்டு வெள்ளிநிற அடுப்பில்தான் நாங்கள் வசித்தோம். கடந்த வாரங்களில் நாங்கள் மேற்கொண்ட காரியங்களை ஜென்னியுடனும் டோலியுடனும் ஏறக்குறைய குறைந்த அளவு பதற்றத்துடன் மீண்டும் மீண்டும் செய்துகொண்டிருந்தோம். சேணங்களுடன் நான் போராடிக்கொண்டு, அதைக்கட்டியும் அவிழ்த்தும் சரியாக வந்துவிட்டது என்று எனக்குத் தோன்றும்வரை போராடினேன். ஒட்டகங்களைத் தொலைத்தேன். பின் அவற்றைக் கண்டுபிடித்தேன். மிகவும் கவர்ச்சிகரமாக இருந்த திசைமாணியை யாரும் பார்க்காதபோது என் கையில் வைத்து பயிற்சி எடுத்துக்கொண்டேன். வரைபடங்களைப் பயத்துடன் வெறித்து நோக்கினேன். மருத்துவ அட்டைகளைப்பற்றி எண்ணுவதைத் தவிர்த்தேன். பட்டியலுக்கு மேல் பட்டியலிட்டேன். பின் மீண்டும் ஆரம்பித்ததில் இருந்து தொடங்கினேன். ஒரு பட்டியலில் இல்லாதசெயல் ஒன்றை நான் செய்துவிட்டால், உடனே அதை ஒரு பட்டியலின்கீழ் எழுதி அடித்துவிடுவேன். அப்போது நான் ஏதோ சாதித்துவிட்டதுபோல் இருக்கும். ஒருநாள் இரவு நான் தூக்கத்திலேயே நடந்து ஜென்னி மற்றும் டோலியின் அறைக்குள் சென்று, “எல்லாம் நல்லபடியாக நடக்கும்தானே?” என்று அவர்களைக் கேட்டிருக்கிறேன்.

என்னை வந்து சந்தித்த ஓர் அரசியல்வாதி, நான் ஒரு பூர்ஷ்வா என்று என்மேல் புகார் கூறினான். என் அறையில் படுத்துக்கொண்டு கண்ணாடி முன் நகங்களைக் கடித்தவாறே, 'கடவுளே நிச்சயமாக நான் ஒரு பூர்ஷ்வா இல்லை' என்று நான் எண்ணினேன். பல வருடங்களாக இடதுசாரி கொள்கைகளுடன் தொடர்புடைய ஒருத்திக்கு இவ்வாறு கூறப்படுவது அரசியல் உலகில் வி.டி. (பாலியல்நோய்) வந்திருப்பதைபோல. நானொரு அரசியல் மிருகம் அல்ல. 1960களில் நான் எத்தனையோ முயற்சிசெய்தும்கூட அவ்வாறு ஆக முடியவில்லை. என்னிடம் இரண்டு முக்கிய அம்சங்கள் இல்லாமல் இருந்தன. துணிவும் வைராக்கியமும். மக்கள், "தீர்வின் ஒரு பகுதியாக நீ இல்லை என்றால், நீ பிரச்சனையின் ஒரு பகுதிதான்" என்பது போன்ற அறிவிப்புப் பலகைகளைத் தாங்கிக்கொண்டு செல்லும்போது, அது என்னை சிறிது குற்றவுணர்வுடன் இருக்கச்செய்தது.

அம்மதியம் நான் பூர்ஷ்வாவா இல்லையா என்று கண்டுபிடிப்பதற்காகக் கண்ணாடிமுன் நீண்டநேரம் செலவழித்தேன். என்னுடன் மேலும் சில மக்களைக் கூட்டிக்கொண்டு இந்தப் பயணத்தை மேற்கொள்ளுவேன். ஆனால், அதை மற்றவர்கள் ஒப்புக்கொண்டிருப்பார்களோ என்னவோ? இல்லை. அது வெறும் தாராளமயமாகத்தான் இருக்கும். கடவுள் காப்பாற்றட்டும். எப்படியாக இருந்தாலும் ஜெயிக்கமுடியும்.

சரி, தனிமனிதன் என்றால் என்ன? என் வாழ்க்கையை நான் நடத்திச்செல்ல முடியும் என்று நான் நினைப்பதால், நான் ஒரு தனி மனுஷியா? அப்படி என்றால், நிச்சயமாக நான் தனி ஒருத்திதான். சரி, பூர்ஷ்வா என்றால் போராட்டங்களுக்கு நடுவே பாதுகாப்பையும் சௌகரியத்தையும் கனவையும் எதிர்பார்ப்பவன். ஆனால், போராட்டம் என்றால் என்ன? பாதுகாப்பு என்றால் என்ன? சௌகரியம் என்றால் என்ன? ஓரளவு போராட்டம் நம்முடைய குழுபைத்தியக்காரத்தனத்தைக் கேள்விகேட்கும் செயலாக இருக்கிறது.

நான் நல்லவளா கெட்டவளா என்ற யோசனை, அடுத்தடுத்த வாரங்களில், என்னுடைய மார்க்சிஸ்ட் நண்பன் நடந்து கொள்வதைப் பார்க்கும்போது மெதுவாகப் புரிந்துபோய்விட்டது. அவன் ஒரு பரங்கிக்காயின் அளவைவிட இரண்டுமடங்கு அளவும் எடையும்கொண்ட மூளைக்குச் சொந்தக்காரன். மிகவும் புத்திசாலி. அவன் என்னைக் கவர்ந்தான். அதேசமயம் அவனைப் பார்த்தால் எனக்குப் பயம் ஏற்பட்டது. அவனுடைய மூளைத்திறன், எனக்குப் பொறாமையை ஏற்படுத்தியது. மேலும் பாரம்பரிய ஆண்களின் மொழியாகிய அரசியல் வார்த்தைகளைக்கொண்டு அவனால் எந்தவொரு கருத்தையும் ஜெயிக்க

முடிந்தது. அதேசமயம் அவனைச் சுற்றித் துளைக்கமுடியாத அதிகார ஒளி இருந்தது. இவையெல்லாம் எளிதில் மறக்கக் கூடியவையே அல்ல. ஆரோக்கியமற்ற நிலப்பரப்புகளின் ஊடுருவது பெண்களின் சாம்ராஜ்யம் என அவன் நினைத்தான் அதை ஒரு எதிர்வினையாக அவன் கண்டான்.

அப்போது தான் நான் புரிந்து கொண்டேன், மனப் போராட்டத்தை உருவாக்கும் எதுவும், சலுகையாகக் கருதப்படும் பலவீனம் உண்டென்று ஒப்புக்கொள்ளுதல் பூர்ஷ்வா பண்பாகவும், பிற்போக்குச் சிந்தனையாகவும், அரசியலுக்கெதிராகவும் கருதப்படுகிறது. அதனால் தான்(இதை நான் அடிக்கடி பார்த்திருக்கிறேன். வியந்திருக்கிறேன், குழம்பி இருக்கிறேன்) அரசியலில் தீவிரமாக இயங்கும் ஆண்கள் அதாவது அறிவார்ந்த, நடுநிலையான, நன்கு பேசத்தெரிந்த, புத்திசாலித்தானமான, திறமையுள்ள, தங்களையே அர்ப்பணித்த, போராளிகளான, கடுமையாய் வாதம் புரியக்கூடிய ஆண்கள் தங்கள் பாலுணர்வை எதிர்நோக்கவும், ஒப்புக்கொள்ளவும், அதனுடன் சமரசமாய் இருக்கவும் மிகவும் சிரமப்பட்டனர். ஏனெனில், அப்படிச் செய்வது என்பது தன் உள்ளத்திற்குள் நுழைந்து தெரிந்து கொள்ளும் வலி மிகுந்த செயலாகும். தன்னுள்ளேயே இருக்கும் எதிரியைக் கண்டுகொள்ளும் செயல் அது. பெண்களும் அரசியல் ரீதியாக நன்கு வாதாட வேண்டும் என்பது எனக்குத் தெரியும்தான், இருப்பினும் பெண்களுக்கானது என்று இதுவரை பொதுவாக வரையறுக்கப் பட்ட மொழியைப் புரிந்து உபயோகப் படுத்துதல் நலம் என்று நான் நம்புகிறேன்.

இப்படியாக என் நண்பனின் யூடோப்பியாவிற்கான திட்டங்கள் சில வெற்றியடைந்தன, சில தோல்வியை சந்தித்தன. வெற்றிக்குக் காரணம் அவனின் சமூக மாற்றத்திற்கான பல கருத்துகள் அருமையானதாகவும் நடைமுறைபடுத்தக் கூடியதாகவும் இருந்தன. தோல்விக்கு காரணம் என்னவென்றால் அங்கு என்ன நடக்கிறது என்ற புரிதலற்று, மக்கள் தங்களுக்கு எது தேவை என்று எண்ணுகிறார்கள் என்று புரிந்து கொள்ளாமல், பூர்வகுடி மக்களையும், அவர்கள் இருக்கும் நிலைமையும் புரிந்து கொள்ளாமல், யூடோப்பியாவை ஒரு கற்பனை நகராக மாற்றிவிடலாம் என்று ஒரு மதபோதகரின் உற்சாகத்துடனும் , தன் அரசியல் கோட்பாடுகளுடனும் களமிறங்கினான். மக்களுடனான அவனின் உறவு சிக்கலாகவும், கடினமாகவும் ஆனபோது, வயதானவர்களுக்கு அவன் மேல் பிடித்தமும் நம்பிக்கையுமற்றுப் போனபோது அவன் அதற்குக் காரணம், அவர்களின் பிற்போக்கு மனப்பான்மை என்று காரணம் கற்பித்தான். மேலும் வார்த்தைகளால் அவன் மற்றவர்களை

அதிகாரம் செய்யும் விதத்தால் அவனுக்குக் கிடைத்திருக்கக்கூடிய பல மதிப்புமிக்க தகவல்களை அவன் இழந்தான். முக்கியமாக, அவன் அறையில் யூடோப்பிய கருப்பர்களின் எதிர்காலத்தைப் பற்றி விவாதித்துக் கொண்டிருக்கும்போது ஜென்னி எப்போதும் மௌனமாகவே இருப்பாள். அவள் பேச்சறிவற்ற வான்கோழி போல் அவனால் உணர்த்தப்பட்டாள். எத்தனை அனுபவங்களையும் கருத்துகளை அவளிடமிருந்து அடைந்திருக்கலாம் என்று நம் நண்பனுக்குத் தெரியவில்லை.

சில மாதங்கள் கழித்து தோல்வியடைந்து அவன் திரும்பிச்சென்றான் எனக்கு ஒரு நீண்ட கடிதம் ஒன்றை எழுதினான். அதில் அவன் நான் என்ன செய்கிறேன் என்பதை இறுதியாக புரிந்துகொண்டு விட்டதாகவும், எங்கேயோ ஒரு மணல் குன்றில் அமர்ந்துகொண்டு என் தொப்புனைப் பற்றி நினைத்துக்கொண்டு இருப்பது சிரமமான காரியமாக இல்லை என்று எழுதியிருந்தான். ஆனால், நான் அவ்வாறு செய்து கொண்டிருக்கவில்லை. மீண்டும் என்னால் முடியுமளவிற்கு மேல் நான் பொறுப்பேற்று விட்டேனோ என்ற அந்த வேண்டாத - என் மனதை சுற்றிப்படரும் எண்ணம் எனக்கு மீண்டும் ஏற்பட்டது. ஏன் இந்தப் பயணத்தால் எதிராகவோஅல்லது சாதமாகவோ அனைவரும் பாதிப்புக்கு உள்ளாகின்றனர்? நான் வீட்டிலேயே தங்கிக்கொண்டு, மனதில்லாமல் படித்துக்கொண்டோ, அல்லது சூதாட்ட விடுதியில் வேலை செய்துகொண்டோ, அல்லது ராயல் எக்ஸ்சேன்ஜ் மது விடுதியில் குடித்துக்கொண்டே அரசியல் பேசிக்கொண்டிருந்தால் அது ஏற்றுக் கொண்டிருக்கப் பட்டிருக்கும். இப்படிப்பட்ட நம்பவியலாத ஹேஷ்யங்களுக்கு வழியற்று போயிருக்கும். இதுவரை மக்கள் நான் தற்கொலை செய்து கொள்ளப் போவதாகவும், என் தாயாரின் மரணத்திற்காக தவம் செய்யப் போவதாகவும், ஒரு பெண்ணால் பாலைவனத்தைக் கடக்க இயலும் என்று நிரூபிக்க முயல்வதாகவும், நான் பிரபலமாக விரும்புவதாகவும் கூறிக்கொண்டு இருக்கின்றனர். சிலர் தங்களை என்னுடன் அழைத்துச் செல்லவேண்டும் எனக் கெஞ்சினார். சிலர் பயமுறுத்தினர். சிலர் இதை வேடிக்கை என நினைத்தனர். இந்தப் பயணம் தன் எளிமையை இழக்கத் தொடங்கிவிட்டது.

யூடோபியாவில் தான் சிட்னி சென்று வர ஒரு வான்வழிப் பயணச் சீட்டும், நேஷனல் ஜியாக்ரஃபிக் கிலிருந்து “ஆம் நாங்கள் மிகவும் நாட்டமாக இருக்கிறோம்” என்ற தந்தியும் வந்தது. இதுவரை நான் அல்லது என்னுள்ளில் ஏதோ நிச்சயம் அவர்கள் என் கோரிக்கையை ஏற்றுக் கொள்வார்கள் என்ற நம்பிக்கை எனக்கு இருந்தது. எப்படி

முடியாமல் இருக்கும். நான் நம்பிக்கையான, அவர் நம்பும்படியான ஒரு கடிதம் எழுதியிருந்தேன். அந்தப் பணத்தை ஓடிச்சென்று எடுத்துக் கொண்டு விடவேண்டும். வேறு வழி இல்லை. நீர் கொண்டு செல்ல பாத்திரங்களும், புது சேணமும், 3 ஜதை பலமான காலணிகளும் சொல்லவே வேண்டாம் உணவும், கைச்செலவிற்கு பணமும் வேண்டும். ஒரு விதத்தில் நான் கனவுகண்ட பயணத்தின் முடிவாய்க்கூட இது இருக்கலாம். இது தவறு என்று எனக்குத் தெரியும். இது ஒரு விற்பனை. முட்டாள்தனமான, ஆனால், தவிர்க்கமுடியாத ஒரு தவறு. இதற்குப் பொருள் ஒரு சர்வதேச இதழின் குறுக்கீடு இனி இருக்கும் என்பது தான். சரி முழுமையாக இல்லாவிட்டாலும், அவர்களுக்கு இதில் தன்னல அக்கறை இருக்கும். அதன் காரணமாக நாசுக்கான அடக்குமுறை இருக்கும். ஒரு தனிப்பட்ட செய்கையாக அது ஆரம்பித்தது. மேலும் படமெடுப்பதற்காக ரிக் அடிக்கடி கூட இருக்க நேரிடும். அதைப் பற்றிய எண்ணங்களை நான் விரைவில் விரட்டினேன். அவன் ஓரிரு நாட்கள்தான் வருவான் என்றும் பயணத்தில் மூன்று நாட்கள்தான் கூட இருப்பான் என்றும் கூறிக்கொண்டேன். அவன் இருப்பை நான் உணரக்கூட மாட்டேள். ஆனால், அது நான் செய்ய நினைத்த செயலின் மொத்தத் தன்மையையும் மாற்றிவிடும் என்று எனக்குத் தெரியும். அதாவது தனியாக, பரிசோதித்துக்கொண்டு, என்னை உந்தித் தள்ளிக்கொண்டு, வேண்டாத அனைத்துக் குப்பைகளை என் மூளையில் இருந்து அகற்றிக்கொண்டு, யாரும் என்னை பாதுகாக்காமல், சமூகச் சுமைகள் அனைத்தையும் உதிர்ந்துவிட்டு, வெளியிலிருந்து வரும் எந்த ஒரு குறுக்கீடு, அது நல்லதோ கெட்டதோ, அதனால் பாதிக்கப்படாமல் இருக்க வேண்டும் என்பது என் விருப்பம். ஆனால், முடிவுகள் ஏற்கனவே எடுக்கப்பட்டு விட்டன. நடைமுறை சாத்தியங்கள்தான் வெற்றி பெற்று விட்டன. நான் என் சுதந்திரத்தின் ஒரு பெரிய பகுதியையும், பயணத்தின் நேர்மையையும் நான்காயிரம் டாலருக்கு விற்றுவிட்டேன். ஆக கடைசியில் இப்படியாகிப் போனது என் நிலைமை.

தென் திசை நோக்கி நான் செல்வதற்கு முந்திய நாளிரவு நாங்கள் அனைவரும் காரவானில் சந்தித்தோம். என்னை இப்பயணத்திற்கு தயார் செய்வதே இதன் நோக்கம் ஜென்னியின் தோழியான ஜூலியாவும் அங்கிருந்தாள். அவர்களின் உடைகளை நான் அணிந்து பார்த்துக் கொண்டிருந்தேன். என்னிடம் இருந்தவை எல்லாம் பழைய ஆண்கள் அணியும் தொளதொளப்பான கால்சராய்களும், பத்து வருடங்களாய் என்னிடம் இருக்கும் சிவப்பு நிற தோலாடையும், பார்த்தாலே நீங்கள் காறி துப்பும் படியான சில மேலாடைகளும், தேவையற்ற இடங்களில் துளைகள் உள்ள சாரோங்குகளும், கைவிடப்பட்ட, ஒட்டத்திற்கான

காலணிகளும், ஒட்டகச் சாணம் அள்ளித் தெளித்திருக்கும் இரண்டே இரண்டு உடைகளும்தான். நேஷனல் ஜியாகரஃபிக்கைச் சேர்ந்த உயர் அதிகாரிகளை, பெரிய பணக்கார ஹோட்டலில் சந்திக்கும் போது அவ்வாறு உடை அணிந்தால்தான் நம்பும்படி இருக்கும் என நாங்கள் தீர்மானித்தோம். அதனால் நான் மிகவும் இறுக்கமான ஜீன்ஸூம், மிக உயரமான குதிகாலுடைய காலணிகளும் அணிந்து கொண்டேன். என் தன்னம்பிக்கையை அது எந்த வகையிலும் ஏற்றம் பெறச் செய்யவில்லை. என் வரைபடங்களைச் சேர்த்து கவரும் விதத்தில் என் கையிடுக்கில் பொருத்திக் கொண்டேன். அவ்வாறு நோக்கும் போது, நான் செய்யும் காரியத்தில் எனக்குள்ள திறமையும் நம்பிக்கையும் வெளிப்படும் என நினைத்தேன். ஆனால், நான் பயணப்படும் நிலத்தைப் பற்றிய எந்த விபரமும் எனக்குத் தெரியாது. அவர்கள் தர்மசங்கடமாய் ஏதாவது கேள்விகள் கேட்டால் மிகவும் தொல்லைதான். நான் போலியாக இருக்கத் தலைப்பட்டேன்.

இந்த உடை ஒத்திகை என்னை மிகவும் சிரமப்படுத்தியது. நண்பர்கள் தங்கள் தலையில் அடித்துக்கொண்டும், நாடகத் தன்மையுடன் புலம்பிக் கொண்டும் இருந்தனர். நான் செல்லும் பாதையை நான் இன்னும் சரியாக தீர்மானிக்கக்கூட இல்லை. நான் மிகவும் துன்பத்திற்கு உள்ளானேன்.

எனக்கு காரணங்கள் ஏதுமற்று நிதியளிக்கப் போகும் அந்த விசேஷமான அமெரிக்கர்களைச் சந்திக்க அந்த மதுவிடுதிக்குள் நுழையம் வரை - சிட்னிக்குச் செல்லும் வழி முழுவதும், ரிக்கோடு செலவழித்த இரண்டு மணி நேரத்திலும், தேர்விற்கு முன்பான, கைகளெல்லாம் வியர்த்துப் போகும் அளவிற்கு இருக்கும் பதட்டத்துடன் இருந்தேன். ஆனால், உடனே அமைதியான, அனைத்தும் தயாராய் வைத்திருக்கும், 1977 இல் வெற்றி அடையப்போகும் அதிர்ஷ்டமுடைய, தன்னம்பிக்கை உடைய பெண்ணாய் மாறிப் போனேன்.

நேர்முகச் சந்திப்பு பதினைந்து நிமிடங்களே நீடித்தது. அனைவரும் அது ஓர் அருமையான திட்டம் என்று ஒப்புக்கொண்டனர். நான் அந்நிலத்தைப்பற்றி நன்கு அறிந்தவள் என்றும், ஆம்! "ஜியாகரஃபிக்" மிக விரைவில் காசோலையை அனுப்பும் என்றும், என்னைச் சந்தித்ததில் மிகவும் மகிழ்ச்சி என்றும், என் பயணக்கதையை எழுத நான் வாஷிங்டன் செல்லும்போது என்னை சந்திக்கலாம் என்றும், அந்த நூல் எத்தனை சிறப்பாக இருக்கப் போகிறது என்றும், அந்த நூலை எழுத நான் யோசித்து இருக்கிறேன்தானே என்றும், அதற்கு வாழ்த்துகள் என்றும் கூறியவாறு அது முடிந்தது.

“ரிக், அவர்கள் சம்மதித்து விட்டார்கள் என்றா கூறுகிறாய்?”

“ஆம், அவர்கள் சரி என்று கூறிவிட்டனர்”

“ரிக். அது இத்தனை எளிது என்றா கூறுகிறாய்?” (சிரித்துக்கொண்டே) “நீ அருமையாக இருந்தாய் உண்மையாக. கொஞ்சம்கூட பயப்படவே இல்லை” என்றான்.

என் வெற்றியின் வெறிச்சிரிப்பு இரண்டு மணி நேரம் நீடித்தது. நான் யாரும் தீண்ட முடியாத உச்சத்தில் இருந்தேன். எனக்கு சிறகுகள் முளைத்து விட்டன. இந்தப் பயணம் நிஜம். அதன் இறுதித் தடை விலகி, வெற்றி அடைந்து விட்டேன். நான் உரக்கக் கத்தி ரிக்கின் முதுகில் தட்டினேன். மார்கரிட்டா அருந்தினேன். பரிசாரகர்களுக்கு இனாம் அளித்தேன். மின்தூக்கியில் இருந்த ஊழியரிடம் புன்னகைத்தேன். விடுதியில் பணிபுரிந்த பெண்களிடம் நலம்விசாரித்து அவர்களை ஆச்சரியத்தில் ஆழ்த்தினேன். பின் கிங் க்ராஸ்ஸை ஒரு கோடீஸ்வரியைப் போல் கடந்தேன். பின் மெதுவாக துவண்டுபோனேன். சிறியஓட்டையுள்ள சைக்கிள் டயரைப் போல.

நான் என்ன செய்துவிட்டேன்?

என் மனநிலை மாற்றத்தால் - மயக்கம் தந்த வெற்றியின் மகிழ்ச்சி தரும் உச்சத்தில் இருந்து, விரும்பத்தகாத சந்தேகம் மற்றும் சுய வெறுப்பின் குழிக்குள் - ஒரு மணி நேரத்தில் நான் விழுந்ததில் ரிக் அதிர்ச்சிடைந்தான். ரிக் எனக்கு ஆறுதல் அளிக்க முயன்றான். ரிக் என்னைச் சமாதானப்படுத்த முயன்றான். ரிக் எனக்கு உண்மையைப் புரிய வைக்க முயன்றான். ஆனால், அவனிடம் அவன்தான் பிரச்சனையின் ஒரு பகுதி என்பதை நான் எவ்வாறு கூறுவது?அவன் உரையாடுவதற்கு நல்லதொரு மனிதன்தான். ஆனால் என் பயணத்தில் அவனையோ அல்லது அவனுடைய நிக்கான் கேமிராவையோ அல்லது அர்த்தமற்ற அவனுடைய கற்பனைக் கருத்துகளையோ விரும்பவில்லை. பன்றி போன்ற குணம் உடையவர்களை நான் எளிதில் சமாளித்து விடுவேன். ஆனால், நல்லவர்கள்தான் என்னை அச்சுறுத்தினர். ஒரு நல்ல மனிதனிடம் எவ்வாறு அவன் இறந்து விட்டிருக்கலாம். என்றோ அல்லது அவன் பிறக்காமலே இருந்திருக்கலாம் என்றோ அல்லது ஏதாவது ஒரு பள்ளத்தில் ஊர்ந்து சென்று செத்துப் போகட்டும் என நினைப்பதையோ நான் எவ்வாறு கூற முடியும்? இல்லை அவ்வாறு இல்லை. விதி எங்களைச் சந்திக்க வைத்திருக்கவே கூடாது. இன்னும் எண்ணிப் பார்த்தால். ரிக்கை ஒரு சக மனிதனாகப் பார்ப்பதை நான் அனுமதித்து இருக்கக் கூடாது. அவனை உணர்வுகளற்ற ஒரு

தேவையான கருவியேன்றே கருதியிருக்க வேண்டும். ஒரு கேமிராவைப் போல். ஆனால், நான் அவ்வாறு செய்யவில்லை. ரிக் என் பயணத்தில் ஒரு தவிர்க்க முடியாத அங்கம் ஆகிவிட்டான். அவ்வாறு அவன் ஆக அனுமதித்தற்காக என்னையே நான் நொந்துகொண்டேன். அப்பொழுதே நான் விதிமுறைகளைக் கூறியிருக்க வேண்டும். நான், "ரிக், நீ மூன்று அல்லது நான்கு நாட்களில் மூன்று முறை வரலாம். மேலும் இப்பயணத்தில் நீ சிறிதளவே சம்பந்தப்படுவது நல்லது. அவ்வளவுதான்" என்று கூறியிருக்க வேண்டும். ஆனால், நானோ சூழ்நிலையைத் தன் போக்கில் விளையாட விட்டுவிட்டேன். இன்றே செய்ய வேண்டியதை நாளை வரை ஒத்திப் போட்டுவிட்டு எதுவும் சொல்லாமல் இருந்தேன்.

பயணத்திற்கான முன்னேற்பாடுகளின்போது ரிக் உடன் இல்லை. நான் இதற்கு முன் அனுபவித்ததை எல்லாம் அவன் புரிந்து கொள்ளவில்லை நான் மற்றவர்களைப் போலவே அதிக பலமில்லாத ஒரு மனுஷிதான் என்பதை அவன் உணரவில்லை. மற்றும் இதை நான் ஏன் செய்ய விரும்பினேன் என்பது அவனுக்குத் தெரியாது. ஆகையினால், அவன் தன் சொந்த உணர்வுகளை இந்தப் பயணத்தின் மேல் ஏற்றத் தொடங்கினான். இந்தப் பயணத்தின் அற்புதத்தில் அவன் மாட்டிக் கொண்டான். அந்த மாயத்தை - நான் எதிர்பாராத பக்கவிளைவு அது. ஆனால் என் உற்ற நண்பர்களிடமும், மற்ற பலரிடமும் கண்டிருக்கிறேன். ரிக் இந்தப் பெரிய நிகழ்வைப் பதிய வேண்டுமென்று விரும்பினான். ஒரு புள்ளியில் இருந்து மற்றொரு புள்ளிக்கு நான் நகர்வதைக்கூடப் பதிய விரும்பினான். நான் கடுமையாகவும் இரக்கமற்றும் விஷத்துடனும், கொஞ்சம்கூட மனசாட்சி உறுத்தாமல் நடத்தக்கூடிய ஒரு சாதாரண புகைப்படக்காரனைத் தேர்ந்தெடுத்திருக்க வேண்டும். ரிக்கிடம் அவனுடைய அவன் பழக்கப்படுத்திக்கொண்ட அன்பு காட்டுதல் தவிர அருமையான திறமை இருந்தது. அதுதான் அவன் அப்பாவித்தனம் மிகவும் மெல்லிய ஒரு இனிமையான குணமும், ஆண்களிடம் அரிதாய்க் காணப்படும் பார்வையும் அவனிடம் இருந்தன. அதே சமயம் வெற்றி பெற்ற புகைப்படக்காரர்களிடம் தனித்துவமாய்க் காணப்படும் குணமும் அவனிடம் இருந்தது. எனக்கு அவனைப் பிடித்திருந்தது என்னைப் போலவே அவனுக்கும் இந்தப் பயணம் தேவையான ஒன்றாக இருந்தது என்பதை நான் உணர்ந்து கொண்டேன். அதுதான் பெரிய சுமை. பொறுப்புகளிடம் இருந்து, விலகி வருவதை விட்டு மிகப் பெரிய பொறுப்புக்குள் நான் நகர்ந்துகொண்டு இருந்தேன். யாரோ என்னிடம் இருந்தவற்றை முற்றிலுமாகத் திருடியது போல் இருந்தது.

முரண்பாடான உணர்வுகளின் குவியலாக ஆலிஸ்க்குப் பறந்து சென்றேன். இதை நான் ஒரு பொக்கிஷமாகக் கருதுகிறேனா? இதை நான் ஏன் மற்றவர்களுடன் பகிரக்கூடாது. நானொரு சுயநலமான குழந்தையா அல்லது ஒரு பூர்ஷ்வாவா? திடீரென்று இந்தப் பயணம் என்னைத் தவிர மற்ற அனைவருக்கும் சொந்தமானது போல் இருந்தது. பரவாயில்லை என்று சொல்லிக் கொண்டேன். ஆலிஸ் ஸ்பிரிங்கைவிட்டுக் கிளம்பும்போது, இவை அனைத்தும் முடிந்து விடும் அக்கறை காட்ட அன்புக்குரியவர்களோ, எந்தப் பந்தமோ கடமையோ இருக்காது. எதற்காவது உன்னைத் தேடும் மக்கள் இருக்கப் போவதில்லை. இனி புதிர்களில்லை, அரசியலில்லை, நீயும் பாலைவனமும் மட்டுந்தான் குழந்தாய்! ஆகவே, நான் அனைத்தையும் என் மனதின் ஒளியற்ற மூலைக்குள், அழுகி நச்சு போல் வளரட்டுமெனத் தள்ளி விட்டுவிட்டேன்.

நான் திரும்பி, வரலாறு காணாத வெள்ளத்தில் வீடு சேர்ந்தேன். யூட்டோவியாவிற்குச் செல்லும் வழியான 150 மைல்களும், சிவந்த நிறத்தில் பொங்கிப் பெருகும் ஆறாக இருந்தது. நான் இருமுறை நான்கு சக்கர வாகனத்தில் செல்ல முயற்சி செய்தேன்.

ஒரு வழியாக வீடு சேர்ந்தேன். இறுதி ஆறு மைல். என் தொடை வரை இருந்த நீரில் நடந்து சென்றேன். இங்கு மழை பெய்தால் அப்படிப் பெய்யும். ஒட்டகங்கள் மீண்டும் காணாமல் போய்விட்டன. அதைத் தொடர்ந்து கண்டுபிடிக்க முடியாத அளவிற்கு வெள்ளமாக இருந்தது. நாங்கள் சில நாட்கள் காத்திருந்தோம். பிறகு அவற்றை மலையின் உச்சியில், பயத்தினால் உறைந்து இருப்பதைக் கண்டுபிடித்தோம். ஒட்டகங்களால் மண்ணைச் சமாளிக்க முடியாது. அவற்றின் கால்கள் அதற்கானவை அல்ல. அவை அதில் வழுக்கி வழுக்கி விழும். அல்லது கால்கள் தடுக்கி அவற்றின் இடுப்பெலும்பு கூட உடைந்து விடக்கூடும். இதுபோன்ற சூழ்நிலைகள் அவற்றை கவலைக்கு உள்ளாக்கும். மேலும் அவை தங்கள் சொந்த இடத்தை விட்டு வெளியே இருப்பதால், இது போன்ற மன அழுத்தத்தில் அதை அவை கூடுதலாக உணரும். அவை ஆலிஸ் ஸ்பிரிங்கை நோக்கித் தெற்கு திசையில் சென்றிருந்தன.

காசோலை வந்தது. நான் கிளம்புவதற்காக ஒரு நாளைக் குறித்தேன். சாலியிடமிருந்து ஒரு பாரம்பரிய ஆஃப்கானிய சேணத்தைப் பெற்றுக் கொண்டேன். உணவும் மற்ற தேவையான பொருட்களும் வாங்கினேன். ஒட்டகங்களை ஆலிஸ் ஸ்பிரிங்கிற்கு அழைத்துச் செல்ல வாகனத்தை ஏற்பாடு செய்தேன். என் குடும்ப உறுப்பினர்கள்,

தாங்கள் அங்கு வந்து விடையளிக்கப் போவதாகக் கடிதம் எழுதினர். பயணத்திற்காக மக்கள் எனக்குப் பரிசுகள் அளித்தனர் அனைவரும், ஆம்! அனைவரும் நாளுக்குள் நாள் அதிகமாகும் இந்த உற்சாகத்தில் தங்களை ஈடுபடுத்திக் கொண்டிருப்பது போல் தோன்றியது. திடீரென அனைவரும் இது உண்மையென்று நம்பியது போல் இருந்தது. நான் இரண்டு வருடங்கள் நடித்துக் கொண்டிருந்துவிட்டு, நிஜமாகவே இதைச் செய்யப் போவதாகவும், அல்லது நாங்கள் அனைவரும் ஒரு கனவில் பங்கு பெற்றது போலவும், இப்போதுதான் எழுந்து அது உண்மையென்று உணர்வது போலவும் இருந்தது. பயணத்திற்கான ஏற்பாடுகள் ஒரு விதத்தில் நிகழ்வின் முக்கியமான பகுதியாக இருந்தன. “பாலைவனத்தில் ஒட்டகங்களோடு நான் நுழையப் போகிறேன்” என்ற எண்ணம் என் மனதில் வந்த நாள் முதல், எல்லாம் தயாரான நாள் வரை, தொட்டுணர முடியாத, ஆனால் மாயமான ஏதோ ஒன்றை என்னுள் வளர்த்துக்கொண்டே வந்தேன். அவ்வுணர்வை மற்றவர்களிடம் சிறிது பகிர்ந்து கொண்டேன். இனி இது போன்ற அதிக உழைப்பைக் கோரும், அதே சமயம் முழுத் திருப்தியளிக்கும் ஒரு வாய்ப்பு இனி எனக்குக் கிடைக்கப் போவதில்லை.

பண்ணைக்கு ஒட்டகங்களை வாகனத்தில் திருப்பி அழைத்துச் சென்றேன். பண்ணையை வேறு புதியவர்கள் வாங்கி இருந்தனர். அவர்கள் மிருகங்களைத் தங்கள் நிலத்தில் வைத்துக்கொள்ள மகிழ்ச்சியுடன் அனுமதி அளித்தனர். டூக்கி, பப் மற்றும் கோலியாத், இதுவரை வாகனத்தில் ஏறியது கிடையாது. அதனால், அவற்றை ஏமாற்றி எளிதில் ஏற்ற முடிந்தது. ஜெல்லியைக் கடைசியாக விட்டு வைத்தேன். அவள் அடம் பிடிப்பாள் என்று தெரியும். மற்றவற்றை அவள் பின் தொடர்வாள் என்று ஒரு நம்பிக்கை இருந்தது ஒருவழியாக ஒட்டகங்களை ஏற்றி நிம்மதியாகப் பெருமூச்சு விட்டேன். நான் ஒட்டகங்களை இதுவரை வாகனத்தில் ஏற்றியதே இல்லை. அதனால் அவற்றைக் கட்ட வேண்டாமா என்பது எனக்குத் தெரியவில்லை. வாகனத்தின் தரையில் மணலைப் பரப்பினேன். மேலும் வாகனத்தின் பக்கவாட்டில் ஒட்டகங்களின் உடைந்த கால்கள் செருகியிருப்பது போல் கற்பனை செய்தேன் . நாங்கள் பத்து மைல்கள்கூடச் சென்றிருக்க மாட்டோம். டூக்கிக்கி, மணிக்கு ஐம்பது மைல் வேகத்தில் மணலில் செல்வது பிடிக்கவில்லை. அதனால் அவன் குதிப்பதற்கு முடிவு செய்தான் ஊப்ஸ். பயணத்தின் மிகுந்த பொழுதெல்லாம் நான் கேபினின் கூரையில் அமர்ந்துகொண்டு அவன் தலையில் ஊஷ், ஊஷ் என்று கத்தியபடியே அடித்துக்கொண்டும் அவனுடைய வியர்த்த கழுத்தைத் தடவிக்கொண்டும், காற்றின் ஓசையை மீறி அவனைக் கொஞ்சிக்கொண்டும் இருந்தேன். “ஒன்றுமில்லை. எல்லாம் முடிந்து

விடும். இப்போது கத்தாதே! நல்ல பையன் அல்லவா?”

ஆஆஆஆஆஆஆஆஆஆஆஆஆஆஆ! ஊஷ் ஊஷ்.

நாங்கள் சென்றடைவதற்கு முன், அவற்றின் சாணம் நீராக மாறிவிட்டது. என்னுடையதும்தான். ஆலிஸில் கடைசி நிமிட ஏற்பாடுகளுக்காக, ஒரு வாரம் தங்குவதாகத் திட்டம். அது என்னவென்றால், என்னுடைய 1500 பவுண்ட் எடையுள்ள பிரமாண்டமான பயணச் சுமையைச் சேகரிப்பதற்கும், சாலோவிடம் இருந்து சேணத்தை வாங்குவதற்கும், அது பொருந்துகிறதா எனப் பார்ப்பதற்கும், அழுகிப் போகும் உணவு வகைகளை வாங்குவதற்கும்தான். மேலும், நான் ஒரு வருடம் பிரிந்திருந்து குடும்ப உறுப்பினர்களோடு சிறிது நேரம் செலவழிக்கவும், ரிக்கை என் பயணப் பாதையில் எங்கெல்லாம் சந்திக்கலாம் எனத் திட்டமிடவும், எண்ணிக்கை இல்லாத பிரியா விடை பெறவும். அவ்வாரத்தைச் செலவழித்தேன். சுருங்கக் கூறினால் மிகவும் சிரமமானதொரு வாரம்.

சூரியனின் கீழ் உள்ள நினைத்துப் பார்க்க முடியாத அனைத்துப் பொருட்களையும் சேகரித்துக்கொண்டு ரிக் வந்தான். மெல்போர்னில் அவனுக்கு டொயோட்டோவை விற்ற மக்கள், அவனுடன் ஒரு மைல் உடன் வந்தனர். அவனிடம், உயிர் வாழத் தேவையான அனைத்து உபகரணங்களையும் விற்றுவிட்டனர். ஒரு காளை அளவுள்ள திருப்புளியும், காற்றடிக்க அரை மணி நேரமாகும் காலால் இயக்கக் கூடிய ரப்பர் படகு படகு வரை அவனுக்கு விற்றிருந்தனர்.

“ரிக், இதெல்லாம் எதற்கு?”

“அவர்கள் அங்கு திடீரென வெள்ளம் வரக்கூடும் எனக் கூறினர். அதனால் அதை வாங்கி விடலாம் என நினைத்தேன். எனக்குத் தெரியாது. நான் இதுவரை பாலைவனத்தில் இருந்ததில்லை.”

நாங்கள் அப்போது சாலேயின் இடத்தில் இருந்தோம். உருண்டு புரண்டு சிரித்து சிறிதுகூடக் கருணையற்று ரிக்கைக் கேலி செய்தோம்.

அவன் இரண்டு வழியில் பேசக்கூடிய ஒரு ரேடியோவையும் வாங்கியிருந்தான். மேலும் பளபளவென்று பெரிதாக, உடல் குறைப்பதற்குப் பருமனானவர்கள் ஓட்டக்கூடிய மிதிவண்டி ஒன்றையும் வாங்கியிருந்தான்.

“ரிச்சார்ட், ஒருநாளுக்கு நான் 20 மைல் நடக்கப் போகிறேன் எனக்கு எதற்கு இந்த உடற்பயிற்சி செய்யும் மிதிவண்டி?”

இரண்டு வழியில் பேசக்கூடிய ரேடியோ எனக்குத் தேவையில்லை. அதேபோல் உடற்பயிற்சிக்கான மிதிவண்டியும். ரேடியோவின் பேட்டரிகள் செயலிழந்தால், அந்தச் சைக்கிள் அதற்கு அந்த மின்சாரத்தைத் தருவதற்காகவாம். எங்கே என்று தெரியாத ஓரிடத்தில் அமர்ந்து கொண்டு நம்மால் முடிந்தளவு மிதிவண்டியை மிதித்துக்கொண்டு ஒலிவாங்கியில் “உதவி” என நான் கத்துவதைக் கற்பனை செய்து பாருங்கள். எனக்கு முட்டாள்தனமாகத் தோன்றியது. உடன் ஒரு பெரிய சொற்போர் தொடர்ந்தது. இந்த இரண்டு பொருட்களையும் நான் எடுத்துக் கொள்ள மாட்டேன் என நான் மறுத்தேன். மற்றவர்கள், இதை எடுத்துச் செல்லவேண்டும் என்றோ, அல்லது இதைக் கொண்டு செல்லாவிட்டால் மிகவும் கவலைப்படுவோம் என்றும், நான் காலை உடைத்துக் கொண்டு விட்டால் என்ன செய்வது என்றும், தயவு செய்து எடுத்துக்கொண்டு செல். அப்போதுதான் நாங்கள் நிம்மதியாக இருப்போம் என்றும் வாதங்கள் நடந்தன.

உணர்வுகளால் மிரட்டினார்கள்.

ரேடியோவைப் பற்றி, நான் நீண்ட நேரம் சிந்தித்து அதை எடுத்துக் கொண்டு செல்வது சரியல்ல என்று முடிவு செய்தேன். அது எனக்குச் சரியாகத் தோன்றவில்லை. எனக்கு அது தேவையில்லை அது அங்கு இருந்து கொண்டு என்னைச் சலனப்படுத்துவதை நினைக்க விரும்பவில்லை. அந்த மனச்சாய்வு எனக்குத் தேவையில்லாமல் இருந்தது. வெளி உலகுடனான ஒரு தொடர்பு எனக்கு வேண்டாமெனத் தோன்றியது. முட்டாள்தனமாக இருக்கலாம். ஆனால், அந்த எண்ணம் மிகத் தீவிரமாக என்னுள் இருந்தது. கடைசியாக மனம் இல்லாமல் அதை எடுத்துச் செல்கிறேன் என்று விட்டுக் கொடுத்தேன். ஆனால், அந்த மிதிவண்டியை எடுத்துச் செல்லக் கட்டோடு மறுத்து விட்டேன். அப்போது என் மேலே எனக்கு மிகவும் கோபம் வந்தது. ஏனெனில் நான் மற்றவர்களை, நான் என்ன செய்ய வேண்டும் என்பதைக் கூற அனுமதித்தேன் என்பதால். அதன் காரணம் என்னவாக வேண்டுமானாலும் இருக்கட்டும். அதே சமயம் என்னுளிருந்த உற்சாகமற்ற பாதுகாவலன். “எடுத்துக் கொள் முட்டாளே! எந்தத் தொடர்பும் அற்று நீ அங்க இருக்க விரும்புகிறாயா?” எனக் கூறியது தான். இது தோல்வியின் மற்றொரு சிறிய சின்னம். இந்தப் பயணம் என்னுடையது மட்டுமல்ல. மற்ற பொருட்களுடன் அதை வைத்துக் கட்டிக் கொண்டேன்.

அதேசமயம், என் குடும்ப உறுப்பினர்களையும் நான் கவனித்தேன். என் தந்தையும் தமக்கையும், எங்களிடையே கண்ணுக்குத் தெரியாத

சங்கிலிகளும் கயிறுகளும் இருந்தன. அவற்றுக்கு எதிராகப் போராடி இருக்கிறோம். அதை உரசிப் புண்ணாக்கிக் கொண்டிருக்கிறோம். அதிலிருந்து தப்பித்து விட்டோம் என்று நினைக்கும்போது, அது முன்பை விட உறுதியாக இருப்பதைக் கண்டு கொண்டிருக்கிறோம். என் தாயின் மரணத்தில் இருந்து குற்றவுணர்வாலும், ஒருவரை ஒருவர் காப்பாற்ற வேண்டுமென்று ததும்பி நிற்கும் உணர்வாலும், பிணைந்து நிற்கிறோம். ஆனால், அது எங்களிடையே எப்போது பறிமாறிக் கொள்ளப்படுவதில்லை. அப்படிச் செய்வது மிகவும் கொடூரமாய் இருந்திருக்கும் - பழைய புண்களை மீண்டும் கீறுவது போல். மேலும் உண்மையில் நாங்கள் அதை வெற்றிகரமாகப் புதைப்பதற்குச் சமாளித்து விட்டோம். அதை மறைத்தும் விட்டோம். எப்பொழுதாவது அதன் அழுத்தம் தாளாமல் எங்களில் ஒருவர் வெடித்தால், யாரையும் புண்படுத்தாத, காப்பாற்றக்கூடிய, மறைக்கக்கூடிய வார்த்தைகளால் அதற்கு விளக்கமளித்துக் கொண்டோம். ஆனால், இப்போது ஏதோ ஒரு புரிதல், நீல நிற கண்களின் பின்னால் இருந்து கெஞ்சிக் கொண்டிருந்தது. ஒரே மாதிரியான மூன்று முகங்கள், ஒருவரை ஒருவர் புரிந்து கொள்வதற்காகக் கெஞ்சிக் கொண்டிருந்தன. இது மின்சாரத்தைப் போல் இருந்தது. ஒரு பூதத்தை நாளாவதற்கு முன் (அதாவது நான் பாலைவனத்தில் இறப்பதற்கு முன்), புதைக்க வேண்டிய தேவை இருந்தது. அது மிகவும் வலியைக் கொடுத்தது. ஒரே தவறை இருமுறை செய்வதற்கு, எங்களில் எவருக்கும் விருப்பமில்லை. அதாவது சொல்ல வேண்டிய எதையும் சொல்லாமல் இருப்பதும், சொல்லக் கூடாததைச் சொல்வதும்.

என்னுடைய தமக்கைக்குத் திருமணமாகி நான்கு குழந்தைகள் இருந்தன. மேலோட்டமான பார்வைக்கு நாங்கள் இருவரும் சுண்ணாம்பும் பாலாடைக்கட்டியும் போல் தோற்றமளிப்போம். ஆனால், துயரமான குழந்தைப் பருவத்தைப் பகிர்ந்து கொண்ட இரு சகோதரிக்குள் மட்டுமே இருக்கக் கூடிய அந்த அன்யோன்யம் எங்களிடையே இருந்தது. ரகசியங்கள் உறுதியாகவும் தெளிவாகவும் ஏற்றுக் கொள்ளப்பட்டதாகவும் இருந்தன. அப்பாவைப் பார்த்துக் கொள்ள வேண்டிய தேவை இருந்தது. கடமை. அவரை எப்படியாவது வலியில் இருந்து பாதுகாக்க வேண்டியிருந்தது. ஆனால், நாங்கள் இருவரும் எங்கள் வாழ்க்கை முழுவதும் அதற்கு மாறாகவே செய்து கொண்டிருந்தோம் என்பதுதான் வினோதம்.

எங்கள் உணர்வுகளை நான் கவனித்தபோது, யாரும் பார்க்கவிலலை என்று அவர் நினைத்துக் கொண்ட சமயத்தில், அவர் கண்களில் நீர் நிறைந்த போது அல்லது யாரோ பார்க்கிறார்கள் என்ற குழப்பத்தில்,

கண்களைத் திருப்பிக்கொண்டபோதும், இந்தப் பயணத்தில் எத்தனை உணர்ச்சிக் கொந்தளிப்புகள் சம்பந்தப்பட்டுள்ளன என்பதை நான் புரிந்து கொண்டேன். அவருக்கு இது எவ்வளவு முக்கியமானது என்பதை நான் உணரத் தொடங்கினேன். அவரை எந்த அளவு பாதிக்கும் என்பதையும் உணர்ந்து கொண்டேன். இதனால் அவருக்குப் பெருமை என்பது மட்டுமல்ல, (அவர் 20 வருடங்கள் ஆப்பிரிக்காவில் இருந்திருக்கிறார். அதனூடே 1920 களிலும் 1930களிலும் நடந்து சென்ற ஒரு விக்டோரியாக் காலத்து ஆராய்ச்சியாளர். இப்போது அவர் என்னை வாழையடி வாழையெனக் கூறலாம்.) அல்லது அவர் பயந்திருக்கிறார் என்பதினாலும் அல்ல. ஏனென்றால், எங்கள் குடும்பம் அனுபவித்த முட்டாள்தனமான அர்த்தமில்லாத வலியானது எப்படியாவது ஒழிந்து விடும் அல்லது மறைந்து விடும் அல்லது இந்த என் செய்கையால் மறைந்துவிடும் என்று நம்பினார். எங்களிடமிருந்து அதைப் பிரித்து நான் அழைத்துச் சென்று விடுவேன் என அவர் நம்பினார். இவையெல்லாம் ஒரு யூகம்தான். ஆனால், எனக்கு நேரம் தாங்க முடியாத அளவுக்குச் சோகமயமாய் இருந்தது காற்றில் கசப்பு இருந்தது. ஆனால், எப்போதும் போலவே முகமூடியை அணிந்து கொண்டிருந்தது. எங்கள் நகைச்சுவையினாலும், வெளிப்படை உணர்வாலும் சிறிது ஆட்டம் கண்டிருந்தது.

க்ளென் ஹெலன் வரை ஒட்டகங்களுக்காக வாகனம் தருவதாக சாலே கூறினான். க்ளென் ஹெலன், ஆலிஸில் இருந்து 70 மைல் மேற்கு திசையில் இருந்த மிகக் கவர்ச்சியான சிவப்பு மண் நிறைந்த ஒரு பள்ளத்தாக்கு. இந்த ஏற்பாட்டால் நான், சுற்றுப் பிரயாணிகளும் ஆர்வமுள்ள ஊர் மக்களும் செல்லும் தார்ச் சாலையைத் தவிர்க்க இயலும். என் இறுதி நாளில் அவனை விடியற்காலையில் சந்திப்பதற்கு ஏற்பாடு செய்து கொண்டேன். அப்பாவும் நானும் மூன்று மணிக்கு எழுந்து ஒட்டகங்களை நடத்திச் சென்றோம். இருள் இன்னும் பிரியவில்லை. நாங்கள் அதிகம் பேசிக் கொள்ளவில்லை. நிலவொளியையும் இரவின் ஓசையையும், ஒருவர் ஒருவரின் அண்மையையும் ரசித்துக் கொண்டு சென்றோம். அரை மணி கழித்து அவர் கூறினார். "உனக்குத் தெரியுமா ராப்?நேற்றிரவு எனக்கு உன்னைப் பற்றி ஒரு வினோதமான கனவு வந்தது" அப்பா தன் அந்தரங்க விவகாரங்கள் அதுவும் தன் கனவுகளைப் பற்றி என்னிடம் பேசியதே இல்லை. இவ்வாறு பேசுவது அவருக்குத் தர்மசங்கடமாக இருக்கும் என்பது எனக்குத் தெரியும். நான் நடக்கும்போதே அவரை அணைத்துக் கொண்டேன். என்ன அது? "நாம் ஒரு அழகிய படகில், மிகவும் அழகிய நீல நிற கடலில் சேர்ந்து பிரயாணம் செய்கிறோம். நாம் மிகவும் சந்தோஷமாக

இருக்கிறோம். நாம் எங்கோ சென்று கொண்டிருக்கிறோம். ஆனால், ஏதோ ஒரு நல்ல இடத்திற்குச் செல்கிறோம். திடீரென்று நாம் மணல் நிறைந்த கரையில் நிற்கிறோம். அது கரைகூட அல்ல. அது மணலால் ஆன கடல். நீ மிகவும் பயப்படுகிறாய். அப்போது நான் உன்னிடம், "பயப்படாதே! நம்மால் நீரில் மிதக்க முடியும் என்றால், மணலிலும் மிதக்க முடியும்" என்கிறேன்" என்றார்.

இந்தக் கனவு எனக்கு எப்படி இருந்ததோ, அதே விதத்தில் அவருக்கும் தோன்றியதா என வியக்கிறேன். ஆனால், அதைப் பற்றி எனக்குக் கவலையில்லை. அவர் என்னிடம் கூறியதே போதும். அதன் பிறகு நாங்கள் பேசிக்கொள்ளவே இல்லை.

க்ளென் ஹெலனில் இரவு சாதாரணமாகக் கழிந்தது. சாலே சப்பாத்திகள் செய்தான். ஐரிஸ் எங்களைச் சிரிக்க வைத்தாள். அப்பாவும் நானும் சிறிது சேர்ந்து நடந்தோம். குழந்தைகள் சவாரி செய்தன. என் தமக்கையும், அவள் கணவனும் இங்கு இன்னும் சிறிது காலம் கழிக்கலாமே என ஆசைப்பட்டனர். ரிக் படங்கள் எடுத்தான். மிகப் பெரிய ஆச்சரியம் என்னவென்றால் படுக்கையில் விழுந்த அடுத்த கணம் நான் உறங்கிவிட்டேன். விடியல்தான் எவ்வளவு வித்தியாசமாக இருந்தது. நாங்கள் அனைவரும் வலிந்து ஏற்படுத்திய புன்னகையுடன் எழுந்தோம். அது முதலில் மறைக்கப்பட்ட அழுகையாகவும், பின் வெளிப்படையான அழுகையாகவும் மாறியது. எனக்காக ஒட்டகங்களின் மேல் பொருட்களை சாலே ஏற்றினான். என்னிடம் அத்தனைப் பொருட்கள் இருந்ததை என்னால் நம்பவே முடியவில்லை. மேலும் அவை அனைத்தும் அங்கேயே இருக்கும் என்பதையும் நம்ப முடியவில்லை.

பைத்தியக்காரத்தனம் போல் இருந்தது. என் கண்களின் பின் பரபரப்பும் உற்சாகமும் சேர்ந்து பெருகுவதையும், என் வயிற்றில் வயலின்கள் வாசித்துக் கொள்வதையும் உணர முடிந்தது. என்னை உயிரோடு இனி பார்க்க முடியாது என்ற ஒரு உணர்வு அவர்களிடம் இருந்தது என்பது எனக்குத் தெரியும். அதே சமயம், ரெட் பேங்க் பள்ளத்தாக்கில் இருந்து நானும், "மன்னிக்கவும் முதல் 17 மைல்களில் சொதப்பி விட்டேன். என்னை வந்து அழைத்துக் கொள்ளவும்" என்று ஒரு தகவல் அனுப்பப் போகிறேன் என்ற எண்ணம் என்னுள்ளும் இருந்தது. ஜோஸ்ஃபின் உரக்க அழ ஆரம்பித்தாள். அது ஆன்டிரியைத் தொற்றிக் கொண்டது. அது மார்க்கிடம் சென்று, அப்பாவிடம் முடிந்தது. அனைவரும் அணைத்துக்கொண்டு நல்வாழ்த்துகளைக் கூறினார். "காளைகளைப் பற்றி நான் கூறியது போல் கவனமாக

இரு” என்று சாலே கூறிக்கொண்டு முதுகில் மெதுவாகத் தட்டிக் கொடுத்தான். மார்க், என் கண்ணில் ஆழமாகப் பார்த்துக்கொண்டு, “நான் உன்னை மிகவும் நேசிக்கிறேன் என்பது உனக்குத் தெரியுமல்லவா?” என்று கூறினாள். ஐரிஸ் கையாட்டத் தொடங்கினாள். அனைவரும் கையசைத்து விடை கொடுத்தனர். “சென்று வா ராப்” நான், என் வியர்த்து நடுங்கும் கைகளால் மூக்கணாங்கயிறைப் பற்றிக்கொண்டு மலை மேல் ஏறத் தொடங்கினேன்.

★

நான் நடக்கிறேன், நான் உயர்கிறேன். என் இதயத்தையும் கண்களையும் உயர்த்துகிறேன். சொர்க்கத்தின் பெருமையை பருகுவதற்கு.

மீதி நேரம் எவ்வாறு சென்றது என்று எனக்குத் தெரியவில்லை. ஆனால், இந்த வார்த்தைகள் என் மனதில் ஒரு விளம்பரவாசகம் போல் ஓடிக்கொண்டே இருந்தது. அப்படித்தான் நான் உணர்ந்தேன். அதாவது நான் மெல்லிய, பளிச்சென்ற, காற்றோட்டமான இசையை உருவாக்கியது போலவும், என் நெஞ்சுதான் சக்தியின் உறைவிடம் போலவும், அது எந்த நிமிடத்திலும் வெடித்து அதிலிருந்து ஆயிரக்கணக்கான பாடும் பறவைகளை வெளியேறலாம் என்பதுபோல் இருந்தது.

என்னைச் சுற்றி அனைத்தும் பிரமாதமாக இருந்தன. வெளிச்சம், சக்தி, வெளி மற்றும் சூரியன். நான் அதனுள் நடந்தேன். அது என்னை ஆக்கவோ அல்லது அழிக்கவோ செய்யட்டும் என எண்ணினேன். என் முதுகில் இருந்து ஒரு பெரும் பாரம் நழுவியது. நடனமாடி இறையை அழைக்க வேண்டும் போல் தோன்றியது. மலைகள் அழைத்தன, தள்ளி விட்டன காற்று அடித்து வீசியது. மேகங்களின் தொடுவானில் இருந்து தொங்கிக் கொண்டிருந்த கழுகுகளைத் தொடர்ந்தேன். காலையின் எல்லையற்ற நீலத்தில் பறக்க விரும்புகிறேன். இவை அனைத்தையும் நான் முதன்முதலாக பாரக்கிறேன். அனைத்தும் புதியதாகவும் வெளிச்சத்தின் மற்றும் இன்பத்தின் பிரகாசத்தில் குளித்தபடி இருந்தன. ஒரு திரை விலகியது போலவும், என் கண் புதிதாகத் திறந்தது போலவும் இருந்தது. பெருவெளியில் வானமே! பறவையே, காற்றே, மழையே, வெளியே, சூரியனே, பாலைவனமே நான் உங்களை நேசிக்கிறேன்! நேசிக்கிறேன்! என உரக்க கத்த வேண்டும் போல் இருந்தது.

“க்ளிக்”

“ஹை”! எப்படி இருக்கிறது? நீ விடைபெறும்போது சில

புகைப்படங்கள் எடுத்தேன்.'' ரிக் தன் காரில் பாப் சங்கீதம் கேட்டபடி என் வரவிற்காக காத்துக் கொண்டிருந்தான்.

நான் மறந்தே போய் விட்டேன். பூமியில் வந்து விழுந்தேன். என் மிகைப்படுத்தப்பட்ட உணர்வுகள் நடைமுறைக்குள் நொறுங்கியபடி வீழ்ந்து உடைந்தது. ஒட்டகங்களை நோக்கினேன். டூக்கியின் சுமை கலைந்து போயிருந்தது. ஜெலிக்கா தன் மூக்கணாங்கயிறை இழுத்தபடி கோலியாத் எங்கிருக்கிறான் என்று தேடினாள். கோலியாத்தோ தன் கயிற்றை இழுத்தபடி தன் தாயிடம் செல்ல முயற்சி செய்தான். கயிறு பாபின் சேணத்தை இழுத்தது.

ரிக் நூற்றுக்கணக்கான புகைப்படங்களை எடுத்தான். ஆரம்பத்தில் எனக்கு தர்மசங்கடமாகவும், கேமிராவைக் கண்டு கூச்சமாகவும் இருந்தது. என்னும் ஒரு சிறிய குரல், நீ சிரிக்கும்போது அந்தத் தங்கப்பல் தெரியாமல் பார்த்துக் கொள் எனக் கூறியது. அல்லது, உன் இரட்டை தாடைகள் தெரியாமல் இரு என்றது. அந்த குரலுக்குடையவள், புகைப்படங்களின் பெருகும் எண்ணிக்கையில் தன் சுயத்தைப் பற்றிய பிரக்ஞையை நீண்ட நேரம் தாக்குப் பிடிக்க இயலாமல் தோற்றுப் போனாள். கேமிரா எங்கும் காணப்படும் ஒரு பொருளானது. அதைப் பற்றி மறக்க முயற்சி செய்தேன். ஏறக்குறைய வென்றும் விட்டேன்.

ரிக் என்னை எதுவும் செய்ய சொல்லவில்லை, எந்த விதத்திலும் குறிக்கிடவும் இல்லை. ஆனால், அவன் அங்கு இருந்தான். தன் புகைப்படக் கருவியால் உருவங்களைப் பதிவு செய்து அதற்கு தனிப்பட்ட முக்கியத்துவத்தைத் தந்தான். அது என் செயல்பாடுகளை நிறுத்தி, இயல்பாக இல்லாமல் ஆக்கியது. அதாவது நான் என்னுடனே பொருந்திப் போகாதது போல் இருந்தது. கிளிக். பார்வையாளர். கிளிக். பார்த்தாயிற்று என்னதான் ஆதரவாகக் கூறப்பட்டாலும், இந்த பாலைவனத்தில் காமிராக்களும், ஜாக்ஸன் ப்ரௌன் சங்கீதமும் பொருந்தவில்லை. நான் அங்கே, அப்பொழுதே, ரிக்கைப் பற்றிய இரு மாதிரியான மனநிலையை ஏற்படுத்திக் கொண்டேன். ஒரு விதத்தில் அவன் மிகவும் நல்லவனைப் போல நடந்து, பொருட்களைக் காட்டி என்னை வசியப்படுத்தி என் வாழ்க்கையின் பாதையில் நைச்சியமாக புகுந்துகொண்ட, என் ரத்தத்தை உறிஞ்சும் ஒரு கொடி போன்றவன். அதேசமயம் என் முன்னே நான் கண்டது. மிகவும் அன்பான நல்ல குணமுடைய ஒரு மனிதன். எனக்கு உண்மையாக உதவி புரியவும், எங்கள் சாகசப் பயணத்தைப் பற்றி பேராவல் கொண்ட, திறமையாக அதை மேற்கொள்ள விரும்பிய, அக்கறையுள்ள ஒரு மனிதனை.

வெப்பம் அதிகமாக அதிகமாக, டூக்கியின் சுமை கேவலமாகப் போனது. நான் அடிக்கடி நிறுத்தி அதைச் சரிசெய்ய வேண்டி இருந்தது. ஒட்டகங்களைத் திரும்பித் திரும்பிப் பார்த்து கழுத்தில் சுளுக்கு விழுந்து விட்டது. என் பெரிய உற்சாகமெல்லாம் என்னை என் உடைமைகளோடு விட்டுவிட்டுப் பறந்து விட்டது. "ஆக்கு அல்லது அழி!" எனக்குச் சிறிதளவே தெரியும். 2000 மைல்கள் தாண்டிக் கடலை நான் அடைவேன் என்று எண்ணமே நடைமுறைக்கு சாத்தியப்படாதது போல் இருந்தது. நல்ல வானிலை இருந்தாலும் இல்லாவிட்டாலும் பாலைவனம் ஓர் ஆர்வலருக்கு ஏற்ற இடம் இல்லை. இந்த எண்ணங்களை எல்லாம் நான், "இது ஒன்றும் பெரிய விஷயமில்லை, தொடர்ச்சியான காலடிகளே தவிர வேறு ஒன்றுமில்லை. பல நாட்கள், ஒன்றன் பின் ஒன்றாய்." ஒரு நாள் எதுவும் தவறில்லாமல் நடக்கும் போது, மறுநாளும் ஏன் அப்படி நடக்காது? என்று எண்ணியபடியே எதிர்த்தேன்.

ரெட் பேங்க் பள்ளத்தாக்கில், ஜென்னி, டோலி மற்றும் சிலரை சந்திக்கத் திட்டமிட்டிருந்தேன். அரையோங்காவை அடையும்வரை. இதுதான் மனிதர்களை நான் சந்திக்கப் போகும் கடைசி முறை. அரையோங்கா எழுபது மைல் தொலைவில் உள்ள பூர்வகுடியினரின் குடியிருப்பு. நான் சென்று சேரும்போது மிகவும் களைத்துப் போயிருந்தேன். 17 மைல்கள் நடப்பது என்பது ஒரு விஷயம் அதையே, அழுத்தத்தினால் உங்கள் தசைகள் சிமெண்ட்டைப் போல் இறுகி இருக்கும்போது நடப்பது முற்றிலும் வேறு விஷயம்.

அந்த நம்பமுடியாத அழகான இடத்தில் இரவையையும், மறுநாள் பகலையும் கழித்தோம். வெள்ளி மணலில், நீர் நிரம்பிய அழகிய பள்ளத்தாக்கின் அருகில் முகாமிட்டோம். ரிக்கின் ரப்பர் படகு, காமிராவை, ஒரு மைல் நீளமுள்ள பள்ளத்தாக்கில் கொண்டு செல்ல உபயோகப் பட்டது. அதே சமயம் நாங்கள், கருமையான உறைந்த தெளிவான நீரில் நீந்தினோம். அந்தப் பள்ளத்தாக்கு சில இடங்களில் இரண்டடி அகலமே இருந்தது அதிலிருந்து சிவப்பு மற்றும் கருப்பு நிறத்தில் குன்றுகள் பல நூறு அடி உயரத்திற்கு எழுந்து நின்றன. பின் அது குகையாகவோ அல்லது உடைப்பாகவோ மாறும். அங்கு சூரியன் தன் மஞ்சள் கிரகணங்களை நீரின் மேல் வாரி இறைக்கும் ரிக் மட்டுமே முழுவதும் கடந்து, மறுபக்கத்தில் இருந்த வெயில் மூடியிருந்த உச்சியை அடைந்தான். நாங்கள் குகை போல் இருந்த குளத்தின் கரையில் அவனுக்காக அங்கிருந்த விறகுகளைக் கொண்டு நெருப்பு உண்டாக்கி வைத்தோம். அதனால் அவன் திரும்பி வரும்போது குளிரினால் விறைத்துப்போகாமல் இருக்கலாம்.

அவ்விரவு அவன் ஆலிஸிற்கு திரும்பிச் சென்றான். அங்கிருந்து விமானத்தின் அவனுடைய அடுத்த வேலைக்காக பரந்த உலகின் எந்தப் பகுதிக்கோ செல்லப்போகிறான். நாங்கள் மீண்டும் மூன்று வாரங்கள் கழித்து "அயர்ஸ் ராக்" கில் சந்திக்க ஏற்பாடுகள் செய்து கொண்டோம். ஏனெனில் ஜியாகரஃபிக் ஆஸ்திரேலியாவின் பிரபலமான இடத்தில் முழுமையாக புகைப்படங்கள் எடுக்க வேண்டும் எனக் கூறியிருந்தது. அவனை மிக விரைவில் மீண்டும் சந்திக்கப் போகிறோம் என்ற எண்ணமே கசப்பாக இருந்தது.

அடுத்த நாள் காலை, இரண்டரை மணி நேரம் மிகவும் சோர்வளிக்கக் கூடிய பாரம் ஏற்றும் வேலையை மேற்கொண்டேன். என்னிடம் தேவைக்கு அதிகமாக பொருட்கள் இருந்தன என்பது எனக்குப் புரிந்தது. ஆனால், அந்த சமயத்தில் அவை அனைத்தும் எனக்குத் தேவை என்பதில் நான் உறுதியாக இருந்தேன்.

ஒட்டகங்களுக்குத் தேவையான நீரை, ஐம்பது பவுண்ட் எடை கொண்ட நான்கு பெட்ரோல் கலன்களை பப் சுமந்தது. அதன் மேல் உணவும், மற்ற கருவிகளும், மணிகளும், தோலும், துணிகளும் கொசுவலையும், மழைக்கான மேலோங்கிகளும் இன்ன பிறவும் கொண்ட நான்கு கான்வாஸ் பைகளும் இருந்தன. என் மூட்டையை சேணத்தின் பின்புறம் கட்டினேன். மற்ற இரு ஒட்டகங்களைவிட ஜெலிக்காவிற்கு குறைவான பாரம்தான். ஏனெனில் அவளின் மீதி சக்தி அனைத்தும் கன்றுக்கு பால் கொடுக்கத் தேவைப்படும். அவள் சேணத்தின் முன் பகுதியில் பொருந்துமாறு இரண்டு பெரிய தண்ணீர் கலன்கள் வடிவமைக்கப்பட்டிருந்தன. அதன்பின் ஒரு கம்பியில் தொங்கியவாறு உணவும், இரவில் நான் முகாமிடத் தேவையான பல பொருட்கள், அதாவது, மண்ணெண்ணெய் விளக்கு, பாத்திரங்கள் போன்ற பொருட்கள் அடங்கிய இரண்டு பெரிய டின்கள் இருந்தன. நீர் கலன்களுக்கு மேல் ஆட்டுத் தோலினால் ஆன பைகளும், அதன்மேல் டிக்கிட்டியின் நாய்ரொட்டிகளும் கட்டி வைக்கப்பட்டிருந்தன. டூக்கி மிகுந்த பலமுள்ளவன் என்பதால் அவன்தான் அதிகப் பொதி சுமந்தான். 4 நீர்கலன்கள், ஆரஞ்சுப்பழங்கள், எலுமிச்சை, உருளைக்கிழங்கு, பூண்டு, வெங்காயம், தேங்காய் மற்றும் பரங்கிக்காய் அடங்கிய பெரிய சாக்கு, ஒலி நாடா கருவியும், அந்த ரேடியோவும் கொண்ட இரண்டு பைகள், அவன் சேணத்தின் பின்புறம். ஐந்து காலன் கொள்ளவு கொண்ட, சுத்தம் செய்யும் பொருட்கள் கொண்ட ஒரு வாளி. எல்லா ஒட்டகங்களும் உபரி கயிறும், வார்களும், பிணைக்கும் கயிறுகளும், தோற்பட்டை வார்களும், ஆட்டுத்தோல்களும் சுமந்து கொண்டிருந்தன. அனைத்தும் கயிற்றால் நன்கு சுமையைச் சுற்றிக் கட்டி பின் சேணத்தின் சட்டங்களில் இழுத்துக் கட்டப்பட்டு இருந்தன.

பப்பின் சேணத்தின் மீது, சௌகரியமாக சவாரி செய்வதற்காக என் தலையணையை வைத்தேன். பின் என் துப்பாக்கியையும், பணம் மற்றும் சிகரெட் போன்ற மதிப்பு மிகுந்த பொருட்கள் நிரம்பிய பையையும் சேணத்தின் முன் பகுதியில் தொங்கவிட்டேன். என் வரை படங்களை (இட அமைப்பில் *1:2,50,000* என்ற மதிப்பீட்டிலானது) உருளையாகச் சுற்றி பப்பின் பைகள் ஒன்றில் வைத்தேன். திசைமானியை என் கழுத்தைச் சுற்றி அணிந்து கொண்டேன். என் இடுப்பில் ஒரு கத்தியைச் செருகி வைத்துக்கொண்டேன். என் பைகளில் உபரியாக கொஞ்சம் மூக்காணாங்கயிற்றை வைத்துக் கொண்டேன். ஆயிரத்து ஐநூறு பவுண்டுகளுக்கு இரண்டரை மணி நேரம் என் பயணம் முழுவதும் இப்படி சுமையேற்றியே கழிக்கப் போகிறேன்.

பப்பை முன்னால் செல்ல வைக்கலாம் என முடிவெடுத்தேன் ஏனெனில் எனக்கு காலில் புண் ஏற்பட்டால் அவனிடம்தான் சிறந்த சேணம் இருந்தது. மேலும் அவன்தான் மிகவும் பயந்தாங்குளி, அதனால் அவனை முற்றிலும் கட்டுப்படுத்தக்கூடிய இடத்தில் வைத்திருக்க விரும்பினேன். அடுத்து ஜெலிக்கா, இவ்வகையில் அவளின் மூக்கணாங்கயிற்றில் ஒரு கண் வைக்கலாம். அவள் அதை இழுத்துப் போடத் தொடங்கினால் கட்டுப்படுத்தலாம். கடைசியாக டூக்கி. அந்த அவமானத்தை அவனால் பொறுத்துக் கொள்ளவே முடியவில்லை. கோலியாத்தை அவன் இஷ்டப்படி விட்டேன். செல்லும்போதே அவன் சாப்பிடட்டும் என்று சாலே கூறியது போல. இரவில் அவனை மரத்தில் கட்டிவிடலாம் என்று எண்ணினேன். இந்த வழக்கத்தினால், உணவிற்காக இலேசாக ஒன்றோடு ஒன்று கட்டிப் போடப் பட்டிருக்கும் ஒட்டகங்கள் காணாய் போகாமல் இருக்கும். அவன் தோளில் ஒரு வாரை இட்டேன். அதிலிருந்து ஒரு கயிற்றை தொங்கவிட்டேன். இதனால் அவனை பிடிக்க எளிதாய் இருக்கும்.

முடித்துவிட்டேன். நான் மட்டுமே இருந்தேன் உண்மையாக ஒரு வழியாக, ஜென்னி, டோலி, ஆலிஸ் ஸ்பிரிங், ரிக், நேஷனல் ஜியாகரஃபிக், குடும்பம் நண்பர்கள் இவை அனைத்தும், நான் இறுதி முறையாக ஒரு திருப்பத்தில் சென்றதும் மறைந்து விட்டனர். இளங்காலைக் காற்று என்னைச் சுற்றிக் குதித்துக்கொண்டும் விசிலடித்துக்கொண்டும் இருந்தது. எழுச்சியான இந்தப் பைத்தியக்காரத்தனத்திற்குள் எந்த சக்திமிக்க விதியின் கை என்னைத் தள்ளிவிட்டது என வியந்தேன். திரும்பிச் செல்ல இயலாதபடி என்போன பிறவியின் பாவங்கள் எரிக்கப்பட்டு விட்டன. நான் மட்டுமே என்னுடன் இருந்தேன்!

பகுதி 2
சுமைகளை உதிர்த்தல்

1

தனிமையில் கழித்த அந்த முதல் நாளில் நிம்மதியாக இருந்தது மட்டும்தான் நினைவில் இருக்கிறது. நான் நடக்கும்போது, உற்சாகமான நீண்டு தொடர்ந்த ஒரு நம்பிக்கையுணர்வும் இருந்தது. பப்பின் மூக்கணாங்கயிறு என் வியர்த்த கைகளிலிருக்க, ஒட்டகங்கள் சமர்த்தாக ஒன்றன்பின் ஒன்றாய் வரிசையில் இருந்தன. எல்லாவற்றிற்கும் பின் கோலியாத் இருந்தது. இவற்றின் அடங்கிய மணியோசையும், மண்ணில் என் கால்கள் பதியும் ஓசையும், மரக் குருவிகளின் தூரத்து கூச்சல்களும், இவை மட்டும்தான் அங்கு கேட்டன. மற்றபடி பாலைவனமே அமைதியாய் இருந்தது.

பொழுதடைவில் பிரதான அரியோங்கா சாலையை சென்றடையும் ஒரு கைவிடப்பட்ட ஒரு தடத்தைத் தொடர நான் முடிவு செய்திருந்தேன். ஆஸ்திரேலியாவில் தடம் என்றால் பூமியின் மேல் தொடர்ச்சியாய் வாகனங்கள் சென்றதால் ஏற்படும் பாதை. உங்களுக்கு அதிர்ஷ்டமிருந்தால், ஆரம்பத்தில் புல்டோசர் மண்ணை அகற்றி பாதையை உருவாக்கியிருக்கலாம். இத்தடங்கள் வரிவரியாய், வலிமைப்படுத்தப்பட்டோ, சிவப்பு மண் பாதையாகவோ, நன்றாக அமைக்கப்பட்ட சாலையாகவோ, அல்லது ஓர் மலைமேல் ஏறி நோக்கினால் அது எங்கு செல்கிறது என்று அளவிடவே முடியாதபடிக்கு இருப்பதாகவும் விளங்கும். சில சமயங்களில் சில காட்டுப்பூக்கள் மலர்ந்திருப்பதைக் கண்டு வழித்தடத்தைக் கண்டுகொள்ளலாம். பாதைகளின் ஊடே அவை அடர்த்தியாகவோ அல்லது வேறுபட்டோ வளர்ந்திருக்கும். சில சமயங்களில், புல்டோசர்கள் பல வருடங்களுக்கு முன் ஏற்படுத்திய பள்ளங்களைத் தேடிக் கண்டுகொள்ளலாம். இத்தடங்கள் மலைகளைச் சுற்றியோ, மலைகள் மற்றும் பாறைகளைச்சுற்றி, மணல் குன்றுகளை

அடைந்து, ஆற்று மணற்தடத்திலோ அல்லது கற்கள் நிறைந்த ஆற்றின் படுகையில் மறைந்துவிடக்கூடும். அல்லது மிருகங்களின் காலடித்தடங்கள் நிறைந்த குறுக்குப் பாதைகளில் மறைந்துவிடலாம். இப்பாதைகளைத் தொடர்வது பொதுவாக எளிதாய் இருக்கும். சில சமயங்களில் வெறுப்பூட்டுவதாகவும் எப்பொழுதாவது மிகவும் பீதிக்குள்ளாக்குவதாகவும் இருக்கக்கூடும்.

கால்நடைகள் உள்ள இடத்தில் பாதையைத் தொடர்வது மிகவும் குழப்பமாய் இருக்கும். ஏனெனில், ஒரு பாதை எங்கோ சென்றடையும் என்றுதான் நாம் அனைவரும் நம்புவோம். ஆனால், அப்படித்தான் இருக்க வேண்டும் என்ற கட்டாயம் இல்லை. ஏனெனில், கால்நடை வளர்ப்பவர்கள் அவ்வாறு நினைப்பதில்லை. மேலும் சரியான பாதையைத் தெரிவு செய்யும் பிரச்சனை உண்டு. உங்கள் முன், சென்ற ஓர் ஆண்டாக உபயோகத்தில் இருக்கும், வரைபடத்திலேயே இல்லாத, ஒரே திசையில் செல்லக்கூடிய அரைடஜன் பாதைகள் உங்களுக்கு முன் இருந்தால், நீங்கள் எதைத் தேர்ந்தெடுப்பீர்கள்? தவறான ஒன்றைத் தேர்ந்தெடுத்தால் அது, 5 மைல்களுக்கு அப்பால் நின்றுவிடும். பின் வந்தவழியே மீண்டும் திரும்ப வேண்டியிருக்கும். இவ்வாறு அரை நாள் பிரயாண வேளை வீணாய்ப் போய்விடும். அல்லது அப்பாதை பாழடைந்த, நீரில்லாத நீர் இறைக்கும் இடத்திற்கோ, அல்லது நீர் பாய்ந்த இடத்திற்கோ அழைத்துச் செல்லும். அல்லது புதிதாய் கட்டப்பட்ட வேலிப்பாதையில் சென்று நிற்கும். அப்பாதையை தொடர்ந்தால், நாம் செல்ல வேண்டிய திசைக்கு நேரெதிராய் அது நம்மை அழைத்துச் செல்லும்.

இப்போது பல திருப்பங்களிலும், வளைவுகளிலும், குறுக்குப் பாதையிலுமே பயணப்பட்டதால், உங்களுக்கு எதுவும் புரிபடாது. திசைகள் பற்றிய உங்கள் புரிதலில் நீங்கள் இப்போது நம்பிக்கை இழந்துவிடுவீர்கள். அல்லது, அப்பாதை தன்னை சார்ல்ஸ் அட்லாஸ் என்று நினைத்துக் கொண்டிருக்கும் ஓர் ஆட்டிடையன் ஏற்படுத்திய ஒரு கதவின் அருகே சென்று சேர்க்கும். அதைத் திறக்கும் நம்பிக்கையே உங்களுக்கு வராது. அப்படி அது இரணப்படாமல் திறந்துவிட்டால், அதை ஒட்டகங்களை இழுவைப் பொறியாக்கி, மூடுவதற்கு அரைமணிநேரம் ஆகிவிடும். அதற்குள் உங்களுக்கு வேர்த்து விறுவிறுத்து, உடல்முழுதும் மண் அப்பி, இருப்பீர்கள். அப்போது வாழ்க்கையின் ஒரே நோக்கம், அருகில் இருக்கும் ஏதாவது நீர் நிலைக்குச் சென்று, ஒரு கோப்பைத் தேநீரும், ஓர் ஆஸ்பிரினும் அருந்தி, படுத்துக்கொண்டால் போதும் என்றிருக்கும்.

விமானத்தில் பறந்து வரைபடங்களை உருவாக்குபவர்களால், இது மேலும் குழப்பத்திற்கு உள்ளாக்கப்படுகிறது. ஒன்று, அவர்களுக்குக் கண்ணாடி தேவைப்படும் அல்லது அவர்கள் அச்சமயத்தில் குடித்திருக்க வேண்டும். இல்லையெனில் அவர்களைக் கட்டுப்படுத்தும், துறைகளின் தளைகளிருந்து விடுபட்டு, தன்னிஷ்டத்திற்கு சில கற்பனையான நில அமைப்பைச் சேர்த்திருப்பார்களோ என்னவோ, சில இடங்களில் தங்களிஷ்டத்திற்கு சில நிலங்களையே குறிக்காமல் விட்டிருக்கிறார்கள்.

வரைபடங்கள் நூறு சதவீதம் சரியானது என்றுதான் அனைவரும் நம்புகிறோம். பல சமயங்களில் அது உண்மைதான். அப்படி இல்லாத போது அது உங்களைப் பதட்டத்தில் ஆழ்த்திவிடுகிறது. நீங்கள், அமர்ந்த சிறு பாறைக்குன்று தோற்றமயக்கமோ என்று உங்களை எண்ணச் செய்கிறது. நீங்கள் சூரிய வெப்பத்தினால் பாதிப்புக்கு உள்ளாகி விட்டீர்களோ என தோன்றச் செய்கிறது. ஓரிரண்டு முறை எச்சில் முழுங்கி தடுமாற்றத்துடன் உளறவைக்கிறது.

எனினும், முதல் நாளில் இத்தகைய பிரச்சனைகள் இல்லை. இத்தடங்கள் நீர் நிறைந்த மண் குழிகளை நோக்கிச் சென்றதென்றால், அங்கிருந்து எங்கே செல்கிறது என்பதை எளிதில் யூகிக்க முடிந்தது. ஒட்டகங்கள் நல்ல விதமாக ஆடுகளைப்போல் நடந்துகொண்டன. வாழ்க்கை நன்றாகவே இருந்தது. தன் பன்முக வேற்றுமைகளால் நான் பயணிக்கும் நாடு என் மாறா கவனத்தைப் பெற்றது. குறிப்பாக இவ்விடம் தொடர்ந்து மூன்று அறுவடையைக் கண்டு, பச்சைக் கம்பளம் விரித்தாற்போல் இருந்தது. ஆங்காங்கே அதில் வெள்ளை மஞ்சள் சிவப்பு மற்றும் நீல நிற காட்டுப்பூக்கள் தெறித்தாற்போல் மலர்ந்திருந்தன. சில சமயங்களில் நீர் படுக்கை அருகில் செல்ல வேண்டியதாய் இருக்கும். அங்கு கோந்து மரங்களும் இள வேல மரங்கள் தங்களின் நிழலை உதிர்த்து நிற்கும். பின் பறவைகள். எங்கு நோக்கினும் பறவைகள். காக்கை, மஞ்சள் குருவிகள், தவிட்டுக்குருவிகள், வெள்ளை நிறக் கிளிகள், வாலாட்டி குருவிகள், பருந்துகள், பச்சைக் கிளிகள், பழுப்பு நிற புறாக்கள் மற்றும் சிட்டுக் குருவிகள், மேலும் ஜம்பங்காய்களும், பலவித கத்தரிகளும், மருத மரத்துக் கனிகளும், யூகலிப்டஸ் மரங்களில் வெளிப்பட்ட கோந்துகளும் சாப்பிடக் கிடைத்தன. காட்டில் விளையும் உணவைத் தேடி உண்பது எனக்கு மிகவும் பிடித்த, மனதை அமைதியடையச் செய்யும் பொழுதுபோக்கு. மக்களின் பொதுவான நம்பிக்கைக்கு மாறாய், பாலைவனம், தகுந்த பருவத்தில் வளமையாகவும், உயிரோட்டமாகவும் காட்சியளிக்கும். ஒழுங்காய் பராமரிக்கப்படாத ஒரு தோட்டத்தைப் போலவும், பூலோக சொர்க்கம் என்று ஒன்றிருந்தால், அதனைப் போலவும் காட்சியளிக்கும்.

ஒன்று மட்டும் நிச்சயம், வறட்சியான சமயங்களில் இப்புதர்களில் கிடைக்கும் கனிகளைக் கொண்டு மட்டும் உயிர் வாழ எனக்கு விருப்பமில்லை. ஏன் பசுமைக் காலங்களில்கூட அவ்வப்போது டின்னில் அடைக்கப்பட்ட மீன்களும், அவ்வப்போது இனிப்பான தேநீரும் காய்கனிகளும் விரும்பி உண்பேன்.

காட்டில் கிடைக்கும் உணவு வகைகளைப் பற்றி, பழங்குடியினரிடமும், ஆலிஸ் ஸ்பிரிங்கில் இருந்த நண்பரிகளிடமிருந்தும், பாலைவன தாவர உணவில் பேராவல் கொண்டிருந்த தாவர தொடர்பியலாளர், பீட்டர் லாட்ஸ்டமிருந்தும்தான் தெரிந்துகொண்டேன். செடிகள் என்னிடம் சுட்டிக் காட்டப்பட்டபோது, அவைகளை நினைவில் வைத்துக் கொள்வது, அவ்வளவு எளிதாக இல்லை. ஆனால், காலப்போக்கில் என் கண்கள் அவற்றை இனம் காணத் தொடங்கின. முக்கியமாக கத்தரி வகைகள் என்னைக் குழப்பத்தில் ஆழ்த்தின. இக்குடும்பத்தில் பலவித காய்கறிகள் அடங்கும். நாம் தினசரி காணும் உருளை, தக்காளி, குடமிளகாய், ஊமத்தை மற்றும் மணத்தக்காளி இக்குடும்பத்தைச் சேர்ந்தவை. இதில் விந்தை என்னவென்றால் இதில் பல வகைகள் பழங்குடியினரின் தினசரி உணவாகும். அதே சமயம், இவற்றைப் போலவே தோற்றமளிக்கும் சில கனிகள் விஷமானவை. இக்காய்கனிகளில் பீட்டர் ஆராய்ச்சி செய்து ஒரு சிறிய கனி ஆரஞ்சுப் பழத்தைவிட வைட்டமின் சி சத்து நிறைந்தது என்றார். பழங்குடியினர் சுதந்திரமாக உலா வந்தபோது, இவற்றை ஆயிரக்கணக்கில் பறித்து உண்பர். ஆனால், நவீன உணவிலோ வைட்டமின் சி மிகவும் குறைந்து காணப்பட்டு, அவர்களின் உடல் நலக் குறைபாட்டிற்குக் காரணமாய் உள்ளது.

நான் வெளியே தங்கிய முதல் நாள் இரவில் நான் சிறிது பதற்றத்துடன் இருந்தேன். இருளைக் கண்டு நான் பயப்பட்டேன் என்று அர்த்தமில்லை. (பாலைவனங்களில் இரவு அழகாகவும், பயமற்றதாகவுமே இருக்கும். என்ன? உங்கள் மூட்டைகளின் கீழ் உறங்கும் சிவப்பான, இஞ்ச் நீளமான பூரான்களின் மேல் காலையில் புரண்டு படுத்தால் அவை உங்களைக் கடிக்கலாம். அல்லது தூக்கத்தில் நகரும் கைகளின் கீழ் தேள்கள் ஊறலாம். அல்லது இரவு உடைகளுக்கு இடையில் சூட்டிற்காக ஊறிப் புகுந்துகொண்டு, நீங்கள் எழுந்தவுடனே உங்களைக் கொத்திக் கொல்லும் அவ்வொற்றை நாகராஜன் பற்றியெல்லாம் மிகவும் கவலை கொள்ளவேண்டாம்). என் பயமெல்லாம் ஒட்டகங்களை மீண்டும் காண்போமா என்பதுதான். மாலை சாய்கையில் எல்லாம் சேர்த்து அவற்றைக் கயிற்றால் அவற்றின் மணிகளைப் பிரித்துக் கட்டி, பின் கோலியாத்தை மரத்தில் கட்டினேன். இது சரியாய் வருமா என்ற

கேள்வி எனக்குள் எழுந்தது. ஆஸ்திரியாவில் கேட்கப்படும், "எல்லாம் சரியாய் இருக்கும் தோழா" என்ற ஜென் வாக்கியத்தை ஒட்டிய பதில் ஒன்று எனக்குள் தோன்றியது. இப்பதிலையே பலமுறை, வரும் மாதங்களில் கூறிக்கொண்டேன்.

சுமையை இறக்கிவைப்பது, அதை ஏற்றுவதைவிட பன்மடங்கு எளிதாய் இருந்தது. அதற்கு ஒரு மணி நேரம் ஆனது. அதற்குப் பின் விறகுகள் சேகரிக்கவேண்டும். விளக்கேற்ற வேண்டும். சுள்ளிகளால் நெருப்பு ஏற்படுத்த வேண்டும். ஒட்டகங்களை அவ்வப்போது கவனித்துக் கொள்ள வேண்டும். சமைக்கும் பாத்திரங்கள், உணவு மற்றும் டேப் ரிக்கார்டரை வெளியே எடுக்க வேண்டும். டிக்கிட்டிக்கு உணவு அளிக்க வேண்டும். ஒட்டகங்களை மீண்டும் கவனிக்க வேண்டும். உணவு தயாரிக்க வேண்டும். அவை மிகவும் உற்சாகத்துடன் அசைபோட்டுக் கொண்டிருந்தன. கோலியாத்தைத் தவிர அவன் ஒரு பன்றியைப் போல தன் தாயிற்காகக் கத்திக்கொண்டிருந்தான். நல்ல வேளையாக அதன் தாய் அதைக் கண்டுகொள்ளவே இல்லை.

அன்றிரவு காயவைத்து உறையவைக்கப்பட்ட ஓர் உணவை சமைத்தேன் என்று ஞாபகம். நல்ல உணவிற்கு மாற்றாய் அட்டையைப் போல் ஓர் உணவு. பழங்கள் பரவாயில்லை. பிஸ்கெட்டுகளைப் போல் அவற்றை நேரடியாக உண்ணலாம். ஆனால் காய்கறிகளும், மாமிசமும் சுவையில்லாது கட்டையைப் போலிருந்தன. அத்தனை பாக்கெட்டுகளையும் ஒட்டகங்களுக்குப் பின்பு கொடுத்துவிட்டேன். பழுப்பரிசிச் சோறு, பருப்பு, பூண்டு, மசாலா, எண்ணெய், எல்லாவகை தானியங்களால் செய்யப்பட்ட பணியாரம், தேங்காய், காய்ந்த முட்டை, கரியில் சமைக்கப்பட்ட கிழங்குகள், கோகோ, தேநீர், சர்க்கரை, தேன், பால் பவுடர், அவ்வப்போது, சொகுசாக டின்னில் அடைக்கப்பட்ட மீன், பாலாடைக் கட்டி, டின்னில் அடைக்கப்பட்ட பழங்கள், ஆரஞ்சு மற்றும் எலுமிச்சை, இவையே என் அன்றாட உணவாயிற்று. இவற்றுடன் வைட்டமின் மாத்திரைகளும், காட்டில் கிடைக்கக்கூடிய உணவும் எப்பொழுதாவது ஒரு முயலும் உண்டேன். என்னை சக்தி குன்றவைப்பதற்கு பதில், இவ்வுணவு எனக்கு பலமளித்தது. இரும்புப் பெண்மணி போல் என்னை உணர்ந்தேன். என் காயங்களும், சிராய்ப்புகளும் மறைந்தன. பகலில் காண்பதைப் போலவே இரவிலும் என்னால் பார்க்க முடிந்தது. என் பின்பக்கங்கள் சதை பிடித்தன.

உப்புசப்பில்லாத முதல் உணவிற்குப் பிறகு, நான் நெருப்பை மூட்டினேன். மீண்டும் ஒட்டகங்களைக் கவனித்துவிட்டு, டேப்ரிக்கார்டரில் பழங்குடியினரின் "பிட்யன்ஜட்ஜாரா" மொழியின் டேப்பை

ஓடவிட்டேன். அடர்த்தியாய், லட்சக்கணக்கான நட்சத்திரங்களுடன் கூடிய அவ்விரவு வானத்தை நோக்கி நையுண்டு, பால்யா நிய்னானி, உவா, பலூ நியுன்டு என்று முணுமுணுத்தேன். அவ்விரவில் வானத்தில் நிலா இல்லை.

எப்போதும் போல், என் கையில் குறட்டைவிட்டு உறங்கும் "டிக்கிட்டி"யுடன் நானும் கண்ணயர்ந்தேன். ஓரிரு முறை எழுந்து மணிச்சத்தத்தைக் கேட்கும் வழக்கத்தை உண்டுபண்ணிக்கொண்டேன். ஒரு முறை மணியோசை கேட்கும் வரை காத்திருப்பேன். அவ்வாறு கேட்கவில்லையென்றால் உரக்க விளிப்பேன். உடனே அவை தலைகளைத் திருப்பும், மணியோசை கேட்டும். அப்படியும் கேட்கவில்லையென்றால் உடனே எழுந்து அவை எங்குள்ளன என்று தேடுவேன். அதிகபட்சம் நூறு அடிக்குள் அவை இருக்கும். பின் உடன் நான் உறக்கத்தில் ஆழ்வேன். காலையில் எழும்போது அது மங்கலாகத்தான் நினைவில் இருக்கும். விடியும் முன்பே எழுந்துவிடும் எனக்கு ஒரே ஒரு பயமாவது குறைந்திருக்கும் . என்னை நசுக்கிவிடாமல் என் மூட்டைகளின் அருகே எவ்வளவு நெருங்க இயலுமோ அந்த அளவு தொலைவில் அவை அருகிலேயே இருக்கும். நான் கண்விழிக்கும் அதே சமயத்தில்தான் அவையும் அதிகாலை உணவிற்காகக் கண்விழிக்கும். அதாவது சூரியன் உதிப்பதற்கு ஒரு மணி நேரம் முன்பே!.

என் ஒட்டகங்கள் இன்னும் இளமையான வகையே! அவை மேலும் வளர்ந்து கொண்டிருந்தன. அதில் வயதானவளான ஜெலிக்காவிற்கு நாலரை அல்லது ஐந்து வயதிருக்கும். டூக்கிற்கு நான்கு, பப்பிற்கு மூன்று வயது, அவை இன்னும் கன்றுகள்தான். ஏனெனில் ஒட்டகங்கள் ஐம்பது வயது வரை உயிர் வாழக் கூடியவை. அதனால் எத்தனை உணவு கிடைத்தாலும் அவற்றிற்கு தேவையாய் இருந்தது. என் தேவைகள் அல்லாது அவைகளின் தேவைகளை ஒற்றியே, என் அன்றாட நடைமுறையை வகுத்துக் கொண்டேன். இளங் கன்றுகள் சுமக்க இயல்வதைக் காட்டிலும் அவை மிக அதிகமாய் சுமைகளைச் சுமப்பதாய் எனக்குத் தோன்றியது. சாலே இதைக் கேட்டால் என்னைப் பழிப்பான். ஒரு காளை எவ்வாறு ஒரு டன் சுமையைத் தாங்கி நின்றது என்றவன் கூறியிருக்கிறான். பொதுவாய் அவை அரை டன் சுமையை எளிதாய் சுமக்கக் கூடியவை. கீழே அமர்வதும், பின் எழுவதும்தான் அவற்றிற்கு மிகவும் கடினமான செயல். எழுந்து விட்டால் சுமையை சுமப்பது அத்தனை கடினமல்ல. என்றாலும் சுமை அதன் மேல் சரிசமமாக இருக்க வேண்டும் இல்லையென்றால், சேணம் உராய்ந்து பின் புண் உண்டாகலாம். ஆகையினால், அவற்றின் மேல் சுமையை

ஏற்றும்போது, மிகவும் கவனமுடன் ஒரு முறைக்கு இருமுறை சரிபார்க்க வேண்டும். இரண்டாம் நாள் காலையில், இரண்டுமணி நேரத்திற்குள்ளேயே அந்த வேலையை நான் முடித்துவிட்டேன்.

காலையில் நான் அதிகம் உண்பதில்லை. சிறிது நெருப்பு உண்டாக்கி, இரண்டு அல்லது மூன்று தேநீர் பாக்கெட்டுகளை இட்டுக் கொதிக்கவைப்பேன். மிஞ்சியதை ஒரு ஃப்ளாஸ்கில் நிரப்பிக்கொள்வேன். சில சமயங்களில் இனிப்பிற்கான ஆவல் அதிகம் இருக்கும். அப்போதெல்லாம் இரண்டு கரண்டி சர்க்கரையை, தேநீரில் இட்டுப் பருகுவேன். பின் பல தேக்கரண்டி தேனோ, கோக்கோவோ அருந்துவேன். இவையெல்லாம் விரைவிலேயே செரித்துவிடும்.

இப்போது என் பிரச்சினை எல்லாம், சுமைகள் ஒரு சேர நிற்குமா? சேணம் உராயுமா என்பதும் ஒட்டகங்கள் இவ்வேலையை எவ்வாறு எதிர்கொள்கின்றன என்பதும்தான். ஜெலிக்காவைப் பற்றித்தான் கவலையாக இருந்தது. டிக்கிட்டிக்கு எந்தப் பிரச்சினையும் இல்லை. என்ன அவ்வப்போது அவன் காலில் புண் ஏற்பட்டது. காலெல்லாம் ஓய்ந்து கெஞ்சினாலும், நாள் முடிவில் பெருமிதமாக இருந்தது. ஒரு நாளில் இருபது மைல்களாவது நடக்கவேண்டும் என்று தீர்மானித்தேன். வாரத்தில் ஆறு நாட்களுக்கு (ஏழாவது நாள் ஓய்வு). இல்லை, எப்போதும் ஓய்வெடுக்க முடியாது. ஏதாவது தவறாகப் போய்விட்டால், நாள் கணக்கில் எங்காவது அமர்ந்து சரிசெய்ய வேண்டும். ஆகையின் இப்போது எத்தனை இயலுமோ அத்தனை தூரம் செல்லத் தீர்மானித்தேன். என் இஷ்டப்படி பிரயாணத்தை மேற்கொள்ள ஒரு தடை இருந்தது. கோடை காலத்தில் பிரயாணத்தை மேற்கொண்டிருப்பது எனக்கு உசிதமாகப் படவில்லை. மேலும், அந்த ஆண்டின் இறுதியிலேயே பயணத்தின் முடிவில் இருப்பேன் என்று ஜியாகரிஃபிக்கிற்கு வாக்களித்திருந்தேன். இதன்படி ஆறு மாதங்கள் சௌகரியமாக பிரயாணிக்கலாம். வேண்டுமென்றால் மேலும் இரண்டு மாதங்கள் நீட்டிக்கொள்ளலாம்.

ஆக, நெருப்பை அணைத்து, எல்லாவற்றையும் கட்டித் தயாராகும்போது, ஒட்டகங்கள் இரண்டு மணி நேரம் உண்டிருக்கும். பின் அவற்றை வரிசையாக ஒன்றன் பின் ஒன்றாக நிற்க வைத்து, பப்பை ஒரு மரத்தில் கட்டி, அவற்றை அமரச் செய்வேன். துணியும், சேணமும் பின்புறத்திலிருந்து முதலில் ஏற்றப்படும். சேணத்தைக் கயிற்றைக் கொண்டு, ஒட்டகத்தின் அடியிலிருந்து பின்பறம் வரை கட்டவேண்டும். வாலில் இணைக்கப்பட்ட மூக்கணாங்கயிறு எடுக்கப்பட்டு சேணத்துடன் இணைக்கப்படும். அடுத்து சுமையேற்றல். ஒன்றொன்றாக, ஒரு புறம்

உள்ள சுமைக்கு இணையான மற்றொன்று மறுபுறம் ஏற்றப்படவேண்டும். இவையனைத்தும் ஒரு முறைக்கு மறுமுறை சரிபார்க்கப்பட்ட பின், எழுந்திருக்கக் கூறுவேன். பின் சேணத்தைப் பிணைக்கும் கயிறை நன்கு இழுத்துக் கட்டி, கையில் பிடிக்கும் கயிற்றை அதனூடே நுழைப்பேன். எல்லாம் தயாராகிவிட்டது. மீண்டும் ஒரு முறை சரிபார்ப்பேன். கிளம்பலாம், ஹே ஹோ!

இக்குறுங்காட்டிலே வழி காண்பதில் நான் இன்னும் இளையதொரு சாரணர்தான். கையிலுள்ள வரைபடங்களை கண்மூடித்தனமாக, என் உள்ளுணர்வைவிட அதிகம் நம்பிக்கொண்டிருப்பவள்தான். இப்படியிருக்க மூன்றாம் நாள் என் அதிர்ஷ்டம் என்றுதான் கூற வேண்டும். வரைபடத்தில் காணப்படாத சாலை ஒன்றைக் கண்டேன். நான் செல்லவேண்டிய சாலையோ எங்குமே காணப்படவில்லை.

“ஒரு சாலையையே தொலைத்துவிட்டாய்” என்று நம்ப முடியாமல் எனக்குள்ளேயே கூறிக்கொண்டேன். ஒரு திருப்பத்தையோ, கிணற்றையோ பாறையையோ அல்ல. முழுதாய் ஒரு சாலை!.

பதட்டப்படாதே! அமைதியாக இரு! எல்லாம் சரியாகிவிடும்! அமைதி! அமைதி!

என் இதயம், கூண்டிலடைபட்ட ஒரு கிளியைப் போல படபடத்தது. பாலைவனத்தின் பிரம்மாண்டத்தை என் வயிற்றிலும் என் கழுத்தின் பின் புறத்திலும் உணர முடிந்தது. நான் எந்த ஆபத்திலும் இல்லை!. அரியோங்கா செல்லும் வழியை திசைமானியை வைத்து எளிதாய் கண்டுபிடித்துவிடலாம். ஆனால், நான் யோசித்தது என்னவென்றால், தெரியாத ஓர் இடத்திலிருந்து 200 மைல் தள்ளி இருக்கும் சமயம் இவ்வாறு ஏதாவது நடந்துவிட்டால் என்னவாகும்? இப்பெரிய வெற்றிடத்தில் திடீரென்று மிகச் சிறியவளாகவும், தனிமைப்பட்டும் உணர்ந்தேன். மலைமேல் ஏறி வான் நிலத்தைத் தொட்டு நீலமாய் பிரகாசித்து எங்கு செல்கிறது என்று காணலாம். ஆனால், ஒன்றும் தெரியவில்லை. சுத்தமாகவே எதுவும் தெரியவில்லை.

நான் வரைபடத்தை மீண்டும் வாசித்தேன். எதுவும் புலப்படவில்லை. குடியிருப்புகளிலிருந்து 15 மைல் தூரத்தில்தான் இருக்கிறேன். இங்குப்பார்த்தால் கல்லும் மண்ணும் மட்டுமே இருக்க வேண்டிய இடத்தில் மாபெரும் மண்ணால் ஆன சாலை ஒன்று இருக்கிறது. அதில் நான் செல்லலாமா வேண்டாமா? அது எங்கு செல்கிறது. அது புதிய சுரங்கத்திற்கான பாதையா? வரைபடத்தில் ஏதாவது சுரங்கமிருக்கிறதா என்று நோக்கினேன். எதுவும் குறிப்பிடப்படவில்லை.

சாய்ந்து அமர்ந்து, நான் செய்யப்போவதை நானே வேடிக்கை பார்த்தேன். "சரி! முதலில் நீ தொலைந்து போகவில்லை, தவறான இடத்தில் இருக்கிறாய்! இல்லை, இல்லை. "நீ எங்கிருக்கிறாய் என்று உனக்குத் தெரியும். அதனால் ஒட்டகங்களைப் பார்த்துக் கத்தத் தோன்றும் உணர்ச்சியையும், டிக்கிட்டியை காலால் உதைக்கத் தோன்றும் வெறியையும் அடக்கித் தெளிவாய் சிந்தனை செய்! பின் இரவு தங்குவதற்கான ஏற்பாடுகளைச் செய். இங்கு நிறைய பச்சைக் காய்கனிகள் தென்படுகின்றன. பின் மதியம் முழுதும் அந்த வீணாய்ப் போன பாதையைக் கண்டுபிடிக்கும் முயற்சிசெய். அதைக் கண்டுபிடிக்க இயலவில்லை என்றால், குறுக்கே செல். அவ்வளவுதான். எல்லாவற்றிற்கும் மேலே, புறாவைப் போல படபடவென திரியாதே! உன் சுயமரியாதை எங்கே போனது? சரியா?"

அதையெல்லாம் நான் செய்தேன். பின் கையில் வரைபடத்துடன் இடத்தைத் தேடிப் புறப்பட்டேன். டிக்கிட்டி என்கூடவே வந்தாள். மலைகளின் மேலே செல்லக்கூடிய ஒரு புராதனமான, பாதை ஒன்றைக் கண்டுபிடித்தேன். வரைபடத்தில் காணப்பட்ட இடத்தில் இல்லையென்றாலும், அதுதான் என்ற நம்பக்கூடிய இடத்தில் இருந்தது. அது இரண்டு மைல் தூரத்திற்கு வரைபடத்திற்கு உட்படாமல் சென்று, மற்றொரு நெடுஞ்சாலையை அடைந்தது. அது அங்கு இருக்கவே கூடாது. அதில் நான் அரியோங்கா இருக்கும் திசையில் உத்தேசமாகப் பயணப்பட்டேன். அங்கு தோட்டாவால் துளைக்கப்பட்ட துருப்பிடித்த டின் ஒன்று கிடந்தது. அதில் நிலத்தை நோக்கிய அம்புக்குறியும், AON என்ற எழுத்துகளும் காணப்பட்டன. மாலை மயங்கும் நேரத்தில், கூடாரமிட்ட இடத்திற்குத் திரும்பி வந்து, பாவப்பட்ட வாயில்லா ஜீவன்களிடம் மன்னிப்புக் கோரினேன். பின் வரும் காலங்களில் ஒப்பீட்டிற்காக ஒரு பாடத்தை மனதில் நன்கு ஏற்றிக்கொண்டேன். சந்தேகம் ஏற்படும்போது உன் மோப்ப சக்தியை பின்தொடர், உன் இயல்பூக்கத்தை நம்பு, நிச்சயமாக வரைபடங்களை நம்பாதே!

மக்கள் அடிக்கடி செல்லாத ஓரிடத்தில் நான் மூன்று நாட்களாகத் தனியாக இருந்தேன். இப்போது, யாரும் புழங்காத அகலமானதொரு மண் சாலையில், ஊர்ந்து செல்கின்றேன். பக்கவாட்டில் இருக்கும் புதர்களிலிருந்து ஒரு பியர் பாட்டிலோ, அல்லது கோக் டின்னோ, கண்ணடிக்கும். இப்படி தொடர்ச்சியான நடை எங்கள் மேல் தன் வேலையைக் காட்ட ஆரம்பித்துவிட்டது! டிக்கிட்டியின் கால் முழுவதும் முட்கள் தைத்துவிட்டன. அவளை டூக்கியின் முதுகில் ஏற்றிவிட்டேன். அவள் அதை வெறுத்தாள். மூளைச் சலவை செய்யப்பட்ட நாய்களுக்கே உரிய, ஆழ்ந்த பெருமூச்சும், மிகவும்

துன்பப்படுவது போன்ற பார்வையுமாய், நீண்ட வெற்றிடத்தை வெறித்தபடி வந்தாள். என் கால்களில் கொப்புளங்கள் வந்து வலியைத் தந்தன. நான் நடப்பதை நிறுத்தியவுடன் கால் தசைகள் இழுத்துக்கொண்டன. ஜெலிக்காவின் பால் சுரக்கும் நரம்பில் ஒரு கட்டி ஏற்பட்டு வீங்கி தொங்கியது. மேலும் அவள் மூக்கணாங்கயிறில் தொற்று ஏற்பட்டது. டூக்கியின் சேணம் அவனை லேசாக உராய்ந்தது. ஆனால், அவன் மற்றவர்களைப் போல் இல்லாமல் பிரயாணத்தை ரசித்துக் கொண்டாடுவது போல் தோன்றியது. அவன் எப்போதும் பிரயாணம் செய்ய ஆசைப்படுபவனாய் இருந்திருக்க வேண்டும் என நான் எண்ணினேன்.

ஒட்டகங்களைப் பற்றிய என் கவலை குறையவே இல்லை. அவை இல்லாமல் நான் இல்லை. அவற்றை பீங்கான் பொருட்களைப் போல் நான் கவனமுடன் கையாண்டேன். ஒட்டகங்கள் கடினமான, உறுதியான மிருகங்கள் என்று அனைவரும் கூறுவர். ஆனால், என் ஒட்டகங்களோ மிகவும் செல்லமாய் வளர்க்கப்பட்டதால் உடல் நிலையில் அதீத கவனம் கொண்டவை. எப்போதும் ஏதாவது சிறு வேதனையே உடற் சங்கடமோ இருந்துகொண்டே இருக்கும். அதை நான் ஊதிப் பெரிதாக்கினேன் என்பதில் சந்தேகமேயில்லை. ஆனால், நான் ஏற்கனவே கேட்டுடன் ஆன அனுபவத்தில் என் கையைச் சுட்டுக்கொண்டவள். மீண்டும் இவர்களுடைய ஆரோக்கியத்தோடு நான் விளையாட விரும்பவில்லை.

அரியோங்கா, மெக்டொன்னல் மலைகளின் இரண்டு மணற்பாறை குன்றின் இடையே அமைந்துள்ள சமயப்பரப்பாளர்கள் தங்கிய ஓர் இடம். இவ்வாறான தங்குமிடங்களைப் போலவே, இதுவும் ஒரு நல்ல இடம்தான். இவ்வூர் மரபுப்படி அமைக்கப்பட்டது. அதாவது இச்சிறு கிராமத்தில் வெள்ளையர்கள் வாழும் இடமும், பழங்குடியினரைப் பழக்கி நடக்கும் ஒரு பலசரக்குக் கடையும், ஒரு பள்ளிக்கூடமும், ஒரு மருத்துவ சாலையும், இவையனைத்தையும் சுற்றி, மூன்றாம் உலகப் போரின் அகதி முகாம்களைப் போல் அமைந்திருக்கும் பூர்வகுடிகளின் இருப்பிடங்களும் உள்ளது. இங்குள்ள வெள்ளையர்கள், 10 பேர் இருப்பார்கள் என்று எண்ணுகிறேன். இவர்களுடைய மொழியை தங்கு தடையில்லாமல் பேசக்கூடியவர்கள். பழங்குடி ஆதரவாளர்கள். 160 வருடங்களாக அறிவிக்கப்படாமல் பூர்வகுடியினருடனான போருக்குப் பிறகு, முன்னேற்றம் என்ற பெயரில் அவர்களை அப்போது கூட்டம் கூட்டமாய்க் கொன்று குவித்து, 1930 இல் வட மாகாணத்தில் இத்தகைய இனப்படுகொலைகள் நடந்துகொண்டிருந்த சமயத்தில், காலனீய அரசு இத்தகைய குடியிருப்புகளையும், பழங்குடி வளக் காப்பகங்களையும்,

யாருக்கும் வேண்டாத நிலங்களில் உருவாக்கியது. ஏனெனில் இங்குள்ள பூர்வகுடியினர் நாளடைவில் இறந்துவிடுவார்கள் என்றும், சிறிய அளவிலான நிலங்களை அவர்களுக்கு விட்டுக்கொடுப்பதென்பது, இவ்விடங்களில் வந்து குடியேறியவர்களுக்குப் பாதுகாப்பை அளிக்கும் என்று நம்பினர். கறுப்பர்கள், கால்நடைகளைப் போல, காவலர்களாலும், மற்ற வெள்ளையர்களாலும், துப்பாக்கி முனையில், குதிரைகளால் சூழப்பட்டனர். பல பழங்குடியைச் சார்ந்தவர்கள் சிறிய நிலப்பரப்பில் வாழக் கட்டாயப் படுத்தப்பட்டனர். இக்குழுவினர்களில் பலர் கலாசாரத்திற்கு எதிராக விளங்கியதால், அங்கு அடிக்கடி உரசல் ஏற்பட்டு, கலாசார அழிவிற்கு விதை போடப்பட்டது. சமயப் பரப்பாளர்களை இத்தகைய இருப்பிடங்களை ஆளவும், மக்களை அடக்குவதற்கும் அரசு அதிகாரம் தந்தது. கலப்பின குழந்தைகள் தங்கள் தாயிடமிருந்து கட்டாயமாகப் பிரிக்கப்பட்டனர். ஏனெனில் அவர்கள் "மனிதனாக" மாற அந்த ஒரு வாய்ப்பாவது கிடைத்தது என்று கூறப்பட்டது. (அண்மைக்காலம் வரை இப்பழக்கம் மேற்கு ஆஸ்திரேலியாவில் நடைமுறையில் இருந்தது)

மிகவும் குறைந்த அளவிலான இருப்பிடங்கள் கூட சமீப காலமாய் அச்சுறுத்தலுக்கு ஆளாகி வருகின்றன. ஏனெனில் பெரிய "கான்ஜிங்க் ரியோ-டின்டோ" போன்ற சுரங்க கம்பெனிகள் இவற்றின் மேல் ஒரு கண்ணை வைத்துள்ளன. ஏற்கனவே பல சுரங்க நிறுவனங்களுக்கு, பூர்வகுடி நிலங்களை ஆழ்துளை இட்டுத் தோண்டி, அதை ஒரு மண் நிரப்பப்பட்ட குழியாய் மாற்றி, அங்கு வாழ்ந்த பூர்வகுடியினருக்கு வாழ்விடம் இல்லாமல் ஆக்கி, அவர்களை நடுத்தெருவில் நிற்குமாறு அழிப்பதற்கு அனுமதி தந்திருந்தது. பல தங்குமிடங்கள் அழிக்கப்பட்டு, அங்குள்ளோர் எல்லாம், ஒரு வேலையும் கிடைக்காத நகரத்திற்கு அனுப்பப்பட்டுள்ளனர். இது "பூர்வகுடியினரை ஒன்றாக்குதல்" என்ற போர்வையில் செய்யப்பட்டாலும், பழங்குடியினரின் நிலத்தை வெள்ளையர்கள் அபகரிக்கச் செய்யும் ஒரு யுக்தி. நல்லவேளையாக "பிட்ஜன்ஜாரா" மக்கள் மத்திய பாலைவன மக்களையும், வடமாநில இனத்தவர்களைக் காட்டிலும் ஒரு படி மேலானவர்கள்தான். ஏனெனில், அவர்களின் நிலத்தில் யுரேனியம் இதுவரை எடுக்கப்படவில்லை. மேலும் இது மிகவும் தூரத்தில் உள்ளது. இங்குள்ள வயதானவர்கள் தங்கள் பாரம்பரியம் கெடாமல் பார்த்துக்கொண்டுள்ளனர். பூர்வகுடியினரோடு சம்பந்தப்பட்ட வெள்ளையர்கள் அனைவரும், இப்போது அவர்களுடன் சேர்ந்து, அவர்களுக்கு மிஞ்சிய நிலத்தைக் காக்கவும், அவர்களுடைய உரிமைக்காக போராடவும், நாளடைவில் அவர்கள் தன்னாட்சி பெறவும் போராடுகிறார்கள் எனத் தோன்றியது. கிராமங்களில்

வெள்ளையர்களின் ஆக்கிரமிப்பும், ஆஸ்திரேலியர்களின் பொதுவான இனவெறியும், அரசின் இனக்கொலை செயல்திட்டங்களும், உலகின் மிகப் பழமையான ஒரு கலாசார குழுவிற்கு என்ன நடக்கிறது என்று கண்டுகொள்ளாத, உலகின் போக்கையும் கவனிக்கும்போது, இது சாத்தியமா என்ற கேள்வி எழுவது உண்மைதான். பழங்குடியினருக்கு காலம் இனி இல்லை. அவர்கள் அழிந்து கொண்டிருக்கின்றனர்.

குடியிருப்பின் வெளிப்பகுதியை நான் மதியப் பொழுதில், அடைந்தபோது, கூட்டமாய், சத்தமிட்டபடியும், சிரித்தபடியும், உற்சாகமாய் குழந்தைகள் என்னை எதிர்கொண்டனர். எத்தனை எளிமையாய் அவர்கள் இருந்தனர். குழந்தைகளோடு பழகுவது எனக்கு அத்தனை எளிதல்ல. ஆனால், பழங்குடிக் குழந்தைகள் வித்தியாசமானவர்கள். அவர்கள் சிணுங்கவோ, கோரிக்கை விடுக்கவோ மாட்டார்கள். அவர்களின் எந்தவொரு பாவனையற்ற இருப்பும், உற்சாகமும் ஒருவருக்கொருவர் காட்டிய அன்பும், பகிர்தலும் என்னை உருக்கின. பிட்ஜன்ஜாராவின் மொழியில் அவர்களுடன் பேச முயற்சித்தேன். ஒரு கணம் அதிர்ச்சியில் உறைந்து போயினர். பின் உரக்கச் சிரித்தனர். ஒட்டகங்களை ஓட்டிச்செல்ல அவர்களை அனுமதித்தேன். என் முதுகிலும், ஒட்டகங்களின் கால்களிலும், சேணத்திலும் குழந்தைகள் தொத்திக்கொண்டனர். காணுமிடத்தில் எல்லாம் அவர்களே நிறைந்திருந்தனர். ஒட்டகங்கள் குழந்தைகளிடம் அலாதி பிரியமுடையவை. அவர்கள் எதையும் செய்ய அனுமதித்தன. ஆகையினால், யாருக்காவது ஒட்டகங்களினால் தீங்கு உண்டாகுமோ என்று நான் கவலைப்படத் தேவையில்லை. முக்கியமாக பப் குழந்தைகளைக் கொண்டாடுவான். யூடோப்பியாவில் மரத்தில் கட்டப்பட்டிருக்கும்போது, பள்ளி முடிந்து குழந்தைகள் அவனை நோக்கி பாய்ந்து வருவதைக் கண்டால், உடன் கீழே அமர்ந்து, அச்சிறிய உருவங்கள் தன்மேல் குதித்து, விழுந்து, புரண்டு, இழுத்து, தள்ளி, நடந்து விளையாடப் போகின்றனர் என்ற எதிர்பார்ப்புடன் கூடிய இனிமையான பாவத்துடன் கண்ணை மூடிக்கொண்டு உறங்க ஆரம்பிப்பான். நான் கிராமத்தை அடையும் முன்னே அனைவரும் வெளியே வந்து என்னை வரவேற்றனர். அவர்களின் மொழியிலேயே என்னிடம் கேள்விகள் கேட்டனர். ஏனெனில் இந்த பைத்தியக்கார பெண்மணிக்கு- (குங்கா ராமா ராமா) அவர்கள் மொழியில் நன்கு பேசத் தெரியும் என்ற செய்தி இதற்குள் பரவிவிட்டிருந்தது. எனக்கு அவ்வளவு நன்றாக பேசத் தெரியாது. ஆனால், அவர்களுக்கு அது பொருட்டில்லை.

அவர்களின் நாட்டினூடாகப் பிரயாணிக்க இதைவிட நல்லதொரு வழியை, நான் தேர்ந்தெடுத்திருக்க முடியாது. பிட்ஜன்ஜாரா மக்களுக்கு ஒட்டகத்துடனான பிரத்தியேகமான ஓர் உறவிலிருந்தது. ஏனெனில், *1960* வரை கார்களும், ட்ரக்குகளும் நடைமுறைக்கு வரும்வரை ஒட்டகங்களை உபயோகித்த மக்களில் இவர்களும் சிலர். என் பயணத்தின் முதல் பாகம் முழுவதும் அவர்களின் பூர்வகுடியிருப்பினூடேதான் அதாவது மிஞ்சியிருக்கக் கூடிய இடங்களினூடே வெள்ளையினர்களால் கையகப்படுத்தப்பட்டு, ஆளப்பட்டுக் கொண்டிருக்கும், ஆங்காங்கே மதபோதகர்களின் குடியிருப்புகளும், அரசாங்க குடியிருப்புகளும் காணக்கூடிய நிலத்தினூடேதான். அரியோங்காவில் மூன்று நாட்கள் தங்கினேன். மக்களுடன் பேசிக்கொண்டும், அப்பகுதியை உள்வாங்கிக்கொண்டும், ஓர் ஆசிரியர் குடும்பத்துடன் தங்கினேன். பூர்வகுடியினரின் முகாமில் தங்க எனக்கு மிகவும் ஆசைதான். ஆனால், ஒரு வெள்ளைக்கார பெண்மணி அவர்களின் அன்றாட அலுவலர்களில் மூக்கை நுழைத்துக்கொண்டு அவர்களோடு வசிப்பது அவர்களுக்குப் பிடிக்காதோ என்று தயங்கினேன். இக்குடியிருப்புகளில் அதிகளவு நான் கண்டது என்னவென்றால், வயதான பலருக்குக் கண் பார்வை இல்லை. கண் வலியின் நாள்பட்ட நோயான ட்ராகோமாவும், சர்க்கரை வியாதியும், காதில் தொற்றும், இதய நோயும் சிபிலிஸூம் பழங்குடியினரிடம் பொதுவாகக் காணப்படும் நோய்கள். சரியான இருப்பிடம் இல்லாமல், மருத்துவ வசதியற்று, சரிவிகித உணவு பற்றாக்குறையுடன் வாழ்வதினால் வருவது இவை. குழந்தைகள் இறப்புவிகிதம் ஆயிரத்திற்கு இருநூறு என்று கூறப்பட்டாலும். அதிகாரப்பூர்வமாக அதைவிட குறைவே என்று கூறப்படுகிறது. எண்ணிக்கை ஏறிக்கொண்டே செல்கிறது. பழங்குடியினரிடம் காணப்படும் கண் நோயைப் பற்றி நாடு தழுவிய கணக்கெடுப்பு ஒன்றை, கண் மருத்துவரான பேராசிரியர் ஹாலோஸ் மேற்கொண்டார். அவர் உலகினிலேயே ஆஸ்திரேலிய வாழ் பழங்குடியினர்தான் உலகளவிலேயே மோசமான கண்நோய் உள்ள இனத்தினர் என்றார்.

இவ்வுண்மைகளுக்கெல்லாம் மாறாய் தற்போதைய ஃப்ரேஸர் அரசாங்கம், பழங்குடியினர் நலனுக்காக ஒதுக்கப்படும் பட்ஜெட் தொகையைச் சுருக்கியிருக்கிறது. இந்த வெட்டு, பழங்குடியினரின் உடல்நலத்திற்கும், சட்ட உதவிகளுக்காகவும் பாடுபடும் நிறுவனங்களுக்குப் பெரிய அடியாக விழுந்துள்ளது.

ஆஸ்திரேலியாவின் ஒலிபரப்பு அமைச்சகம், நலவாழ்வு அதிகாரியை, பழங்குடியினரின் கண்நோய், கண்பார்வையற்றலைக் காண்பிக்கும் திரைப்படங்களை, வடக்கு மாகாணங்களில் திரையிடக்கூடாதென்ற

உத்தரவு பிறப்பித்துள்ளது. ஏனெனில், அது அங்கு சுற்றலா வணிகத்தைப் பாதிக்கும் என்பதால், என்ன ஒரு விந்தை?

இதையும் கேளுங்கள்! க்வீன்ஸ்லாண்டின் முதல்வர், திரு. பிஜெல்கே பீட்டர்சன், பேராசியர், ஹாலோவின், ட்ராகோமா எதிர்ப்புக் குழுவை அந்த மாகாணத்தில் வேலை செய்யக்கூடாது என்று உத்தரவு பிறப்பிக்கக் கோரியுள்ளர். காரணம் என்னவென்றால், அவரிடம் வேலை செய்யும் பூர்வகுடியினர், மற்ற பூர்வகுடியினரை வாக்களிப்பதற்காக வாக்காளர் பட்டியலில் சேர்க்கிறார்கள் என்பதுதான்.

மற்ற நேரங்களில் ஒட்டகங்களைப் பற்றிக் கவலைப்பட்டு நேரத்தை செலவழித்தேன். ஜெலிக்காவின் கட்டி பெரிதாகிக்கொண்டே வந்தது. அவளின் மூக்குக் கட்டையை சோதித்தபோது உள்ளே உள்ள பிடி உடைந்திருந்தது தெரியவந்தது. ஐயோ! மீண்டுமா! அவளைக் கீழே படுக்கவைத்து தலையைத் திருப்பி புதியதாக ஒன்றை உள்ளே செலுத்தினேன். அவளின் உரத்தக் கூப்பாட்டிற்கு இடையே என்னால் சிந்திக்கவே இயலவில்லை! அதேவேளையில் பப் என் பின்னால் வந்து நின்றதை கவனிக்கவே இல்லை! என் கழுத்தின் பின்புறம் கடித்துவிட்டு, என்னைப் போலவே அதிர்ந்து நிற்கும் டூக்கியின் பின்புறம் சென்று ஒளிந்துகொண்டான். ஒட்டகங்கள் ஒன்று சேர்ந்துவிடும்.

நன்றாக ஓய்வெடுத்து, எங்களின் பிரச்சினையெல்லாம் ஓரளவு சரியாகிவிட்டது என்றபோது நாங்கள் தெற்கே நாற்பது மைல்கள் தொலைவில் உள்ள டெம்ப் டௌனுக்கு மலைகளின் நடுவே அதிகம் உபயோகத்தில் இல்லாத ஒரு பாதையில் கிளம்பினோம். இம் மலைகளின் ஊடாக வழி கண்டுபிடித்துச் செல்வதில் எனக்கு சிறிது தயக்கம் இருந்தது. அரியோங்கா மக்களும் நான் அங்கு சென்றபின் வயர்லெஸ் ரேடியோ மூலம் அவர்களைத் தொடர்புகொள்ள வேண்டும் என வற்புறுத்தியதன் மூலம் என் தன்னம்பிக்கையை இழக்கச் செய்தனர். பத்து வருடங்களில் யாரும் அந்தப் பாதையை உபயோகப்படுத்தியதில்லை என்றும், சில சமயங்களில் அது கண்ணுக்கே தெரியாதென்றும் கூறினர். அந்த மலைத் தொடர்ச்சியே, வரிசையான குன்றுகள், அகன்ற பிளவுகள், மற்றும் டாம்பை நோக்கிச் செல்லும் பள்ளத்தாக்குதல்களால் ஆனது. இவை அனைத்தும் நான் செல்லும் பாதைக்கு செங்குத்தாய் அமைந்துள்ளன.

ஆஸ்திரேலிய பாலைவனத்து மலைகளை விவரிப்பதென்பது எளிதானது அல்ல. அதன் அழகு கண்ணில் தெரிவது மட்டுமன்று, அவற்றின் பிரமாண்டம் உங்களை வியக்கவோ, பயத்தில் உறையவோ அல்லது ஒரே சமயத்தில் இவ்விரு உணர்ச்சிகளுக்கு ஆட்படுத்தியோ விடுபவை.

முதல் நாள் சிதிலமடைந்த ஒரு குடிலின் அருகே சமப்படுத்தப்பட்டிருந்த ஓர் இடத்தில் தங்கினேன். எனக்கு பத்து அடி தொலைவில் அமர்ந்து கரைந்து கொண்டிருந்த ஒரு காகத்தின் குரலைக் கேட்டுக்கொண்டே கண் விழித்தேன். விடியலுக்கு முன்பான, தன்னுள் ஒளியை படரவிட்ட நீல நிற பனி போன்று, இலைகளின் ஊடே புகுந்து செல்லும் ஒளி ஒரு தேவலோகம் போன்ற மாயையைச் செய்திருந்தது. இத்தகைய நிலப்பரப்பின் குணம் நாள் முழுவதும் நேரத்திற்கு நேரம் அதி அற்புதமாக மாறும். அம்மாற்றங்கள் ஒருவருடைய மனப்போக்கில் பாதிப்பையும் ஏற்படுத்தும்.

திசைமானியையும், வரைபடத்தையும் கையில் இறுகப் பற்றிக்கொண்டு புறப்பட்டேன். சரியான பாதையைக் கண்டுபிடிக்கும் வரை, ஒரு மணிக்கு ஒரு முறை என் தோள்கள், இறுகும். என் வயிறு சுருளும் ஒரே ஒரு முறைதான். என் வழி தவறாகிப் போனது. நேரே ஒரு பெட்டி பள்ளத் தாக்கினுள் சென்று விட்டேன். அதன் பின் சென்ற வழியே திரும்பி, கால் நடைகளாலும், கழுதைகளாலும் மறைக்கப்பட்ட தடத்தை வந்தடைந்தேன். ஆனால், தொடர்ச்சியான மன அழுத்தம் என் சக்தியை உறிஞ்சியது. வியர்த்து விறுவிறுத்தேன். இரண்டு நாட்கள் இவ்வாறே நகர்ந்தன.

ஒரே ஒரு நாள் மதிய ஓய்வின்போது பப்பின் முதுகிலிருந்து ஏதோ கீழே விழுந்தது. உடனே அவன் பதட்டமடைந்தான். ஜெலிக்காவின் மூக்கில் உள்ள காயத்தினால் அவள்தான் இப்போது முதலாகச் சென்றாள். பப் கடைசியாகச் செல்வான். அவன் தன் பின்னங்கால்களை உயர்த்தி உயர்த்தி நின்றான். அவன் அவ்வாறு செய்யச் செய்ய, மேலும் சில மூட்டைகள் கீழே விழுந்தன. அவன் மேலும் பதட்டமடைந்தான். அவன் ஒரு வழியாக நிறுத்தியபோது அவன் சேணம் அவனுடைய நடுங்கும் வயிற்றின் கீழ் தொங்கியது. அவனைச் சுற்றி பொருட்கள் இறைந்து கிடந்தன. நான் என் கட்டுப்பாட்டை இழந்தேன். மற்ற ஒட்டகங்களோ ஓடி வீட்டிற்குச் செல்ல தயாராக இருந்தன. அவற்றின் இடையே கோலியாத் துள்ளிக்கொண்டு பெரும் அலமலப்பை உண்டுபண்ணிக் கொண்டிருந்தான். அவர்களைக் கட்ட அருகில் ஒரு மரம்கூட இல்லை. இப்போது அவர்களைக் கட்டுப்படுத்த நான் தோற்றுவிட்டால், அவை அனைத்தும், ஓடிச் சென்றுவிடும். பின் அவற்றைக் காணவே இயலாது.

பப்பிடம் திரும்பிச் செல்ல முடியாததால் முன்னதாக நிற்கும் ஒட்டகத்தை அமரச் செய்து, அவளின் மூக்கணாங்கயிற்றை அவளின் முன்னங்காலில் கட்டினேன். அப்போதுதான் அவள் எழும்ப நினைத்தாள். கயிற்றால் கீழே இழுக்கப்படுவாள். டூக்கையும்

அவ்வாறு கட்டிப்போட்டேன். கோலியாத்தை முல்கா மரக்கிளையால் அவனின் மூக்கின் மேல் நன்றாக அடித்தேன். தூசு பறக்க அவன் ஓடி, பப்பிடம் சென்றடைந்தான். பப்பின் கண்கள் பயத்தால் உருண்டன. அவனுக்கு என் மேல் நம்பிக்கை வந்து என்னை உதைக்கமாட்டான் என்று நான் உணரும்வரை அவனைச் சமாதானப்படுத்தி அவனிடம் பேசிக்கொண்டு இருந்தேன். பின் சேணத்தை என் முழங்காலால் தூக்கிப்பிடித்து, அவன் முதுகில் கட்டியிருந்த கயிற்றை அவிழ்த்தேன். பின் அதை மென்மையாக எடுத்து, மற்றவர்களைப் போலவே கீழே அமரவைத்தேன். சிறிது தூரம் சென்றதும் ஒரு மரம் தென்பட்டது. உடன் அவன் மயங்கி சாயும்வரை அடித்தேன். இவை அனைத்தும் மிக விரைவாக, பதற்றமற்று, தடுமாறாமல் ஆஸ்திரேலிய கடிகாரத்தைப் போல் சரியாக நடந்தது.

அட்ரீனலின் சுரப்பால் என் உடலில் என்னென்ன விஷங்கள் ஊறியதோ அவை அனைத்தும் காயஹோகன் நதிபோல என் ரத்த ஓட்டத்தைத் தாக்கியது. பப்பைப் போலவே நடுங்கிக்கொண்டே மரத்தின் கீழ் நானும் கிடந்தேன். அவனை அடித்தப்போது எனக்கு கட்டுப்பாட்டை நான் இழந்துவிட்டேன். என் நடவடிக்கையில் குர்ட்டின் குணம் இருப்பதைக் கண்டுகொள்ள முடிந்தது. மரியாதை ஏற்படுத்தக்கூடிய எந்தவொன்றைக் கண்டாலும், பயப்படாத என் போக்கும், இந்த பலவீனமும், பிரயாணத்தின்போது பலமுறை முன்னிலை வகித்தது. அதனுடைய பலன்களை என் ஒட்டகங்கள் தாங்கிக்கொண்டன. ஹெமிங்வே ஒரு முறை கூறியது போல், "அழுத்தமான சூழலில் கண்ணியமாய், இருப்பதே தைரியம்" என்றால் இப்பிரயாணம் முழுவதும் அக்குணம் என்னில் இல்லை என்பதை நிறுவியது. எனக்கு அவமானமாய் இருந்தது.

அந் நிகழ்விலிருந்து மேலும் இரண்டு பாடங்கள் கற்றுக்கொண்டேன். எந்தவொரு அவசர நிலையிலும் என்னால் செயலாற்ற முடியும் என்று சிறிதாகவாவது நம்பிக்கைகொண்டு, என் சக்தியை வீணடிக்காமல் இருக்க வேண்டும். மேலும் இந்தப் பிரயாணம் ஒரு விளையாட்டல்ல. உயிர்வாழ வேண்டும் என்ற வேட்கையை தரக்கூடிய ஒன்று இதைவிட வேறு ஏதும் கிடையாது. நாம் என்ன செய்கிறோம் என்பது சரியாக நமக்குத் தெரிந்தால், சகுனங்களில் நம்பிக்கை வைப்பதில் தவறில்லை. நான் மிகவும் கவனமுள்ளவளாக மாறிவந்தேன். என்னால் நினைத்துக்கூடப் பார்க்க இயலாத பாலைவனம் இருக்கும் என்பதை உணருமளவிற்கு நடைமுறை வாழ்விற்கு வந்துவிட்டேன். அகன்ற வெளி மட்டும் புரியக் கூடியதாய் இல்லை. காலம் பற்றிய என் புரிதலையும் தீவிர மறுபரிசீலனைக்கு உட்படுத்த வேண்டியதாய் இருந்தது. நான் இப்

பிரயாணத்தை ஏதோ ஒன்பதிலிருந்து ஐந்து மணி வரை வேலைக்குச் செல்வதைப் போல் எண்ணியிருந்தேன். விடியற்காலையிலேயே எழுந்திருக்க வேண்டும். (தூங்கிவிட்டால் மிகவும் குற்றவுணர்ச்சிக்கு ஆட்படுவேன்) பானையில் நீரைக் கொதிக்கவிட்டு, தேநீர் அருந்தி, நேரமாகிவிட்டது என்று பரபரத்து, மதிய உணவிற்கு நல்ல இடம் ஆனால், அதிக நேரம் தங்க முடியாது. இத்தகைய ராணுவப் போக்கை என்னால் மாற்ற இயலவில்லை. என் மேலேயே எனக்கு கோபம் வந்தது. ஆனால், அதை அதன் போக்கிலேயே விட்டுவிட்டேன். இப்போது அதன் மேல் ஒரு கண் வைத்திருந்தால் போதும் பின் கொஞ்சம் தெம்பு வந்தபின் அதனுடன் போராடலாம்.

என்னிடம் ஒரு கடிகாரம் இருந்தது. அதை இடங்களைக் கண்டுபிடிக்க மட்டுமே உபயோகிக்க வேண்டும் என்று கூறிக்கொண்டாலும், அடிக்கடி என் பார்வை அதில் சென்று மீள்வதை தவிர்க்க இயலவில்லை. அது என்னிடம் கண்ணாமூச்சி ஆடியது. மதியப் பொழுதில் வெப்பத்தில், நான் மிகவும் களைத்து, உடலெல்லாம் வலியுடன், இருக்கையில் நேரம் டிக், டாக் என்று கடகடவென்று கடந்தது. அச்சமயத்தில் தான் இத்தகைய முட்டாள்தனமான உபகரணங்களின் தேவையை உணர்ந்தேன். பெருங்குழப்பம் போல உள்ளவற்றில் எனக்கு அதிக அச்சம் இருந்தது. நான் கவனமாக இல்லாத ஒரு வேளைக்காக அது காத்திருந்து, அவ்வேளை வந்ததும் என் மேல் பாயப் போகிறதோ என்று தோன்றும்.

மூன்றாம் நாள் அன்று டெம்பிற்குச் செல்லும், சரியான பாதையைக் கண்டுபிடித்தேன். “அரியோங்கா”வில் உள்ளவர்களை, எனக்கு தேவையில்லாத சுமையான, என் அந்தரங்கத்தைக் குலைக்கும் ஒரு பொருளை வில்லங்கமான, என் தூய செயல்களில் பெரும் கறையாக இருக்கக்கூடிய, அந்த ரேடியோவை இயக்கி அழைத்தேன். நான் நலமாக இருப்பதாக அதில் உச்சிக்குரலில் கத்தினேன். பதிலாக எதுவுமே வரவில்லை.

டெம்பை அடைந்ததும், குடியிருப்புகளை கவனித்துக்கொள்பவர்களுடன் நல்லதொரு உணவு அருந்தினேன். பின் என் நீர்ப் பாத்திரங்களில் இனிமையான மழைநீரை அவர்களின் டேங்கிலிருந்து சேகரித்துக் கொண்டு பிரயாணத்தைத் தொடர்ந்தேன்.

2

டெம்பைவிட்டுப் புறப்பட்டவுடன், ஓர் அகன்ற நதிப் படுக்கையை நான் கடந்தேன். சூடான கூழாங்கற்களிலும் மென்மையான குச்சிகளில் என் செருப்பற்ற கால்களைப் பதித்தபடியும், என் கால்விரல்களுக்கு நடுவே பளபளக்கும் மணலின் கரகரப்பான ஒலியை ரசித்தபடியும் நடந்தேன். முதல்முதலாக மணற்குன்றுகளை அப்போதுதான் பார்த்தேன். கடந்த காலத்தில் இந்த பரப்பில், புதர்களில் நெருப்புப் பற்றியிருந்தது. அதைத் தொடர்ந்து கனத்த மழை பெய்திருந்தது. அதனால் இந்நிலம், அடர்ந்த ஆரஞ்சு வர்ணத்திலும், அடர்கருப்பாகவும், கண்ணைப் பறிக்கும் எலுமிச்சைப் பச்சை நிறத்திலும் காணப்பட்டது. இப்படிப்பட்ட ஒரு பாலைவனத்தைப் பற்றி எவர்தான் அறிந்திருக்க இயலும்? இவையெல்லாவற்றையும் மேலாக, ஆழ்ந்த நீலநிறத்தில் இருந்த மேகங்கள் அற்ற வானம். எங்கு காண்கையிலும் புதுச்செடிகள், முளைத்திருந்தன. நான் இதுவரை கண்டிராத தடங்கள் தென்பட்டன. விதவிதமான வடிவங்கள் கண்ணில்பட்டன. எரிந்துபோன புதர்கள் கூட்டமாய், வயதான காகங்களின் சிறகுகளைப் போல நெட்டிக்கொண்டு நின்றன. புதர்கள் புதிய உணவைத் தேடிக் கண்டுபிடிக்கலாம். அது ஓர் அருமையான நிலப்பரப்புதான். ஆனால், மிகவும் ஆயாசமாக இருந்தது. மணலில் என் கால்கள் இழுத்தபடி நடந்தன. வரிசையாகக் காணப்பட்ட குன்றுகளைக் காணும் ஆரம்ப உற்சாகம் மறைந்து, தூக்கம் வந்தது. மணற்கடலின் அலைகளின் அமைதி, என் கழுத்தை நெரித்து, என்னை மூச்சடைய வைத்தது.

நல்ல வேளை, இதற்குள் ஈக்களுடன் வாழக்கற்றுக் கொண்டுவிட்டேன். நூற்றுக்கணக்கானவை என் கண்களைச் சுற்றினாலும் அவற்றை அடித்து விரட்டவில்லை. ஒட்டகங்கள்

மீது அவை அமர்ந்து அவை கருமையாகவே காட்சியளித்தன. மேகங்களைப் போல் அவை எங்களைப் பின் தொடர்ந்தன. சுத்தமான பாலைவனத்தைக் காட்டிலும், கால்நடைகள் உள்ள இடங்களில் அவை மோசமாக இருந்தன. இதற்கு அடுத்தபடி வருபவை, எறும்புகள், கொசுக்கள் வருவதற்கு முன் உள்ள நேரத்தை பிடித்துக்கொண்டன. கூட்டம் கூட்டமாய் அவை நான் தேநீர் அருந்தும் நேரத்தில் என் கால் சராய்க்குள் ஏறும். நான் எங்கு ஓய்வெடுக்கிறேன் என்பதை பொறுத்து தான் இவை தொல்லைப்படுத்தும். விரைவில் தட்டையான களிமண் உள்ள இடங்களில் ஓய்வெடுப்பதை நிறுத்திக்கொண்டேன். நல்லதொரு ஓய்விடத்தைக் கண்டுபிடிக்க நாம் மனதில் கொள்ளவேண்டிய மற்றொரு பொருள் முட்கள். வறண்ட நிலத்தில் முட்கள் நிறைந்து இருந்தன. சிறிய, மயிர்கள் அடர்ந்த முட்கள் போர்வையிலும், சட்டையிலும் சேணங்களின் துணிகளிலும் ஒட்டிக்கொள்ளும். நாயின் பாதத்தில் குத்தக்கூடிய உறுதியான வலிமிக்க முட்கள் உண்டு. ஆணியைப் போல சதையை ஊடுருவும், பெரிய முட்களும் உண்டு.

"அயெர்ஸ் ராக்"கை அடைய ஏறக்குறைய இரண்டு வாரங்கள் நான் பிரயாணிக்க வேண்டும். ஆனால், போய்ச்சேர நான் மிகவும் ஆவலாக இல்லை. நிஜ உலகிற்கு என்னை அழைத்துவர, அங்கு ரிக் இருப்பான். மேலும், "அயெர்ஸ் ராக் பழக்கப்பட்ட ஓர் ஊர். பேருந்துகளில் வந்திறங்கும் சுற்றுலாப் பிரயாணிகளால் அதன் இயல்புத்தன்மை மாறி கெட்டுப்போன ஓர் இடம். டெம்பிலிருந்து இரண்டு நாட்கள் கழித்து நான் "வல்லேரா ராஞ்சி"ற்கு அருகில் சென்றபோது, சுற்றலாப் பிரயாணிகள் என்னை வெறியேற்றத் துவங்கினார்கள். அதிக கவனத்துடன் தயார் செய்யப்பட்ட வாகனங்களில், அவர்கள் ஆஸ்திரேலியாவின் இயற்கை அற்புதத்தைக் காண கூட்டம் கூட்டமாய் வருவார்கள். அவர்களிடம் இரண்டு வழியில் பேசக்கூடிய ரேடியோக்களும், ஏற்றப் பொறிகளும், கார்க்குகள் பொருத்தப்பட்ட விநோதமான தொப்பிகளும், பீயர் போத்தல்களும், அவற்றை வைத்துக்கொள்ள, எமூ, கங்காரு, மற்றும் நிர்வாணப் பெண்கள் வரையப்பட்ட தோலாலான பைகளும், இருக்கும். இவை அனைத்தும் பாதுகாப்பானதொரு சாலையில் பிரயாணிக்கும்போதே! பின் அவர்களிடம் புகைப்படக் கருவிகளும் இருந்தன. சுற்றுலாப் பயணிகள், தாங்கள் விடுமுறையில் இருக்கிறோம் என்ற குற்ற உணர்வு உடையவர்களாய் இருப்பார்களோ, அதனால்தான் நேரத்தைப் பயனுள்ளதாய்க் கழிக்க, புகைப்படக் கருவிகளைக் கொண்டு செல்கின்றனரோ என்று நினைப்பேன். எதுவாக இருந்தால் சாதாரணமாய் நல்ல மக்கள், தங்கள் தொப்பிகளை அணிந்து சுற்றுலாப் பிரயாணிகளாய் மாறிவிட்டால்,

அவர்கள் நல்லொழுக்கமற்ற, உரத்த குரலில் பேசும், உணர்ச்சிகளற்ற, குப்பைகளை வாரி எறியும், முட்டாள்களாய் மாறிவிடுகின்றனர்.

இங்கு சுற்றுலாப் பிரயாணிகளுக்கும், பிரயாணம் மேற்கொள்ளுபவர்களுக்குமான வேற்றுமையைக் கூறியே ஆக வேண்டும். பாதையில் சில மிக நல்ல ஜீவன்களைச் சந்தித்தேன் தான். ஆனால், அவர்கள் கோழியின் பற்களைப் போல், அபூர்வமானவர்கள். முதலில் அனைவரையும் மரியாதையுடன்தான் நடத்தினேன். என்னிடம் மாற்றமே இன்றி பத்துக் கேள்விகள் கேட்கப்பட்டன. நானும் அயராமல் தயாராக அதற்கு பதிலளித்துவிடுவேன். நிக்கான் கேமராவிற்கும், சூப்பர் எயிட் கேமிராவிற்கும் அயராது புகைப்படம் பிடிப்பதற்கு நிற்பேன். இது எதில் சென்று முடிந்ததென்றால், ஒவ்வொரு அரை நாள் நிறுத்தப்பட்டேன். எனக்கு மிகவும் ஆபத்தான மதியம் மூன்றுமணி அளவில், என் நகைச்சுவை உணர்ச்சியெல்லாம் என்னை விட்டகலும் நேரத்தில் என்னிடமே, நான் கண்ணியமாக நடக்கவியலா சமயத்தில், அம்முட்டாள்கள் கூட்டமாய் வந்து என் வழி மறிப்பார்கள். என் ஒட்டகங்களைப் பயமுறுத்தி, என்னை நிறுத்தி, அலுப்பூட்டக்கூடிய கேள்விகளைக் கேட்டு, அவர்கள் திரும்பிச் சென்று தங்கள் குளிர்சாதன கருவியில் ஒட்டிக்கொள்வதற்காக என்னைப் புகைப்படம் எடுப்பார்கள். அதைவிட மோசமாய் என்னைப் பற்றிய செய்தியை தினசரிகளுக்கு விற்பார்கள். பின் கண்ணை மறையச் செய்யும் புழுதி கிளம்ப வாகனத்தில் மறைவார்கள். எனக்கு ஒரு குவளை நீர்கூட தர மனது வராது. ஆகவே, மதியம் மூன்று மணி அளவில் நான் சிறிது கடினமாகிவிடுவேன். இந்தக் கடுப்பு கொஞ்சம் பரவாயில்லையாக இருந்தது. ஆனால், அதனால் மிக்க பலனில்லை. சிறந்த முறை என்னவென்றால் பாதையிலிருந்து தள்ளியே நடந்து, காது கேட்காதவளைப் போல இருப்பதுதான்.

அந்த இரண்டு வாரங்களும் மிகவும் ஏமாற்றமளித்தன. ஆரம்ப உற்சாகம் குறைந்து, சிறிய சந்தேகங்கள் என் மனதை புழுவாய் அரிக்கத் தொடங்கின. இப்படிச் செல்வது நன்றாகத்தான் இருந்தது. சில சமயங்களில், வேடிக்கைகூட. ஆனால், பாலைவனங்களில் நம்மைத் தள்ளிவிடும் அனைவரும் அறிந்த தெரிந்து கொள்ளுதல் என்ற இடியின் ஓசை கேட்கவே இல்லை. நான் ஆரம்பத்தில் இருந்த அதே மனுஷிதான் இப்போதும்.

அவ்விரவுகளில் ஓய்வெடுக்கும்போது, சில இரவுகள் மிகவும் வெறுமையாக இருக்கும். அப்போதெல்லாம் அந்த குளிர்ந்த, காற்றின் இடையே ஏதாவது ஒரு பாதுகாப்பானதொரு இடம்

கிடைக்காதா என்று ஏங்கினேன். தாக்குதலுக்கு எளிதாய் உட்படக் கூடியவளைப் போல் தோன்றினேன். நிலவொளி நிழல்களை பயமுறுத்தும் உருவங்களாய் மாற்றியது. டிக்கிட்டியின் இதமான அருகாமை இருந்தது. மகிழ்ச்சியாய் இருந்தது. போர்வைகளின் கீழே, நாங்கள் புகுந்துகொண்டபோது அவளை நான் அழுத்திக் கொன்றிருக்கலாம் என்ற அளவிற்கு அம்மகிழ்ச்சி இருந்தது. என் அன்றாட அலுவல்கள் மற்றதொரு தேவையான பரிணாமத்தைத் தந்தது. நான் செய்த அனைத்தும் மிகச் சரியாகவும் மாற்ற இயலாத வெறியுடன் கூடியதாய் இருந்தது. இரவு உறங்குவதற்கு முன் ஒவ்வொரு பொருளையும், நான் காலையில், அவை எங்கே இருக்க வேண்டும் என நினைப்பேனோ அங்கு வைத்துவிட்டுத்தான் படுப்பேன். இந்த பிரயாணத்தை மேற்கொள்வதற்கு முன் நான் தெளிவற்றவளாகவும், மறதியுடையவளாகவும், சோம்பேறியாகவும் இருந்தேன். ஒட்டகங்களை அழைத்துச் செல்ல, ஒரு நாள் மறந்துவிடுவேன். என் நண்பர்கள் கேலி செய்வதுண்டு. இப்பொழுதோ அதற்கு நேர்மாறு. உணவு தயாராக உள்ளது. பானையில் நீர், நிரப்பப்பட்டு உள்ளது. மூத்தூள், கோப்பைகள், ஃபிளாஸ்க் மற்றும் சர்க்கரை வெளியே தயாராக உள்ளன. மூக்கணாங்கயிறுகள் மரத்தில் கட்டப்பட்டு உள்ளன. என் மூட்டைகளில் இருந்து புரண்டு வந்து, நெருப்பின் அருகில், என் நட்சத்திர நூலான வானை வாசிப்பேன்.

நட்சத்திரங்கள், நான் அவற்றின் கீழ்தான் வசிக்கிறேன் என்ற உணர்வை எனக்கு உணர்த்தின. இயற்கையின் அழைப்பிற்காகவும், மணிகளை சரிபார்க்கவும், நான் இரவில் கண்விழிக்கும்போதும் அவை எனக்கு நேரத்தைக் கூறின. நான் எங்கு இருக்கிறேன் என்பதையும், எங்கு செல்கிறேன் என்பதையும் அவை எனக்குக் கூறின. ஆனால், அவை பனித் துண்டுகளைப் போலக் குளிர்ந்திருந்தன. ஒரு நாள் சிறிது நேரம் இசை கேட்கலாம் என்று எரிக் சாடி ஐ ஓடவிட்டேன். ஆனால், அந்த ஓசை அந்த இடத்திற்கு அந்நியமாய், பொருத்தமற்று ஒலித்தது. அதனால் அதை அணைத்துவிட்டு, விஸ்கி பாட்டிலை சப்பத் தொடங்கினேன். என்னோடு பேசத் தொடங்கினேன். வானில் உள்ள நட்சத்திரக் கூட்டங்களின் பெயரை மிழற்றத் தொடங்கினேன். குட்நைட் அல்டிபாரான், இரவு வணக்கம். சிரியஸ், சென்றுவருகிறேன் கார்வஸ் வான்வெளியில் ஒரு காக்கை உள்ளது என்பதில் எனக்கு பெருமகிழ்ச்சி.

★

வாலேரா ராஞ்ச் என்பது ஒரு பண்ணையே அல்ல. அது சுற்றுலா பயணிகளுக்கு நீர் தரும் ஓரிடம். ஒரு பியர் அருந்துவதற்காக,

அங்கு சென்றபோது, செக்ஸ் பற்றியும் ஷீலாக்களைப் பற்றியும், பேசிக் கொண்டிருந்த ஒரு கூட்டத்தைக் கண்டேன். "அருமை. இதுதான் தேவை எனக்கு. என்ன ஒரு அறிவார்ந்த உரையாடல்" என்று எண்ணினேன். அதில் அருவருப்பான, பெண்களை விற்கும் அயோக்கியனைப் போலிருந்தவன், மெல்போர்ன் நகரில் பால்காரனாய் இருந்திருக்கிறான். அவன் தான் எவ்வாறு பாலுறவுக்காக ஏங்கிய பல பெண்களை வெற்றிகொண்டேன் என்று மிகவும் நுண்ணியமாக, தன் நண்பர்களிடம் விளக்கிக் கொண்டிருந்தான். மற்றொருவன் ஒரு சுற்றுலாப் பேருந்தின் ஓட்டுநர். அவன் பேருந்து ஓட்டுவது என்பது அவன் ஆண்மையை உறிஞ்சும் விசயமென்றும், பெண்கள் அவன் உடலுக்காக அலைந்தனர் என்றும் கூறிக்கொண்டிருந்தான். அவனுடைய உடல் அளவிற்கதிகமாய் உள்ளது என்று கடவுளுக்குத் தெரியும். பீர் அருந்தி பெருத்த தொப்பையில் அவன் சட்டைப் பித்தான்கள் தெறிக்க காத்துக் கொண்டிருந்தன. அவ்விடத்தைவிட்டு அகன்றேன்.

காட்டு ஒட்டகங்களின் நாட்டை நோக்கி நான் நகர்ந்துகொண்டிருந்தேன். அவற்றின் காலடித் தடங்கள் எங்குமிருந்தன. "க்வாண்டா" மரங்கள் இலைகளே இல்லாத அளவிற்கு உண்ணப்பட்டிருந்தன. பருவச் சூட்டில் இருக்கும், கூட்டத்தைவிட்டு தனித்தலையும் ஒட்டகங்களைப் பற்றிய பயத்தை என்னுள் சாலே ஆழ விதைத்திருந்தான். "முதலில் சுடு பின் கேள்விகள் கேள்" என்ற எச்சரித்திருந்தான். மீண்டும் மீண்டும் எச்சரித்திருந்தான். ஆகையினால், நான் துப்பாக்கியில் தோட்டாவை நிரப்பி அதை பப்பின் சேணத்தில் மாட்டிவைத்திருந்தேன். பின் அது தானே இயங்கி என் காலை சுட்டுவிட்டால் என்ன செய்வது என்ற பயந்து சில தோட்டாக்களை என் கால்சட்டையின் பைக்குள்ளேயே வைத்தேன்.

அம்மாலை, மலையடிவாரத்தில் வெள்ளத்தால் உடைப்பு ஏற்பட்ட ஓர் இடத்தில் முகாமிட்டேன். அங்கு பச்சைத் தீவனம் நிறைந்திருந்தது. முல்கா, ரோலி பாலி, ஒட்டகமுள் மற்றும் பிசின் மரங்கள். நான் உண்ண "யால்கா" என்று அழைக்கப்படும் ஒரு காய். வெங்காயம் போன்ற இதைப் பிடுங்கி, நெருப்பில் வாட்டி உண்ணலாம். இவ்விடம் அருமையாக உள்ளதே என்று, என் உள்ளுணர்வில் தோன்றிய ஒரு நிம்மதியின்மையை அடக்கியவாறே எண்ணினேன். மிருகங்களும் சிறிது படபடப்பாய் இருந்தது போல் தோன்றியது. ஆனால், அதைப்பற்றி, அதிகம் எண்ணாமல் விட்டுவிட்டேன். அவ்விரவு தூங்குவதற்கு மிகவும் சிரமப்பட்டேன். ஒரு வழியாகத் தூங்கியபோது, மாயத் தோற்றங்கள் நிறைந்த கனவுகளால் பாதிக்கப்பட்டேன்.

எப்பொழுதையும்விட சீக்கிரமாக, விழிப்பு தட்டியது. கோலியத்தை

அவிழ்த்து மேயவிட்டேன். நான் மூட்டை முடிச்சுகளைக் கட்டத் தொடங்கும் முன் அவை கிளம்பிவிட்டன. (ஆலிஸிற்கே சென்றிருக்கும்.) புதர்களினூடே இரண்டு மைல்கள் சென்றிருந்தன. எதைக் கண்டோ பயந்திருந்தன. "இங்கு காட்டு ஒட்டகங்கள் இருக்கலாம்" என்று டிக்கிட்டியிடம் கூறினேன். எனினும் தடங்கள் ஏதும் காணப்படவில்லை. வழியில் அதிர்ஷ்டவசமாக ஒரு பழங்குடியினரின் குடியிருப்பைக் கண்டேன். முல்கா மரத்தின் கிளைகளால் ஆன அந்தக் குடியிருப்பு புதர்களால் மறைக்கப்பட்டு இருந்தது.

அவ்விரவை "அங்கஸ் டௌனில்" உள்ள லிட்டில்(Liddle)களுடன் கழித்தேன். அவர்கள் என்னை நீருக்கடியில் நிறுத்திக் குளிப்பாட்டி, உணவும் தந்தனர். முந்தைய இரவின் அனுபவத்தைப் பற்றி பேசுகையில் திருமதி. லிட்டில், அந்த இடத்தில் அதைப்பற்றி பேசாமல் இருக்க இயலாது என்றார்.

மறுநாள் காலையில், என் மூட்டையை ஆராய்ந்து, ஜெலிக்காவிற்கு சுருங்கி விரியும் ஒரு மூக்கணாங்கயிறை அணிவித்தேன். அதை இழுத்து அவள் தொங்க மாட்டாள் என்று நம்பினேன். பப் ஐ மீண்டும் முதல் ஒட்டகமாக நிறுத்தினேன். பின்பு "கார்டன் ஸ்பிரிங்கை" நோக்கிப் புறப்பட்டேன். அங்கு டூக்கியின் சேணத்தை மீண்டும் நிரப்பினேன். அது இன்னும் சரியாக இல்லை.

அதற்குப் பிறகு சுற்றுலாப் பிரயாணிகளின் தொல்லை எல்லை மீறியது. ஆகையினால், என் திசைமானியை மீண்டும் சரிசெய்து மணற்குன்றுகளின் ஊடே செல்லும் பாதையைத் தீர்மானித்தேன். கடினமான இம் மணற்கடலில் நீந்துவது மிகவும் அயர்ச்சியானதொன்றாய் இருந்தது. பப்பின் மேல் அமர்ந்து செல்ல முடிவெடுத்தேன். அதன்பின்தான் "அதைப்" பார்த்தேன். இடியினால் தாக்கியது போல் அதிர்ச்சியானேன். அந்த நீல நிற வடிவம் உண்மை என்பதை என்னால் நம்பவே முடியவில்லை. அது மிதந்தது. மெய்மறக்கச் செய்தது. பளபளத்தது. மிகப் பெரிதாய் காட்சியளித்தது. அதை வர்ணிக்கவே இயலாது.

நான் மணற்குன்றில் சறுக்கிக்கொண்டே இறங்கி, பாலைவன ஓக் மரக் காடுகளின் வழியாக, பள்ளத்தாக்கினூடே விரட்டி, அதற்கு அடுத்த மலையில் ஏறினேன். அதை மறுமுறை காணும்வரை என் மூச்சைப் பிடித்துக்கொண்டே நின்றேன். விவரிக்க இயலாத சக்தியுடைய அப்பாறை என் இதயத் துடிப்பை அதிகரித்தது. இப்படி ஒரு விசித்திரமான, ஆதி காலத்து அழகுடன் கூடிய ஒன்றை நான்

எதிர்பார்க்கவே இல்லை. சுற்றுலா கிராமத்தை மதியத்தில் அடைந்தேன். அந்தப் பெரிய தேசிய பூங்காவின் தலைமைக் காவலாளியைச் சந்தித்தேன். அவர் ஒரு நல்ல மனிதர். மேலோட்டத்தில் பார்ப்பது போல் அவருடைய வேலை மேலோட்டமாய் பொறாமைப் படத்தக்கது அல்ல. அவருக்கு இந்த மென்மையாய்ச் சமன்படுத்தப்பட்ட நாட்டை, பாலைவனச் சூழலைப் பற்றியோ, அவர்களுடைய இருப்பு அதன் மேல் ஏற்படுத்தும் பாதிப்பைப் பற்றியோ சிறிதும் அறியாத, காட்டுப் பூக்களை பறிக்கத் துடிக்கும், அவர்களின் கார் ஜன்னல் வழியே கேன்களைத் தூக்கி எறியும், நெருப்புக்காக மரங்களை ஒடிக்கும், அவர்களுக்கு சம்பந்தமே இல்லாத இடங்களில் நெருப்பை ஏற்படுத்தும், பின் அதை அணைக்காமல் செல்லும், நல்லதொரு சாலையில் தங்கள் வாகனங்களின் சக்கரத் தடத்தைப் பல வருடங்களுக்கு அழியாமல் விட்டுச் செல்லும், ஆஸ்திரேலியா மற்றும் வெளிநாட்டுச் சுற்றுலா பிரயாணிகளிடமிருந்து காக்கும் பொறுப்பு இருந்தது. நான் ஓய்வெடுக்க ஒரு காரவனைத் தந்தார். அதை நான் மகிழ்வோடு பெற்றுக்கொண்டேன். ஒட்டகங்களைக் கட்ட நல்லதொரு இடத்தைக் காட்டினார். பின் சில நாட்கள் ஓல்காவின் அருகே நான் தங்கிக்கொள்ளலாம் என்றும் அதில் அவருக்கு எந்த ஆட்சேபணையும் இல்லையென்றும் கூறினார்.

அந்தப் பெரிய ஒற்றைக் கல் பாறை அரைமைல் ஆரத்திற்கு நல்ல விளைநிலத்தால் சூழப்பட்டு இருந்தது. ஓடிவரும் நீரினால் பசுமையான செடிகளும், காட்டு மலர்ச் செடிகளும் கால் வைத்து நடக்க முடியாத அளவிற்கு அடர்த்தியாய் வளர்ந்திருந்தன. அதற்கு பின் மணற்குன்றுகள் காணப்பட்டன. அவை கண்ணுக்குத் தெரியும் வரை பிரிந்து, அவற்றின் ஆரஞ்சு வர்ணம் நீல நிறத்தை சென்றடையும்வரை பரந்திருந்தன.

புதர் நெருப்பு இந்த இடத்திலும் படர்ந்திருந்திருக்கிறது. அது இந்நிலத்தை வளமாகவும் அழகாகவும் ஆக்கி இருந்தாலும், ஒட்டகங்களைப் பொருத்தவரை சில பிரச்சினைகளை ஏற்படுத்தும் என எண்ணினேன். பல பாலைவனச் செடிகள், முளைக்கும்போது பார்த்தால் அதை உணவாக உட்கொண்டுவிடலாம் எனத் தோன்றும். ஆனால், அவை தற்பாதுகாப்பிற்காக விஷம் நிரம்பியவை. ஜெல்லிக்கு எதை உண்ணலாம் எதை உண்ணக்கூடாது என்று தெரியும். ஆனால், மற்றவைகளுக்கும் தெரியும் என்ற நம்பிக்கை எனக்கு இல்லை.

பல முந்தைய பிரயாணங்கள் ஒட்டகங்கள் விஷமருந்தியதாலே தோல்வியைத் தழுவின. ஆகவே, என் ஒட்டகங்கள் அலையாமல்

இருக்க, ஜெல்லியையும் கோலியாத்தையும், 40 அடி நீளமுள்ள கயிற்றினால் ஒரு மரத்தில் கட்டினேன். ஜெலிக்கா சந்தேகமில்லாமல் ஒரு சிறந்த தலைவி அவளில்லாமல் மற்றவர்கள் தனியே எங்கும் செல்ல மாட்டார்கள். ஆனால், அதே சமயம் அவர்கள் என்ன உண்ணவேண்டும் என்று கற்றுத் தர அவள் அருகில் இருக்க மாட்டாள். அவர்களைச் சுற்றியே, அவர்களுக்குத் தேவையானது இருக்க வேண்டும் என நான் விரும்பினேன். அவை அப்போது தான் புதியதாக எதையும் தின்று பார்க்காமல் இருக்கும். அவர்கள் இதைப்பற்றி மிகவும் கவனமாக இருந்தனர் என்பது எனக்கு பிறகு தான் தெரியவந்தது.

அருகில் இருந்த மணற்குன்றில் அமர்ந்து, மாலையில் அடர்ந்த வெயிலின் நிறம் பலவிதமான இலேசான நிறங்களை அடைவதையும், பின் நீல நிறமாகவும், மயில் தோகையின் ஆழ்ந்த ஊதா நிறத்தை அடைவதையும் பார்த்துக்கொண்டிருந்தேன். அந்த நிலத்தில் எனக்கு மிகவும் பிடித்தமான நேரம் அது. ஸ்படிகத்தைப் போல பிரகாசிக்கும், பல மணி நேரங்கள் அவ்வாறே ஜொலிக்கும் ஒளியை நான் எங்குமே கண்டதில்லை. அந்தப் பாறையும் என்னை ஏமாற்றவில்லை. உலகில் உள்ள சுற்றுலா மக்கள் ஒன்று சேர்ந்தாலும், அதை அழித்துவிட முடியாது. அது அத்தனை பிரமாண்டமானது. அத்தனை சக்தி வாய்ந்தது. மாசுமடுத்த இயலாத அளவிற்குப் புராதனமானது.

அங்கு பிட்ஜன்ஜாரா மக்கள் சிலர் இருந்தனர். பலர் தனித்த பூர்வகுடி குடியிருப்புகளுக்கு இடம் மாறி இருந்தாலும், சிலர், தங்கள் புராதன கலாசாரத்தின் வெகு முக்கியமானதொரு இடத்தை பாதுகாக்கவும் பார்த்துக்கொள்வதற்குமாக தங்கிவிட்டனர். சில கலைப்பொருட்களை சுற்றலா பிரயாணிகளுக்கு விற்று அதில் வரும் வருமானத்தில் வாழ்ந்து வந்தனர். அப்பாறையை அவர்கள் உலூரு என்று அழைத்தனர். பிரம்மாண்டமான உலூரு. மக்கள், குகைகளில் நுழைந்தும், அல்லது வெள்ளை நிறக் கோட்டால் பிரிக்கப்பட்ட இடத்திற்குச் சென்று, முடிவுறாது புகைப்படம் எடுத்துக்கொள்வதையெல்லாம் அவர்களால் எவ்வாறு தாங்கிக்கொள்ள முடிந்தது என்று நான் வியந்தேன். எனக்கே அவற்றையெல்லாம் கண்டு, கண்ணீர் முட்டும்போது, அவர்களையெல்லாம் அது எவ்வாறு பாதித்து இருக்க வேண்டும். மேற்குப் பக்கம், வேலி இடப்பட்டு பரிதாபமாக ஓர் இடம் இருந்தது. அதில் "உள்ளே வரக்கூடாது. பழங்குடியினருக்கான புனிதமான இடம்" என்று எழுதப்பட்டிருந்தது.

கண்காணிப்பாளர் ஒருவரிடம் கறுப்பர்களைப் பற்றி என்ன

நினைக்கிறீர்கள் என்ற கேட்டேன். “பரவாயில்லை, மற்ற எல்லாவற்றையும் விட தொல்லைதான் ஜாஸ்தி” என்றார். இதைத்தான் கூறுவார் என நான் எதிர்பார்த்தேன். சுற்றுலா வருபவர்கள் தான் தொல்லைபடுத்துபவர்கள் என்றும், அவர்கள் தான் தங்களுக்கு என்றுமே சொந்தம் ஆக முடியாத புனித நிலத்தில் படையெடுக்கிறார்கள் என்றும், அவர்கள் அதைப் புரிந்துகொள்ள ஆரம்பிக்கக்கூட இல்லை என்ற உண்மையை அவரிடம் கூறுவதில் பலனே இல்லை என்று புரிந்தது. அவர்களை அவர் வெறுக்கவில்லை என்பதே ஆறுதலாய் இருந்தது.

மறுநாள் ரிக் வந்தான். அதிக உற்சாகத்துடன், குதித்தாடிக்கொண்டு, சக்தியே உருவாய், தெற்குப் பக்கம் இருந்த ப்ளட்வுட் காடுகளை ஆராயவும், சுற்றிப் பார்க்கவும், சென்றிருந்தேன். எனக்கு ஓர் ஆச்சரியம் காத்திருப்பதாகக் கூறி, என்னைக் காரவானுக்கு அழைத்துச் சென்றான். அங்கு கால்களில் கட்டு இடப்பட்டு, ஊன்று கோல்கள் என் தலையணையில் கிடக்க, என் படுக்கையில் இருந்தது என் தோழி ஜென். என் முதல் உணர்ச்சி பெருத்த நிம்மதியும், ஆச்சரியமும், சந்தோசமுமாய் கலந்து பொங்கியது. உடனே ஒரு சிறிய குரல், “உன் நண்பர்கள் நீ செல்லுமிடமெல்லாம் தொடரப் போகிறீர்களா என்ன?” என்று என்னுள் கேட்டது. மின்னல் தாக்கியது போல் அதிர்ச்சியுற்றேன். ஜென்னி உணர்வுகளை மிகச் சரியாகப் புரிந்துக்கொள்ளக்கூடியவள். வாய்விட்டுக் கத்தியதைப் போல என் முகத்தில் அதைத் தெளிவாகப் படித்துவிட்டாள். அந்தக் கடினமான நாளின் மீந்த நேரத்தின் சுருதியாய் அது அமைந்துவிட்டது. மிகவும் மெலிதான வாய்விட்டுக் கூறாத ஒரு இறுக்கம் நிலவியதை. நாங்களிருவரும் ஒருவருக்கொருவர் அதைப் பரிமாறிக்கொள்ளாமல், ரிக்கின் மேல் அதை வெளிப்படுத்தினோம். யூட்டோபியாவில் அவள் பைக்கிலிருந்து ஜென்னி கீழே விழுந்துவிட்டாள். விழுந்தபின் நகரமுடியாமல், சதையைக் கிழித்து வெளிப்பட்ட தன் எலும்புகளைப் பார்த்தபடியே மண்ணிலேயே கிடந்திருக்கிறாள். மனித வாழ்வின் நிலையின்மை பற்றிய எண்ணங்களை அவை கிளர்ந்துவிட்டன. அதிலிருந்து அவளால் வெளியே வரவே முடியவில்லை. பள்ளத்தாக்குகளில் எதிரொலிக்கும் பறையின் ஓசையைப் போல காரவனுக்குள் அதிரும் எதிர்மறை உணர்வுகளைச் சந்திக்க அவள் தயாராக இல்லை. நாங்கள் யாருமே தயாரில்லை.

ரிக் தன் திரைப்பட கருவியை இயக்கி, ஆலிஸிலிருந்து புறப்பட்ட காட்சிகளை எங்களுக்குத் திரையிட்டான். ஜென்னும் நானும், திரைப்பட கோமாளிகளைப் போல, வாயைப் பிளந்தபடி, தலையைத் திருப்பி நோக்கியபடி அமர்ந்திருந்தோம். அவை அருமையான புகைப்படங்கள். அதில் குறை காண ஏதுமில்லை. ஆனால், ஓர் ஒட்டகக் கூட்டத்துடன்,

கட்டற்ற கற்பனையுடன், வீசுகின்ற தென்றலால் அவள் கூந்தல் பறந்து, அவள் தலைக்குப் பின்னால் ஒரு ஒளி வட்டத்துடன் நடக்கும் அந்த வோக் (Vogue) புத்தகத்தைச் சேர்ந்த மாடல் பெண் யார்? யார் அவள்? காமிரா பொய் சொல்லாது என இனி யாரும் கூறக்கூடாது. காமிரா மண்ணில் புரண்ட பன்றியைப் போல பொய் சொல்லும். அதை யார் உபயோகிக்கிறார்களோ அவர்களின் எண்ண நீட்டத்தை பற்றுமே தவிர, உண்மையில்லை. பிரயாணம் தொடர்கையில் அந்தஜீ புகைப்படங்கள் மாறிக்கொண்டே செல்வது மிகவும் சுவாரசியமாக இருந்தது.

முதலில் எனக்குப் பேசவே கடினமாக இருந்தது. எதையும் கூற இயலவில்லை. ஏனெனில் உண்மையில் எனக்கு எதுவும் இதுவரை நடக்கவில்லை. சில ஒட்டகங்களை அழைத்துக்கொண்டு நான் சாலையில் நடந்து கொண்டிருக்கிறேன். அவ்வளவுதான். ஆனால் அன்றிரவு, கேரவனின் அடர்ந்த காற்றில் அனைவரும் அமர்ந்து கொண்டிருந்தபோது என் மூளையில் வெடிப்பு ஏற்பட்டது. சில சிமெண்ட் தூளும், கம்பிகளும் வெளியே தெறித்து விழுந்தது. இந்த பிரயாணம்தான் அதற்குக் காரணம் என்று தெள்ளத் தெளிவாய் தெரிந்தது. நான் எதிர்பாராத வகையில் அது என்னைப் பற்றிக்கொண்டு இருக்கிறது. அது என்னை உலுக்கிக்கொண்டு இருக்கிறது. அதை நான் அறியவே இல்லை. பின்புறத்திலிருந்து நான் ஆக்ரமிக்கப்பட்டேன்.

அடுத்த இரு நாட்களும் கொதித்துப் பொரிந்தன. அவளை மீண்டும் ஆலிஸ் ஸ்பிங்கிற்கு அழைத்துச் செல்லும் விமானத்திற்காக கண்ணீருடன் ஜென்னி காத்துக்கொண்டிருந்தாள். நன்கு அடித்துப் பிசையப்பட்ட மாவைப் போல நான் இருந்தேன். எங்கள் இருவரையும் ரிக் படமெடுத்தான். அதற்காக அவனை நாங்கள் வெறுத்தோம். அச்செயலை ஒட்டுண்ணித்தனமாகவும், மற்றவர் அந்தரங்கத்தை இரகசியமாகக் காணும் செயலாகவும் எண்ணினோம். தன் கை மீறிப் போனதொரு விசயத்தை அவன் கையாளும் முறை அது என்பதை புரிந்துகொள்ளவில்லை. அல்லது புரிந்துகொள்ள மறுத்தோம். கடைசியாக அவனுடன் செல்ல வேண்டியிருந்தது.

பத்திரிக்கை இப்பாறையுடைய புதிய மற்றும் விறுவிறுப்பான படங்களை எடுக்குமாறு கூறியிருந்தது என்ற தகவல் எல்லாம் என் மனநிலையை மாற்ற உதவவில்லைதான். நான் குகைகளின் அருகேயும் மணற்குன்றுகள் அருகே அங்கும் இங்கும் நடந்தபடி புகைப்படம் எடுக்கப்பட்டேன். ஒட்டகங்களை மலைச் சரிவுப் பகுதிகளின் அருகேயும், காட்டுப் பூக்களின் ஊடாகவும் நடத்திச்

சென்றேன். "நேர்மையான ஊடகத்தின் பொருள் என்ன?" எனக் கத்தினேன். என் முகத்தை இரும்புபோல் ஆக்கிக்கொண்டேன். பாவம் ரிச்சர்ட் அவனை எவ்வாறெல்லாம் பாடுபடுத்தினேன். சில சமயங்களில் என்னைப் பார்த்து அவன் நிஜமாகவே பயந்தான். இருந்தாலும் அவன் உற்சாகப் பேர்வழிதான். நான் அவனை டூக்கியின் மேல் ஒரு சவாரிக்கு அழைத்துச் சென்றேன். நான் பப்பில் சவாரி செய்தேன். அவன் கூச்சத்துடன், பின்னங்கால்களை உயர்த்தி உதைக்கத் தொடங்கினான். ரிச்சர்ட்டை நிற்கும்படி கூச்சலிட்டேன். இத்தனை அலமலப்பிற்கிடையிலும், அவன் புகைப்படக் கருவின் கிளிக் ஓசை கேட்டது. இந்த குணாதிசயத்தைப் பல புகைப்படக் கலைஞர்களிடம் கண்டு இருக்கிறேன். ஒரு லென்ஸ் மூலம் நோக்கும்போது, சாதாரணமாக பார்ப்பதைக் காட்டிலும், பல மடங்கு தைரியம் வந்துவிடுகிறது. இது மிகவும் சுவாரசியமானதுதான்.

ஓல்காஸ் பாறைகளைப் பார்க்க வேண்டும் என்று வெகு நாட்களாகக் காத்துக்கொண்டிருக்கிறேன். அவை அயர்ஸ் பாறைகளின் சகோதரிகள். வானத்திலிருந்து ஏதோ பெரிய பூதம் தூக்கி எறிந்த சிவப்பு நிற ரொட்டி போல அவை தோற்றமளித்தன. பாறையிலிருந்து பார்க்கும்போது, அவை கண்ணுக்கெட்டிய தூரத்தில் ஊதா கலர் கூழாங்கல் குவியலைப் போல் தோன்றின.

சுற்றுலாப் பிரயாணிகள் அருகே இல்லாமல், சுற்றித் திரிந்துகொண்டு, புது விஷயங்களைத் தேடிக்கொண்டு, எந்தவொரு மன அழுத்தமில்லாத நிலையை அனுபவித்துக்கொண்டு, எனக்கே எனக்கான நேரத்தில் அமைதியாக அமர்ந்து, என் குழப்பங்களை விடுவிக்கும் வழிகளை யோசித்து எங்காவது செல்லவேண்டும் என்று யோசிக்காமல், யாரைப் பற்றியும் கவலைப்படாமல், அங்கு சில நாட்கள் தங்க வேண்டும் என நினைத்திருந்தேன். எங்காவது சென்று, ரெட்பேங்க் கார்ஜ் விட்டு வெளியேறும்போது நிரந்தரமாய் இருக்கும் என்று நம்பிய அந்த விடுதலை உணர்வை மீண்டும் அனுபவிக்க விரும்பினேன். உண்மையில் அவ்வுணர்வு நிரந்தரமாக இல்லைதான்.

என்னை சரிசெய்திருக்கக்கூடிய நிலத்தின் வழியாக இருபது மைல்கள் நடந்தேன். ஆனால், அதன் தாக்கத்தைச் சிறிதுகூட என்னைத் துளைக்க விடவில்லை. மிகவும் மனச் சோர்வுடன் இருந்தேன். ஏமாற்றப்பட்டவள் போலவும், உபயோகப்படுத்தப்பட்டவள் போலவும் உணர்ந்தேன். என் முகம் பிரமாண்டமான வயலின் போல தோற்றமளித்தது. ரிக்கை வெறுத்தேன். எல்லாவற்றிற்கும் அவனையே குறைகூறினேன். மேலும், அவனுக்குப் பாலைவனத்தைப் பிடிக்கவில்லை. அவனால் அதைக்

காணமுடியவில்லை. அவனுக்கு இதோடு பொருந்தவில்லை. அவனுக்கு நெருப்பு உண்டாக்கவோ, சமைக்கவோ, ட்ரக்குகளை சரிசெய்யவோ தெரியவில்லை. அவன் நீரிலிருந்து வெளியேறிய மீனைப் போல இருந்தான். அவனுக்கு நகரமற்ற வாழ்வியல் அலுப்பைத் தந்தது. நான் வரும்வரை பாட்டுக் கேட்டுக்கொண்டோ, படித்தபடியோ இருப்பான். என்னைப் பார்த்தவுடன் அந்த அருமையான பின்புலத்தில், என்னைப் புகைப்படங்கள் எடுக்கத் தொடங்குவான்.

மற்றொரு சங்கடம், மன அழுத்தத்தில் என் இயல்பு என்னவென்றால் அதை வளரவிட்டு, பின் கோபத்தின் உச்சியில் கத்துவது. ஆனால், அவனோ மன அழுத்தத்தில் முகத்தைத் தொங்கவிட்டுக்கொண்டு அமர்ந்திருப்பான். அதுபோல முகத்தை தொங்கப் போட்டுக்கொள்ளும் ஒருவனை நான் கண்டதேயில்லை. என்னால் அதைத் தாங்கிக்கொள்ளவே முடியவில்லை. இறுதியில் நிஜமாகவே அவன் காலடியில் ஊர்ந்து அவனைப் பேசவோ, சண்டையிடவோ செய்ய ஏதாவது முயற்சி செய்வேன். மேலும் டிக்கிட்டிஊ, அவனை மிகவும் பிடித்து இருந்தது. “துரோகி” என்று நான் மனதினுள் திட்டினேன். பிடித்தவர்களைத் தேர்ந்தெடுப்பதில் உனக்கு இப்படிப்பட்ட ரசனைதான்!.

அழுத்தமான மௌனத்தின் இடையில் ஓல்காஸ் வந்து சேர்ந்தோம். அதன் அடிவாரத்திலேயே கூடாரமிட்டோம். முதலில் அவை ஆரஞ்சு நிறத்திலும், பின் சிவப்பாகவும், ஆழ்ந்த இளஞ்சிவப்பாகவும், ஊதாவாகவும், இறுதியாக பிரகாசிக்கும் நிலவொளியில் கருப்பாகவும் மாறின. தன் ரேடியோ கருவியை பரிசோதித்துப் பார்க்க, ரிக் அயர்ஸ் பாறையின் வன அதிகாரியை அழைத்தான். இருபது மைல் தூரத்தில் உள்ள அவரை அவனால், தொடர்பு கொள்ள இயலவில்லை. ஆனால், தென் திசையில் 500 மைல் தொலைவில் இருந்த அடிலெய்டில் வசிக்கும் ஒரு மீனவரோடு பேச முடிந்தது.

“ஆ! அருமை! அருமை! நான் ரேடியோக் கருவிகளைக் கொண்டுவந்தது நல்ல விசயம். அதாவது அருகில் உள்ள குடியிருப்பிலிருந்து ஒரு மைல் தொலைவில் நான் ரத்தம் வழிந்து கத்திக்கொண்டிருக்கும் சமயம், அலாஸ்காவில் இருக்கும் ஒருவருடன் நான் பேசிக் கதைக்கலாம் என்பது எத்தனை ஒரு நல்ல விசயம்? சரிதானே? ரிச்சர்ட்? ரிச்சர்ட்?

ரிச்சர்ட் மௌனமாக இருந்தான். அன்றிரவு என் பொறுமை எல்லை மீறியது. ரிக்கின் கையைப் பிடித்து நெருப்பின் அருகே என் பக்கத்தில் அமர வைத்தேன்.

“சரி, நீ ஜெயித்துவிட்டாய். என்னால் இதைத் தாங்க முடியவில்லை.

இதைப்பற்றி நாம் ஏதாவது ஒரு முடிவுக்கு வரவேண்டும். ஏனெனில், இது மிகவும் பைத்தியக்காரத்தனமாக உள்ளது. உலகின் மிக அற்புதமானவொரு பாலைவனத்தின் நடுவில் நாம் இருக்கிறோம். நாம் செய்து கொண்டிருக்கும் இச்செயல் நமக்கு மிகவும் சந்தோசத்தைத் தந்திருக்க வேண்டும். ஆனால், நாம் குழந்தைகளைப் போல நடந்து கொள்கிறோம்"

ரிச்சர்ட் நெருப்பை வெறித்தபடியே இருந்தான். அவன் முகத்தில் அடிபட்ட ஓர் உணர்வு தெரிந்தது. ஒரே ஒரு விநாடி அவனுடைய கீழ் உதடு துருத்தியது. நான் மீண்டும் முயற்சித்தேன்.

"இது இரண்டு சன்யாசிகளின் கதையைப் போல, தெரியுமா? அவர்கள் பெண்களுடன் எந்த விதத்திலும் தொடர்புகொள்ளக்கூடாது. இருந்தாலும் ஒரு நாள் அவர்கள் இருவரும் நடந்து செல்லும்போது, ஒரு நதியில் ஒரு பெண் மூழ்கிக் கொண்டிருப்பதைக் கண்டனர். உடனே ஒரு சன்யாசி, நீரில் குதித்து அவளைக் கரை சேர்க்கிறார். பின் இருவரும் தம் நடைபயணத்தைத் தொடர்கின்றனர். சிறிது நேர அமைதிக்குப் பிறகு இரண்டாவது சன்னியாசியால் பொறுக்க முடியாமல் "அப்பெண்மணியை நீ எப்படித் தொடலாம்?" என்று கேட்டார். முதலாமாவர் வியப்புடன் அவரை நோக்கி "ஓ! நீ இன்னும் அவளைச் சுமந்து கொண்டிருக்கிறாயா?" என்ற கேட்டார். நான் என்ன கூற வருகிறேன் என்ற புரிகிறதா ரிச்சர்ட்? நாமிருவரும் அந்த இரண்டாவது முட்டாள் சன்னியாசியைப் போல்தான் இருக்கிறோம். இது முட்டாள்தனமானது. இது என்னைக் குடிக்கத் தூண்டுகிறது. கவலைப் பட எனக்கு பல விசயங்கள் உள்ளன. ஆக, ஒன்று நீ என்னைவிட்டுப் போய்விடு, நான் ஜியாகரிஃபிக்கு பணத்தைத் திரும்ப அனுப்பிவிடுகிறேன். இதைப் பற்றி நாம் மறந்துவிடுவோம். இல்லை நாமிருவதும் நமக்கு என்ன தேவை, அதை எப்படி அடைவது என்று ஒரு புரிதலுக்கு வருவோம். என்ன சொல்கிறாய்?" என்றேன்.

நாங்கள் பேசினோம். பல மணி நேரம் சூரியனுக்குக் கீழே உள்ள அனைத்தையும் பற்றிப் பேசி, நண்பர்களாக மகிழ்ச்சியுடன் ஒரு முடிவுக்கு வந்தோம். அது மிகப் பெரிய நிம்மதியைத் தந்தது. அவனைப் புரிந்துகொள்ள முடிந்தது. முன்பை விட அவனை மிகவும் பிடித்தது. அவன் மாறுவான் நிச்சயம். அவனின் பல நல்ல குணங்கள் வெளியே தெரியாமல் இருந்தன.

ஐந்து நாட்களுக்குப் பிறகு என்னுடன் டோக்கர் நதிவரை வரலாம் என்று கூறியிருந்தேன். தனிமையில் இருக்க வேண்டும் என நான்

விருப்பப்பட்டாலும் அவனைத் திருப்பி அனுப்புவது பண்பாடற்ற செயலாய்த் தோன்றியது. அதுவும் பூர்வகுடியினரின் புகைப்படம் எடுக்க வேண்டும் என்று அவன் காத்திருந்தான். இந்த இடம், அதற்கு தோதான ஒன்றாக இருக்கும் சில இடங்களில் ஒன்று. அவனின் விருப்பம் எனக்குச் சிறிது சங்கடமாகவே இருந்தது. (சிறிது கூட மற்றவர்களின் உணர்வைப் பற்றிக் கவலைப்படாத உல்லாச பிரயாணிகள் தங்கள் புகைப்பட கருவியைத் தங்கள் மூக்கின் அருகே கொண்டு திணிக்கும் செயலால் பழங்குடியினர் நொந்து போயிருப்பது எனக்குத் தெரியும். இருந்தாலும் அவர்களின் இனம் அழிந்துகொண்டிருக்கும் இந்த நேரத்தில் ஊடகத்தின் கவனம் அவர்களின் மேல் படுவது, அதுவும் அவர்களுடைய சம்மதத்தின் பேரில் நடப்பது நல்லது என்று எனக்குத் தோன்றியது. மேலும் எல்லா மன அழுத்தங்களும் நீங்கி ரிக் என்னுடன் பேசும் இந்த நிம்மதிக்கு, அவனுக்கு எந்த சலுகையும் அளிக்கலாம் என்று தோன்றியது.

அந்நேரத்தில், இப்பிரயாணத்தை மேற்கொள்வதைவிட, இப்பிரயாணத்தைப் பற்றி எழுதப் போவதற்கே நான் என்னை ஈடுபடுத்திக் கொள்கிறேன் என்பதை நான் உணரவில்லை. மற்றவர்களுக்கான ஆரம்பமும் முடிவும் உள்ளதொரு கதையாய் இதை நான் உள்ளூர காண்கிறேன் என்பதையும் நான் உணரவில்லை.

ஓல்காவில் சில நாட்களைக் கழித்தோம். அது அருமையாக இருந்தாலும், இப்படிப்பட்ட இடம் வேறெப்படி இருக்க இயலும்? எனக்கு பின்தங்கிய, பிணைக்கப்பட்ட போன்றதொரு உணர்வு சூழத்தொடங்கியது. நான் என்பாட்டில் தனியே இருந்தால், அது இன்னும் நன்றாக இருக்குமே எனத் தோன்றிது. நான் ரிச்சர்டைக் குறை கூறவில்லை. என்னிடம்தான் குறை கண்டேன். அவன் என்னுடன் இருப்பதற்கு நான்தான் காரணம், என்பதையும், இந்தப் பிரயாணம் நான் விரும்பியதைப் போலவோ திட்டமிட்டதைப் போலவோ இருக்கப் போவதில்லை என்ற உண்மையை நான் எதிர்கொண்டே தீர வேண்டும். என் முன் இருக்கும் வாய்ப்புகளை நான் கணக்கிடாமல் என் நம்பிக்கை தொலைந்து போனதென்று துக்கம் கொண்டாடினேன்.

செல்லும் பாதையில் நடக்கத் தொடங்கிய முதல் நாளிலேயே மன அழுத்தம் ஏற்படத் தொடங்கியது. இதற்கு காரணம், ஆயிரத்து ஐநூறு பவுண்ட் எடையுள்ள வேண்டாத பொருட்களை ஏற்றி பின் இருபது மைல் தூரம் நடந்துவிட்டு, பின் அத்தனையும் இறக்கி, விறகு சேமித்து, நெருப்பு மூட்டி, இரண்டு பேருக்கான உணவைத்

தயாரித்து, இரண்டு பேர், உண்டவுடன் துடைத்து சுத்தம் செய்து, இவை எல்லாம் முடிந்தவுடன் நான் கொஞ்சம் சிடுமூஞ்சியாகவே ஆகிவிடுவேன். என் இரத்தத்தில் சர்க்கரை அளவு குறைந்ததாலும் இருக்கலாம். தெரியவில்லை. இத்தகைய ஒரு நாளின் வேலைக்குப் பிறகு யாராவது என்னிடம், இவ்வேலைகளில் உதவட்டுமா என்று கேட்காமல், நான் செய்வதையெல்லாம் புகைப்படம் எடுக்கலாமா என்று கேட்டிருந்தால், அங்கு ஒரு பிரளயமே நிகழ்ந்திருக்கும்.

ஓர் இரவு இத்தகைய ரகசியக் கோபத்தில் நான் கனன்று கொண்டிருக்கும்போது, ஒரு பூண்டு மூட்டையை அவன் மேல் எறிந்து, "உன் கை உடையாமல் இருக்கிறதென்றால் அதை உறித்துத் தா" எனக் கத்தினேன். மீண்டும் நாங்கள் புறப்பட்ட இடத்திற்கே வந்துவிட்டோம். ரிச்சர்ட் எப்போதும் முகத்தைத் தூக்கிவைத்துக் கொண்டும், பிடிபடாமல் அவனைக் கொல்வது எப்படி என சிந்தித்தபடி, நானும்.

மறுநாள் காலை, இன்னும் ஒரு மணி நேரத்தில் தான் வந்துவிடுவதாக ரிச்சர்ட் கூறியவுடன் ஓரிரு வார்த்தைகளை முனகிவிட்டு நான் புறப்பட்டுவிட்டேன். ஒரு மணி நேரம் நடந்திருப்பேன். ரிச்சர்ட் வரவில்லை. இரண்டுமணி நேரம். இரண்டரை ரிச்சர்ட் வரவேயில்லை. "ஜீஸஸ், நான் இப்போது திரும்பிப் போக வேண்டும். அவன் கார் வழியில் நின்றுவிட்டதோ என்னவோ?"

நான் வந்த வழியில் திரும்ப ஐந்து மைல் சென்றிருப்பேன். அப்போது அங்கு முதல் முதலில் பார்த்த ஒரே கார் அருகில் வந்து நின்றது. அவர்களிடம், ரிச்சர்ட் எதுவரை புதர்களின் ஊடே நடந்து வந்துள்ளான் என்று கண்டுபிடிக்க இயலுமா என்றும், அவன் ஆபத்தின்றி இருக்கிறான் என்ற தகவலை எனக்குக் கூற முடியுமா என்று வேண்டினேன். அவர்கள் பாறையின் அருகில் வரை சென்று ரிச்சர்டைக் காணாமல் திரும்பினேன். மதியவேளை நெருங்கிவிட்டது. நிஜமாகவே அதிகம் கவலைப்படத் தொடங்கினேன்.

"பாம்பு கடித்திருக்குமோ?" மாரடைப்பு ஏற்பட்டு இருக்குமோ?" என்று எண்ணினேன். புதிய நண்பர்களைவிட்டு நகர முடிவு செய்த நேரத்தில் டொயோடோ மலையில் சீறிப் பாய்ந்து வந்தது. "ஜோன் அர்மட்ராடிங் பாட்டைக் கேட்டபடி ரிக் அதிலிருந்தான்."

"எங்கே போய்விட்டாய்?"

அனைவரின் முகத்தையும் மாறி மாறி பார்த்தபின் தான் அவனுக்கு

புரிந்திருக்க வேண்டும். கொஞ்சம் வெட்கத்தோடு, "அங்கேயே வாசித்துக்கொண்டு இருந்தேன். ஏன்?" என்று கேட்டான். என் உதடுகள் கோபத்தில் அழுந்தி ஒரு வெண்ணிற கோடு போல ஆனது. மற்றவர்கள் ஒருவரை ஒருவர் தர்ம சங்கடத்துடன் பார்த்துக்கொண்டு, காரில் ஏறி சென்றுவிட்டனர். ரிக் மன்னிப்பு கேட்டுக்கொண்டான். நான் ஏதும் பதிலளிக்கவில்லை. என் கோபம் அழுத்தமாக உறைந்துவிட்டது. என் நெஞ்சில் ஒரு முஷ்டியைப் போல் அது அமர்ந்திருந்தது.

அதன்பின் மழை வந்தது. எங்கிருந்தோ இடியுடன் கூடிய மேகங்கள் திரண்டு வந்தன. பின் அவை பொழிந்தன. நிற்காமல் அடைமழை பொழிந்தது. நான் அதனூடே தடுமாறிக்கொண்டே நடந்தேன். நனைந்து குளிர்ந்தபடி கோபத்தை ஒரு குழந்தையைப் போல் என்னுடன் அணைத்தபடி, எப்போதும் போலவே ஒட்டகங்களைப் பற்றி கவலைப்பட்டேன். மிகவும் களைப்பாய் இருந்தேன். வேலைப்பளுவினாலும், கவலையினாலும் களைத்திருந்தேன். கோபத்தினால் களைத்திருந்தேன். அர்த்தமில்லாத, கேலியான ஒரு நாடகத்தில் நான் ஈடுபட்டுக் கொண்டிருக்கிறேன் என்ற மீண்டும் மீண்டும் சுற்றி வட்டமிடும் என் எண்ணங்களால் களைப்புற்றிருந்தேன்.

ஆம், அந்த இரவில்தான் கோலியாத் ஒரு மரத்தில் தான் கட்டப்படுவதை விரும்பவில்லை என்று முடிவு செய்தான். அவனைத் தொடர்ந்து ஒரு மணி நேரம் ஓடினேன். களைப்பின் புதிய பரிணாமத்தில் நுழைந்தேன். அவனைப் பிடிப்பதற்கு முன் என் மேல் முழுவதும் குளிர்ந்த மண் அப்பி, சோர்வினால் நடுங்கிக்கொண்டிருந்தேன். பின் கூடாரத்திற்குள் புகுந்து கட்டுப்படுத்த முடியாத அழுகையின் இடையே, மூன்றாவது போத்தல் விஸ்கியை பத்து நிமிடத்தில் அருந்தி முடித்தேன். என்னால் கட்டுப்படுத்த முடியாத வெறிபிடித்த அழுகையின் நடுவே ரிச்சர்ட்டை நோக்கிக் கத்திவிட்டு, உடைந்த தெறித்த மூட்டைபோல் கீழே விழுந்தேன்.

அந்த இரவு எங்கள் நட்பில் புதிய இரு பரிணாமத்தை புகுத்தியது. ஒன்று, பொறுமை. அதாவது ஒத்துப்போகும் மனநிலை. ஏற்படவே சாத்தியமில்லாத ஒரு நட்பிற்கான உண்மையான அஸ்திவாரத்தை அது போட்டது. அதில் மேடும் பள்ளமும் இருந்தாலும்கூட, அது நிலையாய் இருப்பதற்காக ஏற்படுத்தப்பட்டது. அடுத்து பாலுணர்வு.

ஆ! ஆம். நான் முட்டாள்தான். அது தவிர்க்க முடியாதென்றே நான் நினைக்கிறேன். ஆனால், பின்னால் யோசித்துப் பார்க்கும்போது என் சுதந்திரத்தைப் பொறுத்தவரை, என் பிரயாண நேரத்தில் நான் செய்த

மிக மோசமான தவறுகளில் அதுவும் ஒன்று. மெலிதாய், ஆதிகால வழக்கப்படி அது ரிச்சர்ட் உடனான என் பந்தத்தை இறுக்கியது. மற்ற சமயங்களில் அவன் உணர்வுகளை எளிதாய் தள்ளிவிடுவதைப் போல் இப்போது முடியவில்லை. ரிக் ஸ்மோலன், ஓர் அசாதாரணமான புகைப்படக் கலைஞர். நியூயார்க்கில் தாக்குப்பிடிக்கும் யூதன். சூழ்ச்சியாளன், காரியங்களை சாதிப்பவன். திறமைசாலி, தாராள மனது கொண்டவன், நிக்கான்களின் பின்னால் ஒளிந்துகொள்ளும் விசித்திரமானவன். தடுமாற்றம் உடையவன். இத்தகைய விசித்திர ஜந்துவுடன்தான் என் பிரயாணம் எந்த நம்பிக்கையுமற்று, பின்னிப் பிணைந்தது. எனக்கே தெரியாமல், ஒரு மைல்கல் என் கழுத்தில் இருப்பதையும், ஒரு சிலுவையைச் சுமந்து கொண்டிருக்கும் நான், பிரயாணத்தின் முக்கிய நோக்கமும், உள்ளியல்பும் மாறிவிட்டதென்று யாரைக் குறை கூற இயலும்? இப்பிரயாணத்தில் முதல் முதலாக குழப்பமான, ஊசலாடும் இயல்பொன்று விழுந்துவிட்டது. அது ரிக்கை காதலில் விழச் செய்தது. அவனின் காதல் என் மேல் அல்ல. ஒட்டகப் பெண்மணியின் மேல்.

எனினும் அவ்விரவிற்குப் பிறகு, நாங்களிருவதும், ஒருவர் மேல் ஒருவர் கருணையுடன் இருந்தோம். ரிக் உண்மையாகவே முயற்சிகளை ஆரம்பிக்கும்போதுதான் ஓர் உண்மை எனக்கு உறைத்தது. ஒன்று நான் அதிலிருந்து முற்றிலுமாக வெளியேறிவிட வேண்டும். அல்லது முழுமையாக என்ன அதில் ஈடுபடவேண்டும். இப்படியும் அப்படியுமாக இருக்க இயலாது. அன்றிலிருந்து அவன் மெதுவாய் மாறத் தொடங்கினான். பாலைவனத்தை அவன் மேல் அதன் வீச்சை செலுத்த அனுமதித்தான். அதைக் கண்டுணர்ந்தான் அதன் பலனாய் தன்னையும் புரிந்துகொண்டான்.

லாஸெட்டர் குகையைக் கடந்தோம். பாவம் லாஸெட்டர். தங்க ஆசை பிடித்த ஒருவன் தன் ஒட்டகங்களையெல்லாம் தொலைத்துவிட்டு, மணல் குன்றில், கையில் ஒரு மூக்குக் கட்டையை ஏந்திக்கொண்டபடியே மரித்தவன். பயந்து ஓடிய ஒட்டகங்களிலிருந்து அந்தக் கட்டையை உருவி இருக்கக்கூடும். அவன் மட்டும் திரும்பி வந்திருந்தால், அவன் கோடீஸ்வரனாகக் கூடிய அளவிற்கு தங்கச் சுரங்கத்தைக் கண்டுபிடித்திருக்கலாமோ என்ற புதிரைவிட்டுச் சென்றுவிட்டான். அதுவரை வெள்ளையர்களோடு தொடர்பே இல்லாத பிட்ஜன்ஜரா குடிமக்கள் அவன் உயிரைக் காப்பாற்ற எத்தனை முயன்றும், மற்ற அதிர்ஷ்டமற்ற தேடுபவர்களைப் போலவே அவனால் ஓட்டத்தைத் தாக்குப்பிடிக்க முடியாமல், பாதுகாப்பான இடத்திலிருந்து பத்து மைல் தொலைவில் பரிதாபமாக இறந்தான். பல வயதான பிட்ஜன்ஜரா மக்கள்

இன்னும் அவனை நினைவில் வைத்திருக்கின்றனர். அவன் கையில் வைத்திருந்த அந்த மூக்குக் கட்டையைப் பற்றி நினைக்காதிருக்க மிகவும் பிரயத்தனப்பட்டேன்.

டாக்கர் சென்றடைய ஓரிரு நாட்கள் இருக்கும்போது பிரயாணத்தின் முதல் பேரிடர் நிகழ்ந்தது. முன்பு சாலையாக இருந்த, இப்போது ஓடிக்கொண்டிருந்த இடத்தினூடாக ஒட்டகங்களை கவனமாக அழைத்துச் சென்றுகொண்டிருந்தேன். அப்போது வரிசையில் கடைசியாக வந்து கொண்டிருந்த டூக்கி, வழுக்கி தண்ணீரில் விழுந்தான். அவன் அருகே சென்று அவனை எழும்பச் சொன்னேன். அவன் தோளைத் தட்டி மீண்டும் எழுந்திருக்கச் சொன்னேன். என்னை பரிதாபமாய் பார்த்தபடி உறுமிக்கொண்டே எழுந்தான். மழையில் எனக்குக் கண் தெரியவில்லை. மழை என் மேல் அடித்துப் பொழிந்தது. அவனால் அவன் வலது முன்னங்காலை உபயோகப்படுத்த இயலவில்லை. அன்று ஆழ்ந்து பளபளத்த பச்சை விளக்கின் கீழே கூடாரமிட்டோம். அவன் காலில் என்ன பிரச்சினை என்பது தெரியவில்லை. நான் நன்கு சோதித்தேன். தோளிலிருந்து கால்வரை தேய்த்துவிட்டேன். சிறிது இளக்கமாக இருந்தாலும், எந்த வீக்கமும் கண்ணுக்குத் தெரியவில்லை. சூடாக ஒத்தடம் கொடுத்தேன். வேறு என்ன செய்வது என்று தெரியவில்லை. என்னவாயிருந்தாலும், டூக்கியினால் நடக்க முடியவில்லை. அவன் நதிப்படுகையில் பரிதாபமாய், நகர மறுத்து அமர்ந்திருந்தான். அவன் தீனியை வெட்டி எடுத்துக்கொண்டு வந்து போட்டேன். அவன் தோளை நன்கு பிடித்துவிட்டேன். அவனைக் கட்டி அணைத்தேன். செல்லம் கொஞ்சினேன். அதே சமயம் எனக்கு உடல் நிலை சரியில்லாமலும், சோர்வாகவும், அடித்துப் போட்டது போலவும் இருந்தது. ஓர் எண்ணம் என்னை முற்றுகை இட்டபடியே இருந்தது. அதை நான் தவிர்க்க முயன்றேன். என் டூக்கியை சுட்டுவிட நேருமோ, இந்த பிரயாணம் முடிவிற்கு வந்துவிடுமோ? அனைத்தும் ஒரு பரிதாபமான நகைச்சுவையென ஆகிவிடுமோ? ரிச்சர்ட் இருப்பது எனக்கு நிம்மதியாக இருந்தது.

ஒரு வழியாக மழை நின்றது. அனைத்தும் சுத்தமாக கழுவிவிடப்பட்டு பளபளத்தன. இரண்டு நாட்கள் ஓய்வெடுத்தபின், மெதுவாய் டாக்கரை நொண்டியபடி அடைந்தோம். வழக்கம் போலவே எங்களை சந்திக்க நூற்றுக்கணக்கில் உற்சாகமான குழந்தைகள் இருந்தனர். சமூகநல ஆர்வலர் ஒரு காரவனை தங்குவதற்காக எங்களுக்கு அளித்தார். டூக்கிற்கு என்ன ஆகப்போகிறது என்பதைத் தெரிந்துகொள்ளும்வரை, தான் தங்குவதாக ரிக் கூறினான். கடைசியில் கால் குணமாகுமா ஆகாதா என்று தெரியாமல் அங்கு ஆறு வாரங்கள் தங்கினேன். ரிக்

இரண்டு வாரங்கள் இருந்தான். அது மகிழ்ச்சியான நேரமாக இல்லை.

உள்ளூர மனம் பிளவுபட்டு, வெடித்துக்கொண்டிருக்கும்போது வெளித்தோற்றத்தில் மனிதனால் எவ்வாறு அமைதியாகவும் அடக்கியும், அறிவார்த்தமாகவும் இருக்க முடிகிறது என்பது எனக்கு வியப்பாக இருக்கிறது. டாக்கரில் தங்கியிருந்தபோதுதான் என் மனநிலை சற்றே சரிவுறத் தொடங்கி இருக்க வேண்டும் என்று இப்போது புரிகிறது. ஆனால், அந்த சமயத்தில் அதை நான் இவ்வாறு கூறியிருக்க மாட்டேன். என்ன இருந்தாலும் நான் வேலைகளை செய்து கொண்டுதானே இருந்தேன்? அங்கிருந்த வெள்ளையர்கள் கருணையுடன் இருந்தனர். என்னைப் பார்த்துக்கொள்ளவும், என் பொழுதை கழிக்கவும் அவர்களால் இயன்றவரை முயன்றனர். ஆனால், காரவானிலே தங்கி தோல்விக்குப்பின் இழந்த என் சக்தியைப் பெறுவதற்கே எனக்கு அதிக சக்தி தேவையென்பது அவர்களுக்குத் தெரியாது. என்னால் மனதளவில் மறுக்க இயலாத அழைப்புகளால், என்னை அவர்கள் வருத்தப்பட வைக்கிறார்கள் என்பதும் என் முடிவுறா புன்னகை பொங்கி வழியும் மனக்கசப்பை மறைக்கிறது என்பதும் அவர்களுக்குத் தெரிந்திருக்காது. நான் மறைக்க விரும்பினேன். மணிக்கணக்கில் உறங்கினேன். விழித்தபோது அங்கு வெறுமைதான் தென்பட்டது. ஏதுமற்ற சாம்பல் நிறவெளி, நான் நோயுற்றேன்.

பூர்வகுடியினரை புகைப்படம் எடுப்பதை முன்பு என்னென்ன காரணங்கள் தந்து நியாயப்படுத்தினேனோ அவை அனைத்தும் இப்போது தவிடு பொடியானது. அவர்கள் அதை வெறுத்தனர் என்பது உடனே தெள்ளத் தெளிவானது. அது அவர்களை உரித்துக் காட்டுகிறது என்பதை அவர்கள் உணர்ந்தனர். ரிக் அதை நிறுத்த வேண்டும் என நான் விரும்பினேன். ஆனால், அவன் அது அவன் வேலை என வாதாடினான். செலவுகளைப் பதிவுசெய்ய "ஜியாகிராஃபிக்" அவனுக்கு அளித்த கையேடு ஒன்றை நான் புரட்டிப் பார்த்தேன். அதில் 'பூர்வகுடியினருக்குப் பரிசு வாங்குவதற்காக' என்று குறிப்பிட்டிருந்தது. என்னால் அதை நம்ப முடியவில்லை. கண்ணாடிகளுக்கும் மணிகளுக்கும் 5000 டாலர்களை ஒதுக்கி, அவர்களுக்கு அதைத் தந்துவிடுமாறு கூறினேன். நான் எத்தனை நன்றாக எழுதினாலும், ஜியாகிராஃபிக் போன்ற பழமையான இதழில் எழுதுவதால் இம்மக்களுக்கு எந்தவித மேம்பாடும் வரப்போவதில்லை என்பதை உணர்ந்தேன். அவர்கள் விசித்திரமான, ஆதிகால மக்களாய், அவர்களுக்கு என்ன நேர்கிறது என்பதைப் பற்றி சிறிதும் கவலைப்படாத வாசகர்கள் வாய்திறந்து பார்க்கும் காட்சிப் பொருளாய்தான் இருக்கப் போகிறார்கள். ஒருவிதமான ஒட்டுண்ணித்தனத்துடன் அவன் அவர்களுடன் ஈடுபடுகிறான் என்ற

ரிக்கிடம் விவாதித்தேன். மேலும், அவர்கள் அனைவரும் அவனை என் கணவனாக நினைத்துக்கொண்டிருப்பதால் அவனைப்பற்றி என்ன கருத்துக் கொண்டிருக்கிறார்களோ, அதே கருத்தைத்தான் என்னைப் பற்றியும் வைத்திருப்பார்கள். அவர்கள் எப்போதும் போல மரியாதையாக என்னிடம் பழகினர். என்னை உணவு சேகரிக்கவும், வேட்டைக்கும் அழைத்துச் சென்றனர். இருந்தும் ஒரு சுவர் இருந்தபடியேதான் இருந்தது. அவன் பலவித காரணங்களைக் கூறி மறுத்தான். ஆனால், சிறிது வருத்தப்பட்டான். அது எனக்குப் புரிந்தது. ஏனென்றால், அதை உண்மை என்று புரிந்துகொண்டுவிட்டான்.

அவன் செல்லவேண்டிய நேரம் நெருங்கியது. அவன் ஊசலாடத் தொடங்கினான். அவன் வேலையை அவன் செய்து முடிக்கவில்லை. ஓரிரவு குடியிருப்பு பகுதியில் இருந்து அவன் கத்துவது கேட்டது. எனக்குத் தெரியாமல் அவன் காரவனிலிருந்து நழுவி புகைப்படம் எடுக்கச் சென்றிருக்கிறான். ஒரு புனிதமான இரகசியமான நிகழ்வை பதிவு செய்கிறோம் என்பது அவனுக்குத் தெரியவில்லை. ஓர் ஈட்டி அவன் கால்களைத் துளைத்துச் செல்லாதது, அவன் அதிர்ஷ்டம்தான். இந்த விபரம் அவன் செல்லும் வரை எனக்குத் தெரியவில்லை. மக்களிடம் எங்களுக்கு எதிராக ஓர் எண்ணம் உண்டாவது எனக்குப் புரிந்தது. வெளிப்படையாக, மிகவும் வெளிப்படையாக இல்லையென்றாலும், அது இருந்தது. ஓர் உணர்வு இருந்தது. அது என்னை அவர்களால் ஊடுருவிக் காண முடிந்ததால்தான் என எண்ணினேன். பூர்வகுடி மக்களுடன் கலந்து பழக வேண்டும் என்ற என் முக்கிய நோக்கத்தை இனி செயல்படுத்தவே முடியாது.

நான் ஒட்டகங்களை இணைத்து, ஊரிலிருந்து ஏழு மைல் தொலைவில் உள்ள தீவனம் அதிகம் காணப்பட்ட இடத்திற்கு நடத்திச் சென்றேன். டூக்கியை சுதந்திரமாக அலையவிட்டேன். அவர்களை மேய்க்கவும், கயிறால் ஒரு பாதுகாப்பான கட்டி வைக்கப்பட்ட கோலியாத்திற்கு செடிகளை வெட்டித் தரவும் செல்லும்போது, கொஞ்சம்கூட முன்னேற்றம் இல்லாத டூக்கியை வெறித்து நோக்குவேன். தபால்துறை விமானத்தில் ஆலிஸிற்கு பறந்து சென்று அங்கு விலங்கு நல மருத்துவரின் உதவியையோ அல்லது சாலேவின் உதவியையோ இல்லையென்றால் தூக்கிச் செல்லும் படியான ஒரு கதிரியக்கக் கருவியையோ, பெறலாம் என்று முடிவு செய்தேன். ஆலிஸ் விமான நிலையத்தில் இறங்கும்போது நானடைந்த தோல்வியுணர்வை விவரிக்கவே முடியாது. திரும்பிச் செல்லவோ கூடாது என்று உறுதி பேணியிருந்தேன். ஆனால், நடப்பதைப் பார்த்தால் அந்த இடம் எப்போதும் தவிர்க்கவே

முடியாத ஒன்றைப் போல் ஆனது. நான் பலரிடம் ஆலோசனை பெற்றேன். சுகாதாரத் துறையில், மருத்துவமனையில், ஏன் பல் மருத்துவமனையில் கதிரியக்கக் கருவியைப் பெற முயற்சி செய்தேன். ஆனால், முடியவில்லை. எங்கும் ஒரே பதில்தான் காத்திருப்பது மட்டுமே நான் செய்யக்கூடியதாய் இருந்தது.

மீண்டும் பறந்து திரும்பினேன். அவன் காரை எனக்கு விட்டுவிட்டு ரிச்சர்ட் கிளம்பிவிட்டான்.

அடுத்த சில வாரங்களில் தினப்படி அலுவல்கள் எல்லையில்லாத வகைக்கு சிரமத்தையளித்தன. காலையில் எழுவதற்கு என்னையே நான் கட்டாயப்படுத்திக்கொள்வேன். வேண்டாத எண்ணங்களைத் தவிர்க்க இரவு முழுவதும் ஏதாவது விஞ்ஞான புதினத்தைப் படித்தபடி கிடந்திருப்பேன். எழுந்த பின் ஒட்டகங்களை நோக்கி வண்டியைச் செலுத்துவேன். இச் சிறிய பயணம் குழந்தைகளின் கூட்டத்தினால் சில சமயம் சுவாரசியமாக ஆகும். ஆனால், ஒரு காட்டு ஒட்டகத்தைச் சந்தித்த அன்று நான் தனியே இருந்தேன்.

“ஆஹா, டிக்கிட்டியும், டுக்கியும் திடீரென்று வளர்ந்துவிட்டனர். அதற்கு காரணம் இந்த பசுந்தழைகள் ஆ! இல்லை! கடவுளே! அது நடந்து விட்டது!

என் ஜெல்லியை முகர்ந்துகொண்டும், என் குட்டிகளை கிளப்பிவிட்டுக் கொண்டும்... அங்கே என் ஒட்டகங்கள் அமைதியற்று அலைந்தன. இன்னும் காத்துக் கொண்டிருந்தால், அவை அவற்றுடன் சென்றுவிடும் என்று தோன்றியது. என் நல்ல காலம், பழங்குடி இனத்தைச் சேர்ந்த ஓர் இளைஞன் சாலையில் வந்துகொண்டிருந்தான். அவன் அந்த காளைகளை விரட்டி அடித்து என் அருகே வராதபடிக்குத் தடுத்தான். அதற்குள் நான் ஓடிச் சென்று பயம் கண்ணை மறைத்தாலும், ஜெலிக்காவை ஒருமரத்தில் கட்டினேன். இதுவரை நலமே! பின் முகாமிட்டிருந்த இடத்திற்கு மின்னல் வேகத்தில் விரைந்தேன். இரத்தம் பெருக்கெடுத்து ஓடாமல் ஆபத்து நீங்காது. என் துப்பாக்கியைப் பற்றிக்கொண்டு, வேறு இரண்டு பேரையும் துணைக்கு அழைத்துக்கொண்டு வண்டியை விரட்டி அடித்து ஓட்டினேன். அதை நான் உபயோகித்ததே இல்லை. அதைப்பற்றிய பயம் இன்னும் உண்டு. இருந்தும் கண்களை மூடிக்கொண்டு விசையை இழுத்தேன். என் கையை ட்ரக்கின் மேல் வைத்துக்கொண்டு சுட்டேன். குறி தவறியது. சுட்டேன், காயம் ஏற்பட்டது. சுட்டேன், சுட்டேன், சுட்டேன் கொன்றேன்.

பின் வண்டியில் ஏறி மற்ற காளைகளைத் துரத்தினோம். ஆண்கள் அவற்றை நோக்கிச் சிறிய .225 துப்பாக்கியால் சுட்டனர். கொல்வதற்கு பலமுறை காயப்படுத்த வேண்டியிருந்தது. ஒவ்வொரு தோட்டாவும் எனக்கும் அதே அளவு வலியை ஏற்படுத்துவதாய் இருந்தது. கர்வம் பொருந்திய அம்மிருகங்கள் வீழ்வது அதிர்ச்சி ஏற்படுத்துவதாகவும், கொடுமையாகவும் இருந்தது. பொழுதுபோக்கிற்காக எப்படி மக்கள் உயிர் கொலை புரிகின்றனர் என்பது என் புரிதலுக்கு அப்பாற்பட்டதொன்று. அதன் பின் வரும் மனவுளைச்சல்.

பூர்வகுடியினருக்கான சுகாதார மையத்தில் பணிபுரியும் க்ளெனிஸ் சில நாட்களுக்குப் பின் வந்தார். கண்டவுடனே அவரை எனக்குப் பிடித்து விட்டது. நாங்களிருவரும் அடிக்கடி வெளியில் சுற்றினோம். பெண்களுடன் வேட்டைக்கும், மக்கு எனப்படும், உணவாக உட்கொள்ளப்படும் புழுக்களைத் தோண்டி கண்டுபிடிக்கவும், தேன் எறும்புகளைக் கண்டுபிடிக்கவும், முயல் வேட்டைக்காகவும், ஏதாவது ஒரு குழியைக் கண்டால் தங்கள் கடப்பாறையால் அதை ஆழப் பெயர்த்து, அதிர்ஷ்டமிருந்தால் கை நிறைய முயல்களை கண்டடைவார்கள். பின் அதன் கழுத்துகள் இலாவகமாக நெறிக்கப்பட்டு, வீட்டிற்குக் கொண்டு சென்று கறியடுப்பில் வாட்டி உண்ணப்படும். இத்தகைய சாகசப் பயணங்கள், எனக்கு மிகவும் பிடித்திருந்தன. இருபது பெண்களும், குழந்தைகளும் கலகலவென்று சிரித்தபடியும், பேசியபடியும், டொயோட்டோவில் அடித்துப்பிடித்து ஏறிக்கொள்வர். நாங்கள் அங்கிருந்து முப்பது மைல் தொலைவில் இருந்த ஒரு விசேசமான இடத்திற்குச் செல்வோம். எலும்பும் தோலுமாய் இருக்கும் முகாமைச் சேர்ந்த நாய்கள் குரைத்துக்கொண்டே வேகமாய்ப் பின் தொடரும். நாங்கள் திரும்பிச் செல்ல தயாராக இருக்கும் நேரத்தில், பல மணி நேரத்திற்குப் பிறகு, அவை பாதி ஜீவனுடன், சக்தியெல்லாம் இழந்து வந்து சேரும்.

க்ளெனிஸூம், நானும், நூறு மைல் தொலைவில் உள்ள "கைல்ஸ்" என்ற வானிலை மையத்திற்குச் செல்ல முடிவு செய்தோம். அங்கு பூர்வகுடியினரின் பெரிய முகாமொன்று இருந்தது. அதை சில வெள்ளையர்கள் வழிநடத்தி வந்தனர். நாங்கள் அங்கு சென்றபோது, சில இளைஞர்கள் வெளியில் வந்து வரவேற்று, எங்களைத் தங்கள் உணவகத்திற்கு அழைத்துச் சென்றனர். என்ன பேசுவார்கள் என்பது எங்களுக்குத் தெரியும். எங்கள் இருவருக்கும் அத்தகைய உரையாடலை மேற்கொள்வதில் விருப்பமில்லை. க்ளெனிஸ் பூர்வகுடி கலப்பினள். என்னைவிட கருப்பர்கள் குறித்தான நகைச்சுவை அவளை மிகவும் பாதித்தது. அதைக் காதில் போடாமல் இருக்க

நான் கற்றுக்கொண்டுவிட்டேன். அவர்களில் ஒருவரிடம் முகாமிற்குள் செல்லப் போவதாகக் கூறினோம்.

“அங்கிருக்கும்போது, குழாய் தொங்கிக் கொண்டிரும் கருப்பர்களை வீழ்த்த முடிகிறதா என்று பாருங்கள். ஹா! ஹா!” எனக் கூறி இளித்தனர்.

நான் ட்ரக்கை பின்புறமாய் நகர்த்தி, சக்கரத்தின் சுழற்சியால் ஜல்லி அவர்கள் மேல் விழுமாறு செய்தேன். க்ளெனிஸ் முன் ஜன்னல் வழியே தலையை நீட்டி கெட்ட வார்த்தைகளால் அவர்களைத் திட்டினாள். அவன் வாய்பிளந்து அதிர்ச்சியில் உறைந்தான். முகாமைச் சென்றடைந்து. நாங்கள் சில பெண்களிடம் பேசினோம். சில நேரத்திற்குப் பிறகு, அவர்களிடையே முணுமுணுப்பும், ஆலோசனையும் நிகழ்ந்தன. ஒரு வயதான பெண்மணி எங்களருகே வந்து நடனம் கற்றுக் கொள்ள எனக்கு விருப்பமா எனக் கேட்டாள். நிச்சயமாக எங்கள் பதில் “ஆம்” என்றே இருந்தது. முகாமின் பார்வை படாத ஒரு பரந்த இடத்திற்கு எங்களை அழைத்துச் சென்றனர். அவர்களிலேயே மிகவும் வயதான, மிகவும் அவலட்சணமாய் விளங்கிய மூதாட்டி ஒருத்தி முன்னே சப்பணமிட்டு அமர்ந்துகொண்டாள். அவள் பின் சிறுமிகளும், இளவயதுப் பெண்களும் சூழ்ந்து நின்றனர். க்ளெனிஸும் நானும் அவர்கள் முன் அமர்ந்தோம். ஒருவரை ஒருவர் தொட்டு தைரியமளித்துக்கொண்டும், சிரித்தபடியும் இருந்தனர். அவர் பேசிய அனைத்தையும் புரிந்துகொள்ளும் அளவிற்கு எனக்கு போதிய அளவு பிட்ஜன்ஜாரா மொழி தெரியாது. ஆனால், அது பற்றி ஏதும் கவலை இல்லை. அவர்களின் மனோபாவம் எங்களிடம் தொற்றியது. அதன் பின் பாடல் ஆரம்பித்தது. வயதானவர்கள் அதைத் தொடங்கினர். வேறு வேறு பெண்மணிகள் வேறு வேறு சமயத்தில் அதை முன்னெடுத்தபடியாக, மற்றவர்கள் கழிகளால், சிவப்பு மண்ணில் மேல் ஒரு தாளத்தில் தட்டினர். அவர்களோடு சேர்ந்து கொள்வதா வேண்டாமா என்று எனக்குத் தெரியவில்லை. அங்கு எவ்வாறு நடந்துகொள்ள வேண்டும் என்று எனக்குத் தெரியவில்லை. ஆனால், அந்த ரீங்காரிக்கும், மண் சூழ்ந்த, ஒரு தியானம் போன்ற இசை தொடர்ந்து ஒலிக்கையில், நான் எங்கோ எடுத்துச் செல்லப்பட்டேன். என் கண்களில் நீர் நிறைந்தது. ஒலி பூமியிலிருந்து வெளிப்படுவதைப் போல் இருந்தது. அந்த இடத்திற்கு உரியதாய் மிகச் சரியாக இருந்தது. ஒற்றுமை மற்றும் அங்கீகாரத்தின் பாடல் அது. அந்த வயதான மூதாட்டிகள் பூமியின் தொடர்ச்சி போலத் தோன்றினர். அனைத்தையும் புரிந்துகொள்ள வேண்டும் என ஏங்கினேன். இதை ஏன் இந்த புன்னகைக்கும் பெண்கள் எங்களுக்காகச் செய்ய வேண்டும்? அவர்களோடு ஒன்றுபடும் உணர்வில்

கரைந்துபோனேன். அவர்களின் உலகிற்குள் என்னை அனுமதித்தனர். நடனமிடுகிறாயா என்று என்னைக் கேட்டனர். ஒரு முட்டாளைப் போன்றும், திறமையற்றவள் போலும் உணர்ந்தேன். எழுந்து நிற்க அச்சமாக இருந்தது. சிறிது நேரத்தில் ஒரு வயதானவள் என் கையைப் பற்றி எழுப்பினாள். அந்த ரீங்கரிக்கும் மெல்லிசைக்கும், விநோதமாய் சப்தமிடும் தாள லயத்திற்கும் அவள் ஆடி, அவளின் அசைவுகளை பின்பற்றக் கூறினாள். என்னால் முடிந்த அளவு திறமையுடன் முயற்சி செய்தேன். என் பின்னால் உயர்ந்த குரலில் சிரிப்புச் சத்தம் கேட்டது. கண்களில் நீர் வழிய, வயிறுவலிக்கும்வரை அவர்கள் சிரித்தனர். அவர்களுடன் நானும் சேர்ந்து சிரித்தேன். எனக்கு நடனம் கற்பித்த ஆசிரியை என்னை அணைத்துக்கொண்டாள். பாடலின் கடைநிலை அதிர்வில் வந்த கடினமான உடல் துடிப்பை அவள் மீண்டும் செய்து காட்டினாள். ஒரு வழியாய் அதைப் புரிந்துகொண்டு, சிரத்தையுடன் குழுவாக நொண்டியபடியும், இடம் மாறியும், இறுதியில் நடுங்கியும், பின் திரும்பி முன்பிருந்தபடியே சென்று, வட்டமாகக் குதித்தபடி, சிரத்தையுடன் நடனமாடினோம். நேரம் சென்றுகொண்டிருந்தது. நடனம் முடிவுக்கு வந்துவிட்டதெனக் கூறப்படாமலே குழு முடிவு செய்து கலைந்து சென்றது. அனைவரும் செல்லத்தொடங்கினர். என்ன செய்வது என்று தெரியாமல் நாங்களிருவரும் நின்றுகொண்டிருந்தோம். புறப்படலாம் என்று நினைத்தபோது, வயதான ஒரு பெண்மணி எங்களருகில் வந்து, பற்கள் அற்ற வாயை சுழித்துக்கொண்டு, "ஆறு டாலர்கள், உங்களிடம் ஆறு டாலர்கள் உள்ளதா" எனக் கேட்டாள். அவளின் முண்டும் முடிச்சுமான கை நீண்டிருந்தது. மற்றவர்கள் திரும்பி எங்களைக் காணத் துவங்கினர்.

நான் ஊமையாகிப் போனேன். எனக்கு பேச்சு எழவில்லை. நான் நினைக்கவேயில்லை. சிறிது முயற்சி செய்து குரலெழுப்பி என்னிடம் ஏதுமில்லை என்று என் சட்டைப் பைகளை அவளிடம் காட்டினேன். "இரண்டு டாலர்கள்... உன்னிடம் இரண்டு டாலர்கள் உள்ளதா" என்றாள். க்ளெனிஸ் துழாவி தன்னிடம் இருந்த சில்லறைக் காசு அனைத்தையும் அவளிடம் தந்தாள். நான் சென்று பணம் அனுப்பவதாக அவளிடம் உறுதி அளித்துவிட்டு, நானும் என் தோழியும் அவ்விடத்தைவிட்டு நகர்ந்தோம்.

திரும்பிச் செல்லும் வழியில் நாங்களிருவரும் ஒன்றும் பேசிக்கொள்ளவில்லை. நடன முடிவில் ஏதாவது பரிசு தரவேண்டும் என்பது ஒரு வழக்கம் என்று எனக்கு அப்போது தெரியவில்லை. அது இரண்டு சாராரும் அடைந்த தோல்வி என எனக்குத் தோன்றியது. அவர்களின் அக உலகில் என்னால் நுழையவே முடியாதென்ற

உண்மையின் கடைசிச் சாரம் அது. நான் எப்போதும் வெளியில் இருந்துகொண்டு உள்ளே எட்டிப்பார்க்கும் வெள்ளை இனத்து சுற்றுலாப் பிரயாணியாகவேதான் இருக்க இயலும்.

என் சிறு கனவுகளின், நம்பிக்கைகளின் சிதிலம் இவ்வாறு நடந்துவிட்டது. டூக்கியின் தோள் மெதுவாக சரியானது (கிழிந்த திசுக்கள் என்ற உண்மையை நான் கண்டுபிடித்துவிட்டேன்) டாக்கரின் சுற்றுவட்டாரத்தில், எனக்குத் துணையாக பிபல்யாட்ஜாரா வரை வர யாராவது வயதானவர் தயாரா எனக் கேட்டேன். அடுத்துவரும் நூறு அல்லது அதற்கு மேற்பட்டு சில மைல்கள் தூரத்தை நான் குறுக்கு வழியில் செல்ல நினைத்தேன். ஆனால், அவ்வழி புனித ஊர்களின் ஊடே இருக்கும் என்றும் அங்கு பெண்கள் செல்வதற்கு அனுமதியற்ற புனித இடங்கள் உள்ளன என்பது எனக்குத் தெரியும். அதை ஒரு வயதானவர் துணை இல்லாமல் என்னால் கடக்க முடியாது. வரம்பு மீறுதலின் மோசமான வழி அது. ஆனால், நிர்ணயிக்கப்பட்ட தடத்திலிருந்து வெளியே வர நான் விரும்பினேன். அவர்கள் சரி என்றும் கூறவில்லை. இல்லையென்றும் கூறவில்லை. பழங்குடியினரிடம் காணப்படும் மரியாதை நிமித்தமான கண்ணியம் அது. என்னிடம் கேமிரா இல்லையென்றாலும் அவர்கள் என்னை நம்பவில்லை என்பது எனக்குத் தெரியும். ரிக் என்ன செய்தான் என்பதை மிகவும் கடுப்பான மனநிலையில் இருந்த சமூக நல அறிவுரையாளரிடமிருந்து தெரிந்துகொண்டேன். நானும் அதற்கு உடந்தை என்பதால், அவர்களை நேருக்கு நேர் காண்பது கடினமாய் இருந்தது. அவர்களுடைய இரகசியமான மத வழக்கங்களைப் புகைப்படம் எடுப்பதென்பது, ஓர் உண்மையான கிறித்துவனுக்கு அவர்கள் கோவிலை யாராவது அசுத்தப்படுத்தினால் எவ்வாறு இருக்குமோ அதைவிட மேலாக புனிதம் கெடுவது போன்றதாகும். சுற்றலா பிரயாணிகளை பூர்வகுடியினர் இரண்டுவகையாகத் தரம் பிரித்து வைத்திருந்தனர். பிரயாணிகள் மற்றும் மக்கள் என அவர்களைப் பொருத்தவரை நான் சுற்றுலா பிரயாணி மட்டுமே என்பதை நான் புரிந்துகொண்டேன்.

டாக்கரில் ஏறக்குறைய அரை டஜன் வெள்ளையர்களே இருந்தார்கள். அவர்கள் நல்ல உள்ளம் படைத்தவர்கள். சமூக நல பாதுகாவலரிலிருந்து, கடைகளை மேற்பார்வை பார்ப்பவரும், இயந்திரங்களை பழுதுபார்ப்பவரும் என்னை உல்லாசமாய் வெளியே செல்வதற்கும், வேட்டைக்கும் விருந்துக்கும் அழைப்பு விடுத்தனர். ஆனால், அவர்களால் என் துயரை துளைத்துச் செல்ல இயலவில்லை. நான் கிளம்புவதற்கு, ஆயத்தமாக இருக்கும் நேரத்தில் என்னுடன் வர எந்த வயதானவரும் முன்வரவில்லை என்று முடிவாயிற்று.

அப்படியென்றால் 160 மைல், எந்த ஊர்தியும் வராத, நானும் எதிர்பார்த்துக் கொண்டிராத மண் சாலைப் பயணம். தொடரலாமா என்று எனக்குத் தெரியவில்லை. இதற்கெல்லாம் ஓர் அர்த்தம் இருப்பது போலவே தோன்றவில்லை. என் பயணத்தை நான் விலைக்கு விற்றுவிட்டேன். தவறாகப் புரிந்துகொண்டு அனைத்தையும் தவறாகவே கையாண்டு இருக்கிறேன். இந்த பூர்வகுடியினரோடு, பொறுத்தமற்ற தலையீடு செய்யும் ஒருத்தியாக அன்றி வேறெப்படியும் இருக்க இயலாது. இப்பயணம் அனைத்து அர்த்தங்களையும் இழந்துவிட்டது. அதன் மாய தூண்டுதல் இயல்பை தொலைத்துவிட்டது. வெறுமையான, முட்டாள்தனமான செய்கையாய் நிற்கிறது. போதும் என்ற நிலைக்கு வந்துவிட்டேன். ஆனால், என்ன செய்ய? மீண்டும் பிரிஸ்பேனுக்கா செல்ல முடியும்? நான் இதுவரை முயன்ற மிகவும் கடினமான மிகவும் அர்த்தமுள்ள செயல் தோல்வி அடையுமானால், பின் உலகில் எது வெற்றி அடையும்? மிகுந்த சோகத்துடன், எதிர்மறை எண்ணங்களும், இதுவரை இல்லாத சோர்வுடன் நான் டாக்கரைவிட்டு நகர்ந்தேன்.

3

குடியிருப்புகளைவிட்டுத் தனியே நான் கிளம்பும்போது, அனைத்தும் மிகவும் தட்டையாக, எந்தச் சாரமும் இல்லாமல் இருந்தது என்பதை மட்டுமே நான் உணர்ந்திருந்தேன். நான் எடுத்து வைத்த ஒவ்வொரு சிறு அடிகளும் மெதுவாகவும் கனமாகவும் இருந்தது. அவை என்னை எங்கும் அழைத்துச் செல்லவில்லை. ஓரோர் அடியாக முடிவில்லாத நடை இழுத்துச் சென்று, என் எண்ணங்களைக் கீழே தள்ளியது. அந்த ஊரே வேறொரு கிரகம் போல் நிறமற்றும் ஒலியற்றும், நம்ப முடியாதவைப் போலவும் தோன்றியது.

நான் இருபது மைல்கள் நடந்து வந்துவிட்டேன். மிகவும் அசதியாகவும் தாகமாகவும் இருந்தது. சிறிது பீர் அருந்தினேன். அங்கு முகாமிடலாம் எனத் தீர்மானித்தபோது, பீர் போதையினால் அதிகரித்த வெப்பப்பொழுதில் மூன்று பலமான ஆண் ஒட்டகங்கள் எங்களை நோக்கி வந்தன.

நான் கலவரமடைந்து நடுங்கினேன். நடுங்கிக்கொண்டே இருந்தேன். அவைத் தாக்கிக் கொல்லும் என்பதை நினைவில் கொள். இப்போது மறந்துவிடாதே. ஒன்று - பப்-ஐ ஜாக்கிரதையாக மரத்தில் கட்டு. இரண்டு - அவனைக் கீழே அமரச் செய். மூன்று - மூட்டையில் இருந்து துப்பாக்கியை எடு. நான்கு - அதில் தோட்டாவை நிரப்பு. ஐந்து - குறி பார்த்துச் சுடு. அவை முப்பது கெஜ தூரத்தில் இருந்தன. அதிலொன்றில் இருந்து, இரத்தம் வழிந்து கொண்டிருந்தது. ஆனால், அதை அந்த ஒட்டகம் கவனித்தாகத் தெரியவில்லை. அவை மீண்டும் முன்னேறி வந்தன.

எனக்கு எலும்பு வரை பயம் சில்லிட்டது. ஒன்று, இவையெல்லாம் நடக்கிறது என்பதை என்னால் நம்பவே முடியவில்லை. பின், இது நிற்கவே போவதில்லை என்பதை

நான் நம்பத் தொடங்கினேன். என் காதில் இரைச்சல் ஏற்பட்டது. வியர்வை வழிந்து, என் முதுகில் இறங்கியது. பயத்தினால் என் பார்வை மறைத்தது. சிறிது நேரத்தில், அவ்வுணர்வை நான் தாண்டிவிட்டேன். எதுவும் யோசிக்காமல் செயல்படத் தொடங்கினேன்.

ஸ்ஸ்ஸ்ட். இந்த முறை அது அவனின் தலைக்குப் பின்னே தாக்கியது. அவன் திரும்பி நகர்ந்தான். ஸ்ஸ்ஸ்ட். அவன் இதயத்திற்கு அருகே, அவன் தடுமாறிக் கீழே விழுந்து அங்கேயே அமர்ந்தான். ஸ்ஸ்ஸ்ட். தலையில். இறந்துவிட்டான். மற்ற இரண்டும் புதருக்குள் மறைந்து விட்டன. நடுங்கிக்கொண்டே வியர்த்து வழிந்தேன். நடுங்கினேன். இப்போதைக்கு வென்றுவிட்டேன்.

நான் ஒட்டங்களின் சேணங்களைக் கழற்றிவிட்டு, அவற்றை அருகருகே நிற்க வைத்து ஒன்றாகக் கட்டினேன். என்னைச் சுற்றி இடைவிடாது கவனித்துக்கொண்டே இருந்தேன். இருட்டத் தொடங்கிவிட்டது. அவை மீண்டும் வந்தன. சிறித்து தைரியமாக இப்போது ஒன்றைச் சுட்டேன். ஆனால், வெறும் காயப்படுத்த மட்டுமே முடிந்தது. இரவு மிகவும் சீக்கிரமாக வந்துவிட்டது.

நிலவொளி வீசிய மணலில் நெருப்பு அசைந்தாடியது. வானம், ஒரு கருப்புக் கல்லைப்போல காட்சியளித்தது. நான் தூங்கும் வரை அக்காளைகளின் முனகல் ஓசை முகாமைச் சுற்றிக்கொண்டே இருந்தது. திடீரென நான் எழுந்தேன். நிலவொளியில் இருபது அடிக்கு அப்பால் ஒரு மிருகம் நின்று கொண்டிருந்தது. அதற்குத் தீங்கு விளைவிக்க எனக்கு விருப்பமில்லை. அது கர்வத்துடன் அழகாய் இருந்தது. அதற்கு என் மேல், எந்த ஈடுபாடும் இல்லை. தலையை ஆட்டி அசை போட்டுக்கொண்டிருக்கும் ஒட்டகங்களின் மணியோசையில் நான் மீண்டும் உறங்கினேன்.

விடிவதற்கு முன்பே, நான் அவற்றைத் துப்பாக்கியுடன் பின் தொடர ஆரம்பித்துவிட்டேன். அவை இரண்டும் அங்கேயே இருந்தன. காயம்பட்ட ஒன்றை நான் கொல்லவேண்டும். அதற்கு முயற்சி செய்தேன். மீண்டும் இரத்தம் பெருகியது. தன் காயத்தை நக்கியபடியே அவன் ஓடிவிட்டான். என்னால் அவனைத் தொடர இயலவில்லை. என் இருப்பையும் பார்த்துக்கொள்ள வேண்டும். இறுதியாக அந்த நிலவொளியில் கண்ட அழகிய காளை மட்டுமே இருந்தான். நான் ஒரு முடிவிற்கு வந்தேன். மூன்றில் ஒன்றான இவன், நேரடியாக என் பாதுகாப்பிற்கு பங்கம் விளைவிக்கும் வரையில் இவனை வாழ விடுவோம். மகிழ்ச்சியான முடிவு. “ஏன் அவன்

கர்னார்வோன் வரை நம்மைத் தொடர்ந்து கூட வரலாம். அவனை நான் அல்டிபாரன் என்று பெயரிட்டு அழைப்பேன். அவன் எத்தனை அழகாக இருக்கிறான், டிக்கிட்டி? அவன் டூக்கிக்கு நல்லதொரு இணையாக இருப்பான். அவனை நான் கொல்லவே வேண்டாம்." நான் விரைந்து சென்று ஒட்டகங்களைப் பிடித்தேன். அவன் என்னைக் கவனித்துக்கொண்டே இருந்தான். இறுதியாக பப்-ஐப் பிடிக்கச் சென்றேன். அவன் காலில் கட்டிய கயிற்றுடன், அருகில் அந்தப் புது காளையுடன் ஓடத் தொடங்கினான். அவனை என்னால் பிடிக்க முடியவில்லை. ஒரு மணி அவனுடன் போராடிக் களைப்படைந்தேன். பப்-ஐக் கொண்டு அவனை எங்கள் குழுவிலிருந்து நீக்கி, அவன் தோலை உறிக்க வேண்டும் என நினைத்தேன். ஆனால், அவர்கள் இருவரும் இதற்குள் மறைந்துவிட்டனர். துப்பாக்கியை எடுத்துக் கொண்டு, மிகவும் உற்சாகத்துடன் ஓசையிட்டுக் கொண்டிருக்கிற அவ்விளங்கன்றுக்கு 30 அடி அருகே நெருங்கினேன். எந்த இடத்தில் தாக்கினால் அவன் சாவான் என்று தெரிந்து, அங்குத் தோட்டாவைப் பாய்ச்சினேன். ஆனால், அது அவனைக் கொல்லவில்லை. அவன் தன் காயத்தைக் கடித்து, அதை நோக்கி ஒலியெழுப்பினான். இந்த வேதனை அவனுக்குப் புதிது. அது அவனுக்குப் புரியவில்லை. நான் அழுதேன். மீண்டும் அவன் தலையை நோக்கிச் சுட்டேன். தன் இரத்தத்தின் ஊடே, ஒலியிட்டப்படியே கீழே அமர்ந்தான். அவன் தலைக்கு அருகில் சென்றேன். ஒருவரை ஒருவர் வெறித்து நோக்கினோம். அவனுக்கு அப்போது புரிந்துவிட்டது. அவன் என்னை நோக்கினான். அவன் மூளையில் நேரடியாகச் சுட்டேன்.

பப் குழப்பத்தில் இருந்தான். இறந்த உடலின் அருகே சென்று, சிறித்து இரத்தத்தைப் பருகினான். அது ஒரு கோமாளியின் உதட்டுச் சாயத்தைப் போல அவன் மூக்கு முழுவதும் இருந்தது. தன் உதட்டைச் சுழற்றி, அதை நக்கினான். நான் அவனைப் பிடிக்க வாகாக நின்றான். நான் அவனை அடிக்கவில்லை. நடக்க ஆரம்பித்தேன்.

நானொரு புதிய வெளி, பரிணாமம் மற்றும் காலத்தினுள் நுழைந்தேன். ஒரு நாளில், 1000 வருடங்கள் புகுந்து கொண்டன. ஒவ்வொரு அடியிலும் ஒரு யுகம். பாலைவனத்து ஓக் மரங்கள் பெருமூச்சு விட்டபடியே என்னைப் பிடிக்க முயல்வதைப் போல், என்னை நோக்கித் தாழ்ந்தன. மண் குன்றுகள் வந்து போயின. மலைகள் கண் முன்னே தோன்றி மறைந்தன. மேகங்கள் தவழ்ந்து வந்தன; தவழ்ந்து சென்றன. ஆனால், எனக்கோ எப்போதும் சாலை தான். எப்போதும் சாலைதான். எப்போதும்.

மிகவும் களைத்துப் போய், பாறைகளில் படுத்து உறங்கினேன். தோல்வியைத் தவிர வேறெதையும் நான் நினைக்கவில்லை. ஒரு நெருப்பை உண்டாக்கக் கூட என்னால் இயலவில்லை. இருட்டில் ஒளிந்து கொள்ள நான் விரும்பினேன். இரண்டு நாட்களுக்கு மேலாக நான் நடந்திருக்க வேண்டும் என நான் நம்பினேன். ஆனால், இங்கு காலம் வேறு விதமாக இருந்தது. அது, ஓரடிக்கு மேல் இன்னொரு அடியாக விரிந்து கிடந்தது. ஒவ்வொரு அடியிலும் நூறாண்டுக்கான எண்ணங்கள் சுழன்றன. இவ்வாறு எண்ணுவதற்கு எனக்குப் பிடிக்கவில்லை. என் எண்ணங்களின் மேல் எனக்கு அவமானமாய் இருந்தது. ஆனால், அவற்றை என்னால் நிறுத்த முடியவில்லை. கருணையற்ற, குளிர்ச்சியான, பளிங்குக் கல்லான நிலா என்னைக் கீழே தள்ளி, என்னை உறிஞ்சியது. என் கனவில்கூட அதனின்று என்னால் ஒளிய முடியவில்லை.

மறுநாளும் அதற்கு அடுத்த நாளிலும்கூட, சாலையும் மண் குன்றுகளும் குளிர் காற்றும், என் எண்ணங்களை உறிஞ்சின. நடப்பதைத் தவிர்த்து வேறெதுவும் நடக்கவில்லை.

அவ்விடம் மிகவும் வறட்சியாக இருந்தது. ஒட்டகங்கள் எப்படி இத்தனை தாகத்தோடும், ஒடிசலாகவும் இருக்கமுடியும். இரவில் அவை முகாமிற்கு வந்து தண்ணீர் டிரமைத் தள்ளி விடப் பார்த்தன. என்னிடம் கொடுப்பதற்கு அதிக நீரில்லை. நானே அதைச் சிக்கனமாக உபயோகித்தேன். வரைபடம், "ராக்-ஹோல்" என்று குறிப்பிட்டது. கடவுளுக்கு நன்றி. இழுத்துக் கொண்டிருக்கும் கால அவகாசத்தில் எங்கோ நான் சாலையில் திரும்பி நடந்து சென்றேன். மேலும் மணல் குன்றுகளும் நீண்ட அகன்ற வறண்ட ஒரே ஒரு செத்த பறவை தவிர யாதுமற்ற பரந்த வெளியும், ஏதுமற்ற குழிகளையும் கடந்தேன். என்னுள்ளே எங்கோ ஒரு முடிச்சு அவிழத் தொடங்கியது. அது ஒரு முக்கியமான முடிச்சு. பதற்றத்தின் பொழுதெல்லாம் என்னை இறுக்கிக் கட்டிய முடிச்சு, நான் நடந்துகொண்டே இருந்தேன். அம்மணல் குன்றுகளின் அடியில் தங்கினேன்.

வானம் அடர்த்தியாகவும், ஈயத்தைப் போல் கறுமையாகவும் இருந்தது. நாள் முழுவதும் அது சாம்பல் நிறமாகவும், மென்மையாகவும், ஒளி ஊடுருவக் கூடியதாகவும் ஒரு தவளையின் வயிற்றைப் போலவும் இருந்தது. சிறு மழைத் துளிகள் என் மேல் விழுந்தன. ஆனால், அவை புழுதியை அடக்கப் போதுமானவையாய் இல்லை. வானம் என்னிலிருந்த அனைத்தையும் கழுவி, என்னை ஏதுமற்றவளாய் ஆக்கிக் கொண்டிருந்தது. எனக்குக் குளிர்ந்தது. அங்கிருந்த சிறிய நெருப்பின்

முன், கூனி அமர்ந்து கொண்டேன். உறைந்த மணற்குன்றுகளுக்கு நடுவிலும், அனைவராலும் கைவிடப்பட்ட பேய்கள் உலாவும் ஒரு பாலைவனத்தில் நட்சத்திரங்களின் முடிவுறாச் சுழற்சியினாலோ, அல்லது அதிகாலையில் எழுப்பக் கூடிய ஒரு காகத்தின் குளிர்ச்சியான கரைதலாலோ, காலம் கணிக்கப்படும் எங்கோ ஓரிடத்தில், என் அழுக்கு மூட்டை போர்வைகளில், நான் படுத்துக் கொண்டிருந்தேன். பனி என்னைச் சுற்றியுள்ள இருண்ட புதர்களில், எளிதில் உடையக்கூடிய சிலந்தி வலை போல் தொத்திக்கொண்டிருந்தது. வானமோ நட்சத்திர பளபளப்பில் அடர்த்தியானது. அனைத்தும் மிகவும் அமைதியாய் இருந்தன. நான் உறங்கினேன். சூரியன் தன் மெல்லிய நிறத்தை மணல்களில் தெளிக்கும் நேரத்திற்குச் சிறிது முன்பாய், திடீரென ஒரு கனவில் இருந்து விழித்து, அதை ஞாபகத்திற்குக் கொண்டு வர முயற்சி செய்தேன். நான் உடைந்து போனேன். விழித்தபோது, உணர்வற்று இருந்தேன். என்னை நானே கண்டுபிடிக்க முடியவில்லை. உலகைக் கட்டுப்படுத்தி ஒன்றாக வைக்க எந்தவொரு குறிப்புமில்லை; ஏதுமில்லை. வெறும் குரல்களும் குழப்பமும் மட்டுமே இருந்தன.

அதில், என்னை வெறுக்கும் அதிகாரத்துடன் கூடிய உரத்த குரல் என்னைப் பார்த்து கேலி செய்தது. என்னை நோக்கிச் சிரித்தது.

“இம்முறை நீ அதிக தூரம் சென்றுவிட்டாய். உன்னை நான் கண்டுபிடித்து விட்டேன். உன்னை நான் வெறுக்கிறேன். நீ வெறுப்புக்குரியவள்தானே? நீ ஒன்றுமில்லாதவள். இப்போது உன்னை நான் அடைந்துவிட்டேன். இச்சூழல் ஒருநாள் ஏற்படும் என்று எனக்குத் தெரியும். என்னிடம் போரிடுவதில் எந்தப் பயனும் இல்லை. உனக்கு உதவ யாருமில்லை. நான் உன்னை அடைந்துவிட்டேன்.”

மற்றொரு குரல் அமைதியாகவும் ஆதுரத்துடன் இருந்தது. அது என்னைப் படுத்து அமைதியாக இருக்கும்படி உத்தரவிட்டது. என்னை மனதை விட்டுவிட வேண்டாம் என்றும், தளர்ச்சியடைய வேண்டாமென்றும் போதித்தது. நான் அமைதியாகப் படுத்துக் கொண்டு, அப்படியே இருந்தேன் என்றால் நான் என்னைத் திரும்பக் கண்டுபிடித்துவிடுவேன் என்று எனக்கு நம்பிக்கை அளித்தது.

மூன்றாவது குரல் உரக்கக் கத்திக் கொண்டிருந்தது.

டிக்கிட்டி காலையில் என்னை எழுப்பினாள். முகாமிட்ட இடத்திலிருந்து சிறிது தூரத்தில் குளிரில் சில்லிட்டு இழுத்துக் கொண்டு கிடந்தேன். வானம் வெளிறிய நீல நிறத்தில், சிறிதுகூடக் கருணையற்று ஒரு ஆஸ்ட்ரிய சைக்கோவைப் போல சில்லிட்டுக்

கிடந்தது. காலமற்ற ஒரு வெளியில் நான் மீண்டும் நடந்தேன். ஒரு தானியங்கியைப் போல பாதி தூரத்தைக் கடக்கும்போது, நான் என்ன செய்ய வேண்டும் என எனக்குத் தெரிந்தது. "நீ இதைச் செய்தே ஆகவேண்டும். இது தான் உன்னை உயிரோடு வைக்கும் என்பதை நினைவில் வைத்திரு."

முணுமுணுக்கும் அந்தக் கொடிய கடலில் நான் நடந்தேன். ஒரு மிருகத்தைப் போல, ஓர் ஆபத்தை என்னால் உணர முடிந்தது. அனைத்தும் முடிந்தது. அனைத்தும் அமைதியாக இருந்தது. ஆனால், சூரியனின் வெப்பத்தின் கீழ் பயமுறுத்துவதாகவும், சில்லிட்டும் இருந்தது. அது என்னைக் கவனிப்பதை, என்னைத் தொடர்வதை, எனக்காகக் காத்திருப்பதை என்னால் உணர முடிந்தது.

அதன் இருப்பை, என் சொந்த குரலின் மூலம் வெற்றி கொள்ள முயற்சி செய்தேன். அமைதியைக் கிழித்துக்கொண்டு அது உரக்கக் கத்தியது. நான் அதனால் விழுங்கப்பட்டேன். நாம் செய்ய வேண்டியது என்னவென்றால், மௌன்ட் ஃபேனியை அடைய வேண்டும். அங்குக் கட்டாயம் தண்ணீர் இருக்கும். வெறும் ஓரடி மற்றும் மற்றொரு அடி. அது மட்டுந்தான் நாம் செய்ய வேண்டியது. பதற்றப்படக் கூடாது என்றது. வெப்பமான நீலமான நீண்ட தொலைவில் மௌன்ட் ஃபேனியை என்னால் காண முடிந்தது. எனக்கு அங்குப் போய்ச் சேர வேண்டும். அங்குள்ள பாறைகளால் காக்கப்படுவதே வேறு எவற்றையும் விட எனக்கு மிகவும் தேவையாய் இருந்தது. இது சாத்தியப்படாது என்பது எனக்குத் தெரியும். விங்கலீனா வரை செல்லத் தேவையான நீர் இருந்தது. ஆனால், ஒட்டகங்கள் இருந்தன. ஒரு வாரம் வரை அவை தாங்கும் என்று நான் உறுதியாக நினைத்திருந்தேன். இந்த, திடீரெனக் காணப்படும் வறட்சிக்கு, பச்சைத் தீவனம் இல்லாத ஒரு நிலைக்கு நான் தயாராகவே இல்லை. "ஆனால், அங்கு நீர் இருக்கும். கட்டாயம் இருக்கும். அவர்கள் அப்படித்தானே கூறி இருக்கின்றனர். அங்கு இல்லை என்றால் என்ன செய்வது? அந்தக் கிணறு வறண்டு போயிருந்தால் என்ன செய்வது? அதை நான் தவறவிட்டால் என்னவாகும்? இந்த ஒட்டகங்களுடன் என்னைக் கட்டிச் சென்று கொண்டிருக்கும் அச்சிறிய கயிறு தெறித்துவிட்டால் என்னவாகும்? அதற்குப் பிறகு என்ன? நடை. நடை. நடை. எங்குப் பார்த்தாலும் மணல் குன்றுகள். அவை அனைத்தும் ஒன்று போலவே தோன்றின. ஒரு நடை இயந்திரத்தின் மேல் நடப்பவளைப் போல் நான் நடந்தேன். எந்த முன்னேற்றமும் இல்லை. எந்த மாற்றமும் இல்லை. அந்த மலை மிகவும் மெதுவாக என் அருகில் வந்தது. எத்தனை தூரம் கடந்து வந்துள்ளோம்! ஒருநாள்? இதுதான்

இருப்பதிலேயே நீண்ட நாள். கவனமாய் இரு. இது ஒருநாள்தான். ஞாபகம் வைத்துக் கொள். நம்பிக்கையைத் தளரவிடாதே! அதைப் பற்றிக்கொள். ஒரு கார் வந்தாலும் வரலாம். கார்களே வரவில்லை. நீரில்லாமல் போனால் என்ன செய்வது? இதை நிறுத்த வேண்டும். இதை நிறுத்த வேண்டும். நடந்துகொண்டே இரு. ஒரு அடி எடுத்து வை. அவ்வளவுதான்!" இந்த உரையாடல் என் மனதில் மீண்டும் மீண்டும் நடந்துகொண்டே இருந்தது. திரும்பத் திரும்ப அடிக்கடி அடிக்கடி நிகழ்ந்துகொண்டே இருந்தது.

பின் மதிய பொழுதில், நீண்ட நிழல்கள் நெளிந்தபடி விழுந்தன. மலை அருகில் தென்பட்டது. "கடவுளே தயவு செய்து இரவிற்கு முன் நான் அங்கிருக்க வேண்டும். இருட்டில் என்னை இங்கிருக்க விட்டுவிடாதே! அது என்னை விழுங்கிவிடும்."

வரும் மணல் குன்றுக்கு அடுத்தபடியாக அம்மலை கட்டாயம் இருக்கவேண்டும். இல்லை, அதற்கு அடுத்த குன்றுக்கு அடுத்ததாகவாவது இருக்கவேண்டும். சரி, அடுத்தது. இல்லை, அடுத்தது. இல்லை, அடுத்தது. கடவுளே எனக்குப் பைத்தியம் பிடிப்பது போலுள்ளது. மலை இதோ இங்கிருக்கிறது. என்னால் அதை எட்டித் தொட முடியும் போல் தோன்றுகிறது. நான் அலறத் தொடங்கினேன். மணல் குன்றுகளை நோக்கிப் பைத்தியக்காரத்தனமாய் உரக்கக் கத்தினேன். டிக்கிட்டி என் கையை நக்கிச் சத்தம் எழுப்பியது. ஆனால், என்னால் நிறுத்த முடியவில்லை. பல காலமாய் நான் இப்படித்தான் நடந்துகொண்டு வருகிறேன். மிகவும் மெதுவாய் நான் நடக்கத் தொடங்கினேன். அனைத்தும் மெதுவாக நகர்ந்தன.

அதன் பின், கடைசி மணல் குன்றைத் தாண்டியதும் வேறு மணல் குன்றுகளே இல்லை. நான் பாறைகளின் மீது அழுதுகொண்டே விழுந்து அவற்றின் திடத்தை என் கைகளால் உணர்ந்தேன். மண் கடலில் இருந்து விலகி நிற்கும் அந்தப் பாறைகளில் பதற்றமற்று ஏறத் தொடங்கினேன். பாறைகள் கனமாகவும் உறுதியாகவும் கருப்பாகவும் இருந்தன. அவை ஒரு தீவைப் போல் மேலெழுந்தன. மணல் அலைகளில் இருந்து பச்சையாக மேலேறும் அம்முதுகெலும்பில், நான் தவழத் தொடங்கினேன். நான் கடந்து வந்த இடத்தின் பிரமாண்டத்தைத் திரும்பிப் பார்த்தேன். இப்பொழுதே என் நினைவு தப்பிக் கொண்டிருந்தது. நேரத்தைப் பற்றிய என் பிரக்ஞை போய்விட்டது. ஏற்கெனவே பல நாட்களை நான் மறந்துவிட்டேன். அவை அனைத்தும், என் நினைவில் இருக்கும் சில மலைகளைத் தவிர்த்து அழிந்து போய்விட்டன. நான் பாதுகாப்பாய் உணர்ந்தேன்.

நீராலையைக் கண்டுபிடிப்பது எளிதாக இருக்கும். அல்லது அந்த ஆழ்துளையை. எதுவாக இருந்தாலும் பரவாயில்லை. இங்கு எங்காவது கட்டாயம் நீரிருக்கக் கூடும். அனைத்தும் சரியாகிவிடும். பதற்றம் குறைந்து இத்தனை பைத்தியக்காரத்தனத்துடன் நான் நடந்து கொண்டதை எண்ணி, நான் சிரித்தேன். உடலும் மனமும் சோர்வடைவதினால் வரும் பாதிப்பு அது. அவ்வளவுதான். நான் நன்றாக இருந்தேன். எல்லாம் சரியாகிவிடும். அந்தக் கயிறு இறுகியது. நான் டிக்கிட்டியைத் தொட்டு, “டிக்கிட்டி இங்கு இருக்கிறாள். எல்லாம் சரிதான். இப்போது இருட்டிவிட்டது. அந்த ஆலையைக் கண்டுபிடிக்க முடியாது. டிக், அங்கு சிறிது பசுமையான புல் விளைந்த இடமிருக்கிறது. அது அவர்களுக்கு மகிழ்ச்சியை அளிக்கும். நாளை நீர் நிலையைக் கண்டுபிடிப்போம். பறவைகளும் தடங்களும் அதைக் கண்டுபிடிக்க உதவும். பின் நம் ஒட்டகங்களுக்கு அருந்துவதற்கு நிறைய நீர் தரலாம். இப்போது நான் பெரிய நெருப்பை உருவாக்குகிறேன். நான் சிறிது தேநீர் அருந்திவிட்டு, உனக்கும் உணவு தருகிறேன்.”

கனவுகளற்று ஆழ்ந்து உறங்கினேன். ஒரு கழுகு தன் கூட்டைவிட்டுப் புறப்படுவதைப் போல, சீக்கிரமாகவும் சிக்கலற்றும் எழுந்தேன். முந்தைய தினத்தின் சோர்வோ அல்லது அதற்கு முந்தைய இரவின் பகையோ சிறிதும் இல்லை. என் மனம் சுத்தமாகக் கழுவப்பட்டு லேசாகவும் பளபளப்பாகவும் இருந்தது. என்னைச் சுற்றி அனைத்தும் வண்ணமயமாகவும் உயிர்ப்போடும் இருந்தன. வண்ணங்கள் காலை வெயிலில் பளபளத்து நடனமாடின. நூற்றுக்கணக்கான விடிகாலைப் பறவைகள் காணப்பட்டன. அதிகளவில் உற்சாகமாய் இருந்தது. ஒரு கச்சிதமான இயந்திரத்தைப் போல, வேகமாகவும் திருத்தமாகவும் நான் மூட்டைகளைக் கட்டினேன். எப்படியோ நான் பெரிதாக, வளர்ந்துவிட்டதைப் போல் உணர்ந்தேன். தெருவைச் சுற்றி ஒரு 100 அடி நடந்ததும், அங்கு நீராலை இருந்தது. ஒட்டகங்கள் நீர் அருந்தின. டிக்கிட்டி நீர் அருந்தியது. நான் அந்தக் குளிர்ந்த நீரில், உற்சாகம் தந்த குளியலைப் போட்டேன்.

ஆலையில் இருந்து அரை மைல் தூரத்தில், நடந்து சென்று 40 ஒட்டகங்கள் உள்ள ஒரு மந்தையை அடைந்தேன். என் துப்பாக்கி சத்தமின்றி மெதுவாக வெளியே வந்தது. அவை மலை மேலிருந்த நீர் நிலையில் இருந்து பூதங்களைப் போல கீழே இறங்குவதை நான் கண்டேன். அவை என்னை நோக்கின. நாங்கள் ஒரே பாதையைப் பகிர்ந்து கொண்டிருந்தோம். இம்முறை சுட வேண்டாம் என்பது எனக்குத் தெரிந்திருந்தது. ஆனால், கவனமாய் இருப்பதுதான், இந்தப் பிரத்தியேகமான விளையாட்டின் விதி. நான் அவற்றை நோக்கிப்

புன்னகை புரிந்தேன். என்னால் வர்ணிக்க முடியாத அளவிற்கு அவை மிகவும் அழகாய் இருந்தன. ஒரு தலைமைக் காளை, அவற்றை சற்று முன்னே நடக்க வைத்து, நிலைமை பிடிபட, அடிக்கடி திரும்பிப் பார்த்தது. அவை நின்றால் நானும் நின்றேன். அவற்றை நோக்கி நான் உற்சாகமாய்ச் சத்தம் எழுப்பிக் கத்திச் சிரித்தேன். அவை சிறிது குழப்பத்தில் இருந்தன. தலைமைக் காளையின் திசையில் நோக்கிக் கையை அசைத்து, உரத்த அதிகாரப்பூர்வமான குரலில் ஷூ எனக் கத்தினேன். அதற்கு இவையெல்லாம் மிகவும் அலுப்பைத் தந்திருக்க வேண்டும். நான் மேல் நோக்கித் துப்பாக்கியால் சுட்டேன். அக்காளை அவ்வோசையைப் புரிந்து கொண்டுவிட்டது. தன் குடும்பத்தை அவற்றின் கால்களைக் கடித்து, ஒன்று கூட்டியது. 40 அழகிய காட்டு ஒட்டகங்கள் பள்ளத்தாக்கை நோக்கிப் புழுதி பறக்க வேகத்தை அதிகரித்து ஓடின. பின் அவை அனைத்தும் மறைந்துவிட்டன. நான் யார் என்பது எனக்கு இப்போது நன்றாக நினைவிற்கு வந்துவிட்டது.

அந்த இரவு நான் உறங்கப் போவதற்கு முன் தொலைவில் கார்களின் ஓசைகளைக் கேட்டேன். அத்தனை அந்நியமான பொருத்தமில்லாத ஓசை. எனக்கு அவை இனி தேவையில்லை. எனக்கு அவை வேண்டாம். அவை குறுக்கீடுகளாகத்தான் இருக்கும். அதைப் பற்றி எனக்குச் சிறிது பயம்கூட இருந்தது. ஏனெனில் நான் இன்னும் பாதி பைத்தியமாகத்தான் இருந்தேன். “மனிதர்களோடு இன்றிரவு சேர்ந்து இருக்கலாமா வேண்டாமா டிக்கி? சரி நெருப்பு அதைப் பார்த்துக் கொள்ளட்டும். ஆனால், என்னை அவர்கள் புரிந்து கொள்வார்களா? என்னைக் கேள்விகள் கேட்டால் என்ன செய்வது? நானென்ன பதில் கூறுவேன்? பதிலேதும் கூறாமல் புன்னகை புரிந்து கொள்வதுதான் சரியான வழியாக இருக்கும். ஏ நாயே! நீ என்ன சொல்கிறாய்?” சென்ற வாரத்தின் அனுபவத்தினால் சுக்குநூறாய்ப் போன உரையாடலுக்கான நல்ல சொற்களை என் மனதில் தேடினேன். அதை டிக்கியிடம் கூறிப் பார்த்தேன். “கடவுளே!அவர்கள் நெருப்பைக் கண்டுவிட்டனர். இதோ வந்துவிட்டனர். மனோவியாதிக்கான அறிகுறி என்னில் தெரிகிறதா?” என்று சரி பார்த்தேன்.

வார்புர்டனில் நடந்த நிலவுரிமை நிகழ்விற்குப் பின், விங்கலீனாவிற்கும் பிப்பாலியஜாராவிற்கும் திரும்பிச் செல்லும் நட்பான புன்னகைக்கும் ஆர்வமான, சோர்வான, பிட்ஜன்ஜரா பூர்வகுடியினர்தான். இனி பயப்படத் தேவையில்லை. அவர்கள் நிசப்தத்துடன் சௌகரியமாக இருப்பார்கள். அவர்களுக்காக நாம் ஏதும் நடிக்கவேண்டாம். கோப்பைக் கோப்பையாகத் தேநீர் அருந்தப்பட்டது. சிலர் தீயின் அருகே அமர்ந்து கதைத்தனர். சிலர் வீடு நோக்கிச் சென்றனர்.

இறுதியாக ஒரு பழமையான ஹோல்டன் கார் சத்தத்துடன் வந்து நின்றது. ஓர் இளமையான ஓட்டுநரும் மூன்று முதியவர்களும் அவர்கள் இரவில் தங்குவதாக முடிவு செய்தனர். நான் என் தேநீரையும் போர்வையையும் பகிர்ந்து கொண்டேன். வயதான இருவர் அமைதியாகப் புன்னகைத்தபடி இருந்தனர். நான் அமைதியாக அவர்களின் அருகில் அமர்ந்து, அவர்களின் சக்தியை உள்வாங்க முயன்றேன். அதில் ஒருவரை எனக்கு மிகவும் பிடித்தது. நடனமாடும் கைகளுடன் கூடிய குள்ளமான ஒருவர், நிமிர்ந்த முதுகும் காலில் ஒரு பெரிய ஷூவும் மற்றொன்றில் ஒரு சிறிய பெண்ணின் செருப்பும் அணிந்திருந்தார். அவர் பாதி சமைக்கப்பட்ட, கொழுப்பும் ரத்தமும் ஒழுகிக்கொண்டு தோல் தீய்ந்து நாற்றமடித்துக் கொண்டிருந்த ஒரு முயலின் சிறந்த பகுதியை எனக்குத் தந்தார். மிகவும் நன்றியுடன் நான் அதை உண்டேன். கடந்த 5 நாட்களாய் சரியாக உண்ணவில்லை என்பது அப்போது தான் என் நினைவிற்கு வந்தது.

சிறிது ஆங்கிலம் தெரிந்த, ஒட்டகங்களைப் பற்றியும், உலகத்திலுள்ள அனைத்தைப் பற்றியும் தெரிந்தாற்போல் இருந்த, அதிகம் பேசிய, ஒருவரைத்தான் எனக்குப் பிடிக்கவில்லை. அவர் தன்முனைப்புடனும் மற்றவர்களைப் போல் அமைதியாக இல்லாமலும் உரக்கப் பேசிக் கொண்டும் இருந்தார்.

மறுநாள் காலை நீரைச் சுட வைத்துப் புறப்படத் தயாரானேன். என் கூட இருந்தவர்களுடன் சிறிதளவு பேசினேன். அவர்களில் ஒருவர், என்னைப் பாதுகாப்பதற்காக, பிப்பாலியஜாரா வரை நடைப்பயணம் மேற்கொள்ள வேண்டும் என்று தீர்மானித்தனர். அந்த வாயாடிதான் என்னுடன் வரப் போகிறார் என்றெண்ணி என் மனம் சோர்ந்தது.

ஆனால், ஒட்டகங்களை ஓட்டத் தொடங்கியதும், யார் என்னுடன் வந்தது தெரியுமா? அந்த சிறிய மனிதர்தான். தன்னைச் சுட்டிக் காட்டிக் கொண்டு, "*மிஸ்டர் எடி*" எனத் தன்னைக் கூறிக் கொண்டார். நான் என்னைச் சுட்டி, "ராபின்" என்றேன். அவர் அதை "முயல்" என்று நினைத்திருக்கக் கூடும். ஏனெனில், ராபின் என்றால் பிட்ஜன்ஜரா மொழியில் முயல் என்று பொருள். அது பொருத்தமாகத்தான் இருந்தது. நாங்கள் இருவரும் சேர்ந்து உரக்கச் சிரித்தோம்.

பகுதி 3
சிறிது நீண்ட பாதை

1

அடுத்த இரு நாட்கள் எட்டியும் (Eddy) நானும் ஒன்றாக நடந்தோம். ஒருவருக்கு ஒருவர் சைகைகளால் பேச முயற்சி செய்தோம். இருவருடைய கோமாளித்தனத்தைக் கண்டு விழுந்து விழுந்து சிரித்தோம். முயல்களைத் துரத்தித் தோல்வியுற்றோம். புதர்களில் உணவைக் கண்டடைந்தோம். பொதுவில் மகிழ்ச்சியுடன் இருந்தோம். அவனுடன் இருப்பது மிகவும் மகிழ்ச்சியான ஒன்று, வயதான பூர்வகுடியினரின் இயல்பு குணங்களான பலம், தன்மையுடன் இருத்தல், தனக்கென ஒதுக்கிக்கொள்ளல், அறிவார்த்தமாய் விளங்குதல், வேரூன்றி இருக்கும், உடன் மரியாதை செய்யத்தோன்றும் நிஜன்தன்மை - இவை அனைத்தும் பெற்று விளங்கினான். இத்தகைய மக்களுக்கு எப்படி "ஆதிகாலத்து மக்கள்" என்ற மெலிதான வேண்டாத, அர்த்தங்களுடன் கூடிய ஓர் அடைமொழி ஏன் சம்பந்தப்பட்டது என்று வியந்தேன். "நாகரிகமயமாதல் என்பது என்னவென்றால் நோய்களைத் தம்மோடு சேர்த்துக்கொள்ளுதல்" என்று யாரோ கூறியது உண்மையானது என்றால், எட்டியும் அவன் இனத்தினரும் இன்னும் நாகரிகமாகவில்லை. அந்த இயல்புதான் அவனில் மிளிர்ந்து வெளிப்பட்டது. அவன் ஆரோக்கியமாகவும், அனைத்தும் பொருந்தியவனாகவும், முழுமையானவனாகவும் விளங்கினான். இந்தக் குணாம்சம் அவனிடமிருந்து தகதகவென்று ஒளிர்ந்து சிந்தியது. அதை நாம் கவனிக்கவில்லை என்றால் நாம் நிச்சயமாக முட்டாள்கள்தான்.

நாங்கள் சென்று கொண்டிருந்த நிலப்பரப்பு வியக்கும் விதத்தில் மாறிவிட்டது. நான் பயந்த பள்ளங்களிலிருந்தும், மணற்குன்றுகள் நிறைந்த பரப்பின் குழிகளிலிருந்தும் நான் வெகுதூரம் வந்துவிட்டேன். பழுப்பு நிற மலைகளின் அடிவாரம்வரை பரந்த நிலப்பரப்பில் கோதுமை வயல்கள்

போல மஞ்சள் நிற வைக்கோல் நிரம்பி இருந்தது. அடிவாரங்களில் இளம்பச்சை நிறத்திலும், மஞ்சள் நிறத்திலும் கள்ளிகளும், புதர்களும் இருந்தன. உச்சியில் பாறைகள் துருத்திக்கொண்டு இருந்தன. சிறிய நீர் உடைப்புகளைச் சுற்றித்தான் மரங்கள் இருந்தன. அவ்வப்போது, தனித்து நிற்கும் சிவப்பு நிற வெற்று மண்குன்று மஞ்சள் நிறத்தின் நடுவே நெட்டிக்கொண்டு நிற்கும். பள்ளத்தாக்குகளிலும், பாறைப் பிளவுகளுக்கிடையேயும், பசுமை எட்டிப் பார்க்கும். இவை அனைத்தும் முடிவுறாத நீல நிறக் கூண்டினுள் வளைக்கப்பட்டு இருக்கும். சுத்தமான, பிரகாசமான, முடிவிலியான இப்பெருவெளியின் உணர்வு என்னிலும் புகுந்துகொண்டது.

இருப்பினும், எனக்கு நிகழ்ந்த அனைத்திற்கும் பிறகு, யாரிடமாவது ஆழ்ந்து உரையாடவேண்டும் போல் இருந்தது. ஏனெனில், என் பயமும் பீதியும் ஒரு பரபரப்பான உற்சாகத்தால், மாற்றிவைக்கப்பட்டிருந்தாலும், ஆழ்மனம் வரை நான் ஆடிப்போயிருந்தேன். இன்னும் நடுங்கிக்கொண்டிருந்தேன். என் இயல்புக்குத் திரும்பி வந்து, என் அனுபவத்தின் சாரத்தை உணர வேண்டிய நிலையில் இருந்தேன். என் பயணத்தின் மூன்றாம் கட்டத்தை அடைந்துவிட்டேன். பிப்பல்யாட் ஜாராவைச் சேர்ந்த சமூக ஆர்வலரான கிளெண்டில் தான் நான் சந்திக்கப் போகும் முதல் - ஏன் அவனே கடைசியாகவும் இருக்கலாம்- நண்பன். அவனைச் சந்திக்க மிகவும் ஆவலாக இருந்தேன். அவனுடன் நடந்த நிகழ்வுகளைப் பற்றி ஆங்கிலத்தில் உரையாட மிகவும் அவலாக இருந்தேன். ஆனால், அவன் சென்றுவிட்டதாக எட்டி கூறியபடி இருந்தான். பின்புதான் எட்டி தன் எல்லா வாக்கியத்தின் முடிவிலும் Gone (கான்) என்ற வார்த்தையை உபயோகித்ததை உணர்ந்தேன். அது திசைகளைக் குறிப்பதற்காக அவனால் உபயோகப்படுத்தப்பட்டது. நான் தேவையில்லாமல் கவலைப்பட்டிருக்க வேண்டாம். ஆனால், க்ளென்டில் சென்றிருக்கக் கூடும் என்ற எண்ணம் தாங்க முடியாத ஒன்றாய் இருந்தது.

என் பின்னால் எட்டி நடந்து வருகையில் என்னைக் கேள்விகளுடன் நோக்குவதை நான் உணர்ந்தேன். கேள்விகள் நிறைந்த அவன் கண்கள் என் பின் தலையில் குறுகுறுத்தது.

“இந்த பெண்மணியிடம் என்ன தவறு? ஏன் இவள் அமைதியாக இருப்பதில்லை. ஏன் அவள் அடிக்கடி கிளெண்டில் அங்கு இருக்கிறான்? இப்போது இருப்பானா? என்றெல்லாம் கேட்டுக்கொண்டே இருக்கிறாள்?”

“க்ளென்டில் கா--------ன்” என்று கைகளை காற்றில் வீசியபடியே கூறினான். இதை அவன் கூறும்போது புருவங்களை உயர்த்தி கண்களை விரித்து, அதிசயத்துடன் கூடிய ஒரு வேடிக்கை பாவனையை வெளிப்படுத்துவான். என்னால் சிறிதுகூட புன்னகைக்க முடியாது. நான் திரும்ப, என் நடுங்கும் மோவாயையும், கண்ணிலிருந்து தெறித்துவிழத்துடிக்கும் கண்ணீரையும் அடக்க முயன்றவாறு நடப்பேன்.

“தயவு செய்து அங்கு இரு க்ளென்டில். எனக்கு உன்னிடம் பேச வேண்டும். இதுபோல ஒரு நட்பு எனக்குத் தேவையாக இருந்ததே இல்லை. தயவுசெய்து அங்கு இரு.”

எட்டியின் குடியிருப்பான விங்லின்னாவிலிருந்து மூன்று மைல் தொலைவில் அன்றிரவு முகாமிட்டோம். தான் தன் பொருட்களை எடுத்துவரும்வரை முகாமிலேயே என்னைத் தங்குமாறு கூறினான். ஒரு துருப்பிடித்த தகரடப்பாவில் ஒரு போத்தல் வலி மருந்தும், ஒரு போத்தல் ஆஸ்பிரினும் நாட்டு மருந்துகளும் எடுத்து வந்தான். கூடவே ஒரு சிவப்பு நிறச் சட்டையும்.

அடுத்த நாள் காலை பாட்டு பாடிக்கொண்டே எட்டியும் பரபரப்புடன் நானும் பிபல்யாட்ஜாராவை நோக்கிப் பயணத்தைத் தொடங்கினோம். எந்த வரைபடத்தையும் நோக்கிக்கொண்டு நான் பிரயாணம் செய்யவில்லை என்பதால் அது எத்தனை தொலைவில் இருக்கிறது என்று எனக்குத் தெரியவில்லை. திடீரென்று என் வலது புறம் தகரக் கொட்டகை ஒன்றைக் கண்டேன். நான் நேராக மட்டும் நோக்கிக்கொண்டே வந்திருக்க வேண்டும். அதனால்தான் இது என் கவனத்திற்கு வரவில்லை. கொட்டகையின் சுவற்றில் குழந்தைகள் வரைந்த ஓவியங்கள் இருந்தன.

“இது பள்ளிக்கூடமாக இருக்கமா? பிபல்யாட்ஜாராவில் பள்ளி இல்லைதானே? இங்கிருக்கும் ஒரே வெள்ளையன் க்ளென்டில்தானே? நான் நின்று கண்களை சிமிட்டிக்கொண்டேன். எனக்கு முற்றிலும் ஒன்றும் புரியவில்லை. சுவற்றில் ஓவியங்கள் இருந்தால் அது பள்ளிக்கூடமா இல்லையா என்பது என் ஞாபகத்திற்கு வரவில்லை. இது போல் வினோதமாய் யோசிக்கும் அளவிற்கு என் மனநிலை பிறழ்ந்துவிட்டதா என்று எனக்குத் தெரியவில்லை. இருந்தாலும் அது புதற் மக்களின் பள்ளியைப் போலத்தான் தெரிந்தது. ஆம், நிச்சயமாக, வேறென்ன அதுவாகத்தான் இருக்க வேண்டும். வாசல் அருகே ஒரு நிழல் தெரிந்தது. சிறிது தயங்கிவிட்டு, ஒரு சிகரெட்டை உருட்டிக்கொண்டே, வெளியே வந்தது. அந்த இளைஞன் ஒரு

ஹிப்பி போல இருந்தான். தன் அமைதியான பண்பட்ட குரலில் "ஹலோ உங்களை எதிர்பார்த்துக் கொண்டிருக்கிறோம் எப்படிப் போய்க்கொண்டிருக்கிறது?" என்று கேட்டான்.

நான் மென்று விழுங்கினேன். அவனை கட்டிக்கொள்ள வேண்டும் போல் இருந்தது. அவன் காலில் விழவேண்டும் போல் தோன்றியது. ஒரு நடனம் ஆட வேண்டும் போல் இருந்தது. அவன் ஆங்கிலத்தில் பேசினான். இன்னும் பைத்தியக்காரியைப் போல் இருக்கிறேன் என்பது எனக்குத் தெரியவில்லை. நான் அப்படி இருந்தால் அதை அவன் கண்டுபிடித்துவிடக்கூடாது என்று நான் விரும்பினேன். அதனால் ஏதும் பேசாமல் அவனை வெறுத்து நோக்கிக்கொண்டே என் இதழ்கள் கோணலாய் ஒரு புன்னகையில் விரிய "க்ளென்டில்?" என்று கேட்டேன்.

"திரும்பியவுடன் சில காரவான்களைக் காணலாம். அதில் ஒன்றில் அவன் இருக்கிறான்" என்று புன்னகைத்தபடியே கூறிக்கொண்டு எனக்கு ஒரு சிகரெட்டை நீட்டினான். என் நடுங்கிக் கொண்டிருக்கும் கைகளை அவன் பார்த்துவிடுவானோ என்று எனக்கு சங்கடமாக இருந்தது. மேலும் புரிந்துகொள்ள முடியாத அளவிற்கு ஏதாவது பேசியோ செய்தோ என்னை வெளிப்படுத்திவிடுவேனோ என்று எனக்கு அச்சமாக இருந்தது. அதனால் நான் வெறுமே என் தலையை ஆட்டிவிட்டு, அவன் ஏதாவது புரிந்துகொண்டிருப்பானோ என்று யோசித்தபடியே நடக்கத் தொடங்கினேன்.

அப்போதுதான் இங்கு சிறிது மனம் பிறழ்ந்தாற் போல் இருந்தாலும், மக்கள் அதைப் பொருட்படுத்த மாட்டார்கள் என்பது எனக்கு உறைத்தது. உண்மையாகப் பார்த்தால் அவர்கள் அதைத்தான் எதிர்பார்க்கின்றனர். அவர்களுமே அவ்வாறுதான் இருக்கின்றனர். மேலும், தாம் ஒரு பைத்தியத்துடன் பழகிக் கொண்டிருக்கிறோமோ என்றெல்லாம் சிந்திக்கும் அளவிற்கு இங்கு போதிய அளவிற்கு மக்களும் இல்லை.

க்ளென்டிலின் காரவானை உடனடியாகக் கண்டுபிடித்துவிட்டேன். வாயில் முற்றத்தில் வேறு யார் மணிகளை ஒரு மரத்தில் கட்டி வைத்திருக்கக் கூடும். பல மைல் தூரத்திற்குள் இருந்த ஒரே மரம் அதுவும் காய்ந்துபோன மரம். வாயில் முற்றமெல்லாம் உண்மையில் அங்கு இல்லையென்றாலும், குடியிருப்புகள் தங்களைப் பிரித்துவைத்துக்கொள்ளப் போடும் கண் தெரியாத கோடுகள்தான். அவன் வெளியே வந்தான். நாங்கள் அணைத்துக்கொண்டோம். மீண்டும் மீண்டும் அணைத்துக்கொண்டோம். என்னால் பேச முடியவில்லை.

அதனால் ஒட்டகங்களுக்கு வேண்டிய சௌகரியங்களைச் செய்துவிட்டு, தவிர்க்கமுடியாத ஆஸ்திரேலிய சடங்கான தேனீர் அருந்துதலுக்கு நாங்கள் மூவரும் வீட்டினுள் சென்றோம். அப்போது பேசத் தொடங்கியவள்தான் நான். ஆசிர்வதிக்கப்பட்ட ஆங்கிலத்தில் வளவளவென்று பேசுவதை நான் ஒரு நிமிடம்கூட நிறுத்தவேயில்லை, சிரிப்பதையும்தான்.

இப் போதை நான்கு நாட்களுக்கு நீடித்தது. க்ளென்டில் மிகவும் அருமையான, புரிந்துகொள்ளக்கூடிய அன்பான விருந்தினரை நேசிக்கும் மனிதன். அவன் தன் படுக்கையைக்கூட எனக்காக விட்டுத் தந்துவிட்டு எட்டியுடன் வெளியே படுத்துத் தூங்கினான். தனக்கு வெளியே படுத்து உறங்குவது மிகவும் பிடிக்கும் என்றும் தன் சோம்பேறித்தனத்தினால், அவ்வாறு செய்வதில்லை என்றும் கூறினான். அது உண்மையாகத்தான் இருக்க வேண்டும். அதனால் நான் நன்றியுடன் ஏற்றுக்கொண்டேன். என் சாக்கு படுக்கையின் மேல் எனக்குப் பிரியம் இல்லை என்றில்லை. ஆனால், ஒரு அசலான படுக்கையின் சௌகரியத்தை அனுபவிப்பது என்பது சுவாரசியமாக இருந்தது. டிக்கிட்டியின் மகிழ்ச்சிக்கு அளவே இல்லை.

அன்றிரவு க்ளென்டில் தேனீர் விருந்து சமைத்தான். எட்டி வெளியே முகாம் அமைத்திருந்தான். வயதான ஆண்களும், பெண்களும், அவனைக் காணவும், க்ளென்டிலிடமும் என்னிடமும், பேசுவதற்காக தொடர்ந்து வந்துகொண்டே இருந்தன. இவ்வயதானவர்களிடம் நான் மீண்டும் ஆச்சரியம் கொண்டேன். அவர்கள் அமைதியாக பேசியபடியும் சிரித்தபடியும் தங்கள் மீது முற்றிலும் நம்பிக்கைகொண்டவர்களாகவும் விளங்கினர். பிட் ஜன்ஜாரா மொழி இன்னும் நன்றாக எனக்குத் தெரிந்திருக்கக்கூடாதா என்ற ஆசைப்பட்டேன். அவர்கள் பேசுவதன் சாரம் எனக்குப் புரிந்தாலும் நுட்பமான விஷயங்கள் புரியவில்லை. ஆனால், ஒன்று மட்டும் நிச்சயம். அன்றிரவு அங்கு பல ஒட்டகக் கதைகள் பரிமாறப்பட்டன. தொடர்ந்து வந்த நாட்களில் மக்கள் காரவனிற்கு அருகில் வந்து எங்களை வெறுமே விசாரிக்கவோ, கோப்பைகள் மற்றும் பாத்திரங்களைக் கடன் வாங்கவோ, தேனீரைப் பகிர்ந்துகொள்ளவோ, துன்பங்களுக்கு தீர்வுகட்டவோ, அல்லது கொள்கைகள் பற்றி விசாரிக்கவோ வந்துகொண்டே இருந்தனர். அது மிகவும் நன்றாகத்தான் இருந்தது. ஆனால், க்ளென்டிலால் எப்படி தன் வேலைகளைச் செய்துகொள்ள முடிந்தது என்று வியந்தேன். அதிகாரிகளால் அனுப்பப்பட்ட கோப்புகளின் வேலைகள் அவனை அழித்தன. அவன் அதை வெறுத்தான். ஒரு சமூக ஆலோசகரின் வேலை சில விதங்களில் பொறாமையை ஏற்படுத்தும். ஆனால், முக்கியமாக அது நன்றியற்ற வேலை.

அவனுடைய முக்கியமான வேலை என்னவென்றால், ஒவ்வொருவருக்குமான பணத்தைப் பிரித்துத் தர ஏற்பாடு செய்வதுதான். அது சாதாரணமாக கடைகளின் மூலமாக செய்யப்பட்டது. அங்கே, மக்கள் தங்கள் காசோலைகளைக் கொடுத்து விலை அதிகப்படுத்திய பொருட்களை வாங்கிச் செல்வர். இதன் லாபம் இச்சமூகத்திற்குத் தேவையான, பழங்குடி இன மக்களின் வாரியம் தேவையானது எனக் கருதும் பொருட்களை வாங்க உபயோகப்படுத்தப்படுகிறது. உதாரணத்திற்கு "ட்ரக்கோ" அல்லது ஆழ் துளைக் கிணறுகளின் பாகங்கள் வாங்குவதற்கோ உபயோகப்பட்டன. அவன் சுகாதாரம் மற்றும் கல்வித் துறைகளை ஒருங்கிணைத்து, அதிகாரிகளுக்கும் மக்களுக்குமான தொடர்பு அதிகாரியாக விளங்கினான். இதனால், அவன் இருவருக்குமான பிரதிநிதியாக விளங்கினான். ஏனெனில் பூர்வகுடியினருக்கு வரவு செலவு பற்றி எந்த ஒரு தெளிவும் கிடையாது. பணம் என்ற பொருள் எப்படி, ஏன் அங்கு வருகிறது என்ற புரியாது. அதிகாரிகளுக்கோ பூர்வகுடியினரின் வாழ்வு முறையைப் பற்றி எதுவும் தெரியாது.

இந்த வேலையில் மேலும் சில ஆன்மாவை அழிக்கக்கூடிய கூறுகள் உள்ளதென்று க்ளென்டிலிடமிருந்து தெரிந்துகொண்டேன். எந்த ஒரு வெள்ளையனாலும் பூர்வகுடி மக்களின் நிஜத்திற்குள் முழுமையாக நுழைந்துவிட முடியாது. அவர்களைப் பற்றி அதிகமாக அறியும் போதுதான் நம் புரிதலிலுள்ள பெரிய இடைவெளி நமக்குப் புரியும்.

பல குழப்பங்களையும் இப்பதவிக்கான விதிகளையும் புரிந்துகொள்ள பல நாட்களாகும். அப்படி புரிந்துகொண்டுவிட்டால், உங்கள் சக்தி முழுவதையும் இழந்துவிட்டு இருப்பீர்கள். சில ஆலோசகர்கள் வயதானவர்களிடம் ஆரம்பிக்கிறார்கள். இப்படிச் செய்தால் அது மக்களிடம் நெருக்கமாக ஆக்கும் என்றும் அவர்களைப் புரிந்துகொள்ளலாம் என்றும் கருதினர். அது ஓரளவிற்குச் சரியாக இருந்தது. அதே சமயம் மற்ற பிரச்சினைகளும் இருந்தன. ஆரம்பிக்கும்போது அவர்களுக்கு எதிர்மறையான வேலைகளும், பல குழுக்களின் பொறுப்புகளும் இருந்தன. இதன் காரணமாக அனைவரிடமும் நேர்மையாக இருப்பது கஷ்டமாக இருந்தது.

ஆலோசகர்க்குப் பூர்வகுடியினரைப் பற்றி நன்கு தெரியும் என்பதாலும், அவர்கள் எடுக்கும் முடிவினால் வரும் பலனை நன்கு அறிவார் என்பதாலும், அதனால் அவர்களைப் பாதுகாக்க விரும்பினர் என்பதாலும், அவர்களுடைய பணி மேலும் கடினமானது. ஒரு தந்தையைப் போல் பாதுகாப்பானவராக மாறவில்லை என்றால் பெரிய

தவறுகள் நடந்துவிடும். அப்போது அறிவுரை கூறுவதைத் தவிர வேறு எதுவும் செய்ய இயலாது. மேலும் வெள்ளையர்களின் உலகோடு தொடர்புகொள்ளும்போது இத்தகைய தவறுகளைச் செய்துதான் கற்றுக்கொள்ள வேண்டும். அப்போது அவர்களை காப்பாற்றவும், அவர்களுக்கு இருவருக்கும் இடையே ஒரு அடிதாங்கியாக இருக்கும் அளவிற்கு கருணை உள்ளம் கொண்ட வெள்ளையர்கள் எப்போதும் இருப்பது அரிது. ஒரு காலக்கட்டத்தில் மக்கள் தன்னிச்சையாக ஆகிவிட வேண்டும். மிக மெலிதான கோடு.

க்ளென்டில் மிகவும் களைத்துப் போயிருந்தான். அரசாங்கத்தின் அழுத்தத்தை மீறி பணம், உதவி, மேலும் மற்ற வசதிகளின் பற்றாக்குறைகளின் இடையே பல விஷயங்களை ஆரம்பிக்க முயற்சி செய்து அலுத்துப் போய்விட்டான். மனச்சோர்வுக்கு உள்ளானான். இந்த நாட்டையும் அதன் மக்களையும் அவனுக்கு மிகவும் பிடித்திருந்தது. பரஸ்பர மரியாதையுடன் கூடிய ஒரு உறவு முறையை அவன் விரும்பினான். ஆனால், அதே சமயம் நீண்ட காலம் பூர்வகுடியினருடன் தொடர்பிலுள்ள அனைவருக்கும் ஏற்படக்கூடிய விதமாக, வேலை அவனைக் கொன்றது. குடியிருப்பில் வசித்தாலும் அல்லது நகரத்தில் அலுவலகத்தில் இருந்தாலோ, அவர்களுக்காக அதிகம் சண்டை போட வேண்டுமாக இருந்தது. அவர்களுக்கு இழைக்கப்படும் செயல்களின் பிரம்மாண்டத்தைக் காணும்போது சரியான செயல்கள், மிகச் சிறிய அளவிலேயே இருந்தன.

அதிர்ஷ்டவசமாக மற்ற குடியிருப்புகளைப் போல் இல்லாமல், பிபல்யாட் ஜாராவில் பல இன மக்கள் இல்லை. அவ்வினங்களில் தனி நபர்களுக்கு இடையேயும், குழுக்களுக்கு இடையேயும், அடிக்கடி நடக்கக்கூடிய இனச் சண்டைகள் இல்லை. ஆஸ்திரேலியா முழுவதும் கலாசார ரீதியாக ஒரு பழங்குடியினர்க்கு அருகே பல பழங்குடியினர் இருந்தனர். அவர்களில் முக்கியமான பொருளாதாரம் மற்றும் சடங்குகளின் பங்காளிகளாக விளங்கினர். ஆனால், சிலரோ நம்பிக்கை மாற்று சடங்கு முறை மற்றும் வரலாற்று முரண்பாடுகளின் காரணமாக எதிரிகளாக விளங்கினர். அரசாங்கத்தின் கள அதிகாரிகள், இவர்களுக்கான குடியிருப்புகளை அமைக்கும்போது இந்த பாரம்பரிய உறவு முறையை கண்டுகொள்வதே இல்லை. இங்கு பிபல்யாட் ஜாராவில் அனைவரும் ஒரே இனமாக இருப்பதால், தனி நபர்களுக்கு இடையே வரும் சண்டைகள், பாரம்பரிய விதிகளின் மூலம் கட்டுப்படுத்தப்படும். இந்தக் குடியிருப்பு பல வருடங்களுக்கு முன்பே, ஒரு வெளி இருப்பிடமாக, சுரங்கமாக விளங்கிய விங்கலின்னாவிற்கு மாற்றாக அமைக்கப்பட்டது. இது

உருவானதும், துணைக் கோள்கள் போல வேறு வெளி இருப்பிடங்கள் உருவாகும் என எதிர்பார்க்கப்பட்டது.

பூர்வகுடியினர் இவ்வாறு வெளியே தங்க வைப்பதற்கான முக்கிய காரணம் என்னவென்றால், மேற்கத்தியமயமாக்குதலின் தாக்கத்திலிருந்து, அரசாங்கம் மற்ற மத குடியிருப்புகளிலிருந்து குழுக்களை வெளியே வர இது அனுமதிக்கிறது. இந்த இயக்கம் பின்வாங்குதல் என்ற ஒரு கூற்றைக் கொண்டது. பழங்குடியினர், தங்கள் விருப்பம் போலவே தங்களின் கலாசார வாழ்வியலுக்கும் நாட்டுக்கும் மீண்டும் சென்று, அங்கு தங்களுடைய குழந்தைகளுக்கு தங்களின் கலாசார அறிவையும் தனித்திறமையையும் புகட்டலாம். அதே சமயம் மேற்கத்திய கலாசாரத்தில் முக்கியமானது என்று கருதக்கூடிய எதையும் அவர்கள் விரும்பினால் பின்பற்றலாம். தனித்தன்மையையும், பெருமைகளையும் அதிகளவாக்கி கலாசார வேறுபாடுகளை, சிறிதளவாக்கும் வாழ்க்கைமுறை அது. ஒரு வெளி இருப்புப் பகுதியானது மேற்கத்திய வாசனையே அற்ற, ஒரு துப்பாக்கிகூட இல்லாமல் இருக்கும், ஒரு முகாமிலிருந்து, அங்கு வாழ்பவர்கள் தேர்ந்தெடுத்த வசதிகள் கொண்ட முகாம் வரை இருக்கும். இவ்வசதிகள் என்பது விமான தளங்களும், ஆழ்துளை குழாய்களும், வயர்லெஸ்களும், கல்வி கற்பிக்கும் வசதியும், மருத்துவ வசதியும் கொண்ட காரவான்களும், அதில் ஒன்றோ அதற்கு மேற்பட்டோ பாடம் சொல்லித்தரக் கூடிய வெள்ளையர்களையும் கொண்டதாகும். இந்த வெளி இருப்பு இயக்கம் பழங்குடியினர் வாழும் ஆஸ்திரேலியப் பகுதி முழுவதும், எங்கெல்லாம் அரசியல் ரீதியாக சாத்தியப்படுகிறதோ அங்கெல்லாம் பரவி வருகிறது.

பிபல்யாட் ஜாராவில், மக்கள் தங்கள் நிலத்தை குத்தகையிலிருந்து உரிமையாக மாற்ற முயன்று வருவதாகக் கேள்விப்பட்டேன். வயதானவர்களின் மனோபாவம் ஆரம்பத்தில் இதைப்பற்றி எண்ணியதாகவே தெரியவில்லை. அவர்களைப் பொருத்தவரையில் அவர்கள் நிலத்தை உரிமை கொண்டாடவேயில்லை. அவர்களின் நம்பிக்கை என்னவென்றால் ஒரு கனவு காலத்தில் இந்த உலகில் நம்ப இயலாத அளவிற்கு பலமும் சக்தியும் கொண்ட மூதாதையர் நடந்துவந்தனர். இப்போது இருக்கும் மனித குலத்திலிருந்து அவர்கள் உயிரியல் ரீதியாக மாறுபட்டவர்கள். அவர்கள் மனிதனும், மிருகமும், மரமும் செடியும் அல்லது நீரும் நெருப்புடன் கூடி படைக்கப்பட்டவர்கள்.

இவ் வீரர்களின் பயணம்தான், பூமியின் இட அமைப்பியலுக்கும்

காரணம் எனவும், அவர்களின் சக்தி பூமியின் மேல், அவர்கள் நடந்து சென்ற தடத்திலேயோ அல்லது முக்கிய நிகழ்வுகள் நடைப்பெற்ற இடங்களில் தங்கிவிட்டது எனவும் நம்பினர். இந்நாள் மனிதன் அச்சக்தியை, எளிதற்ற தொடர்பு மூலமும், அவ்விடங்களுக்கு அவன் செய்யக்கூடிய கடமைமூலமும் அடைகிறான். குறிப்பிட்ட வகை மிருகங்களுடனும், செடிகளுடனும் மற்றும் இயற்கை நிகழ்வுகளுடனும் மனிதன் தன்னை அடையாளப்படுத்திக் கொள்வதைத்தான் மானுடவியலாளர்கள் குலமரபு என்கின்றனர். ஒரு குறிப்பிட்ட இடத்தைச் சேர்ந்த, சடங்குகளைப் பற்றியும், அந்நாட்டில் புழங்கும் கதைகளைப் பற்றியும், நன்கு அறிந்த மக்களுக்கு, குறிப்பிட்ட மரங்களும், பாறைகளும், இயற்கைப் பொருட்களும் தெய்வத்தன்மை பொருந்தியவை.

பூர்வகுடி மக்களிடம் நாட்டை வழிவழியாக பாதுகாப்பது யார் என்ற குழப்பமே கிடையாது. நிலத்தின் உரிமையையும், பொறுப்பும் தாய் வழி மூலமாகவும், தந்தை வழி மூலமாகவும் மாற்றப்படுகிறது. தாங்கள் பிறந்த அல்லது கருத்தரிக்கப்பட்ட இடத்தின் மேல் சிலர் உரிமை கொண்டாடுவர். மேலும் நிலத்திற்கான பொறுப்பு நம் புரிதலுக்கு அப்பாற்பட்டு இனங்களுக்கு இடையே பகிரப்படுகிறது.

இன மக்களால் மேற்கொள்ளப்படும், சிக்கலான சடங்குகளில், கனவு நேரம், நாடு மற்றும் காலம் காலமாய் நாட்டைப் பாதுகாப்போரின் நடுவே உள்ள தொடர்பு வெளிப்படுகிறது.

சடங்குகளின் சில "உயர்த்தும் சடங்குகள்" என அழைக்கப்படுகின்றன. இச்சடங்குகளில் மூவுலகில் செடிகளும் மிருகங்களும், அதிக அளவிலும் தொடர்ந்தும் இருப்பதற்காக பிரார்த்திக்கப்படுகிறது. சில சிறுவர்களை ஆணாக மாற்றும் சடங்குகள். சில சமூகத்தின் நலத்தையும், இருப்பையும், உயர்த்துவதற்காக செய்யப்படுபவை. இந்த விவரமான ஞானமானது, நீதியானது, அறிவானது, கனவு நேரத்தில் வாழ்ந்த மக்களிடமிருந்து தலைமுறை, தலைமுறையாகப் பெறப்பட்டு, பராமரிக்கப்பட்டு, உயிர்ப்புடன் வைக்கப்பட்டு, சடங்குகளின் மூலம் அடுத்தத் தலைமுறைக்குக் கடத்தப்படுகிறது. ஒவ்வொரு பழங்குடியினரும், தன் நாட்டிற்கான சடங்குகளைப் பற்றி நன்கு அறிந்திருப்பார். அவர்களைச் சார்ந்த புனித இடங்களை மரியாதையுடன் வழிபடும் கடமையும் அவர்களுக்கு உண்டு.

பூர்வகுடி மக்களுக்கும், நிலத்திற்குமான தொடர்பை வெளிப்படையாக கூறுவதே இச்சடங்குகள், இந்நிலம் அவர்களின் கையைவிட்டுப்

போய்விட்டால், சடங்கு வாழ்க்கை மெதுவாக அழியத் தொடங்கும். மக்கள் அவர்களின் தனித் தன்மையை, சக்தியை வாழ்க்கையின் அர்த்தத்தை இழந்துவிடுகின்றனர்.

பிட்ஜன்ஜராவில் வயதான ஆண்களும், பெண்களும் நிலத்தைச் சொந்தமாக்கிக் கொள்வதோ அல்லது குத்தகைக்கு வைத்துக் கொள்வதைப் பற்றியோ சிறிதளவும் பொருட்படுத்தவேயில்லை. அரசாங்க அதிகாரிகளுக்கு அது ஏன் என்று தெரியுமா என்பது சந்தேகம்தான். அந்த வயதானவர்களுக்கு நிலத்தைச் சொந்தம் கொண்டாடுவது என்பது ஒரு நட்சத்திரத்தை உரிமை கொண்டாடுவதை விட நமக்கான காற்றை உரிமை கொள்வதைவிட நடக்க முடியாத ஒரு செயலாகும்.

இந்தத் துறையில் நான் கற்றுத் தேர்ந்தவள் இல்லை. பூர்வகுடியினரின் அண்டவியலைப் பற்றி சுருக்கமாக விளக்குவது என்பது குவாண்டம் இயக்கவியலை ஐந்து நொடியில் விளக்க முற்படுவது போலத்தான். மேலும், எந்த வகை மானுடவியல் விளக்கமும், பூர்வகுடியினரின் தங்கள் நிலத்திற்கான உணர்வை வெளிப்படுத்திவிட முடியாது. அதுதான் அனைத்தும். அவர்களுடைய சட்டம், அவர்களுடைய நெறிமுறைகள், அவர்கள் இருப்பின் பொருள். அந்த உறவு முறை இல்லாமல் போனால் அவர்கள் ஆன்மாவற்றுப் போய்விடுவர். பாதி மனிதராய் ஆகிவிடுவர். நிலமும் அவர்களும் வேறு வேறு இல்லை. அதை இழக்கும்போது அவர்கள் தங்களையே இழந்துவிடுகின்றனர். அதனால் தான் நில உரிமை இயக்கம் மிக முக்கியமானது. ஏனெனில், அவர்களுடைய நிலத்தை அவர்களுக்கு மறுக்கும்போது நாம் கலாசார இனப்படுகொலையைப் புரிகிறோம்.

க்ளென்டிலுடனான இரவுணவு எப்போதும் போலவே இருந்தது. பூச்சிகள் நிரம்பிய கோதுமை மாவும், முட்டையும், பாலும் சேர்த்துதத் தயார் செய்த தோசை போன்ற கேக்குகள் அவை இரண்டு கடி கடித்த உடனே வயிற்றை உப்பச் செய்துவிடும். சில சமயம் அந்த மாவை ஒரு பாத்திரத்தில் போட்டு அடுப்பிலிட்டு அதை "சுஃப்லே" (ஒரு வித கேக்) என்று வழங்குவான்.

முழு கோதுமை மாவை பிபல்யாட்ஜாராவில் அறிமுகப்படுத்தியது க்ளென்டிலின் தோல்விகளில் ஒன்று. வெள்ளையர்களின் தலையீட்டிற்குப் பிறகு பழங்குடியினர்க்கு மாவு, தேநீர், சர்க்கரை அன்றாட உணவாக ஆகிவிட்டது. க்ளென்டில் டாக்டர் சுசுகி, சோயா, வெண்ணையுடன் தயார் செய்த முழு கோதுமை மற்றும் பழுப்பு நிற அரிசி மாவினால்

செய்யப்பட்ட ரொட்டிகளை உபயோகிப்பவனாக, இல்லாவிட்டாலும் கூட, சர்க்கரை வியாதி, இதய நோய் மற்றும் சத்துக்குறைபாட்டால் மக்கள் இறப்பதைக் கண்டு, அவர்களின் உணவில் சிறிது சத்தான பொருளைச் சேர்க்கலாம் என்று எண்ணினான். ஆனால், அவர்கள் அதை வெறுத்தனர். அதனால், அவன் முழு கோதுமை மாவை மைதா மாவுடன் கலந்து கடைகளில் விற்றான். அவர்கள் அதை மேலும் வெறுத்தனர். சில நாட்களில் சில வயதான மக்கள் க்ளென்டிலிடம் வந்து அவனுடைய கஞ்சி மாவை அவனே வைத்துக்கொள்ளுமாறும், அவர்களுக்கு முன்பு கிடைத்தது போலவே நன்கு உப்பிய ரொட்டியே மீண்டும் வேண்டும் என்றும் கூறினர். மாபெரும் தோல்வி, இல்லை முற்றிலுமாக இல்லை. ஒரே ஒரு வயதான மூதாட்டி மட்டும் முழு கோதுமை மாவின் ருசிக்கு அடிமையாகிவிட்டாள்.

பல இரவுகள் மனம் விட்டுப் பேசிக்கொண்டிருந்தோம். நான் என் குழப்பங்களெல்லாம் சரியாகி அனைத்தையும் அதன் அதன் அர்த்தத்துடன் பொருத்தி ஒரு வழியாக சரியாக ஆனேன். ரிச்சர்ட்டைப் பற்றிப் பேசினேன். அவன் சுமை என் மனதைவிட்டு அகலவில்லை. பாவம் க்ளென்டில் அனைத்தையும் பொருத்துக்கொண்டான். அத்தகைய ஒரு நீண்ட அவதூறுகள் நிறைந்த உரையாடலின்போது, அவன் என்னை சிறிது நேரம் உற்று நோக்கிவிட்டு "ஆம், ஆனால் நீ முக்கியமான ஒரு உண்மையை விட்டுவிட்டாய். ரிக் உன்னுடைய நல்ல நண்பன். அவன் உனக்காக பல விஷயங்கள் செய்திருக்கிறான். நீதான் அவனை உன்னுடன் வருமாறு அழைத்தாயே தவிர அவன் அவனாக வரவில்லை. ஒரு பொருளை ஒரே சமயத்தில் கையில் வைத்துக் கொண்டிருக்கவும், உண்ணவும் முடியாது என்பது உனக்குத் தெரியும்தானே."

அது ஒரு சாதாரண வாக்கியம்தான். ஆனால், என் மேல் அதன் தாக்கம் குறிப்பிடத்தக்கதாக இருந்தது. அந்த ஒரு உடையாடலுக்குப் பின் ரிக் மற்றும் ஜியாகிராஃபிக் மேல் இருந்த மன உறுத்தலும் கோபமும் சிறிது சிறிதாக மறையத் தொடங்கின.

அங்கு நான் செலவழித்த நேரம் மிக அருமையாகவும், அமைதி தருவதாகவும் இருந்தது. நான் பல விஷயங்களைக் கற்றுக்கொண்டேன். அதனால் வருடம் முழுவதும், அதாவது, கோடைக்காலம் முழுவதும் அங்கு தங்கிவிட்டு, குளிர்காலத்தில் என் பிரயாணத்தைத் துவக்கலாம் என்று ஆசைப்பட்டேன். ஆனால், அதற்குப் பலவற்றைப் பற்றிச் சிந்திக்க வேண்டியிருந்தது. உதாரணத்திற்கு வார்பர்டனில் ரிக்கை நான் சந்திக்க வேண்டும். அடுத்து, ஜியாகிரஃபிக் என்ன கூறும்,

அதுபற்றி எனக்குக் கவலை இல்லை. ஒட்டகங்கள் ஒரு விதமான புதர்ச் செடிகளை உண்டதில் அவைகளுக்கு அதிர்ச்சி தரக்கூடிய பச்சை நிறத்தில் வயிற்றுப் போக்கு ஏற்பட்டது. மேலும், என் பொறுமையை நான் இழந்துவிட்டேன். பயணத்தைத் தொடர விருப்பப்பட்டேன். இவை அனைத்தும் நான் மிகவும் விரும்பிய மக்களுடன் வாழும் மகிழ்ச்சியைப் பின்தள்ளிவிட்டது.

எட்டி இரண்டு பொருள்களில் அட்டைபோல் ஒட்டிக்கொண்டிருந்தான். அவை நானும், என் துப்பாக்கியும், அவனுடைய கண் பார்வை மிகவும் மோசமாய் இருந்ததால், அவனால் அதை உபயோகிக்கவே முடியாது. இருந்தாலும், அந்த துப்பாக்கி அவனைவிட்டு அகலவே இல்லை. நான் ரிக்கிடம் ரேடியோ மூலம் பேசி வார்புட்டான் வரும்போது, அதுபோலவே ஒன்றை எடுத்துக்கொண்டு வரும்படி கூறியிருந்தேன். இந்த வயதான மனிதன் மாலை வேளைகளில் ஒட்டகங்களைச் சரிபார்க்க என்னுடன் நடந்துவருவான். அப்போது அவன் தோள்களில் துப்பாக்கியை மாட்டிக்கொண்டு தனக்குள் பாட்டுப் பாடிய படியே வருவான். இவ்வாறு அவன் என்னை கவனித்துக் கொள்வதில் எனக்கு மிகப் பெருமையாக இருந்தது. அப்படிப்பட்ட ஒரு மாலையில் ஒரு பெண்கள் குழு எங்களை நோக்கி நடந்துவந்தது. தன் உருவத்திற்கு பத்து மடங்கு பெரிதாய் சாயம்போன உடையணிந்த ஒல்லியான மூதாட்டி ஒருத்தி கூட்டத்திலிருந்து பிரிந்து, எங்கள் முன் ஓர் எட்டு அடி தூரத்திற்கு வந்தாள். கண்களைச் சுருக்கிப் பார்த்த எட்டி புன்னகைத்தான். அவர்கள் இருவரும், கண்களும், உதடுகளும் சிரித்தபடியே மரியாதையுடன் பேசிக்கொண்டனர். அவர்கள் பேசியது எனக்குப் புரியவில்லை. அந்த பெண்மணி அவனின் சிறுவயது தோழியாக இருக்க வேண்டும் என்று நினைத்துக் கொண்டேன். நாங்கள் நடக்கத் தொடங்கினோம். அவன் தனக்குத்தானே அந்த சிறப்பான புன்னகையைப் புரிந்து கொண்டிருந்தான். அது யார் என்று அவனிடம் கேட்டேன். என்னைத் திரும்பிப் பார்த்து சந்தோசத்தில் பொங்கியபடி, அவள் வின் கிச்சா என் மனைவி என்றான். அவன் முகத்தில் அத்தனை சந்தோசமும், பெருமையும் தெரிந்தன. ஒரு கணவன் மனைவி இடையே இத்தகைய வெளிப்படையான அன்பை நான் கண்டதே இல்லை. அது என்னைத் தடுமாறச் செய்தது.

எட்டிக்கும் அவன் மனைவிக்கும் இடையிலான சந்திப்பு, ஒரு தொடர்ச்சியான புரிதலின் முதல் பார்வையாக விளங்கியது. வெள்ளையின மானுடவியலாளர்கள் எங்களை நம்ப வைக்க முயன்றதற்கு மாற்றாக, பழங்குடியினரின் சமூகத்தில் பெண்கள் மிகவும் செல்வாக்கு மிக்கவர்களாக விளங்கினர். சூழ்நிலையின்

காரணமாக ஆண்களுக்கும், பெண்களுக்கும் வெவ்வேறு பங்கு இருந்தாலும், அந்தப் பொறுப்பானது உயிர் பிழைத்திருத்தல் என்ற ஒரே ஒரு வினையின் ஒரு பகுதிதான். இருவரும் ஒருவருக்கொருவர் மரியாதையுடன் இருந்தனர். தங்களின் திறமையான உணவு சேகரிக்கும் முறையால், இனத்திற்கு உணவளிக்கும் வகையில் ஆண்களைவிட பெண்கள் அதிகளவு பங்களித்தனர். வேட்டைக்குச் செல்பவர்கள் எப்பொழுதாவது ஒரு கங்காருவைக் கொண்டுவருவார்கள். பெண்கள் தங்களுக்குள் தனியான சில சடங்குகளை நிகழ்த்தினர். தங்கள் நிலத்தைப் பாதுகாப்பாதில் பெரும்பங்கு வகித்தனர். இவை ஆண்களின் சடங்குகளுக்கு ஈடாகவே இருந்தன. ஆயினும், சட்டதிட்டங்களை அமுலாக்கவும், தங்களின் பிரத்தியேக ஞானத்தைக் காக்கும் பொறுப்பு ஆண்களின் மேலே விழுந்தது. இதன் காரணமாக "ஜீரிங்கா" எனப்படும் புனிதப் பொருட்கள் தோன்றக் காரணமானது. ஆண் பெண் வேற்றுமை பழங்குடியினருக்குள் இன்று இருந்ததென்றால், அவர்கள் தங்களை வெற்றிகொண்டவர்களிடமிருந்து அந்தப் பாடத்தை நன்கு கற்றுக்கொண்டுவிட்டார்கள் என்று பொருள். ஆலிஸ் ஸ்பிரிங்கில் காணப்பட்ட கறுப்பின பெண்ணின் சமூக நிலைக்கும் இங்குள்ளவர்களின் நிலைக்கும் உள்ள வேறுபாடு வியக்கவைத்தது.

எனக்கு ஒரு கதை நினைவிற்கு வருகிறது. அது உண்மையானதா என்று நான், தீர விசாரிக்கவில்லை. இருந்தும் மேற்கு ஆஸ்திரேலிய இனத்தைச் சார்ந்த அக்கதை உண்மை போலத்தான் தோன்றியது. ஆரம்பத்தில் பெண்களிடம் அனைத்தும் இருந்தன. சந்ததியைப் பெருக்கும் சக்தி அவர்களிடமிருந்தது. அவர்கள் இனத்தை ஆதரித்து, புதர் உணவு பற்றிய தங்களின் ஞானத்தால் அவர்களுக்கு உணவளித்து உயிருடன் வைத்துக்கொண்டிருந்தனர்.

இயற்கையாகவே அவர்களிடம் "ஞானம்" இருந்தது. அதை அவர்கள் குகைகளில் பாதுகாத்து வந்தனர். ஆண்கள் அதைத் திருடத் திட்டமிட்டனர். அதன் காரணமாக இருவரும் சமமாகிவிடலாம் என்று எண்ணினர் (இங்கு வருகிறது ஓர் ஆச்சரியம்) பெண்களுக்கு இது பற்றித் தெரிய வந்தது. அவர்களை நிறுத்துவதற்குப் பதிலாக ஆணும் பெண்ணும் ஒருவருக்கொருவர் சரிசமமாக இருப்பதற்கு, இப்படித்தான் நடக்கவேண்டும் என்பதை உணர்ந்து கொண்டனர். ஆண்கள் "ஞானத்தை"த் திருட அவர்கள் அனுமதித்தனர். அந்த "அறிவு" இன்றுவரை ஆண்களின் கைகளில் உள்ளது.

மேற்கே 200 மைல் தொலைவில் உள்ள வார்பர்டனுக்கு என்னுடன் வர இயலுமா என்ற எட்டியைக் கேட்டேன். தனக்கு இத்தகைய

வேலைகளுக்கு ஏற்ற வயதில்லை எனக்கூறியது, மிகவும் கசப்பானதொரு ஏமாற்றமாய் இருந்தது. மேலும், அவனிடம் பயணத்துக்கேற்ற காலணிகள் இல்லை. ஆனால், அது ஒரு பிரச்சினை இல்லை. கடையில் எளிதாக வாங்கிக் கொள்ளலாம். அவன் வயதைப் பற்றிக் கூறியது சரிதான் என்று எனக்குத் தோன்றியது. அவனுக்கு அதிகம் வயதாகிவிட்டது. ஒரு நாளைக்கு 20 மைல் நடப்பதென்பதை அவன் உடல்நிலை ஏற்குமா என்று யோசித்தேன். அவன் பப்பின் மீது ஏறி பிரயாணிக்கலாம்தான். என் சந்தேகங்களை க்ளென்டிலிடம் கூறிய போது அவன் சிரித்தான். எட்டி எங்கள் இருவரையும் நடையில் தோற்கடித்துவிடுவான் என்று உறுதியளித்தான். அம் முதியவன் கட்டாயம் வருவான் என்றும், பயணத்தைப் பற்றிக் கூறியபோது அவன் கண்கள் ஒளிர்ந்ததைப் பார்த்ததாகவும் கூறினான். மேலும் நான் மிகுந்த அதிர்ஷ்டமுள்ள பெண் என்றும், ஏனெனில் எட்டி அவன் இனத்தில் மிகவும் மதிக்கப்படுபவன் என்றும் கூறினான். அடுத்த நாள் காலை எட்டி என்னிடம் வந்து தான் என்னுடன் வரத் தீர்மானித்துவிட்டதாகக் கூறினான். அவனுக்கு இரண்டொரு பொருட்கள் தேவையாக இருந்தன. அவற்றை வாங்குவதற்காக கடைக்குச் சென்றோம். புது காலணிகள், காலுறைகள், அவன் என்னுடன் வரும் காலத்தில் வின்கிச்சா உபயோகிக்க டார்பாலின் போன்றவை. கடை என்பது எங்கேயும் இருப்பதைப் போல், சிறிய துத்தநாகத் தகடுகளால் ஆன ஒரு கொட்டகைதான். அதில் தேனீர் தூள், சர்க்கரை, மாவு மற்றும் எப்பொழுதாவது காய்கள், மற்றும் பழங்கள், பானங்கள், துணிமணிகள், மற்றும் நீர் காய்ச்சும் பானை முதலியவை விற்பனைக்கு இருந்தன. இரண்டு வாரங்களுக்கு ஒரு முறை புது சரக்குகள் டிரெயின் மூலமாகவோ, ஆலிஸ்ஸிலிருந்து விமானத்தின் மூலமாகவோ வந்து இறங்கின.

மறுநாள் காலை, வார்புர்டான் வரையிலான நடைபயணத்திற்கு நாங்கள் தயாரானோம். தேவையற்ற பல பொருட்களை பிபல்யாட் ஜாராவில் நான் தூக்கிப் போட்டுவிட்டேன். அதனால் மூட்டை முடிச்சுகள் இலேசாகவும், ஏற்ற எளிதாகவும் இருந்தன. இப்படி வேண்டாத பொருட்களைத் தூக்கியெறியும் படலம் பயணம் முழுவதிலுமே நடைபெற்றது. இறுதியில் எனக்குத் தேவையான மிகக் குறைந்த அத்யாவசியப் பொருட்களே என்னிடம் இருந்தன. ஆலிஸிலிருந்து வரவழைக்கப்பட்ட ஒரு பையை எனக்கு க்ளென்டில் வெள்ளை வைனும், புகையிலை பொட்டலங்களும் இருந்தன. எட்டி தன் மருந்துப் பெட்டியைத் தவிர வேறு எதையும் எடுத்துக்கொள்ளவில்லை. அவனுடன் பயணித்ததில் அவனுக்குத் தோளில் வலி ஏற்படும்

என்பதைக் கண்டிருந்தேன். அது கீல்வாதமாக இருக்கமென்றுதான் நினைத்தேன். ஆனால், நாங்கள் கிளம்பும் நேரத்தில், க்ளென்டில் உடல்நலக் குறைவால் படுத்துக்கொண்டிருந்தான். எட்டியும் நானும் கடைசி நிமிட ஏற்பாடுகளைக் காரவனில் செய்துகொண்டிருக்கும் போது, ஒரு வயதானவர் வந்து அவருடன் பேசினார். ஓர் ஐம்பது அடி தொலைவில் உள்ள ஓர் இடத்திற்கு அவர்களிருவரும் சென்றனர். நானும், அங்கு நாங்கள் செல்வதைக் காணவும், விடையளிக்கவும் குழுமியிருந்த அத்தனை பேரும் காணும்படி, எட்டி ஒரு பெரிய டிரம்மேல் குனிந்தான். அந்த வயதானவர் அவன் மேல் கைகளை ஆட்டியபடியும், அவன் தோள்களைத் தடவியபடியும் இருந்தார். கிளென்டிலின் அருகே சென்று என்ன நடக்கிறது என்று கேட்டேன். அவன் "நான்காரி" என அழைக்கப்படும் மருத்துவர் என்றும், அவர் எட்டியைப் பயணத்திற்குத் தயார் செய்கிறார் என்றும் கூறினார். எட்டியின் தோளில் இருந்து ஒரு கூழாங்கல்லை அவர் உறிஞ்சி எடுக்கக்கூடும் என்று. அது உத்தேசமாக ஏதோ ஒரு எதிரியால் அங்கு புதைக்கப்பட்டிருக்கும் என்றும் கூறினான். ஐந்து நிமிடத்தில் எட்டி திரும்பி வந்து, உறிஞ்சி எடுக்கப்பட்ட கூழாங்கல்லைக் காட்டினான்.

பழங்குடியினரில் பலர் இவ்வாறு எதிரியால் கூழாங்கல் பொருத்தப்பட்டுள்ளது என்று நம்பி நோய்வாய்ப்பட்டு இறந்துவிடுகின்றனர். அப்படி நோய் தாக்கும்போது அவர்கள் சிகிச்சைக்காக நான்காரியிடம் தான் செல்ல வேண்டும். அவர்தான் அவர்களின் ஒரே நம்பிக்கை.

என் எல்லையை மீறி, என் கலாசாரம் எனக்குக் கற்றுக் கொடுத்த, "எது முடியும்?" என்ற விளக்கத்தைக் கூறுவது நடக்கவே முடியாத ஒன்று. பூர்வகுடி இல்லாத மக்களைக் மேற்கத்திய மருத்துவர்கள் காப்பாற்றக்கூடிய வெற்றிச் சதவிகிதம்தான் பூர்வகுடி மக்களுக்கு மருத்துவம் பார்க்கும் நான்காரிகளுக்கு உண்டு. இதைப் புரிந்துகொண்ட சில வெள்ளை இன சுகாதாரப் பணியாளர்கள் நான்காரிகளுடன் ஒன்றாகச் சேர்ந்து பூர்வகுடி மக்களைத் தாக்கும் நோய்களுக்கு மருத்துவம் பார்க்க முயற்சி செய்கின்றனர்.

மீண்டும், சரிபார்த்தல், இரண்டு முறை சரிபார்த்தல், கிளம்புவதற்கான இறுதிக்கட்ட ஆயத்தங்கள் இவை அனைத்தும், என்னை மீண்டும் பதற்றப்பட வைத்துவிட்டது. ஆனால், குடியிருப்பிலிருந்து ஐந்து நிமிடம் வெளியே வந்துவிட்டவுடன் நடையின் அமைதிப் படுத்தும் தாளகதியும், பின் தொடர்ந்து நம்பிக்கையூட்டும் மணிகளின் அசையும், எட்டியின் அருகாமையும் என்னை ஆற்றுப்படுத்தின.

விங்கலினாவில் நின்று அங்குள்ள மக்களிடமிருந்து விடைபெற்றோம். அதற்கு ஒரு மணி நேரம் ஆனது. அவர்களிடமிருந்து கழன்று செல்ல நான் துடித்தேன். மேற்கத்திய வழக்கம் இன்னும் ஒட்டிக்கொண்டிருந்தது. எத்தனை முயன்றும் என்னால் அதை வெல்ல முடியவில்லை. ஒரு வழியாக விடைபெறுதல் அனைத்தும் - ஒரு முடிவுக்கு வந்து மதிய வெயிலில் நாங்கள் நடக்கத் தொடங்கினோம். ஒரு மைல்கூட சென்றிருக்க மாட்டோம். ஒரு கார் சில இளைஞர்களுடன் வந்தது. மீண்டும் அரை மணி நேரம் ஆனது. செல்லத் தொடங்கினோம். மற்றொரு கார் வந்தது. இப்படியே நடந்துகொண்டிருந்தது. பின் மதிய பொழுதில் பூர்வகுடியினர் புகையிலையே போல மெல்லும் பிட்யூரி என்ற செடி தனக்குத் தேவைப்படுகிறது என்று கூறினான். நாங்கள் செல்லும் பாதையிலிருந்து ஒன்று அல்லது இரண்டு மைல் தூரத்தில் இருந்த ஒரு பள்ளத்தாக்கைச் சுட்டிக்காட்டினான். நாங்கள் அமைதியாக அந்தப் பசுமையான பள்ளத்தாக்கின் ஊடே நடந்தோம். தனக்கு வேண்டிய செடிகளை எட்டி பறித்துக்கொண்டான்.

நான் அதைப் பார்த்துக்கொண்டிருந்தேன். அந்த நாளின் திட்ட அமைப்பை மாற்றியதில் உண்டான அமைதியின்மையும் படபடப்பும் ஒரு தவம் போல அச்செடிகளுக்காக நாங்கள் தேடியதில் அடங்கியது. இந்தப் பள்ளத்தாக்கு மிகவும் அமைதியாகவும், மென்மையாகவும் இருந்தது. மிகுந்த மரியாதையுடன் அதன் வழியாக நடந்தபோது நாங்கள் இருவரும் ஒரு வார்த்தைகூடப் பேசவில்லை. அதிலிருந்து வெளியே வந்து சற்றும் இரக்கமில்லாத, என் தொப்பியை எத்தனை தூரம் கீழே இறக்கிக் கொண்டாலும், என் முகத்தை எரித்த மதியச் சூரியனைக் கண்டவுடன் என் மனநிலை மீண்டும் எரிச்சலானது. அதனுடன் போராட நான் மிகவும் முயற்சி செய்தேன். நல்ல விதமாக அந்த எரிச்சலை மனதிலிருந்து வெளியேற்றப் பார்த்தேன். ஆனால், நான் வித்தியாசமான இரு வகை எண்ணங்களால் அலைக்கழிக்கப்பட்டேன். அதில் எது சரியானது என்று எனக்குத் தெரியும். ஆனால், மற்றொன்றோ தன் இருப்பிற்குப் போராடிக் கொண்டிருந்தது. அது அமைப்பு, கட்டுப்பாடு மற்றும் ஒழுங்கு. இவற்றிற்கு இங்கு வேலையே இல்லை. நான் எனக்குள் எண்ணிக்கொண்டேன். "கடவுளே, இப்படியே போனால் இலக்கை அடைவதற்குப் பல மாதங்கள் ஆகிவிடும். ஆனாலென்ன? நான் என்ன மராத்தான் போட்டியிலா பங்கு கொள்கிறேன். இந்தப் பயணத்திலேயே இதுதான் மிகச் சிறந்த பகுதியாக இருக்கப் போகிறது. என்னுடன் எட்டி இருக்கிறான். ஆகவே பொறுமையாகச் செல். அறிவுக்கெட்டவளே இதை நீட்டித்துக் கொள்... ஆனால், வழக்கம் என்று ஒன்றிருக்கிறதே...?" இப்படியாக எண்ணினேன்.

இம் மனவுளைச்சல் நாள் முழுவதும் இருந்தது. ஆனால், மெதுவாக எட்டியுடைய காலப்போக்கில் மெதுவாக நுழைந்து கொண்டது. கால ஒழுங்கைப் பற்றியும் ஒவ்வொன்றுக்கான சரியாக கணத்தைத் தேர்ந்தெடுப்பதைப் பற்றியும் நிகழ் கணத்தை அனுபவிப்பதைப் பற்றியும் எட்டி எனக்குக் கற்றுக் கொடுத்தான். அந்தப் பொறுப்பை எடுத்துக்கொள்ள அவனை நான் அனுமதித்தேன்.

சில நாட்களுக்குப் பிறகு என் பித்ஜன்ஜாராவில் நல்ல முன்னேற்றம் இருந்தது. ஆனால், வேகமான உரையாடல்களில் அது பயனற்றுப் போனது. ஆனால், ஒரு பொருட்டும் இல்லை. ஒரு சக மனிதனுடன் இருவருக்கும் இடையே பொதுவான வார்த்தைகள் இல்லாதபோதும் உடையாடல் சாத்தியம் என்பது மிகவும் அதிசயமானதுதான். எங்களுடைய அதிகபட்ச பேச்சு என்பது எங்கள் சுற்றுப்புறத்தைப் பற்றிய அளவற்ற மகிழ்ச்சிதான். பறவைகளின் ஒலியும், (எனக்கு அதைப் போலவே சப்தமிடக் கற்றுக்கொடுத்தான்.) மலைகளை உற்று நோக்குதலும் ஒட்டகங்களின் குறும்புகளைக் கண்டு மனம்விட்டுச் சிரிப்பதும் இறைச்சிக்காக வேட்டையாடுவதும், உண்பதற்கான பொருட்களைக் கண்டுபிடிப்பதிலும், எங்கள் மகிழ்ச்சி அடங்கியது. சில சமயம் நாங்கள் தனித்தோ, சேர்ந்தோ பாட்டுப் பாடுவோம், அல்லது ஒரு கூழாங்கல்லை சாலை முழுவதும் எத்திக்கொண்டே செல்வோம். இவை அனைத்தும் நாங்கள் இருவரும் பேசிக்கொண்டு செய்தது அல்ல. ஆனால், இருவருக்கும் தெள்ளத் தெளிவாய்ப் புரிந்தது. அவன் தனக்குத்தானே பேசிக்கொண்டும், தனக்கும், மலைகளுக்கும், செடிகளுக்கும் ஏதாவது சைகைகள் புரிவான். வெளியிலிருந்து யாராவது எங்களைப் பார்த்திருந்தால் எங்களின் பைத்தியக்காரத்தனம் எல்லை மீறியது போல தோன்றியிருக்கும்.

அன்று மாலை நாங்கள் செல்லும் பாதையைவிட்டு விலகினோம். எட்டி அவனுடைய நாட்டினூடே அழைத்துச் செல்ல முடிவு செய்திருந்தான். ஒரு வாரம் அந்த நிலத்தில் நாங்கள் அலைந்து திரிந்தோம். ஒவ்வொரு அடிக்கும் எட்டியின் உருவம் வளர்ந்துகொண்டே இருப்பது போல் தோன்றியது. அவன் ஒரு கனவு காணும் மனிதன். நாங்கள் கடந்து சென்ற சிறப்பு பகுதிகளுடனான அவன் தொடர்பு அவனுக்கு மகிழ்ச்சியையும், சக்தியையும் சார்ந்திருக்கும் ஒரு உணர்வையும் அளித்தது. நாங்கள் முகாமிட்டுத் தங்கிய நாட்களின் இரவுகளில் அவன் மீண்டும் மீண்டும் கதைகளையும், புராணக் கதைகளையும் கூறிக்கொண்டே இருப்பான். தன் உடலில் உள்ள பாகங்களை அவனுக்கு எந்த அளவு தெரியுமோ அந்த அளவிற்கு அவ்விடங்களின் ஒவ்வொரு துளியையும் அறிந்துவைத்திருந்தான். அவன் அங்கு மிக

இயல்பாய் பொருந்திப் போனான். அதனுடன் ஒன்றிப் போனான். அந்த உணர்வு என்னிலும் தொற்றிக்கொண்டது. காலம் கரைந்தது. அர்த்தமற்றுப் போனது. என் வாழ்க்கை முழுவதில், இத்தனை நலமோடு என்றாவது உணர்ந்திருப்பேனா என்று தெரியவில்லை. இதுவரை நான் கவனம் செலுத்தியே இராத விஷயங்களில் என்னைக் கவனம் கொள்ளச் செய்தான். ஓசைகள் மற்றும் பாதைகளில், அவை எவ்வாறு பொருந்திப் போயின என்பதை நான் காணத் தொடங்கினேன். அந்த நிலப்பரப்பானது காடார்ந்த இடமல்ல. அது பதப்படுத்தப்பட்டது. வளம் நிறைந்தது, தீங்கற்றது. அதை எவ்வாறு காணவேண்டும் என்று தெரிந்தால், அதனுடன் எவ்வாறு ஒன்றிப் போக வேண்டும் என்று தெரிந்தால், வழங்கிக்கொண்டே இருக்கக்கூடியது. பூர்வகுடியினரின் நிலத்தைப் பற்றிய முக்கியத்துவமும், அர்த்தமும் அங்கு வேலை செய்யும் வெள்ளையர்களுக்குப் புரிகிறது. அண்மையில் ஒரு கடிதத்தில் டோலி எழுதியதைப் போல,

> இந்நாட்டில் ஏதோ ஒரு அதிசயமான சக்தியும் பலமும் உள்ளது. அது பலவிதங்களில் பூர்வகுடிமக்களில் தன்னை வெளிப்படுத்திக் கொள்கிறது. அது எனக்கும் சொந்தமாகலாம் என்று தோன்றுகிறது. அது தன்னை மலர்த்திக்கொண்டே விரித்துக்கொண்டே இருக்கிறது. அது சோர்வடைவதே இல்லை. அதை எவ்வாறு எடுத்துக்கொள்கிறோம் என்பது அவரவரைப் பொறுத்தது.

இப்போது அக்காலத்தைப் பற்றி நினைக்கும்போது, அது ஒரு சந்தோஷமான அமைதி என்று உணர்கிறேன். ஆனால், அது தெளிவற்ற பிரித்து நோக்க முடியாத ஒரு காலம். அன்றைய நாட்களைத் தனித்தனியாகப் பிரித்து நோக்க முயன்றால், என்னால் அது இயலவில்லை. சில நிகழ்ச்சிகள் தெள்ளத் தெளிவாக என் ஞாபகத்தில் இருக்கின்றன. ஆனால், அவை எப்போது, எங்கு நடந்தன என்று யோசித்தால், எனக்கு நினைவில்லை. என்ன? அந்த வயதானவன், நான் பத்துமைல் நடந்தால், அவன் ஐம்பது மைல் நடப்பான் என்பதை மட்டும் நான் தெரிந்துகொண்டேன். நான் சோர்வாய் இருக்கும்போது மெல்வதற்கு எனக்கு பிட்யூரியை மெல்லுவதற்குத் தருவான். அதன் சுவை சகிக்க முடியாததாக இருந்தாலும், மென்றபின் அடுத்து ஆயிரம் அடிகள் ஓடவேண்டும் போலத் தோன்றும். எண்பது சிகரெட்களை நான் ஒரே நேரத்தில் புகைத்தது போல் இருக்கும். சில புதர்செடிகளை எரித்துச் சாம்பலாக்கி, அந்தச் செடியுடன் கலந்து வைத்திருப்பான். அதனால் அதை மெல்லும்போது ஒரே குளிகைபோல் இருக்கும். இந்தத் துண்டை அவன் காதின் பின் ஒட்டிக்கொள்வான். இரவில்

அருந்துவதற்கு அவனுக்கு வைன் தருவேன். ஆனால், சிரித்தபடியே அதை மறுத்துவிடுவான். பின் போதை கொண்ட வயதானவன் போல் நடித்துக் காட்டுவான். வைனை என்னுடன் வைத்துக்கொள் என்றும் தான் தன் பிட்யூரியை வைத்துக்கொள்வதாகவும் கூறுவான்.

ஒட்டகங்களை நான் பராமரிக்கும் முறையில் எட்டி தலையிடவே மாட்டான். அது எனக்கு மிகவும் மகிழ்ச்சி அளித்தது. ஒட்டகங்கள் உண்மையில் ஒரே மனிதனை (பெண்மணியை) சார்ந்து வாழ்பவை. தெரியாதவர்கள் அதிகாரம் செய்வதை அவை விரும்பாது. மேலும், நான் அவற்றைக் கண்ணாடி போலக் கையாண்டேன். செல்லம் கொஞ்சினேன். எட்டி அவற்றிடம் இதே போன்ற உணர்வுடன் இருக்க மாட்டான் என்று எனக்குத் தெரியும். அவன் மேல் எரிச்சல் ஏற்பட்டது. எந்த சமயத்தில் என்றால், ஒரு முறை பாப்பை கீழே அமரச் செய்து அதன் மேல் 10 நிமிடங்கள் சவாரி செய்தான். பின் அதைக் கீழே அமரச் செய்து இறங்கிவிட்டான். ஒரு மைல் தூரம் சென்றவுடன் மீண்டும் அப்படியே செய்யச்சொன்னான். எனக்கு எரிச்சல் ஏற்பட்டது. நமக்காக வேலை செய்யவில்லை என்றால், பின் ஒட்டகங்களை ஏன் வளர்க்க வேண்டும் என்று அவனுக்குப் புரிந்திருக்காதுதான். அது சரியான எண்ணம்தான். ஆனால், எனக்குமட்டுமாவது அவை வேலை செய்யும் மிருகங்கள் அல்ல. செல்லப் பிராணிகள் என்ற உண்மையை அவன் கணக்கில் கொள்ளவில்லை.

இரவில், நான் சுமைகளை இறக்கும் நேரத்தில், எங்களுக்காக வில்சா எனப்படும் காற்றத் தடுப்பானை எட்டி தற்காலிகமாகக் கட்டி முடிப்பான். அது மிக விரைவாகவும், லாவகமாகவும் அதிகம் சிரமப்படாமலும் செய்து முடிக்கப்பட்டிருக்கும். கைத்திறமை, என்று கூறுவதுதான் சரி என்று நான் நினைக்கிறேன்.

காய்ந்த மரங்களை அவன் அரைவட்டமாகவோ, அல்லது ஒரு நாற்கோணத்தின் மூன்று மூலைகளில் நடுவான். அந்த இடத்தில் முட்களை எல்லாம் அப்புறப்படுத்தி, நான் உறங்குவதற்கு இடத்தைச் சுத்தப்படுத்துவான். பின் நெருப்பை உண்டாக்குவான். எத்தனை போர்வைகள் தந்தாலும், அவற்றைப் போர்த்திக்கொள்ள மாட்டான். அதற்கு பதிலாய் அவற்றை விரிப்பாய் உபயோகித்துக் கொள்வான். நாங்கள் சாப்பிட்டு, சிறிது நேரம் உரையாடியபின், என் சாக்கினுள் நான் சௌகரியமாக இருக்கிறேனா என்பதை உறுதிசெய்துவிட்டு, தன் படுக்கையில் சுருண்டு கொள்வான். தலையின் கீழ் தன் கைகளை வைத்துக்கொண்டு உறங்கிவிடுவான். இரவில் அவ்வப்போது எழுந்து, நான் சரியாக உள்ளேனா என்று

பார்த்துவிட்டு, நெருப்பைத் தூண்டிவிடுவான். என்னிடம் இருந்த, டின் உணவை அவன் பழக்கிக்கொண்டான். ஆனால், கரியில் பாதி வெந்த கங்காருவின் மாமிசம் கிடைத்திருந்தால், விரும்பி உண்டிருப்பான். அது மிகவும் சுவையான இறைச்சி. முதலில் மேற்தோல் நெருப்பில் காட்டப்பட்டுப் பின் அதன் முடிகள் பொசுங்கியவுடன், அதைத் தேய்த்து அப்புறப்படுத்திவிட்டு, பின் அதை மண்ணும் கரியும் கூடிய கலவையில் புதைத்துவிட வேண்டும். அதை அப்படியே ஒரு மணி நேரம் விட்டுவிடவேண்டும். அதன் உட்பாகம் சிவப்பாகவும், இரத்தத்துடன்தான் இருக்கும். ஆனால், இறைச்சியும் உண்ணக்கூடிய கழிவுகளும் சுவையாகவும், சாறுடனும் இருக்கும். கங்காருவைக் கொன்று சமைக்க கடுமையான விதிமுறைகள் உள்ளன. சொல்லப்போனால் எல்லா பாலைவன உணவுகளுக்கும் அது பொருந்தும். இவ்விதி முறைகளை மீறியவர்களைப் பற்றிய கதைகள் பல உண்டு. சரியாகக் கொல்லாமல் அதனால் விபத்தைச் சந்தித்த கதைகள்.

என்னிடம் இரண்டு கத்திகள் இருந்தன. ஒன்று தோல் வேலை செய்வதற்கு மற்றொன்று தோலை உறிக்கவும், இறைச்சியை வெட்டவும். எட்டி என்னிடம் ஏன் இரண்டு கத்திகள் எனக் கேட்டான். என் இருப்பு வாரில் பொருத்தியிருந்த கூர்மையான கத்தியைக் காண்பித்து, அது அது இறைச்சியை நறுக்குவதற்காக என்ற கூறினேன். *மார்லு, கன்யாலா* என்று கூறியபடி மாமிசத்தை வெட்டுவதைப் போல் சைகைகள் செய்தேன். நிச்சயம் அவனிற்கு மாரடைப்பு வந்திருக்கும். தன் தலையை அதிர்ச்சியுடன் ஆட்டினான்.

வியா, வியா, முலாபா வியா என்றான். என் கையைப் பிடித்துக் கொண்டு, எந்தவொரு சந்தர்ப்பத்திலும் கங்காருவின் இறைச்சியை வெட்டக்கூடாதென்றும், அல்லது அதன் தோலை உறிக்கக்கூடாதென்றும், அதன் வாலை வெட்டக்கூடாதென்றும் மீண்டும், மீண்டும் கூறினான். நான் அப்படி ஒரு காரியத்தைச் செய்ய மாட்டேன் என்று உறுதி அளித்தேன். மீண்டும் அவ்விரவு, அந்தச் சட்டத்தை நான் மீற மாட்டேன் என்று உறுதியளிக்கச் செய்தான். நான் உறுதியளித்தேன் என்றாலும் எனக்காக ஒரு கங்காருவைச் சுடுவது என்பதெல்லாம் நடக்கக் கூடிய காரியமே இல்லை. ஒருவருக்கும், ஒரு நாய்க்கும் சேர்த்துப் பார்த்தால் அதிகப்படியான இறைச்சி அது. மேலும், அந்த அருமையான மிருகங்களை சுடுவதை நான் தவிர்த்தேன். எட்டியை மகிழ்விக்க நாங்கள் கடந்துவந்த கங்காரு கூட்டத்தை நோக்கிச் சுடுவேன். ஆனால், ஒவ்வொரு முறை குறி தவறும். முயல்களைப் பற்றி இத்தகைய இரக்கச் சிந்தனை தோன்றியதில்லை. அவை ஐரோப்பியர்களால் ஈயுடன் அறிமுகப்படுத்தப்பட்டன. இப்போது

அவை பல்கிப் பெருகி நாட்டையே நாசமாக்குகின்றன.

புதர் வாழ் மிருகங்களிலேயே சுவையில் குறைந்தவை என்று நான் கருதினாலும், முயல் வேட்டையைப் பொருத்தவரை கடுமையான சட்டதிட்டங்கள் கிடையாது. ஏனெனில், இம் மிருகம் கனவுக் காலங்களில் இருந்து வந்தவை அல்ல. துரதிர்ஷ்டவசமாக, நாங்கள் பழைய சாலையிலேயே செல்ல வேண்டி வந்தது. ஒரு நாளில் ஒன்று அல்லது இரண்டு கார்கள் எங்களைக் கடந்து செல்லும். குடியிருப்புகளில் உள்ள உறவினர்களைக் காணவரும் பூர்வகுடியினரது காராகவே அவை இருக்கும். ஒரு நாணயத்தில் அடுத்த பக்கத்தைக் காண நன்றாக இருந்தது. வெள்ளையர்களின் கார் கடந்துசென்றால், எட்டி சந்தேகத்துடன் துப்பாக்கியின் பக்கம் நின்றுகொள்வான். தேவைப்பட்டால் என்ன செய்வது? ஆனால், அது கறுப்பர்களாக இருந்துவிட்டால், அங்கு சிரிப்பும் பேச்சும் அமர்க்களப்படும். உணவும், புகையிலையும், பிட்யூரியும் பகிரப்படும். பூர்வகுடியைச் சேர்ந்த ஒருவரின் கார் வருவதை எங்களால் முன்கூட்டியே கூறிவிட இயலும். அது நோய்வாய்ப்பட்ட சலவை இயந்திரம் போல சப்தமிடும்.

உடைந்த இரண்டாம் தரக் கார்களை பூர்வகுடியினருக்கு அதிகவிலைக்கு விற்பது, ஆலிஸ் ஸ்பிரிங்கில் சக்கை போடு போட்டுக்கொண்டிருக்கும் ஒரு வியாபாரம். அதிர்ஷ்டவசமாக பூர்வகுடியினர், அருமையான இயந்திர பழுது பார்க்கும் திறன் பெற்றவர்கள். உடைந்த கயிற்றையும், வயரையும் வைத்துக்கொண்டே அவர்கள் அதை ஓடும் நிலைக்குக் கொண்டுவந்துவிடுவார்கள். டாக்கர் ரிவர் என்ற இடத்தில் ஒரு கதை உண்டு. தங்கள் குடியிருப்பில் இருந்து 400 மைல் தொலைவில் உள்ள ஆலிஸ் ஸ்பிங்கில் சில இளைஞர்கள் சேர்ந்து ஒரு காரை வாங்கி இருக்கின்றனர். வீட்டிற்குச் செல்லும் பாதி தூரத்தில் அந்தக் கார் உண்மையாகவே பகுதி பகுதியாகக் கழன்று விழுந்துவிட்டது. அவர்கள் சிறிதும் அலட்டிக்கொள்ளாமல், தங்களின் (10 பேர் மொத்தம்) பெல்ட்டைக் கழற்றி, அதை வைத்துக் காரை ஒன்றாகக் கட்டி, வீட்டிற்கு ஓட்டிச் சென்றனர் என்பர்.

"எட்டி" என்னுடன் இருப்பது பூர்வகுடியினர் என்னை அங்கீகரிப்பதற்கான விசயத்தில் ஒரு மாயத்தைப் போல இருந்தது. எட்டியை, அனைவருக்கும் தெரியும். அனைவரும் அவன் மேல் அன்புடன் இருந்தனர். அவன் என்னுடன் இருந்ததாலும், என்னிடம் ஒட்டகங்கள் இருந்ததாலும் என்னிடமும் அன்புடன் இருந்தனர். ஒரு நாள் ஒரு ஆழ்துளைக் கிணற்றிற்கு அருகில் தங்கினோம். அங்கு ஏறக்குறைய இருபது பேர் இருந்திருப்பார்கள். ஒரு குடிசையின் வாசலில் அமர்ந்துகொண்டு

மணிக்கணக்கில் பேசினோம். நீர்த்த, குளிர்ந்த, மிகவும் இனிப்பான தேனீரை அருந்தியபடியும், ரொட்டியை மென்று கொண்டபடியே! நான் அவர்களுக்கு விருந்தினர் என்பதால், எனக்குத் தேநீரை ஒரு தகரக் குவளையில் தந்தனர் அவர்கள். அனைவரும் தேநீர் கொதிக்க வைத்த பானையிலிருந்தே நேரடியாக சப்பிக் குடித்திருந்தனர். அந்த குவளை மாவு கரைக்க உபயோகப்படுத்தப்பட்டது. கட்டி கட்டியாக மாவு ஒட்டிக்கொண்டிருந்தது. மிதந்து கொண்டிருந்தது. ஆனால் பரவாயில்லை. உணவு பற்றிய என் மனோபாவம் முற்றிலும் மாறிவிட்டது. உணவு என்பது நடக்க சக்தி தருவதற்காக வாயினுள் இடப்படும் ஒரு வஸ்துதான். அவ்வளவுதான். என்னால் எதையும் உண்ண முடியும். உண்டேன். குளிப்பது என்பதுகூட ஒரு தேவையற்ற விசயமாக ஆகிவிட்டது. என் மேல் நாற்றம் அடித்தது. சுத்தத்திற்கு உதாரணம் என்றெல்லாம் கூற முடியாத எட்டிக்கூட நான் என் முகத்தையும் கை கால்களையும் கழுவிக் கொள்ள வேண்டும் என்று கூறினான். டிக்கிட்டியிடமும் அவன் சிறிது எட்டியே இருந்தான். அவன் குவளையில் டிக்கிட்டி வாய்வைத்து அருந்துவதை அவன் அனுமதிக்கவில்லை.

காட்டு வழி மூலம் சென்றுவிட்டு மீண்டும் சாலையில் நடப்பது எங்கள் இருவருக்கும் விருப்பமில்லை. ஏனெனில், "சுற்றுப் பிரயாணிகள்" என்று அழைக்கப்படும் வினோதமான மிருகங்களுடன் நாங்கள் மீண்டும் பழக வேண்டியதாயிற்று. ஒரு மிக வெப்பமான மதிய நேரம் வெப்பம் அளவுக்கு அதிகமாக இருந்து, ஈக்கள் ஆயிரக்கணக்கில் பறந்தன. மதியம் மூன்று மணியளவில் எனக்கு வரக்கூடிய எரிச்சலுடன் நான் இருந்தேன். எட்டி தனக்குள் ஏதோ, பாட்டுப் பாடிக்கொண்டிருந்தான். அடி வானத்திலிருந்து சிவப்பு நிற மண் புயல் ஒன்று எங்களை நோக்கிவந்து கொண்டிருந்தது. கள்ளிப் புதர்களிடையே நாங்கள் மறைந்துகொண்டோம். இந்த நேரத்தில் அந்த முட்டாள்களுடன் இருப்பதைவிட, கள்ளி முட்களால் குத்தப்படுவது மேல். ஆனால், அவர்கள் எங்களைப் பார்த்துவிட்டனர். அங்குள்ள அனைவரும் ஒரு மட்டமான ஆங்கில படத்தில் வருவதைப் போல தனிமையைக் கிழித்துக்கொண்டு வந்து நின்றனர். தங்களின் கேமராவுடன் என்னைச் சூழ்ந்துகொண்டனர். எனக்குக் கூடிய சீக்கிரம் எங்கேயாவது முகாமிட்டு ஒரு கோப்பை தேநீர் அருந்தி அமைதியாக இருக்க ஏங்கியது. இம் மனிதர்களை சிறிதுகூட மற்றவர்களின் உணர்வுக்கு மரியாதை தராதவர்கள். மற்றவர்களே மதிக்கத் தெரியாதவர்கள். என் மேல் வழக்கம் போலவே கேள்வி கணைகளைத் தொடுத்துவிட்டு அவர்களின் பொழுதுபோக்கிற்கு நான் மற்றொரு சாதனம். என்ற நோக்கில் என் தோற்றத்தைப் பற்றிக் கடுமையாக விமர்சித்தனர்.

அந்த இடத்தில் நானும் பார்ப்பதற்கு வினோதமாகத்தான் இருந்தேன். ஆலிஸ் ஸ்ப்ரிங்கில் என் ஒரு காதை மட்டும் துளைத்துக் கொண்டேன். இந்தப் பழமையான வழக்கத்தைப் பின்பற்ற, ஒரு தைரியம் வர எனக்குப் பல மாதங்கள் ஆனது. ஆனால், துளையிட்டபின் அது மூடிப்போவதில் எனக்கு விருப்பமில்லை. என்னுடைய காதணியை நான் தொலைத்துவிட்டேன். அதனால் ஒரு பெரிய ஊக்கு ஒன்றை அத் தொலையில் இட்டிருந்தேன். நான் ஒரே அழுக்காய் இருந்தேன். சூரிய வெளிச்சத்தினால் வெளுத்துப் போயிருந்த என் தலைமுடி சிடுக்குகளோடு, என் தொப்பியிலிருந்து எட்டிப் பார்த்தன. ஒரு ரால்ஃப்ஸ்ட்மென் ஓவியம் போல நான் காணப்பட்டேன். பின் அவர்கள் எட்டியைப் பார்த்துவிட்டனர். ஒருவன் அவன் எட்டியின் கையைப் பிடித்து இழுத்து "வா வா பையா, வந்து இந்த ஒட்டகத்தின் அருகே நில்" என்றான்.

நான் அதிர்ச்சியில் வாயடைத்து நின்றேன். எட்டியைப் பார்த்து அவன் இவ்வாறு பேச முடியும் என்பதை என்னால் நம்ப இயலவில்லை. அந்த முட்டாளைத் தள்ளிவிட்டு எட்டியுடன் அவர்களை விட்டு விலகி நடக்கலாமே. எட்டியின் முகத்தில் எந்த ஒரு உணர்ச்சியும் காணப்படவில்லை என்றாலும் இனி புகைப்படங்களே கிடையாது என்றும் எங்களுடன் பேசுவதற்கு முன் அவர்கள் நரகத்திற்கும் செல்லட்டும் என்று நான் சபித்ததை அவன் மறுக்கவில்லை. கடைசி கூட்டம் அடுத்த சில நிமிடங்களில் வந்தது. நான் என் முகத்தை தொப்பியால் மூடிக்கொண்டு "புகைப்படம் எடுக்காதே" என்று கத்தினேன். எட்டியும் நான் கூறியதை திருப்பிக் கூறினான். ஆனால், நான் நடந்து செல்லும்போது, அவர்கள் புகைப்படம் எடுக்கும் ஓசை எனக்குக் கேட்டது. "பன்றிகளே" என்று நான் கத்தினேன். கோபத்தின் உச்சியில் நான் கொதித்துக்கொண்டிருந்தேன். திடீரென ஐந்தடி நாலங்குளம் உயரமுள்ள எட்டி திரும்பி அவர்களை நோக்கி நடக்கத் தொடங்கினான். அவர்கள் தொடர்ந்து புகைப்படம் எடுத்துக்கொண்டே இருந்தனர். அங்கிருக்கும் பெண்களின் முகத்தை மூன்று இஞ்ச் தொலைவில் தன் முகத்தை வைத்துக்கொண்டு, ஓர் அருமையான நிகழ்வை செய்துகாட்டினான். அவன் தன்னை ஒரு மிகவும் ஆபத்தான முட்டாளான பூர்வகுடி மனிதனைப் போல், மாற்றிக்கொண்டு தன் கைத்தடியை காற்றில் ஆட்டிக்கொண்டே பித்தன்ஜாரா மொழியில் படபடவென்று பேசினான். பின் அவர்களிடம் மூன்று டாலர்கள் தருமாறு சண்டையிட்டுப் பின் கட்டுப்பாடில்லாமல் ஒரு பறவையைப் போல் கத்திக்கொண்டே, மேலும் கீழும் குதித்தான். அவர்கள் அனைவரும் பயத்தில் குழம்பி நின்றனர். பெர்த்தில் அவர்களிடம் கருப்பர்கள் கொலைப்புரியும் காட்டுமிராண்டிகள் என யாராவது கூறி

இருக்கக் கூடும். அவர்கள் பின்னால் தகர்ந்து தங்கள் கையில் உள்ள காசையெல்லாம் அவனிடம் கொடுத்துவிட்டு, ஓடி மறைந்தனர். அவன் சிறிது வெக்கத்துடன் என்னை நோக்கி நடந்துவந்தான். நாங்கள் வெடித்துச் சிரித்தோம். நாங்கள் ஒருவரை ஒருவர் அடித்துக்கொண்டும், இடுப்பை பிடித்துக்கொண்டும், குழந்தைகள் அடக்க முடியாது கண்களில் நீர்வரச் சிரிப்பது போல் சிரித்தோம். உருண்டு புரண்டு சிரித்தோம். சிரித்து சிரித்து செயலற்றவர்கள் ஆனோம்.

என்னை மிகுதியாய் கவர்ந்த ஒரு விசயம் என்னவென்றால் எட்டி இதற்குள் கசப்பானவனாய் மாறி இருக்க வேண்டும். ஆனால், அவன் அவ்வாறு ஆகவில்லை. இந்நிகழ்ச்சியை அவன் தன் சொந்த பொழுதுபோக்கிற்காகவும், என் பொழுதுபோக்கிற்காகவும் உபயோகித்துக் கொண்டான். எனக்கு ஒரு பாடம் சொல்லவும் அப்படிச் செய்தானா என்பது எனக்குத் தெரியவில்லை. ஆனால், இந்த வயதான மனிதனைப் பற்றியும், அவனுடைய மக்களைப் பற்றியும் நான் சிந்தித்துக்கொண்டே இருந்தேன். எவ்வாறெல்லாம் அவர்கள் கொடுமை படுத்தப்பட்டிருப்பார்கள். அவர்களின் இனமே ஏறக்குறைய அழிந்துபோய்விட்டது. பின், ஹிட்லரின் முகாம்களைப் போன்றிருந்த இருப்பிடங்களில் தங்க வைக்கப்பட்டு, அவர்களை தடவி அளவெடுத்து பின் புகைப்படம் எடுத்து, அதை வண்ணத்தில் மானுடவியல் புத்தகங்களில், அவர்களுடைய புனிதமான செயல்களைப் பிரசுரித்துப் பின் அவர்களின் புனிதப் பொருட்களைத் திருடி, அதை பொருட்காட்சியில் கொண்டு வைத்து, கிடைக்கும் ஒவ்வொரு வாய்ப்பிலும் அவர்களுடைய சக்தியையும், திறமையையும் உறிஞ்சி, நாட்டிலுள்ள ஒவ்வொரு வெள்ளையனாலும், நிர்பந்திக்கப்பட்டு, தவறாக புரிந்துகொள்ளப்பட்டு, இறுதியாக, எங்களுடைய நோயிற்கும், மதுவிற்கும், அவர்களுடைய மரணத்திற்கும், இவை எல்லாவற்றையும் நோக்கி அழிவதற்காக விட்டுவிட்டோம். இந்த அருமையான பாதி கண்பார்வை மட்டுமே உள்ள கிழவன் தனக்கு அவ்வாறெல்லாம் எந்த ஒரு அனுபவமும் இல்லாதது போலவும், அறிவற்ற கொடுமையான வெறுப்புடன் கூடிய வெறிச் செயலை, அனுபவிக்காததைப் போலவும், தன் வாழ்க்கையின் இதுவரை ஒரு கவலையும் இல்லாதது போலவும், மனம்விட்டு சிரிப்பதைக் கண்டேன். “சரி கிழவா! உன்னால் முடியும் என்றால், என்னாலும் முடியும்” என்று நினைத்தேன்.

★

வார்பர்டனை ஏறக்குறைய அடைந்துவிட்டோம். நான் வரைபடங்களையே பார்ப்பதில்லை. எட்டி என்னுடன் வரும்போது

அதெல்லாம் தேவையற்ற ஒன்று, சரியான மைல் அளவு தெரிந்து கொள்ள காரில் சென்று கொண்டிருந்த பூர்வகுடி இளைஞர்கள் சிலரை அது எத்தனை தூரம் உள்ளது என்று கேட்டேன்.

"ம்... ம். அது சிறிது தூரத்தில் இருக்கிறது. ஒன்று அல்லது இரண்டு தூக்கத்திற்குப் பின்வரும். ஆனால், நிச்சயம் சிறிது தூரத்தில்தான் இருக்கிறது" என்றனர்.

"ஓ! அப்படியா? சிறிது தூரத்தில் இருக்கிறதா? நன்றி!"

தூரம் பலவித அளவீடுகளில் இருந்தது. அது இவ்வாறு வகுக்கப்பட்டு இருந்தது. கொஞ்சம் சிறிது தூரம், கொஞ்ச தூரம், கொஞ்சம் அதிக தூரம், அதிக தூரம், மிக மிக அதிக தூரம். கடைசியில் கூறியது எனக்கும் கடலுக்கும் உள்ள தூரம். மக்களிடம் நான் கடலை நோக்கிச் செல்கிறேன் என்று கூறினேன். (உருபுல்கா - பெரிய ஏரி) யாருமே இதுவரை அதைக் கண்டதில்லை. அனைவரும் கேட்டவுடன் புருவத்தை உயர்த்துவார்கள். மெதுவாக, தங்கள் தலையை ஆட்டிக்கொண்டே "மிக மிக தூரம் - பல தூக்கம் கடந்து... வெகு தொலைவு அந்த "உருபுல்கா" இல்லையா? ப்ச்ச்... ப்ச்ச்... " என்பார்கள். பின் தலையை ஆட்டிக்கொண்டே என்னை வாழ்த்துவார்கள். அல்லது சிரித்துக்கொண்டே என் கைகளைப் பற்றிக்கொண்டு வியப்புடன் பார்ப்பார்கள்.

மணல்குன்று ஒன்றின் மேல் இருந்த ஒரு மரத்தில் கோலியாத்தைக் கட்டிக்கொண்டிருந்தபோது, அப்போது எட்டி வில்சா கட்டுவதில் மும்முரமாக இருந்தான். இரண்டு இளைஞர்கள் மோட்டார் பைக்கை தாறுமாறாக ஓட்டியபடி வந்து சேர்ந்தனர். என்னைப் பார்த்தவுடன் மணல் குன்றில், என்னுடன் அமர்ந்து கொள்ள அதன் மேல் ஏறி வந்தனர். எட்டியுடன் இரண்டு வாரங்கள் கழித்ததில் நான் வேறு ஒரு மனுசியாக மாறிப்போனேன். அவனுடன் "பிட்ஜன்ஜாரா" மொழியிலும், சைகையிலும் பேசிப் பேசி வேறோர் உலகத்தில் நான் நுழைந்திருந்தேன். பழங்குடி உலகிற்கும், ஐரோப்பிய உலகிற்கும் இடையே நிஜத்தை மாற்றிக் கொள்வதில் எனக்கு சிரமமாய் இருந்தது. அதற்கு வேறு விதமான கருத்துருவும், வேறுவிதமான பேச்சு முறைகளும் தேவையாய் இருந்தன. என் துருப்பிடித்த மூளை கியர் மாற்றுவது எனக்குத் தெரிந்தது. நான் ஓரளவு சரியாகத்தான் பேசிக் கொண்டிருக்கிறேன். மேலும் இவர்கள் நல்ல மனிதர்கள். சாதாரணமாக பேசிக் கொண்டிருக்கும்போது, எட்டி மலையை மேல், கையில் துப்பாக்கியுடனும், முகத்தில் பெருத்த சந்தேகத்துடனான

பார்வையுடன் வேகமாக வந்தான். என் இடதுபுறம், அவர்களை நோக்கியபடி அவன் அமர்ந்துகொண்டான். மடியில் துப்பாக்கியை வைத்துக்கொண்டு, பிட்ஜன்ஜாரா மொழியில் அவர்கள் யார் என்றும் அவர்களை நம்பலாமா என்றும் கேட்டான். அங்கு ஒரு சங்கடமான காட்சி அரங்கேறியது. இரு தரப்பினரையும் (ஆண்கள் மூவரும் தர்மசங்கடத்தில் இருந்தனர்) சமாதானப்படுத்தினேன். அனைத்தும் சரியாக இருக்கிறதென்றும் யாரும் யாரையும் சுடப் போவதில்லை என நம்பிக்கையளித்தேன். வேறு வேறு மொழிகளில் பேசுவதுதான் குழப்பத்தை ஏற்படுத்தியது. இளைஞர்களிடம் பிட்ஜன்ஜாராவிலும், எட்டியிடம் ஆங்கிலத்திலும் உரையாடினேன். அவர்கள் தீங்கற்றவர்கள், பிரச்சினை எதுவுமில்லை. அவர்களுக்குத் தேநீர் தயார் செய்யப் போகிறேன்" என்று ஆங்கிலத்தில் பேசிவிட்டு, அவசர அவசரமாக மொழிபெயர்த்தேன். அதற்கு அவனுடைய பதில் ஒரு பிடிவாதமான "வையா" என்றிருந்தது.

மறுப்பைப் புரிந்துகொள்ள, அதுவும் ஒரு கடுமையான பார்வையுடைய வயதான, கையில் துப்பாக்கியுடன் அமர்ந்திருக்கும் மனிதனின் மறுப்பு புரிய, வேற்றுமொழி தெரிந்திருக்க வேண்டும் என்ற அவசியமில்லை. நண்டுகளைப் போல பக்கவாட்டில் இறங்கி அவர்களின் பைக்கில் பறந்து சென்றுவிட்டனர்."

பாம்பு சட்டையை உறிப்பதைப் போல சமூகத்தில் பழகுவதை விடும் பழக்கம் வெளிப்படையாகத் தெரியத் தொடங்கியது. நான் விட்டுவந்த சமூகத்தின் தேவையற்ற வரையறைகளையும், முன்னீடுபாடுகளையும் விட்டு, இப்போது நானிருக்கும் சூழலுக்கு ஒத்துப்போகக்கூடிய புதிய பழக்கங்களை பின்பற்றவது தெரியத் தொடங்கியது. அவ்விளைஞர்கள் தங்கவில்லை என்பது மகிழ்ச்சியளித்தது. அது ஒரு வித அழுத்தத்தை அளித்திருக்கும். அவர்களுக்குப் புரியவைக்க வேண்டும், உரையாடலில் நுட்பவகைகளை ஞாபகத்தில் வைத்துக்கொள்ள வேண்டும். ஒன்றை ஒன்று சுற்றும் மிருகங்களைப் போன்ற எப்போதும் ஜாக்கிரதை உணர்வுடனே அலையும் என் இனத்தாரோடு பேசும்போது நான் மறந்தே போன முறையை ஞாபகத்தில் வைத்துக்கொள்ள வேண்டும். முன்பு இருந்த மனுசியைவிட இப்போது வெளிப்படும் மனுசியைத்தான் பிடித்தது. என்னைப் பொறுத்தவரையில் நான் சாதாரண பெண்மணியாக, என்னைப் பொறுத்தவரை மாறிக்கொண்டிருந்தேன். ஆனால், மற்றவர்களின் கண்களுக்கோ நான் ஒரு முழுமையான பைத்தியக்காரியைப் போல் இல்லாவிட்டாலும், திரும்பி மாற்ற முடியாத விசித்திரமான, வினோதமான சூரிய வெளிச்சத்தால் கவரப்பட்ட புதர்களில் மகிழ்ச்சியுடன் வாழக்கூடிய ஒருத்தியாக நான்

தோற்றம் அளிப்பேன். மறுநாள் எப்போதும் போல் இல்லாமல், மிகவும் நேரம் தாழ்ந்தே நாங்கள் முகாமிட்டோம். ஒட்டகங்களின் சேணங்களைக் கழற்றிக் கொண்டிருக்கும்போது, என் இதயம் ஒரு நிமிடம் நின்று, பின் கங்காருவின் இருதயத்தைப் போல, அடித்துக்கொண்டது. என் துப்பாக்கி, எங்கே என் துப்பாக்கி, "எட்டி, என் துப்பாக்கியை வைத்திருக்கிறாயா?" துப்பாக்கியைக் காணவில்லை. இந்தத் துப்பாக்கியை சார்ந்து இருக்க நான் பழகிவிட்டேன். என் மனக்கண்ணில் பிரமாண்டமான ஒட்டகக் களிறுகள் வந்து சென்றன. அங்கு காத்துக் கொண்டிருப்பதாகவும், நான் சென்று துப்பாக்கியைத் தேடுவதற்குத் திரும்பிச் செல்லலாம் என்று கூறினான். ஏன் என்று தெரியவில்லை. அந்தத் துப்பாக்கியை ஜெலிக்காவின் சேணத்தின் மீது தொங்க விட்டிருந்தேன். நிச்சயமாக அது துப்பாக்கிக்கான இடமில்லை. எங்கோ அது நழுவி விழுந்திருக்க வேண்டும். பப்பிற்கு மீண்டும் சேணத்தை அணிவித்து வந்த பாதையிலேயே கிழக்கு அடிவானில் நீலமும் சிவப்பும் ஜொலிக்க இருக்கும் பாதையில் திரும்பிச் சென்றேன். எப்போது பப் எண்ணைக் கீழே தள்ளிவிட்டு என் கழுத்தை உடைக்குமோ என்று எண்ணிக்கொண்டே ஒரு ஐந்து மைல் சென்றிருப்பேன். அவன் எதைப் பார்த்தாலும் ஒதுங்கி ஒதுங்கி சென்றான். அது பாறையோ, பறவையோ, மரமோ அந்த முட்டாளிற்கு ஏதாவது ஒரு காரணம் வேண்டும்.

ஒரு டொயோட்டா அருகில் வந்தது. பப் ஆறடி பக்கவாட்டில் பாய்ந்தது. காரில் என் துப்பாக்கியை வைத்திருந்த நில அமைப்பியல் வல்லுனர் மட்டும் இல்லை. அவரிடம் சாக்கலேட் பட்டைகளும், பானங்களும் இருந்தன. அட்டகாசம். வாய் நிறை குழகுழப்பாய், சுவையாய் இருந்த சாக்லேட்டுகளை மென்றுகொண்டே அரை மணி நேரம் அந்த மனிதனிடம், யுரேனியம் எடுப்பதைப் பற்றி விவாதித்தேன். ஒன்றுமில்லாத இவ்வெளியின் நடுவே, தொடுவானில் பெரிய நிலாவொன்று உதித்துக்கொண்டிருந்தது.

பப் முகாமிற்கு ஓடிச் செல்ல வேண்டும் எனத் துடித்தான். அவனை நடக்கவிட்டேன். "சரி! உனக்கு அத்தனை சக்தி இருக்கிறதா? இரு. நாளை ஜெல்லியின் பாரம் பாதியை உன் முதுகில் ஏற்றுகிறேன் பார். அந்த மூன்று மிருகங்களில் இவனைத்தான் நம்பவே முடியாது. நான் அவனைத் தவறாக பயிற்சி அளித்துவிட்டேனோ அல்லது அவன் இன்னும் வளரால் கிறுக்குத்தனத்துடன் இருக்கிறானோ, அல்லது அவனது மரபு அணுவிலேயே அறிவற்று இருக்குமாறு உள்ளதோ தெரியவில்லை. ஒரு நாள் நான் எட்டியைப் பறக்கவே விட்டுவிட்டான். எந்த ஒரு காரணமும் இல்லாமல், பின் கால்களால் உதைக்க

ஆரம்பித்தான். அவனை நான் ஓட்டி வந்தாலும், கட்டுப்படுத்துவதற்கு மிகவும் கஷ்டமாய் இருந்தது. ஒரு குரங்கைப் போல அவன் மேல் எட்டி தொத்திக்கொண்டே வந்தான். என்னால் சிரிப்பை அடக்க முடியவில்லை. ஆனால், எட்டி சிறிதுகூட தன் மரியாதையை விட்டுக் கொடுக்கவில்லை.

என் பயணத்தின்போது, நான் ஏன் சவாரி செய்வதில்லை என்று மக்கள் அடிக்கடி என்னைக் கேட்கின்றனர். அதற்கு மூன்று காரணங்கள் உண்டு. ஒன்று, பப், அருகில் இருக்கும் மனிதனைக் காண 300 மைல் செல்லவேண்டும் என்று இருக்கும்போது, ஒட்டகத்திலிருந்து கீழே விழுந்து காலை ஒடித்துக்கொண்டு, நம் மிருகம் தூர ஓடிப்போவதை பார்த்துக்கொண்டிருப்பது, புத்திசாலித்தனமல்ல. மற்ற இரு மிருகங்களின் மேல் சவாரி செய்வதை நான் விரும்பினேன். ஆனால், அவற்றின் சேணங்கள் அதற்காக அமைக்கப்பட்டவை அல்ல. அடுத்த காரணம் சிறிது முட்டாள்தனமானதுதான், என் மிருகங்கள் ஏற்கனவே அதிக எடைகளைத் தூக்கிக்கொண்டு இருப்பதாக நான் கருதுகிறேன். அவற்றின் மேல், மேலும் ஒன்பது கல் எடையை ஏற்றுவதற்கு எனக்கு விருப்பம் இல்லை. மூன்றாவது நடந்தால், கால்கள் மிகவும் வலிக்கும்தான். ஆனால், சவாரி செய்தாலோ, பின்புறம் அதைவிட தாங்க முடியாமல் வலிக்கும்.

வெற்றியுடன் முகாமிற்குத் திரும்பினேன். இதற்குள் வார் பர்டனில் அவனுக்காக ஒரு துப்பாக்கி காத்துக்கொண்டிருக்கிறது என்பதை எட்டியிடம் ஏற்கனவே நான் கூறிவிட்டேன். இரவில், எங்கள் உரையாடல் எப்போதும் இந்தத் துப்பாக்கியைச் சுற்றியே இருக்கும். நான் நிஜமாகவே அவனுக்கு ஒரு துப்பாக்கி தருகிறேனா? அது அச்ச அசல் இது போலவே இருக்குமா? அது அவனுக்கேதான் என்றும் மற்ற யாருக்கும் இல்லை என்பதில் எந்தக் குழப்பமும் இல்லையே? இந்தக் கேள்விகளை அவன் மீண்டும் மீண்டும் கேட்பான். அது உண்மைதான் என்று நான் வலியுறுத்தியதும் சத்தம் போட்டுச் சிரிப்பான்.

ஒவ்வொரு இரவிலும் இதே கதைதான். அவனிடம் நான் ரிக்கை பற்றியும் ஜியாகிராஃபிக் பற்றியும் கூறுவதற்கு முயற்சி செய்வேன். ஆனால், அமெரிக்கப் பத்திரிக்கைக்கு பிட்ஜன்ஜாரா மொழியில் என்ன வார்த்தை இருக்கக்கூடும். வார்புர்டனில் ரிச்சர்டை சந்திப்பது எனக்குக் கவலை அளித்தது. ஆயிரங்களும் ஒரு புகைப்படமும் ஏன் தேவை என்பதை எட்டி புரிந்துகொள்ள மாட்டான். அவனுக்கு அது பிடிக்காது என்பது எனக்குத் தெரியும். என் புது நண்பனுடன் ஏற்பட்ட நட்பு பாதிக்கப்படுவதை நான் விரும்பவில்லை. அதே

சமயம் ரிக்கை சந்திப்பதற்கும். ஆவலாய் இருந்தேன். வார்பர்டன் அருகில் வந்துவிட்டது.

அன்றிரவு வழக்கத்திற்கு மாறாக எட்டி நிறைய பேசினான். நாங்கள் கடந்துவந்த காட்டைப் பற்றியும், கதைகளைப் பற்றியும் எங்களுக்கு நிகழ்ந்த சம்பவங்களைப் பற்றியும் பேசினான். நகைச்சுவை சம்பவங்கள் மீண்டும் மீண்டும் கூறப்பட்டன. சரியான, விஷயங்களும் தவறாய் போன விஷயங்களும் மீண்டும் மீண்டும் பேசப்பட்டன. பின் தவிர்க்க முடியாத துப்பாக்கியைப் பற்றிய பேச்சும், அதன் பின் ரிக்கைப் பற்றியும், பின் அமைதி. நான் உறங்கச் செல்வதற்காக எழுந்தேன். அம் முதியவன் என்னை அவன் அருகே அமரச் செய்து, ஒரு நீரினால் நன்கு வழுவழுப்பான கூழாங்கல் ஒன்றை எடுத்து நீட்டினான். என் கையை அதன் மேல் வைத்து நீண்டதொரு பிரசங்கத்தைச் செய்தான்.

அதில் சில வார்த்தைகள் மட்டும் எனக்குப் புரிந்தன. அழிந்து போவதிலிருந்து என்னைக் காப்பாற்ற என்று நினைத்தேன். அதை நான் பாதுகாப்பான இடத்தில் வைத்துக்கொண்டேன். பின், ஒரு சிறிய இரும்புக் கல்லை எனக்குத் தந்தான். அது எதற்கு என்ற எனக்குத் தெரியவில்லை. அவனும் எதுவும் கூறவில்லை. பின் நாங்கள் உறங்கச் சென்றுவிட்டோம். அந்த சாலைப் பயணத்தில் அந்த இரவுதான் நாங்கள் ஒன்றாக, கழித்த கடைசி இரவு. வார்பர்டனில் நம்பிக்கையான, வயதான ஒருவனை, கார்நெஜி நிலையம் வரை எனக்குத் துணையாக செல்லக் கண்டுபிடித்துத் தருவதாக அவன் கூறினான். அது ஒரு வயதானவனாகத்தான் (அவன் மொழியில் வாட்டி புல்கா) இருக்க வேண்டும் என்றும் நீண்ட வெள்ளைத் தாடி உடையவனாக இருக்க வேண்டும் என்றும், இளைஞனாக இருக்கக்கூடாது என்றும் கூறினான். அதைப் பற்றி எனக்கு சரியான இரண்டு வித கருத்துகள் இருந்தன. எட்டியுடன் இருப்பதை நான் மிகவும் விரும்பினேன். ஆனால், வார்பர்டனிலிருந்து அடுத்துச் செல்லப் போவது பாலைவனத்தில். அங்கு, நான் என்னை புதிய தன்னம்பிக்கை பரீட்சைக்கு உட்படுத்திக்கொண்டு தனியே கடக்க விரும்பினேன். நானூறு மைல் சினிபெக்ஸ் புல் வளர்ந்திருக்கும் கிப்ஸன் பாலைவனம். எனக்குத் தெரிந்து ஒரு துளி நீர்கூடக் கிடையாது. அம்முதியவன் எவ்வாறு வார்பர்டனுக்குத் திரும்ப முடியும். எட்டிக்குப் பரவாயில்லை. க்ளேண்டில் அவனை அழைத்துக் கொண்டு செல்வான். அவன் இல்லாவிட்டாலும்கூட அங்கும் இங்கும் சென்றுகொண்டிருக்கும் அவனின் உறவினர்கள் அவனை அழைத்துச் சென்றுவிடுவார்கள். ஆனால், கார்னஜியோ ஒரு கால்நடைக் குடியிருப்பு. மேலும், வார்பர்டன் தான் அந்நாட்டின் கடைசி பூர்வகுடியினரின்

வெளியிருப்புப் பகுதி. நான் வேண்டாம் என்று தீர்மானித்தேன். அந்த முடிவு எட்டிக்கு மகிழ்ச்சி அளிக்கவில்லை என்றாலும், அவன் அதை ஒத்துக்கொண்டான்.

காலை மூன்று மணியளவில் ரிச்சர்ட் முகாமிற்கு வந்தான். அவன் எங்களை எவ்வாறு கண்டுபிடித்தான் என்பது என்னால் புரிந்துகொள்வதற்கு மேலான ஒன்று. அதிர்ஷ்டம் பனி போல் பெய்யும் பொறாமைப்படத்தக்க சிலரில் அவனும் ஒருவன். அவன் நம்ப முடியாத அதிர்ஷ்டகரமான வாய்ப்புகளால் எப்படியாவது என்னைத் தேடிக் கண்டுபிடித்துவிடுவான். அவன் வாழ்க்கையே அப்படித்தான் ஓடிக்கொண்டிருக்கிறது. அவனை விரட்டும் எதேச்சையான சம்பவங்கள் புள்ளி விபரங்களை தோல்வி அடையச் செய்யும். அவன் இரண்டு நாட்களாக வண்டியோட்டிக்கொண்டும் தூங்காமலும், உற்சாகம் நிரம்பி வழிந்துகொண்டும் இருந்தான். ஒவ்வொரு முறை அவன் வரும்போதும் அவன் முன்பிருந்தது போல் இருப்பதில்லை. டைம் பத்திரிக்கைக்கான அதிகம் அழுத்தம் தந்த அட்டைப்படக் கட்டுரை ஒன்றை முடித்துவிட்டு அமைதியான இந்தப் பாலைவனத்தில் காரோட்டிக்கொண்டு வரும்போது அவன் அனுபவித்த கலாசார அதிர்ச்சி மற்ற யாராயினும் அவர்களை ஒரு வழி ஆக்கிவிடும். ஒரு நாள் முழுவதும் அவன் அப்படித்தான் இருப்பான். அவன் கடிதங்களும் எட்டிக்காக துப்பாக்கியும் கொண்டு வந்திருந்தான். நாங்கள் இருவரும் ஒன்றாக பேசிச் சிரிக்கத் தொடங்கினோம். ஆனால், எட்டிக்குத் திரும்ப போய் தூங்கவேண்டும் என்பது புரிந்தது. என்ன நடக்கிறது என்ற அவனுக்குப் புரியவில்லை. அதனால் பரிசுப் பொருட்களை பிரிப்பதை காலைவரை ஒத்தி வைக்கலாம் என்று முடிவு செய்தோம்.

அனைவரும் வெகு சீக்கிரமாக எழுந்துவிட்டோம். அது ஒரு கிறிஸ்துமஸ் காலைப் போல இருந்தது. தன் புது துப்பாக்கியைப் பார்த்து எட்டி அகமகிழ்ந்தான். நண்பர்களிடமிருந்து வந்த கடிதங்களை நான் ஆவலுடன் வாசித்தேன். ரிக் புகைப்படங்கள் எடுத்தான். நான் ஏற்கனவே எட்டியிடம் புகைப்படம் எடுப்பது பற்றி சிறிது முன்னெச்சரிக்கை விடுத்திருந்தேன். ஆனால், இதுவோ? ரிக் அமர்ந்துகொண்டும், முழங்காலிட்டுக் கொண்டும், சப்பணமிட்டுக்கொண்டும், படுத்துக்கொண்டும், கிளிக் கிளிக் என்று கிளிக்கினான். எட்டி என்னைப் பார்த்தான். தலையைச் சொறிந்தான். இவன் யார்? இவனுக்கு என்ன வேண்டும்? எதற்காக இத்தனை படங்கள் எடுக்கிறான்?

நான் அவனுக்கு எடுத்துச் சொல்ல முயற்சி செய்தேன். ஆனால்,

என்ன கூற முடியும்? “ரிக் போதும் போதும் நிறுத்து” என்றேன். ரிக் மற்றொரு கேமராவை வெளியில் எடுத்தான். “இரு இதற்கு ஒரு வழி இருக்கிறது” என்று கூறினான். அது ஒரு போலராய்ட் கேமரா. அதன் மூலம் எட்டியை ஒரு புகைப்படம் எடுத்து, அதை அவனிடமே கொடுத்தான்.

எனக்கு அதிகம் கோபம் வந்தது. “இது வீணாக அவர்களுடன் சண்டைக்கு அழைப்பதைப் போல இதோ பார் ரிக், அவனுக்கு புகைப்படம் எடுத்தால் பிடிக்காது. அதனால் நிறுத்திவிடு”என்றேன்.

இது நியாயமில்லைதான். ரிக் நிச்சயமாக தீங்கு நினைக்கவில்லை. அவன் வருத்தப்பட்டான். “இதை நான் ஏன் எடுத்துக்கொண்டு வந்தேன் என்றால், புகைப்படக்காரர்கள் எப்போதும் புகைப்படம் அனுப்பவதாக உறுதியளித்துவிட்டு, அனுப்புவது கிடையாது. மேலும், இது ஒரு பரிவர்த்தனைதான். உடனடியாக அவர்களின் புகைப்படத்தை அவர்களிடம் தருவது” என்றான். இதை ஒரு மட்டமான தந்திரம் என்று எட்டி கருதுவான் என்று எனக்குத் தெரியும். அவன் அப்படித்தான் நினைத்தான். அவனுக்கு ரிக்கைப் பிடிக்கவில்லை. தன் முகம் உள்ள ஒரு உபயோகமில்லாத ஒரு துண்டு தாள் லஞ்சமாக தரப்படுவது, அவனுக்குப் பிடிக்கவில்லை. பதற்றம்.

ரிக் இரண்டு மைல் தூரம் சாலையில் காரை ஓட்டிக்கொண்டு சென்றான். நானும் எட்டியும் அமைதியாக மூட்டை முடிச்சுகளை கட்டினோம். அவன் மீண்டும், இவை ஏன் இப்படி நடக்கின்றன என்று கேட்டான். நான் அவனுக்குப் புரியவைக்க முயற்சி செய்தேன். முடியவில்லை. எது நடக்கும் என்ற நான் பயந்தேனோ, அது நடந்துகொண்டிருக்கிறது. மேலும், அது கட்டுப்பாட்டில் இல்லை.

நாங்கள் சேர்ந்து சாலையில் நடந்தோம். அங்கு ரிக்கின் கார் நின்றிருந்தது. ரிக் அதன் மேல் நின்றுகொண்டிருந்தான். அவன் கண்மணியிலிருந்து நீண்டதொரு லென்ஸ் நீட்டிக்கொண்டு இருந்தது. இச்சூழலை எட்டியே சமாளிக்கட்டும் என்று நான் விட்டுவிட்டேன். நாங்கள் காரை அடைந்ததும், எட்டி தன் கைகளை உயர்த்தி ஆங்கிலத்தில் No Photograph என்றான். பின் பிட்ஜன்ஜாரா மொழியில் அது எனக்குப் பிடிக்கவில்லை என்றான். நான் சிரித்தேன். அந்த ஒரு கணத்தை மட்டும் புகைப்படம் எடுத்துவிட்டு ரிக் நாங்கள் சொன்னபடி கேட்டான். பல நாட்களுக்குப் பிறகு அந்தப் புகைப்படத்தைக் கழுவிப் பார்த்தபோது, உயர்த்தி சந்தோசமாக வணக்கம் கூறும் வயதான ஒரு பூர்வகுடி மனிதனைப் பார்த்து, ஒரு பெண்மணி புன்னகை புரிவது போல் இருந்தது. நுட்பமான கேமரா கண்ணிற்கு

இது உதாரணம். அந்த ஒரு படம் கோடி செய்திகளைப் பேசுகிறது. அல்லது கோடி பொய்களைக் கூறுகிறது. நான் இப்போது அதைப் பார்க்கும் போதெல்லாம் பயணத்தின் அத்தனை படங்களுக்கும் ஒரு சாட்சியாக நிற்கிறது. ரிக் எடுத்த அத்தனை புகைப்படங்களும் எனக்குப் பிடிக்கும்தான். ஆனால், அவை அனைத்தும், அவனுடைய பயணத்தின் படங்கள். என்னுடைய பயணத்தின் படங்கள் அல்ல. அன்பு ரிச்சர்டுக்கு எப்போதாவது இது புரியுமா என்று தெரியவில்லை. பின், வார்பர்டனில் க்ளென்டில் எட்டியிடம் தன் படத்தை என்ன செய்வான் என்ற கேட்டபோது, அதை எறிந்துவிடுவேன் என்று எட்டி பதிலளித்தான். நாங்கள் வெடித்துச் சிரித்தோம்.

ஆனால், ரிச்சர்டைப் பொறுத்தவரை அது அநியாயமானது. அவன் அதை நல்ல விதமாக எடுத்துக்கொண்டு, எங்களிடையில் புகாமல் இருக்க முயற்சி செய்தான். அவன் ஒருபோதும் மற்றவர்களைப் போல அனுமதியற்றோ, கட்டாயப்படுத்தியோ, புகைப்படங்கள் எடுத்ததில்லை. மேலும், புகைப்படத்திற்கு ஏன் தடை என்பதை அவன் புரிந்துகொள்ளவே இல்லை. பூர்வகுடியினரோடு அவன் இருந்ததில்லை. தான் தனித்து விடப்பட்டதாக எண்ணி எரிச்சல் அடைந்த போதெல்லாம் அவன் சாமர்த்தியமாக அக்கணங்களை அழித்தான். அந்த கடுமையான சூழல் நான் நினைத்ததைவிடவே மிகவும் எளிதாக கடந்து சென்றுவிட்டது.

வார்பர்டன் ஒரு மட்டமான ஊர். நான் கடந்து வந்த கிராமங்களின் கம்பீரத்திற்கும் சிறிய குடியிருப்புகளின் அழகிற்கும் இது ஒரு அதிர்ச்சியாய் இருந்தது. விறகிற்காக ஒவ்வொரு மரமும் வெட்டிச் சாய்க்கப்பட்டிருந்தன. நீர்நிலையை சுற்றியிருந்த பசுமை அனைத்தையும் கால்நடைகள் தின்று தீர்த்துவிட்டன. புழுதி மூச்சை அடைக்கும் மேகங்கள் போல் எழும்பின. குளிர்காலமாக இருந்தாலும்கூட ஈக்கள் உடம்பின் முழுவதும் அப்பிக்கொண்டன. பூர்வகுடி மக்களின் கொட்டகைகளும் குடிசைகளும், சூழப்பட்டு இந்த கொடுமையான இடத்தில், வெள்ளையர்களின் கட்டிடங்கள் ஒன்றாக, உயரமான கம்பி வேலிகளால் (பழங்குடியினரின் முற்றுகைக்கு பயந்து) சூழப்பட்டு இருந்த ஒரு மலை காணப்பட்டது. உற்சாகத்துடன் கூடிய குழந்தைகள் நல்ல வேலை அங்கிருந்தனர். வயதானவர்களைப் போல இல்லாமல் புகைப்படம் எடுப்பது அவர்களுக்கு பிடித்திருந்தது.

ரிக் டஜன் கணக்கில் போலராய்ட் புகைப்படங்களை அவர்களுக்குத் தந்தான். அந்த இடத்தில் காணப்பட்ட சோர்வை மீறி நான் அங்கு தங்கியிருந்த நேரம் முழுவதும் ஒரு கோலாகல சூழ்நிலையே நிலவியது.

க்ளென்டில் வந்தான். பின், ரிக்கும் இருந்தான். எட்டி என்னை விடாது, முகாம்களுக்கு அழைத்துச் சென்று தன் நண்பர்களையும், உறவினர்களையும் அறிமுகம் செய்து வைத்தான். அந்தப் பொழுதில் நாங்கள் அமர்ந்துகொண்டு, காலம் மென்மையாக மிதந்து செல்ல, இந்தப் பயணத்தைப் பற்றியும், நாங்கள் எவ்வாறு மகிழ்ச்சியுடன் இருந்தோம் என்பதைப் பற்றியும், பின் ஒட்டகங்களைப் பற்றியும் பேசினோம். ஒட்டகங்கள், ஒட்டகங்கள், ஒட்டகங்கள். ஒரு வயதானவன் நான் எட்டியுடன் படுத்துக்கொண்டேனா என்று கேட்டான்? நான் அதிர்ச்சியில் உறைந்துபோனேன். பின்புதான் அவன் கூறியது நாங்கள் இருவரும் அருகருகே படுத்துக்கொண்டோமா என்று கேட்டான் என்பதை உணர்ந்தேன். ஒரே வில்சாவில் ஒருவர் அருகில் உறங்குவது என்பது நட்பைக் குறிக்கும். சேர்ந்திருத்தலைக் குறிக்கும்.

எட்டி என்னைவிட்டுப் பிரியும் நேரம் வந்தபோது, அவன் ஓரக்கண்ணால் ஒரு கணம் என்னை நோக்கினான். என் கையைப் பிடித்துக்கொண்டான். புன்னகைத்து தலையை ஆட்டினான். துப்பாக்கியை ஒரு சட்டையில் சுற்றி டிரக்கின் பின்புறம் வைத்தான். பின் மனம் மாறி அதை முன்புறத்திற்குக் கொண்டு வந்தான். மீண்டும் அதையெடுத்து கவனமுடன் பின்பக்கம் வைத்தான். ஜன்னல் மூலமாக கையை ஆட்டினான். அதன் பின் அவனும் க்ளென்டிலும், க்ளென்டிலின் நண்பனான "வால க்ரன்கா" (வேகமான காகம்) அனைத்தும் புழுதியால் விழுங்கப்பட்டனர்.

ஒரு வாரம் மகிழ்ச்சியில் மிதந்தபடியே வார்டனில் தங்கினேன். இப்படியான ஒரு மனநிலை எனக்கு என்றும் இருந்ததாக நினைவில் இல்லை. இந்தப் பயணத்தில் பல விஷயங்கள் தவறாகவும், ஒன்றுமில்லாததாகவும், சிறிதாகவும் இருந்தன. இதற்கு முன்பான என் வாழ்க்கையும் உற்சாகம் மற்றும் ஆச்சரியங்கள் அற்றும் இருந்தும். இப்போது மகிழ்ச்சி என்னுள்ளே ஊற்றாய்ப் பெருகும்போது இந்தக் கத கதப்பான நீலக்காற்றில் நான் பறப்பது போல் இருந்தது. என்னைச் சுற்றி மகிழ்ச்சியின் ஒளிவட்டம் ஒன்று கிளம்பியது. அது எல்லா மக்களையும் தொற்றிக்கொண்டது. அது வளர்ந்துகொண்டே சென்றது. அது எங்கு பார்த்தாலும் பகிரப்பட்டது. கடந்த ஐந்து மாதங்களில் எதுவும் நான் கற்பனை செய்தது போல் நடக்கவில்லை. எதுவும் திட்டபடி செயல்படவில்லை. என் எதிர்பார்ப்புப்படி நிகழவில்லை. "ஆம் இதற்காகத்தான் நான் இதைச் செய்தேன்" என்றோ, ஆம் "இதைத்தான் எனக்காக நான் வேண்டி நின்றேன்" என்று கூறக்கூடிய கணமே இல்லை. உண்மையாக பார்த்தால் அது முழுவதும் மிகவும் கஷ்டமாகவும், சோர்வைத் தரக்கூடியதாகவும் இருந்தது.

ஆனால், நாள் ஒன்றுக்கு இருபது மைல்கள் மாதக்கணக்கில் நடக்கும்போது விசித்திரமான நிகழ்ச்சிகள் நடக்கும்தான். பின் நாட்களில் யோசிக்கும்போதுதான், அதைப் பற்றிய உணர்வே நமக்கு ஏற்படும். என் கடந்த காலத்தில் நிகழ்ந்த நிகழ்வுகளின், மிகச் சிறிய விசயத்தைக்கூட, அதில் சம்பந்தப்பட்ட அத்தனை மக்களையும் எனக்கு ஞாபகத்தில் இருந்தது. சிறு வயதின் என் உரையாடல்களின் ஒவ்வொரு வார்த்தைகளையும், என் காதில் விழுந்த அத்தனை வார்த்தைகளையும், எனக்கு ஞாபகம் இருந்தது. அதனால், அந்நிகழ்ச்சிகளை யாரோ ஒருவருக்கு நிகழ்ந்தது போல, உணர்ச்சிப் பிடிப்பற்று விமர்சிக்க முடிந்தது. பல காலமாய், மறந்தும் இறந்தும் போன மக்களை நான் மீண்டும் கண்டுபிடித்துக் கொண்டிருந்தேன். அவர்களைப் புரிந்துகொள்ள ஆரம்பித்தேன். என்னிடம் இருந்தது என்று எனக்கே தெரியாதவற்றை தூர் வாரினேன். மக்கள், முகங்கள், பெயர்கள், உணர்வுகள், அறிவுத் துண்டுகள், இவை அனைத்தும் ஆய்வுக்காக காத்துக்கொண்டிருக்கின்றன. என் மூளையில் அடைந்துகிடக்கும் குப்பைகளையும், அழுக்குகளையும் சுத்தப்படுத்தும் பிரமாண்டமான ஒரு பணி மேன்மையான அகத்தூய்மை பேறு, அதன் காரணமாக இப்போது மக்களுடன் எனக்குள்ள உறவினைத் தெளிவாக என்னால் காண முடிகிறது என்று நினைக்கிறேன். நான் மிகவும் சந்தோஷத்துடன் இருந்தேன். அதற்கு வேறு வார்த்தையே இல்லை.

ரிச்சர்ட் இதை மாயாஜாலம் என்றான். இத்தகைய சந்தேகமான மொழி உபயோகத்திற்காக அவனைக் கிண்டல் செய்தேன். அவனைப் பார்த்துச் சிரித்தேன். ஆனால், அவனோ, அதனால் ஆழமாக உருகிப் போயிருந்தான். வேட்கையுடன் கூடிய அவநம்பிக்கையுடன் நான் அந்தக் காலத்தைத் திரும்பிப் பார்க்கிறேன். உண்மையாகவே, நாங்கள் மாயா ஜால விதிகளை ஒட்டித்தான் பேச ஆரம்பித்திருந்தோம். விதி, நாங்கள் இருவரும் ரகசியமான, புரவியலான சக்தி ஒன்றை நம்பினோம். அது நிகழ்வுகளோடு, பண்ணிசைத்தால் அது தாளமிடக்கூடும். அன்பே!

2

ஜூலையில் வார்பர்டானைவிட்டு நகர்ந்தேன். மற்ற ஒரு மனித ஜென்மத்தை நான் காண ஏறக்குறைய ஒரு மாதம் போல் ஆகுமெனத் தோன்றியது. பயணத்தின் இந்தக் காலகட்டம்தான் என் உயிர்வாழும் திறமையை சோதிக்கப் போகிறது என்றபோது, பயணத்தில் நான் எப்பொழுதாவது இறக்க நேரிட்டால் அது இந்த யாருமற்ற, தந்திரமான, வெற்றுவெளியில் தான் என்றாலும், புதிதாய் என்னுள் பரவிய, அமைதியோடு, சிறிதும் பயமற்றும், என்னையே முழுமையாகச் சார்ந்து அப்பயணத்தை எதிர்நோக்கத் தொடங்கினேன்.

கன்பேரல் நெடுஞ்சாலை (ஆஸ்திரேலியர்களுக்குத்தான் என்ன ஒரு நகைச்சுவை உணர்வு) என்பது அருகருகே ஓடும் இரு பாதைகளைக் கொண்டது. அவை சில சமயம் மறைந்துவிடும். ஆனால், பொதுவாக அவை மேற்கு நோக்கி, நூற்றுக்கணக்கான மைல்களுக்கு சிறிதுகூட வரவேற்காத, நீரற்ற வெளிக்குக் கொண்டு சென்றுவிடும். அது உண்மையாக, நில அளவை குறிக்க போடப்பட்ட சாலை, இப்போது வருடத்திற்கு ஆறு வாகனங்கள் அதில் சென்றால் அதிகம்.

புது காலணிகளை அணிந்து கொண்டேன். எத்தனையோ விதமான காலணிகளை அணிந்து பார்த்துவிட்டேன். இவைதான் மற்ற எல்லாவற்றையும் விடச் சிறந்தவை. "பூட்"கள் மிகவும் கனத்துடனும், சூடாகவும் இருக்கும். ஓட உபயோகப்படும் காலணிகளோ காலை அரை மணி நேரத்திற்கு மண்ணும் வேர்வையும், காலுக்குக் கீழே முட்டுக்கட்ட ஆரம்பிக்கும் முன், சௌகரியமாக இருக்கும். தளர்ந்த செருப்புகள், கள்ளிகளின் முட்களிலிருந்து என்னைக் காப்பாற்றவில்லை என்றாலும், இரண்டே நாட்களில்

கொப்புளங்கள் வெடித்து, வலி உண்டாக்கியது. மேலும் இந்தக் கால கட்டத்தில் என் உடல்நிலை தக்க திறமையுடன் இருந்ததால், வலியும் குளிரும் என்னை எதுவும் செய்யவில்லை. என் தாங்குதிறன் நம்ப முடியாத உயரத்திற்குச் சென்றுவிட்டது. தம்மைத் தாமே வருத்திக் கொண்டு, வலியை உணராதவர்களைப் போல் நடிப்பவர்களைக் கண்டால் எனக்கு மிகவும் பொறாமையாக இருக்கும். இப்போது நானே அவ்வாறு இருக்கிறேன். பெரிய சதைத் துணுக்கு வெட்டப்படும் அல்லது கீறல் விழும். நான் "ஊப்ஸ்" என்ற ஒலியை மட்டும் எழுப்பிவிட்டு, அதைப் பற்றி அப்பொழுதே மறந்து விடுவேன். நான் செய்து கொண்டிருக்கும் காரியத்தில் முனைப்புடன் இருப்பதால் இச் சிறிய விஷயங்களில் நின்று காலத்தைக் கடப்பது எனக்கு இயலாத காரியமாக இருந்தது.

எனக்கு முன்பே காரில் "கன்பேரல்" வழியாக விலுனாவிற்குச் சென்று அங்கு காரை விடுவதாக ரிக் முடிவுசெய்தான். அதுதான் எங்கள் அடுத்த சந்திப்புக் களம். எனக்காக இரண்டொரு ட்ரம்களில் நீர் நிரம்பி வழியில் வைக்கச் சொல்லி அவனிடம் கூறியிருந்தேன். ஒவ்வொரு துளி நீரும் எனக்கு வேண்டுமாய் இருந்தது. ஒட்டகங்களுக்கு சிறிதளவே தீவனத்துடன், பாலைவனம் வறண்டும் வெப்பத்துடனும் காணப்படும். பூர்வகுடியினர் எனக்கு பாறை இடுக்குகளைச் சுட்டிக்காட்டி இருக்கலாம். இப்படியெல்லாம் உணர்வதில் சிறிது முட்டாள்தனம் இருந்தது. நான் செல்லும் வழியெல்லாம் ரிக்கின் வாகனத் தடம் இருக்க வேண்டும் என நான் விரும்பவில்லை. என்னுடைய பாதுகாப்பை விட ரிக்கின் பாதுகாப்பைப் பற்றி மிகவும் அக்கறையுடன் இருந்தேன். அந்த வாகனம் பழுதடைந்துவிட்டால், அவனுக்குத் தேவையான நீர் இருக்க வேண்டும். அப்படி ஏதாவது நடந்துவிட்டால் போகும் வழியிலேயே அவனையும் சேர்த்து அழைத்துச் செல்லலாம். என் பாதையின் நடுவழியில் தானும் இரண்டு ட்ரம் நீர் இறக்குவதாக க்ளெண்டிலும் கூறியிருந்தான். அதற்காக அவன் முற்களிலும், கள்ளிகளிலும் மணலிலும் 800 கொடுமையான மைல்கள் பிரயாணம் செய்ய வேண்டும். எப்பேற்பட்ட நண்பர்கள்!

என் புது செருப்பை அணிந்துகொண்டு புறப்பட்டேன். வழிபாதையை தொடர்வதை விட நாட்டின் குறுக்கே பிரயாணம் செய்யலாம் என முடிவெடுத்தேன். மணற்குன்றுகள், கள்ளிகள் மற்றும் முடிவுறா வெளியைத் தவிர வேறு எதுவும் இல்லை. இதுவரை யாருமே நடக்காத பாதையில் நான் நடந்துகொண்டிருக்கிறேன் போலும். தூய, இதுவரை யாருமே கால் பதிக்காத பாலை, கண்ணுக்கெட்டியவரை வெட்டவெளி, கால்நடைகள்கூட அதை இதுவரை சிதைக்கவில்லை.

மனித இனத்தின் ஒரு அணுகூட காணப்படவில்லை. நான் இதுவரை பார்த்தது போல் மணல் குன்றுகள் இணைகோடுகளாய் இல்லை. அவை மாறிமாறி காற்றை எதிர்ப்பதைப் போலவும், அலைத் தடுப்பான்களைப் போலவும் அமைந்திருந்தன. அவை எரிந்து போகாமல் விளங்கியதால், நான் இதுவரை கண்டவற்றிலிருந்து வேறு பட்டு விளங்கின. சுத்தமாகவோ, அல்லது பசுமை நிரம்பியது போல் மாயத் தோற்றத்திலோ அவை காணப்படவில்லை. உபயோகமற்ற, வறண்ட கள்ளிப் புதர்கள் அதில் வளர்ந்து அவற்றை அசைவற்றதாய் ஆக்கி இருந்தன.

இந்தப் பயணம் முழுவதிலும், நிலத்தைப் பற்றிய புரிதலையும், அறிவையும் நான் அடைந்துகொண்டே வந்ததில், அதை நான் எவ்வாறு சார்ந்து இருக்க வேண்டும் என்பதைக் கற்றுக்கொண்டேன். என்னை ஆரம்பத்தில் திகிலில் ஆழ்த்திய வெறுமையும், திறந்த வெளியும், இப்போது ஒரு சுதந்திர உணர்வையும், வளர்வதற்கான இலக்கில்லா மகிழ்ச்சியையும் தரக்கூடிய ஆறுதலாய் இருந்தன. ஆஸ்திரேலியாவின் கூட்டு மனசாட்சியில் இந்த வெளிக்கான உணர்வு ஆழமாக இருக்கும். இது கொஞ்சம் பயமுறுத்தக் கூடியது. அதனால் பெரும்பான்மையினர் கிழக்கு கடற்கரையோரமே சுற்றித் திரிவர். அங்கு வாழ்க்கை எளிதாகவும், வெட்டவெளி என்பது புரிந்துகொள்ளக் கூடிய ஒரு கருத்தாகவும் இருக்கும். ஆனாலும், எந்த ஒரு ஐரோப்பிய நாடுகளிலும் காணக் கிடைக்காத சாத்தியங்களும், சக்தியும், தரக்கூடியது. கூடிய விரைவில், இந்த இடமும் கையகப்படுத்தப்பட்டு, வேலி போடப்பட்டு, அடக்கப்பட்டுவிட்டும், ஆனால், இங்கு இப்போது அது சுதந்திர பூமியாகவும், கொஞ்சம்கூட கெட்டுப்போகாததாகவும், அழிக்கவே முடியாததாகவும் இருந்தது.

அந்த நிலத்தின் மேல் நடக்கும்போது, நான் மிகவும் ஆழமாகவும், எனக்கே தெரியாமலும், அதனோடு இயைந்து செல்லத் தொடங்கினேன். அசைவுகளும், தொடர்புகளும், வடிவங்களும் ஆழ்மனதிலேயே புரியத் தொடங்கின. மிருகங்களின் தடங்களை நான் பார்க்க மட்டும் இல்லை, அவற்றை உணரவும் தொடங்கினேன். ஒரு பறவையை நான் வெறும் கண்ணால் காணவில்லை. அதன் செயலுக்கும், வெளிப்பாட்டிற்குமான தொடர்பைப் புரிந்துகொண்டேன். அதன் தாக்கத்தைப் பற்றி எனக்குத் தெரியாமலேயே, சுற்றுச்சூழல் தன்னை எனக்குக் கற்றுக் கொடுத்தது. நான் பகுதியாய் இருந்த ஒன்றின் உயிராக அது மாறியது. ஒரு செயல் எவ்வாறு நடந்தது என்பதை விளக்க, நான் உதாரணங்கள் தர ஆரம்பித்தேன். மணலில் வண்டுகளின் தடத்தைக் காண்பேன். ஒரு காலத்தில் அது கண்ணுக்கு அழகான ஒரு

படம் போலத் தெரியும். இப்பொழுதோ அதைக் கண்டவுடன் அதன் தொடர்பாய் பல எண்ணங்கள், உடனே என் மனதில் குவிகின்றன. அது எந்த விதமான வண்டு, அது எந்த திசையில் சென்றது. ஏன் அவ்வாறு சென்றது. அது தடத்தை ஏற்படுத்தி நகர்கையில் அதைக் கொத்தித்தின்ன எது அருகில் இருந்தது? போன்ற கேள்விகள் பயணத்தின் ஆரம்பத்தில், மிகவும் அடிப்படையான இதுபோன்ற விசயங்கள் சொல்லிக் கொடுக்கப்பட்டிருந்தேன். இப்பொழுதே கற்றுக் கொள்வதை, கற்றுக்கொள்ளப் போதிய வாய்ப்புகள் இருந்தன. ஒரு புதிய செடி கண்ணில் படும். உடனே அந்த இடத்தில், மற்ற செடிகளுக்கும், மிருகங்களுக்கும் இடையே அச் செடியுடனான அந்த தொடர்பை அதனுடைய இருப்பை நான் கண்டு கொள்வேன். அதன் பெயர்கூடத் தெரியாமல், அதன் சுற்றுச்சூழலில் இருந்து அதை வெளியேற்றி, அதைப்பற்றிப் படிக்காமல்கூட அதை அடையாளம் கண்டுகொள்வேன். வெறுமே உயிர்மட்டும் இருந்து ஓர் இடத்தில் இருந்த உயிர் இப்போது மற்ற அனைத்திலும் தொடர்புள்ள ஒன்றாய் மாறி அத்துடன் அனைத்தும் தொடர்பில் இருந்தும், அது அனைத்தோடு தொடர்பில் இருக்கும் ஒன்றாய் மாறிவிடுகிறது. ஒரு பாறைத்துண்டைக் கையில் எடுத்து, “இது ஒரு பாறை” என்று மட்டும்கூட இப்போது என்னால் சொல்ல முடியாது.

ஒரு பெரிய வலைப் பின்னலின் ஒரு பகுதி என்றோ, அல்லது அனைத்துப் பொருட்களும் தங்கள் தாக்கத்தைச் செலுத்தும் ஒரு வஸ்து இது. இதுவும் தன் தாக்கத்தை மற்றவை மேல் செலுத்தும் என்று கூறுவேன். இத்தகைய எண்ண ஓட்டம் எனக்கு இயல்பாகப் போனபின், நானும் அந்த வலையில் என்னைத் தொலைத்துவிட்டேன். எனக்கான எல்லைகள் காலவெளியற்று அகன்றன. ஆரம்பத்தில் ஏதோ ஒரு காலகட்டத்தில் இவ்வாறு நடக்கும் என்று எனக்குத் தெரியும். அப்போது எனக்கு அது பயமளித்தது. அது ஒரு குழப்பமான நிலை என்று அதை எதிர்த்தேன். என்னைப் பலப்படுத்திக் கொள்ள தினசரி பழக்கவழக்கங்களை ஏற்படுத்திக் கொண்டிருந்தேன். அந்த சமயத்தில் அது மிகவும் தேவையான ஒன்றாக இருந்தது. ஏனெனில், நீங்கள் தெளிவற்றும், உடைந்தும் இருந்தால், உங்களின் எல்லைகள் உருகி ஓடுவதைக் காண, மிகவும் திகிலாக இருக்கும். ஆகவே, பாலைவனத்தில் உயிர் வாழ்வதற்கு, இந்த உடைந்து போவதைத் தொலைக்க வேண்டும். அதுவும் வேகமாகத் தொலைக்க வேண்டும். அது ஒன்றும் ஒரு மாய அனுபவம் இல்லை. அத்தகைய மாய வார்த்தைகளை உபயோகிப்பதுகூட ஆபத்தானதுதான். அவை தேய்ந்து போன வழக்குச் சொற்கள் அவற்றைத் தவறாகப் புரிந்துகொள்ள

வாய்ப்புகள் அதிகம். ஏதோ ஒன்று நடக்கிறது. அவ்வளவுதான். காரணமும் காரியமும் சுற்றுச் சூழலைப் பொறுத்து, உயிர்வாழ பல இடங்களில் பல விதமான சாகசங்கள் தேவைப்படுகின்றன. உயிர்வாழ்வதற்கான தகுதி என்பது, சுற்றுச்சூழலால் நாம் மாறக்கூடிய திறமைதான்.

நம் பழைய புரையோடிய எண்ணங்களுக்கு எதிராய், இத்தகைய எண்ணங்களுக்குள் நிஜவாழ்வில் மாறுவதென்பது மிகப் பெரிய போராட்டம்தான். அது நான் என் உணர்வோடு மேற்கொண்ட போர் அல்ல. அது என் மேல் திணிக்கப்பட்ட ஒன்று. நான் அதை ஒப்புக்கொள்ளவோ, மறுக்கவோ இயலும். அதை மறுப்பின் நிச்சயம் எனக்கு பைத்தியம் பிடித்து இருக்கும். என் எல்லைகளை அங்கு வைக்கத் தங்களுக்குத் தோன்றிய அனைத்தையும் படித்த மக்கள் செய்தனர். ஞாபகக் கிணற்றில் தூர் வாரினர். நேரம் மற்றும் அளவீடுகளால் அவர்கள் தாக்கப்பட்டனர். ஆனால், அவை இனி தேவைப்படாத காரணத்தால் இரண்டாம் இடத்திற்குத் தள்ளப்பட்டன. ஆழ்மனம் மிகவும் சுறுசுறுப்பாகவும் முக்கியமாகவும் ஆனது. எண்ணங்களாலும் கனவுகளாலும் அவை கட்டமைக்கப்பட்டன. ஒரு குறிப்பிட்ட இடத்தின் குணாதிசயத்தைப் பற்றிய பிரக்ஞை. அது எனக்கு அமைதியைத் தரும் நல்ல இடமா அல்லது எனக்குப் பொருந்தாத இடமா என்று வகை பிரிக்கத் தெரிந்தது. இவை அனைத்தும் பூர்வீகக் குடியினரின், நிஜத்தோடு சம்பந்தப்பட்டது. உலகம் என்பது, தம்மோடு பிரிக்க முடியாத ஒன்று என்று அவர்களின் மொழியில் கூறப்பட்டது போல. பிட்ஜன்ஜாரா மொழியிலும், ஏன் மற்ற எந்த பூர்வகுடி மொழியிலும்கூட "இருத்தல்" என்ற வார்த்தை கிடையாது என்று நான் நினைக்கிறேன். இந்தப் பிரபஞ்சத்தில் உள்ள அனைத்தும், தொடர்ந்து மற்றவற்றோடு தொடர்பு கொண்டே உள்ளன. ஆகையினால், இது வெறும் பாறை என்று மட்டும் கூற முடியாது. என்ன சொல்லலாம் என்றால், அங்கே ஒரு பாறை அமர்ந்திருக்கிறது. சாய்ந்து இருக்கிறது. நிற்கிறது, விழுகிறது, படுத்துக் கொண்டிருக்கிறது என்று கூறலாம்.

சுயம் என்ற ஒன்று நம் தலைக்குள் வசிக்கும் ஒன்றல்ல. அது தூண்டுதலுக்கும் மனதுக்கும் நடுவே ஆன ஒரு எதிர்வினை ஆகும். தூண்டுதல் என்பது சமூகத்திற்கு எதிராக இருந்தால், சுயம் அதன் சாரத்தை விளக்கவதற்கும் அதன் பரிணாமத்தைப் புரிந்து கொள்ளவும், சங்கடப்படும். பாலைவனத்தில் இருக்கும் சுயம் நாளாக நாளாக பாலையைப் போலவே ஆகிவிடுகிறது. உயிர்வாழ்வதற்காக அது அப்படித்தான் ஆக வேண்டியிருக்கிறது. அது எல்லையற்றதாய்,

அதன் வேர்கள், நினைவில் இருப்பதைவிட ஆழ்மனத்தில் வேரூன்றி, தேவையில்லாத பழக்கங்களை எல்லாம் கழற்றிவிட்டு, வாழ்தலுக்கான நடைமுறை சாத்தியங்களைப் பற்றி எண்ணிக்கொண்டு இருக்கின்றது. ஆனால் அதன் இயல்பினால், அது தனக்கும் கிடைக்கும் அத்தனை தகவல்களையும், புரிந்துகொள்ளவும், சேமித்துக் கொள்ளவும் மிகவும் ஆசைப்படுகிறது. அத்தகவல்கள் பாலைவனத்தில் மாய உலகின் மொழியாக மாறிவிடத்தான் போகிறது.

நான் என்ன கூற வருகிறேன் என்றால், நீங்கள் நடக்கும்போதும், தூங்கும்போதும், நிற்கும்போதும், மலஜலம் கழிக்கும்போதும், உங்கள் மேல் ஏதாவது படரும்போதும், உங்களைச் சுற்றியுள்ள தூசை புசிக்கும்போதும், உங்கள் அருகே யாரும் இதுதான் சமூக விதி என நினைவுபடுத்த இல்லாதபோதும், சமூகத்துடன் உங்களை சம்பந்தப்படுத்திக் கொள்ள எதுவும் இல்லாதபோதும், உங்களை அதிர்ச்சி அடையச் செய்யும் மாற்றங்களுக்கு நீங்கள் தயாராக இருப்பது நல்லது. பூர்வகுடியினர் எவ்வாறு தங்கள் நிலத்துடன் ஒத்தியைந்து உள்ளனரோ, அதே போன்றதொரு ஒத்திசைவின் ஆரம்பம் கருவிலிருந்து என்னுள்ளும் நிகழ்ந்து கொண்டிருந்தது.

என் பயத்திற்கு வேறு ஒரு குணமிருந்தது இப்போது. அது நேரடியாகவும், உபயோகமாகவும் இருந்தது. அது என்னைச் செயலிழக்கச் செய்யவில்லை அல்லது என் திறமையை அது பின்னப்படுத்தவில்லை. இருத்தலுக்காக, வாழ்தலுக்காக ஒருவருக்குத் தேவைப்படும் இயற்கையான ஆரோக்கியமான பயம் அது.

நான் ஓயாமல் என்னுடனோ, டிக்கிட்டியுடனோ அல்லது என்னைச் சுற்றியுள்ள நிலத்துடனோ பேசிக்கொண்டே இருந்தாலும் நான் தனிமையில் இல்லை. அதற்கு மாறாய் ஒரு மனிதனை, நான் காண நேர்ந்திருந்தால், நான் ஒளிந்து கொண்டிருப்பேன். அல்லது, அந்த மனிதனை ஒரு புதரைப் போலவோ, பாறையைப் போலவோ, ஒரு பல்லியைப் போலவோதான் நடத்தியிருப்பேன்.

மணல்குன்றுகளைத் தாண்டுவது மிகவும் கடினமாக இருந்தது. மேலே ஊர்ந்து சென்று, பின் சறுக்கிக் கீழே வரவேண்டும். ஒட்டகங்கள் தாங்கள் சுமக்க முடியும் அத்தனை பாரத்தையும் சுமந்து கொண்டிருந்தன. அவை பேய்களைப் போல வேலை செய்தன. அவை எப்பொழுதும் முடியவில்லை என சோரவில்லை. ஏதாவது ஒன்று கள்ளிகளில் தடுமாறி விழுந்து பின் உள்ளவற்றின் மூக்கணாங்கயிற்றை இழுத்தபோதும் அவை, குறைபட்டுக்கொள்ளவில்லை. அத்தகைய

நடுநிலைமையான மிருகங்கள். ஸ்பினிஃபெக்ஸ் என அழைக்கப்படும். எங்கு பார்த்தாலும் நீக்கமற நிறைந்திருக்கும் பாலைவனப் புல் புதரை, பார்த்தால் பார்த்த இடத்திலேயே எரித்து அழிக்கத் தோன்றும். இவை ஏறக்குறை ஆறு அடி அகலத்திற்கும், நான்கடி உயரத்திற்கும், இடைவெளியற்று வளர்ந்து நிற்கும். நடப்பதை அவை தடை செய்தன. மிகவும் வலியுண்டாக்கி சோர்வுறச் செய்தன. ஒரு குத்துச் செடி முழுவதும் முட்களால் ஆனது. அதன் முனைகளில் இருந்து சிறு முட்கள் சதையில் குத்தி, அரிப்பை ஏற்படுத்தி எரியும். மணல்குன்றுகளை விட்டுவிட்டு, முடிவில்லாத, தட்டையான, வெப்பமான, முட்புதர்களின் கழிவுகள் நிரம்பிய, வெட்டவெளி நோக்கிச் செல்லத் தொடங்குவேன். அவ்வப்போது முல்கா புதர்கள் நிரம்பிய ஆழமில்லாத சாக்கடைகளும், அதிர்ஷ்டமிருந்தால், ஒட்டகங்களுக்கு ஏதாவது உண்பதற்குக் கிடைக்கலாம். பாலைவனம் அவற்றை எப்படி நடத்தப் போகிறதோ தெரியவில்லை.

அளவில்லாமல் மைல்களுக்கு மேல் மைல்கள் கடந்து, முடிவே இல்லாத மணல்குன்றுகளை மட்டுமே கடந்து செல்கையில், இந்த நிலத்தைக் கடக்கத் தேவைப்படும் சக்தி என்பது மனித குலத்திலிருந்து வெளியே தங்கியிருக்கும் மகிழ்ச்சியிலிருந்து, அப்பாற்பட்டது என்று முடிவு செய்தேன். என் திசைமானியைத் தொலைத்துவிட்டேன். சிறிது கூட பதட்டமில்லாமல், வந்த வழியே சென்று அதைக் கண்டு பிடித்தேன். முட்டாள்தனமான தவறு. இந்த நிலப்பரப்பில் ஒரு திசைமானியை சார்ந்து இருப்பதுகூட கடினமானது. என் வழியில் திடீரென்று கடந்து செல்ல முடியாத அடர்த்தியான முல்கா புதர்கள் தோன்றும், அதை நேராக கடக்க முயற்சி செய்தால், அதில் சிக்கி, என் பைகள் எல்லாம் கிழிந்து கடைசியில் என் முயற்சியைக் கைவிடுவேன். இதனால் ஏறக்குறைய ஒரு மைல் தூரம் சுற்றிச் செல்ல வேண்டியிருக்கும். அல்லது கூரிய செங்கற்கள் நிறைந்த மலையைச் சுற்றிச் செல்ல வேண்டியிருக்கும். வேறுவழியில் செல்லச் செல்ல முடிவெடுத்தேன். வழித்தடம் எப்படி இருக்கும் என்று எனக்குத் தெரியவில்லை. ரிக்கின் வாகனத் தடம் இல்லாத கற்கள் நிரம்பிய பாதையில் அதைக் கண்டுபிடித்துவிடுவேனோ என்று தெரியவில்லை. அன்று 30 மைல்கள் நடந்தேன். இரவிற்குள் சரியான பாதையைக் கண்டுபிடித்து விடலாம் என்று நம்பினேன்.

அது என்னைக் கொன்றது. என் இடுப்பு கழன்று விடுவதைப் போல் இருந்தது. நடப்பது தாங்க முடியாத வேதனையாய் இருந்தது. நொண்டி நொண்டி நடப்பது, வெப்பத்தைக் காட்டிலும் என் சக்தியை உறிஞ்சுவதாய் இருந்தது. சூரியன் என் முகத்தை எரித்து,

நீர்வ்சத்தை உறிஞ்சி என் உதட்டை எல்லாம் வெடிக்கச் செய்தது. நல்ல வேளையாக சாலையைக் கண்டுபிடித்துவிட்டேன். அதைக் கண்டவுடனே அங்கு முகாமிட்டுவிட்டேன்.

காலையில் கண்ணுக்குத் தெரிந்த வரையில் கன்பேரல் விரிந்து இருந்தது. அதன் இரு பக்கங்களிலும் ஸ்பினிடெக்ஸ் நிலம் படர்ந்து இருந்தது. காலையில் தங்க நிறத்திலும், இளஞ்சிவப்பிலும் காணப்பட்ட அவை, சூரியன் உயர உயர, பழுத்த பச்சையாக மாறும். விதைகள் நிரம்பிய குச்சிகள், என்னவொரு ஏமாற்று நகரம் இது? வெப்ப அளவின் அதிகபட்சம் என்பதை உணர்ந்தால்தான் புரிந்துகொள்ள முடியும். மிகக் குளிர்ச்சியான காலையில் இருந்து, கொதிக்கும் மதியம் வரை, பின் குளிர்ச்சியான மாலைக்குச் சென்று, உறைய வைக்கும் இரவு வரும். நான் பொதுவாக ஒரு ட்ரௌசரும், அதிகம் கனக்காத ஒரு சட்டையும், ஆட்டுத்தோலினால் செய்யப்பட்ட மேலங்கியும் அணிவதில்லை. என்னை நடுக்கிக்கொண்டே, என் உடலுக்கு வெப்பம் ஏற்றும் வித்தையைக் கற்றுக்கொண்டேன். நான் கற்றுக்கொண்ட மற்றொன்று, பகல் நேரத்தில் குடிக்கக் கூடாது என்பதுதான். காலையில் நான்கு அல்லது ஐந்து கோப்பைத் தேநீர் குடிப்பேன். மதியம் அரைக் கோப்பை மட்டும் குடிப்பேன். இரவு முகாமிடும் வரை எதுவும் குடிப்பதில்லை. அதன் பிறகு எட்டு அல்லது ஒன்பது கோப்பைகள் வரை எதுவும் குடிப்பேன். பகல் நேரத்தில் சூரியனும், உலர்ந்த காற்றும் உங்கள் உடலில் இருந்து வியர்வையை உறிந்துகொள்ளும். எவ்வளவுக்கு எவ்வளவு நீங்கள் ஏதாவது பானம் அருந்துகிறீர்களோ அந்தளவு வியர்வை வெளியேறும்.

சமவெளியே தொடர்ந்து வருவதால், புவியியல் மாறுபாடு ஏதாவது தென்பட்டால், அதை மிகவும் வரவேற்பேன். சிறிய சாக்கடை போன்ற பள்ளங்களைக் கண்டால்கூட நான் மகிழ்ச்சியில் கூத்தாடுவேன். ஏனெனில், அதைச் சுற்றியுள்ள சமவெளியைக் காணும்போது, அது மிகவும் கவர்ச்சிகரமாகத் தோன்றும், ஒருமுறை நிழலே தராத சில மரங்களுக்குக் கீழ் ஒரு புழுதி நிரம்பிய பள்ளத்தில் தங்கினேன். அந்த இடம் ஒரு தாஜ்மஹால், என் அழகுணர்வுக்குச் செய்யக்கூடியதைக் காட்டிலும், பன்மடங்கு அதிகமாக அழகுணர்வைத் தூண்டியது. அங்கு மிருகங்களுக்குச் சில தீவனமும், தங்கள் மனதிற்கேற்ப புரண்டு உருளக் கூடிய இடமும் இருந்தது. மதியத்திலேயே அவர்களின் சேணமெல்லாம் எடுக்கப்பட்டு, அவை உடனே விளையாடத் தொடங்கிவிட்டன. நான் அவற்றை சில நிமிசம் சிரித்தபடியே பார்த்துவிட்டு, பின் என் உடைகளை எல்லாம் கழற்றிவிட்டு, அவற்றுடன் விளையாடத் தொடங்கிவிட்டேன். நாங்கள் உருண்டு

உதைத்து ஒருவர் மேல் ஒருவர் புழுதி பறக்க விளையாடினோம். டிக்கிட்டி மகிழ்ச்சியில் தன்னை மறந்தாள். என் மேல் முழுவதும் ஆரஞ்சு நிற மண் ஒட்டியிருந்தது. என் தலை முடி சிக்கலானது. என்னை மறந்து என் நினைவு இல்லாமல் எந்தவொரு பசப்பும் அற்று நான் விளையாடிய உண்மையான ஒரு மணி நேரம் அது நம்மில் பலரும் எவ்வாறு விளையாடுவது என்பதை மறந்துவிட்டோம். அதற்குப் பதில் விளையாட்டுகளை உருவாக்கிவிட்டோம். இந்த விளையாட்டில் போட்டி மனப்பான்மையே இருக்கின்றன. ஜெயிக்க விரும்புவதும் மற்றவரைத் தோற்கடிக்க நினைப்பதும்தான் விளையாட்டுத்தனத்தை மாற்றி வைத்துவிட்டது.

அடுத்த நாள் காலை நான் புறப்பட்டபோது, என்னுடைய கடிகாரத்தில் நான்கு மணிக்கு அலாரம் மணி அடிக்க வைத்து, இந்த மணல் படுக்கையின் அருகே உள்ள ஒரு மரத்தின் கீழ் வைத்துவிட்டேன். அந்தச் சிறு இயந்திரத்துக்குச் சரியானதொரு முடிவு. அதைக் கொண்டாடுவதற்கு, காலி ஈயக்குண்டுகளைக் கட்டிக்கொண்டு ஒருவன் நடனமாடுவது போல் நானும் நடனமாடினேன். என்னைப் பார்ப்பதற்கு அளவில் மிகப் பெரிய காலணிகள் அணிந்த அழுக்கான கால்சட்டை அணிந்த, கிழிந்த சட்டை அணிந்த பொருக்கு தட்டிய காலும், கையும் உடைய, முகமெல்லாம் மண் அப்பிய ஒரு பைத்தியக்காரியைப் போல இருந்தேன். எனக்கு என்னை இப்படித்தான் பிடித்தது. எந்தவொரு வேசமும் அழகூட்டலும் கவர்ச்சியும் இல்லாமல் இருப்பது மிகப் பெரிய நிம்மதியாகயிருந்தது. ஒரு பெண் தன்னை மறைத்துக் கொள்ளும் பொய்யான, அசிங்கமான, தன்னைக் குறைப்படுத்திக் கொள்ளும் கவர்ச்சி இல்லாமல் இருந்தேன். என் தொப்பியை என் காதுகளுக்குப் பின்னால் இழுத்துவிட்டுக் கொண்டேன். “இதை நான் ஞாபகத்தில் வைத்துக்கொள்ள வேண்டும். இந்த வலைகளில் நான் மீண்டும் விழுந்துவிடக் கூடாது.

மக்கள், நான் எவ்வாறு இருக்கிறேனோ அவ்வாறே என்னைக் காண வேண்டும். இப்படியா? ஆம். ஏன் கூடாது? அப்போதுதான் எனக்கு ஒன்று புரிந்தது. ஒரு சூழ்நிலையில் சரியாக இருக்கும் சில விதிகள், வேறொரு சூழ்நிலையில் சரியாக இருக்க வேண்டும் என்பது அவசியம் இல்லை. அங்கு இதுவும் ஒரு வேசமாகத்தான் இருக்கும். அங்கு நிர்வாணம் கிடையாது. யாராலும் அவ்வாறு இருக்க முடியாது. அங்கு அனைவருக்கும் ஒரு சமூக உருவம் இருந்தது. குடித்து, முட்டாளாகி, நிர்வாணம் என்பது அசிங்கமென்று உணரும் வரை அது பலப்பட்டுக்கொண்டு இருந்தது. இப்போது எதற்கு இதெல்லாம்? மக்கள் ஏன் பயத்துடனும் பொறாமையுடனும் ஒருவரை

ஒருவர் சுற்றிக்கொண்டு திரிகின்றனர். அவர்கள் பயப்படுவதும் பொறாமைப்படுவதும் ஒரு மாயைதானே? அவர்களைச் சுற்றி ஏன் ஒரு மனோதத்துவக் கோட்டையையும், தடுப்பையும் கட்டிக்கொண்டு, அதை உடைப்பதற்கு முனைவர் பட்டத்தைப் பெறவேண்டும். உண்மையில் உள்ளிருந்து அதை ஊடுருவ அவர்களாலே முடியாது. மீண்டும் ஒருமுறை நான் ஐரோப்பியச் சமூகத்தையும், பூர்வகுடியினரின் சமூகத்தையும் ஒப்பிடுகிறேன். ஒன்று தொடர்ச்சியான பயத்துடனும், அழிக்கும் மனநிலையுடன் அனைத்தையும் பற்றிக்கொள்ளும் மனோபாவத்துடன் இருக்கையில் மற்றொன்று மிகவும் தெளிந்த மனநிலையில் இருக்கிறது. இந்தப் பாலைவனத்தைவிட்டு விலகவே எனக்குப் பிடிக்கவில்லை. நான் மறந்து விடுவேன் என்பது தெரியும்.

கன்பேரலைப் பாதியளவு கடந்துவிட்டேன். எப்போது என்று எனக்குத் தெரியவில்லை. ஏனென்றால், பாலைவனத்தில் நேரமானது தனக்கென ஓர் உருவைக் கொண்டிருக்கவில்லை. அது வட்டமாகவும், கூம்பு போன்றதாகவும், சுரங்கம் போன்றும் ஓடுவதற்கு விருப்பப்பட்டது. மேலும் அது எப்படி இருந்தாலும் பொருட்டில்லை. நான் ஏதோ சில மலைகளில் இருந்து ஐந்து மைல் தொலைவில் இருந்தேன். மிகவும் வெப்பமாக இருந்தது. ஸ்பினிஃபெக்ஸ் புற்களைத் தவிர்த்து, வேறெதையும் இதுவரை கண்ணால் கண்டதே இல்லை. "ஓ!. அந்த மலைகளுக்குச் செல்ல எனக்கு எவ்வளவு விருப்பமாக இருந்தது? அதன் மீது மரங்கள் தென்பட்டன. ஆ! மரங்கள், திடீரென்று என்னை நோக்கி ஒன்றல்ல இரண்டல்ல, நான்கு காட்டு ஒட்டகங்கள் மூக்கில் நுரை தள்ள பெண் ஒட்டகங்களையும் பிரச்சினைகளையும் தேடி ஓடி வந்து கொண்டிருந்தன.

"சரி பதற்றப்படாதே ராபின், உன் முதுகின் பின்னாலும், உன் புருவங்களில் இருந்து வழிந்து கொண்டிருக்கும் வியர்வையை நிறுத்து. புதர்களுக்குப் பின்னால் ஒளிந்து கொள். சுட்டுக் கொல்."

சரி, ஆனால், இதில் கஷ்டமான விசயம் என்னவென்றால், எனக்கு ஒட்டகங்கள் பிடிக்கும். அவற்றைத் துன்புறுத்த எனக்குப் பிடிக்காது. அவற்றை அச்சுறுத்துவதற்காகத் துப்பாக்கியால் மேல் நோக்கிச் சுட்டேன். பயந்துகொண்டு அவை ஓடி விடும் என்று நினைத்தேன். ஆனால், அவை வந்துகொண்டே இருந்தன. சரி, ஒன்றைச் சுடத்தான் வேண்டும். ரத்த வாசனை கண்டுவிட்டால், அவை சென்றுவிடும். நான் அருகில் சென்று, முழங்கால் இட்டு, அவற்றின் தலையைக் குறி பார்த்தேன். விசையை அழுத்தியபோது எதுவும் நிகழவில்லை. எதுவுமே நிகழவில்லை. துப்பாக்கி மாட்டிக்கொண்டு விட்டது. துப்பாக்கி உதவவில்லை. எழுந்து உதவி உதவி எனக் கத்திக்கொண்டு

வார்பர்ட்டான் வரை ஓட வேண்டும் போல் இருந்தது. “கடவுளே, கடவுளே” எனக் கத்தினேன். ஒட்டகங்கள் அருகே வந்து இருந்தன. துப்பாக்கியைத் தரையில் அடித்து, உரத்தகுரலில் கத்திக்கொண்டே கத்தியால் அதைச் சரி செய்ய முயற்சி செய்தேன். ஒன்றும் பலனளிக்கவில்லை.

எரிந்துபோன ஒரு துண்டு விறகு கண்ணில்பட்டது. அதில்தான் பப்பைக் கட்டி வைத்திருந்தேன். முன் யோசனையாக, அவன் மூக்காணாங்கயிற்றைக் காலோடு சேர்த்துக் கட்டினேன். நிஜமான சண்டை வந்துவிட்டால் அவன் அந்த விறகைப் பெயர்த்தெடுத்துக் கிளம்பி விடுவான் என்று எனக்குத் தெரியும். டிக்கிட்டியைப் பற்றியோ, கோலியத்தைப் பற்றியோ நினைக்க எனக்கு நேரமில்லை. ஏனெனில் இந்தப் புதிய ஒட்டகங்கள் 10 அடி தூரத்திலேயே இருந்தன. அவை மிகவும் பெரிதாகக் காணப்பட்டன. டூக்கியும், ஜெல்லும் எழுந்தும் அமர்ந்தும் கொண்டிருந்தனர். அவர்கள் மிகவும் பதற்றத்துடன் இருந்தனர். ஒரு காளையை நோக்கி, ஒரு பாறையை எடுத்து வீசினேன். அவன் வாயில் இருந்து, ஒரு திரவத்தை (சிவப்பு, பச்சை, நீல நிறத்திலான பலூன் போன்ற ஓர் அவயம், அதில் சகிக்கவே முடியாத துர்நாற்றத்தில் ஒரு திரவம் இருக்கும். அது பெண் ஒட்டகங்களுக்கு மிகவும் பிடிக்கும்). என் மேல் வீசிவிட்டு என்னைச் சுற்றிச் சுற்றிப் பிடிக்க வந்தான். நான் மற்றொரு பாறையை அவன்மேல் எறிந்து என் இரும்புக் கம்பியால் அவனைப் பயமுறுத்தினேன். அவன் சிறிது பின் வாங்கி என்னை ஒரு பைத்தியக்காரியைப் போல் பார்த்தான். இப்படியாக இருந்த பூனை எலி விளையாட்டு மதியம் முழுவதும் நடந்து, பின் அவற்றை விரட்ட முடிந்தது. நல்லவேளையாக என்னைப் பயமுறுத்துவதில் அவற்றிற்குச் சோர்வு ஏற்பட்டிருக்க வேண்டும். அதனால் அவை சிறிது நேரம் கழித்து, தொடுவானத்தை நோக்கி நடந்து சென்றுவிட்டன. அவை எதுவும் என்னைத் தாக்கவில்லை. அவை மட்டும் என்னைத் தாக்கியிருந்தால், நான் இறந்திருப்பேன். அவற்றைச் சுடுவதிலும் நான் மிகவும் கவனமாக இருந்தேன்.

அது மிகவும் நீண்ட மதியமாக இருந்தது. நான் இதுவரை கண்டதிலேயே அதுதான் மிகவும் நீண்ட மதியம். ஆனால், நல்லவேளையாக நான் அதிலிருந்து தப்பித்துவிட்டேன். மூளையில் ஏற்பட்ட சில சிறிய மாற்றங்களையும் தவிர்த்து வேறெந்தப் பாதிப்பும் இல்லை. ஆம், என் துப்பாக்கியும் கத்தியும் வீணாகிப் போயின. துப்பாக்கி உபயோகிக்கப்படாத இடத்தில், என் மூளையினால் நான் தப்பித்துவிட்டேன்.

அன்றிரவு இரண்டு மலைகளுக்கு நடுவே முகாமிட்டேன். கடிதம்

எழுதத் தொடங்கினேன். அவை சந்தோஷமாகவும் அமைதியாகவும் நேர்மறை எண்ணங்களோடும் இருந்தன. பயத்தினால் நான்தான் நடுங்கிக் கொண்டிருந்தேன். அவர்களுக்குக் கடிதம் எழுதினால் அது எனக்கு ஒரு தன்னம்பிக்கையைத் தரும் என நினைத்தேன். நான் கடிதம் எழுத வேண்டும். ஏனெனில் என்னைக் காப்பாற்றுவதற்கு எனக்கு மக்கள் வேண்டும். அவர்களைப் போல அமைதியான இடத்தில் இருக்க வேண்டுமென்று, நான் மனதில் நினைத்தாலும் எந்தவொரு காரணத்துக்காகவும் நான் அவர்கள் இடத்தைப் பரிமாறிக் கொள்ள மாட்டேன் என்று எழுதினேன். பாதுகாப்பு என்பது ஒரு புராண கதை தான். காவல் என்பது ஏமாற்றும் ஒரு பேய்தான். அப்படி எழுதிய ஒரு கடிதத்தை இங்கு தருகிறேன். இது பல நாட்களாக எழுதப்பட்டது. ஏனெனில் ஒரு நாட்குறிப்பு எழுதுவதைப் போல தான் கடிதத்தை எழுதினேன். என்ன நடந்தது என்பதை அது மிகவும் தெளிவாகச் சொல்லும். இப்போது இந்த லண்டன் வீட்டில் அமர்ந்து நான் யோசிப்பதை விட அது தெளிவாக இருக்கும்.

அன்புள்ள ஸ்டீவ்,

எந்த ஒரு மனிதனிடமிருந்தும், பொருளிடமிருந்தும் 150 மைல்களுக்கு அப்பால், இந்த அழகிய தீயின் அருகே அமர்ந்திருக்கிறேன். என் தேநீர் பாத்திரம் பாடிக்கொண்டிருக்கிறது. ஒட்டகங்கள் இரவுணவை முடித்துவிட்டு, மணியோசை முழங்க திரும்ப வந்து கொண்டிருக்கின்றன. டிக்கிட்டி அமைதியாக ஆனால், தாங்க முடியாத அளவிற்கு வாயுவை வெளியேற்றிக் கொண்டு என் பக்கத்தில் சாக்கில் படுத்துக் கொண்டிருக்கிறாள். நான் ஒரு மாய உலகைக் கண்டுபிடித்துவிட்டேன். இரண்டு பக்கங்கிலிலும் இளந்தளிருடன் முல்கா மரங்கள் உள்ளன. அதன் அடிப்பகுதியில் மென்மையான சிவப்பு மண் நிரம்பி இருக்கிறது. இவை அனைத்தும் இரண்டு மஞ்சள் மட்டும் சிவப்பு மலைகளால் அரண் போல் காக்கப்பட்டு, உள்ளது. மிகவும் தனிமையான பாலைவனச் சாலையில் சொர்க்கத்தின் ஒரு துண்டு. இங்கு நான் சில நாட்கள் தங்கி என்னை மேலும், வலுவாக்கிக் கொள்ளப் போகிறேன். இன்று அதிகாலையில், (வெள்ளி மினுக்கிய, கரும்பட்டு வானத்தில்) ஒரு காகம் மலையின் மேல் காற்றைக் கிழித்துச் செல்வதைப் பார்த்தேன். சூரியன் உயர்ந்து, வேட்டைக்குச் சென்றபோது. ஒரு சிறிய "கன்யாலா"வைக் கண்டேன். ஆனால், சுட முடியவில்லை. நல்லவேளை. ஆனால் நாமனைவரும் இறைச்சிக்காக ஏங்கிக் கொண்டல்லவா உள்ளோம்?

திரும்பி வந்து மொறுமொறுவென ரொட்டி சுட்டேன்.

பின் குளித்தேன். எத்தனையோ நாட்களுக்குப் பின், நொப்பும் நுரையுமாக இருந்தாலும், என் மேனியைத் தீண்டிய முதல் தண்ணீர் ஹோ... அங்கு எங்காவது காளான்களைப் பார்க்க வில்லையே என்பது எனக்கு ஆச்சரியமாகத் தான் இருந்தது.

ஒரு நிமிடம் ஓடிச்சென்று, உணவுப் பைகளை வேட்டையாடிக் கொண்டிருக்கும் ஒட்டகங்களை விரட்டிவிட்டேன். என்ன விஷமத்தனமான, சொல் பேச்சு கேட்காத மிருகங்கள். ஆனால், அவற்றைத்தான் நான் எவ்வளவு நேசிக்கிறேன்.

இப்போது குளிர், தரையிலிருந்து புறப்பட்டு இனி காலுறை மற்றும் காலணிகள் அணியப்போகும் கால்களை சுற்றுகிறது. ஒட்டகங்கள் மாறா தாளகதியில் அசைபோடுகின்றன. சந்தனம் மற்றும் வேங்கை மரத்திலிருந்து உண்டாக்கிய தீ. குளிருடன் சண்டை போட்டுக் கொண்டிருக்கிறது. என் இதயத் தந்திகள் மீட்டப்படுகின்றன. உயிரோடு இருப்பது தான் எத்தனை இதமாய் உள்ளது. அதை வார்த்தைகளால் வர்ணிக்க முடியாது. நடனம் என்ற உண்மைக்குப் பின் துடித்துக் கொண்டிருக்கும் நினைவுதான் வார்த்தைகள்.

சில நாட்கள் கழித்து, அதாவது உங்கள் கால அளவில் சில நாட்களுக்கு முன் என்று சொல்லலாம். என் கால அளவீட்டின்படி நான் அதை நாளையோ அல்லது ஆயிரம் வருடங்களுக்கு முன்போ எழுதினேன் என்று கூறலாம்.

காலம் இங்கு அங்கு உள்ளது போல் இல்லை. நான் ஒரு கருந்துளையின் ஊடாக சென்றிருக்கலாம். ஆனால், நாம் கால ஒப்பீட்டிற்குள் இப்போது நுழைய வேண்டாம். அதைப் பற்றிப் பேசினால், நான் கூற வந்ததை மறந்து விடுவேன்.

இன்று ஒரு மகா மட்டமான நாள், இப்போதும் அப்படியே உள்ளது. இப்போது நாள் ஒளியைத் துப்பும் பாறைகளையும், காய்ந்த மரங்களைப் பார்த்துக்கொண்டு மட்டும் இருந்தாலும்கூட, சரி நான் முதலிலிருந்து ஆரம்பிக்கிறேன்.

இன்றும் மற்ற நாட்களைப் போலத்தான் ஆரம்பித்தது. என்ன? வானத்தில் சில மேகங்கள் காணப்பட்டதுதான் ஒரு மாற்றம். உண்மையில் இரண்டு மேகங்கள் இளஞ்சிவப்பு நிறத்தில் வடக்குத் தொடுவானை

நோக்கிக்கொண்டு இருந்தன. ஒளி என் போர்வையையம், கண் இமைகளையும் ஊடுருவியபோது எனக்குத் தோன்றியது. "மழை" என்பது தான். மேகங்கள் இரண்டு விநாடியில் கலைந்துவிட்டன. என் அடுத்த எண்ணம் "என் ஒட்டகங்களின் மணி ஓசை கேட்கவில்லையே என்பதுதான்". நீ நினைப்பது சரிதான். மலை மனிதனே! என் ஒட்டகங்களும் மாயமாகி விட்டன. நிஜத்தில் இரண்டு ஒட்டகங்கள் மாயமாகி விட்டன. மற்றொன்று பின்னால் நான் கண்டுபிடித்தபோது நடக்க முடியாததால் காணாமல் போகவில்லை. ஆலிஸில் ஒரு அறிவார்ந்த தோழன் ஒருமுறை என்னிடம் இவ்வாறு கூறினான். "வழியில் ஏதாவது தவறாக நடந்துவிட்டால், பதற்றமடைவதற்கு பதிலாய், தேநீர் பாத்திரத்தில் நீரை கொதிக்கவிட்டுவிட்டு, அமர்ந்து தெளிவாக யோசி" என்று.

எனவே நான் தேநீர் பாத்திரத்தில் நீரைக் கொதிக்கவிட்டு, டிக்கிட்டியுடன் முக்கியமான குறிப்புகள் பற்றி விவாதித்தேன்.

1. நான் எல்லாத் திசையிலும், ஏதொன்றிலிருந்தும் 100 மைல் தூரத்தில் உள்ளோம்.
2. நாம் இரண்டு ஒட்டகங்களைத் தொலைத்து விட்டோம்.
3. நாம் சுருண்டு படுத்துக் கொள்ளும் அளவிற்கு காலில் ஓட்டையுள்ள ஒ ரு ஒட்டகம் நம்மிடம் இருக்கிறது.
4. ஆறு நாட்களுக்குத் தேவையான நீர் நம்மிடம் உள்ளது.
5. என்னுடைய உடைந்த இடுப்பு இன்னும் தாங்க முடியாத அளவிற்கு வலிக்கிறது.
6. நம் வாழ்வில் மிச்ச நாளைக் கழிக்க இது கொடுமையான ஓர் இடம். என் கணக்குப்படி ஒரு வாரம் இங்கிருக்கலாம்.

ஆக இதையெல்லாம் யோசித்துப் பார்த்து, நான் பதற்றமடைந்தேன். பல மணிகளுக்குப் பிறகு தொலைந்து போன ஒட்டகங்களைக் கண்டுபிடித்து முகாமிற்கு அழைத்து வந்தேன். அவைகளுக்கு நல்ல பாடம் கற்றுக் கொடுக்கப்பட்டது. இப்போது நடக்க முடியாத ஒட்டகம்தான் என் பிரச்சனை. டூக்கி சாதாரணமாக, அமைதியான, தன் வேலையைப் பார்த்துக் கொண்டுச் செல்லும் நம்பிக்கையானவன். ஆனால், காலில் ஒரு ஓட்டை இருக்கையில் அவன் அடங்காப் பேயாக மாறிவிடுவான்.

அவன் தாக்கினான். உதைத்தான். முறுக்கிக் கொண்டான். உறுமினான். வாந்தியெடுத்தான். உருண்டான், கோபத்துடன் வெறித்தான். கத்தினான். கடைசியாக ஒரு வான்கோழியை அணைத்துக் கட்டுவது போல் கட்டி எழுப்பி நிற்க வேண்டியிருந்தது. எழுதும்போது மிக எளிதாய் தோன்றும் தான். ஆனால், நான் உறுதியாகக் கூறுகிறேன். இந்தப் போராட்டத்தில் என்னிடமிருந்து ஒரு வண்டி வேர்வை வெளியேறி இருக்கும். நான் முன்பு கூறிய குறிப்புகளில் (5வது குறிப்பாக இருக்கும் என்று நினைக்கிறேன்). என் இடுப்பைப் பற்றிக் கூறியிருக்கிறேன். பாவம் அது ஏழு இடங்களில் இடம் மாறி இருக்கிறது. எப்போதும் அது அப்படி இருக்காது அந்த இடுப்பைத்தான் டூக்கி, தன் முன்னங்காலால் உதைத்தான். சரி, புலம்பலைக் குறைத்துக் கொண்டு கூறுகிறேன். அவனைக் கீழே தள்ளி, கட்டி, அவன் கால் இரணக் குழியிலிருந்து நான்கு மணற்குன்று அளவு மண்ணும், ஆறு பாறாங்கற்களையும் எடுத்தேன். பின் காயக்குழியில் பஞ்சும் டெர்ராமைசின் மருந்தும் இட்டு, அதன் மேல் ப்ளாஸ்திரி இட்டு, அதன் மேல் சீக்கிரம் குணமாகு என்று முத்தமிட்டேன். ஒரு வழியாக நாங்கள் பிரயாணத்தைத் தொடர்ந்தோம்.

கடவுளே! மலை மனிதனே! இங்கு பார் ஒரு ஒட்டகக் கூட்டம் இப்போது, எங்களை நோக்கி வருகின்றது. இதோ நான் எழுதிக்கொண்டிருக்கும்போதே. என்னால் இப்போது எதுவும் செய்ய இயலாது. அதனால் அந்தப் பதற்றத்திலும் எழுதிக் கொண்டிருக்கிறேன். ஏன் இப்படி எனக்கு நடக்கிறது? பார்த்தால் பிரச்சினை எதுவும் இருக்காது என்று தான் தோன்றுகிறது. கடவுளுக்கு நன்றி இந்தக் கூட்டத்தில் நல்ல வேளையாகக் காளைகள் இல்லை. இருப்பினும் என் துப்பாக்கியில் தோட்டாக்களை நிரப்பிவைத்தேன். உனக்குத் தெரியும் அந்தத் துப்பாக்கி வேலை செய்யாது. இருந்தாலும் ஏதாவது அற்புதம் நிகழ்ந்து விடலாம் அல்லவா? சரி நான் என்ன கூறிக் கொண்டிருந்தேன்? இவற்றையெல்லாம் எழுத வேண்டும், ஏனெனில் நான் நம்பிக்கையற்று இருக்கிறேன். சரி, மதிய நேரத்தில் கிளம்பினோம். அங்கிருந்து இதுவரை நான் பார்த்தே இராத அளவிற்கு அழகான ஒரு இடத்திற்கு வந்து சேர்ந்தோம். அந்த இடம் 'முங்கிலி' களியடுக்கு.

அதை நான் உனக்கு விளக்க முயற்சி செய்கிறேன். ஒரு சரிவிற்கு வந்து சேரும்போது திடீரென்று வேறொரு நாட்டில் இருக்கிறாய். எங்கு பார்த்தாலும் பல வண்ணங்கள் தென்படுகின்றன. மணல் வஞ்சிரமீனின் இளஞ்சிவப்பில் இருக்கிறது. பிரமாண்ட யூகலிப்டஸ் மரங்கள் அசைந்தாடியபடி நிற்கின்றன. பறவைகள் கீச்சிட்டபடியும், பிழற்றியபடியும் உள்ளன. வலது பக்கத்தில், கோடிக்கணக்கான வருடங்களுக்கு கடலைக் காணாத கழிமுகம் போலத் தென்படுகிறது. அந்தக் களி அடுக்கு அது தட்டையாகவும், ஏதுமற்றும் உள்ளது. அதன் விளிம்பில் சின்னஞ்சிறிய மணற்குன்றுக்களும், மரங்களும், சிவப்புக் கனிகள் கொண்ட புதர்களும் காணப்படுகின்றன. சில மரங்களின் அடிமரம் வழவழவென்று பட்டுத் துணியைப்போல இளஞ்சிவப்பில் காணப்படுகிறது. அவை மாலை நேரத்து சூரிய ஒளியில் மின்னுகின்றன. அவற்றின் இலைகள் ஆழ்ந்த பளபளக்கும் பச்சையில் காணப்படுகின்றன. பலர் இந்த மூன்று மைல் சொர்க்கத்தை, ஓர் ஓசைகூட எழுப்பாமல் கடப்பார்கள் என்று எனக்குத் தெரியும். அல்லது பிரார்த்தனை செய்வதற்காகப் பாயை விரிக்க ஆரம்பிப்பார்கள். ஆனால், இது என் வயிற்றின் ஆழம் வரை அலைகளை ஏற்படுத்தியது. அதை உனக்கு விவரிக்க மட்டும் முடிந்தால் எப்படி இருக்கும்? என்ன ஒரு நிறம்? ஆளை அசைத்துப் போடுகிறது. வெளியே தெரியாத அளவிற்கு சக்தி வாய்ந்தது. ஆனால், இங்கு அதிகம் தங்கவில்லை. வெப்பமண்டலத்தில் வளரும் டிரிஂஃபிட் (ஒரு கற்பனைச் செடி) செடியைப் போல டூக்கியின் குழியிட்ட புண் என் மனசாட்சியை உறுத்திக் கொண்டே இருந்தது.

ஆக, இப்போது இங்கிருக்கிறேன். ஒட்டகக் காளைகளின் ஏதாவது அறிகுறி சப்தங்களுக்காக காதைத் திறந்து வைத்துக் கொண்டே (அம்மாக்கள் இருந்தால், துரதிர்ஷ்டவசமாக அங்கு அப்பாக்களும் இருப்பர்).

இந்தப் பயணத்தில் வேடிக்கையான விஷயம் தெரியுமா? ஒரு நாள் பேரின்பத்தில் வானத்தில் மிதந்தேன். (மேகங்களுக்கு நான் சென்றிருப்பதால் அவை தங்குவதற்கு அருமையானவை என்று உறுதியாய் கூறுவேன். ஆனால், அங்கு வசிக்க விரும்பமாட்டேன். ஏனெனில், அங்கு வாழும் செலவு மிகவும் அதிகம்).

மறுநாள்...

பளபளக்கும் பாறைகளையும், காய்ந்த மரங்களையும் வெறித்துப் பார்த்துக் கொண்டிருக்கும் இந்த நேரத்தில், சத்தியமாக, சொல்ல வேண்டும் என்றால், மலை மனிதா! இது நம்மிடையே மட்டும் இருக்கட்டும். இது மற்றவர்களிடம் பரவுவதை, நான் விரும்பவில்லை. இந்த சாகசப் புதர்களினூடே, எலும்புகள் மற்றும் பாறைகளினூடே கற்பனைகள், இப்போது நான் எங்கு இருந்தால் நன்றாக இருக்கும் என்ற கற்பனைகள் - நெளிந்து என்னிடம் வருகின்றன.

இடுப்புவரை வளர்ந்துள்ள க்ளோவர் செடி நிறைந்த, பேரலைகளே காணப்படாத, சூறாவளிகள், எரி நட்சத்திரங்கள், ஒட்டகங்கள் அற்ற, இரவில் கேட்கப்படும் கொடுமையான, தொடர்ந்து ஒலிக்கும் சத்தங்கள் அற்ற, கேன்சரை உருவாக்கும் சூரிய ஒளி அற்ற, கண்ணைக் கூசும் சூரிய வெளிச்சமும், பாறைகளும் அற்ற, ஸ்பினி பிக்ஸ் புற்கள் இல்லாத ஓரிடம் அங்கு நிறைய அவக்டோ பழங்கள் கிடைக்கும். நீர் இருக்கும், நட்புடன் மக்கள் காளையில் நீரருந்தத் தருவார்கள். அன்னாசிப் பழங்களும், அசைந்தாடும் பனை மரங்களும், கடற்கரைக் காற்றும், சிறு அளவிளான வெண் மேகங்களும், அதைப் பிரதிபலிக்கும் நீரோடைகளும் அமைந்திருக்கும் ஓர் இடம். ஒரு பட்டுநூல் பண்ணை என்று வைத்துக் கொள்வோமே!. பட்டுப் புழுக்கள் உனக்காகப் பணத்தை உருவாக்கிக்கொண்டிருக்கும்போது, தேர்ந்தெடுத்த சில நண்பர்களுக்காக மெத்தனத்துடன், காற்றில் ஒலிக்கும் சரங்களைத் தயாரிக்கலாம். அது அலுத்துப் போய்விட்டால், தோட்ட வீட்டில் உள்ள குளியல் தொட்டிக்குச் சென்று, பலவித வடிவில் வெட்டப்பட்டுள்ள, இளஞ்சிவப்பு தர்பூசணிப் பழங்களை உண்ணும்போது, ஆறடி உயரமுள்ள, மெலிந்த ஓர் அடிமை முதுகில் பனிக்கட்டிகளைச் சறுக்க விடலாம். மேலும்...

மன்னித்துக் கொள் ஸ்டீவ், என் கற்பனை தறிகெட்டு ஓடுகிறது.

ஆனால், நான் கூற வந்தது என்ன என்பது உனக்குப் புரியும்.

கடவுளே! ஒரு நட்பான முகத்தைக் காண நான் என்ன

வேண்டுமானாலும் தருவேன். நட்பற்ற முகமானாலும் சரி. ஒரு மனிதக் குரல் கேட்டால் கூடப் போதுமானது. புதர்களுக்குப் பின் இருந்து கேட்கக் கூடிய ஒரு மனிதனின் அபானவாயு வெளியேறும் ஓசைகூடப் போதும். எனக்கு நிஜமாகவே பைத்தியம் பிடித்திருக்க வேண்டும். இங்கு இப்படி அமர்ந்துகொண்டு, நான் உயிருடன் வெளியேறுவேனா என்று வியந்துகொண்டு, சிட்னியின் நியான் விளக்குகளையும், விஷத்தையும் மீண்டும் காண்பேனா என்று நினைத்துக்கொண்டு நினைவில் எங்கோ தங்கியுள்ள யாருக்கோ, அவர்கள் இறந்துகூடப் போயிருக்கலாம். இப்படி வரிந்து வரிந்து கடிதம் எழுதிக்கொண்டிருக்கும் என்னால் சிரிக்கவும், வேடிக்கைப் பேச்சு பேசவும் தான் இயலும். இந்த உலகைவிட்டு நான் வெளியேறினால், நான் சிரித்துக்கொண்டுதான் சென்றேன் என்று பதிவாகட்டும். இதை நான் விரும்புகிறேன். ஆம் மிகவும் விரும்புகிறேன்.

ஒரு கடிதத்தை முடிப்பது, அதை எழுத ஆரம்பிப்பதை விட கடினமானது. கிழக்கு மர வரிசைகளின் ஊடாக முழு தங்க நிற நில வெளிவருகிறது. நிலா உதயம் இப்போது காண்பது தேவையா? ஆம், இந்த நிலையில் ஆம்! என் தோல் நாய் ரொட்டி போல வறண்டு இருக்கிறது. என் இடதுகால் அதன் இறுதியை சந்தித்து இருக்கும், என் உதடுகள் வெடித்து கொப்பளங்களுடன் உள்ளன. கழிவறைத் தாள்கள் தீர்ந்துவிட்டன. அதற்கு பதில் இலைகளை உபயோகிக்கின்றேன். தோல் புண் ஒன்று மூக்கில் படர முயற்சிக்கிறது. ('ஜியாகிராஃபிக்' வழங்கும் விருந்தின் போது மூக்கு, அருந்தும் பானத்தில் விழுமாறு இருந்தால், எவ்வாறு அமைதியாக இருக்க முடியும்?) நான் மெதுவாக ஆனால், திறமையாக, வினோதமாய் மாறிவருகிறேன். இறப்பதைப் பற்றி பயப்படுகிறேன். என் முழங்கால்கள் நெட்டி முறியும் ஒலி என்னைக் காலையில் எழுப்பிவிடுகிறது. இதற்கெல்லாம் பெறுமானம் உண்டா? உண்டு மலை மனிதனே நிச்சயமாக உண்டு!

என்னால் உறங்க முடியவில்லை. என் கண்கள், காதுகள் மற்றும் இடுப்பிலிருக்கும் பைகளிலிருந்து தேநீர் வழிகிறது. என் மனநிலை மகிழ்ச்சியாக உள்ளது. அந்த நிலவைப் பார்த்து என்னால் ஊளையிட முடியும். (சுவாதி, ரோகிணி, சித்திரை மற்றும் கேட்டை நட்சத்திரங்களைப் பார்த்தும்

கூட). யாரிடமாவது கூற வேண்டும் போலிருக்கிறது. ஸ்டீவ் கேட்கிறாயா? நான் மிகவும் உச்சத்தில் இருக்கிறேன். வாழ்க்கை சந்தோஷமானது. துக்ககரமானது, பைத்தியக்காரத்தனமானது, அர்த்தமற்றது, நிலையற்றது மற்றும் மிகவும் வேடிக்கையானது. இத்தனை நிறைவாக உணர்கிறேனே. என்னில் ஏதாவது தவறுள்ளதா? நானும் புதர் மனித பைத்திய மனநிலையை அடைந்துவிட்டேனா? நிலவொளி என்னைத் தாக்கிவிட்டதா? எப்படி இருந்தாலும் எனக்குக் கவலை இல்லை. இது சொர்க்கம். இதிலிருந்து ஒரு துண்டை உனக்குத் தர வேண்டும் என ஆசைப்படுகிறேன்.

திடீரென்று இப்படிக் கடிதங்கள் எழுதுவது வினோதமாகத் தோன்றும், மேலும் இவற்றை நான் தபாலில் போட மாதக் கணக்கில் ஆகும் எனும்போது, இதற்கு பதில் வருவதற்கு முன்பே என் நண்பர்களை நான் நேரிலேயே பார்த்துவிடலாம். ஆனால், நிகழ்வுகளையும், அந்நேரத்து உணர்வுகளையும், பதிவு செய்வதற்கு இது உதவியது. என் நாட்குறிப்பேடு, இத்தகைய கடிதங்களின் குழப்பமான கலவைதான். அவற்றில் பல அனுப்பப்படவே இல்லை. அவற்றில் "இது ஜுலை மாதமா? இல்லை ஆகஸ்டா?" எதுவாயிருந்தாலும், இன்று காலை ஒட்டகங்களைத் தொலைத்துவிட்டேன்" போன்ற சுவாரஸ்யமற்ற வரிகளும், இருக்கும் பின் ஒரு மாதத்திற்கு எந்த ஒரு விபரமும் இருக்காது.

இக்கடிதங்களில் காணப்படும் நகைச்சுவை, கன்பேரல் வழியாக, அம்மாதம் செல்லும்போது, இருந்த மனோநிலையை பிரதிபலிக்கிறது. இதற்கு நான் அசட்டை மனப்பான்மையுடன் இருக்கிறேன் என்ற பொருளல்ல, அல்லது நான் பயத்தைத் தொலைத்துவிட்டேன் என்ற பொருளுமல்ல. இதற்கு என்ன அர்த்தமென்றால், என் விதியை அது எந்த விதமாக மாறினாலும், நான் ஏற்றுக் கொள்ள கற்றுக் கொள்கிறேன் என்பதுதான்.

தொலைந்துபோன ஒட்டகங்களுடனான நிகழ்ச்சி கடிதத்தில் எழுதியதைவிட மயிற் கூச்சமுடையதுதான். இரவில் காட்டு ஒட்டகங்களால் மிரட்டப்பட்டு இருக்கின்றனர். அப்போது நான் நன்றாக தூங்கிக் கொண்டிருந்திருக்கிறேன். என்ன நடந்திருக்கும் என்பதை தடங்கள் காலையில் காட்டிக் கொடுத்துவிட்டன. இரவில் அவற்றை நான் மிகவும் லேசாகக் கட்டிப் போடுவேன். அல்லது கட்டவேமாட்டேன். சாலேவிற்கு மட்டும் இது தெரிந்தால் என்னை இந்த இடத்திலேயே சுட்டுவிடுவான். ஆனால், என் சிந்தனை

இவ்வாறிருந்தது. நாம் மிகவும் வறட்சியான பாலைவனத்தில் உள்ளோம். மற்றும் ஒட்டகங்கள் மிகவும் அதிகமாக உழைக்கின்றன. உணவைக் கண்டுபிடிக்க அவற்றிற்கு முகாமிலிருந்து போதிய தூரம் தேவை என்பதுதான். ஜெலிக்கா கோலியாத்தை எப்போதும் பிரிய மாட்டாள் என்று உறுதியாக நம்பினேன். (என் நம்பிக்கையை இரண்டு மாதங்கள் சென்று அவள் சிதைத்து என்னை அதிர்ச்சியில் ஆழ்த்திவிட்டாள்). அவர்களையும் எப்படியும் கண்டுபிடித்துவிடலாம் என்று நான் நம்பினேன்.

இந்த கண்டுபிடிக்கும் வித்தையானது ஆறாம் அறிவு. ஒட்டகங்களின் நடத்தையை அறியும் திறன், நல்ல பார்வைத் திறன் மற்றும் பயிற்சி, இவை அனைத்தையும் உள்ளடக்கியது. மதியம் நாங்கள் முகாமிட்ட இடம், பாறைகள் நிரம்பிய மற்றும் சிமெண்ட் போல் இறுகிய களிமண் அடுக்குகள் உள்ள இடம். ஒரு சுத்தியலால் அவ்விடத்தை அடித்தால், ஒரு சிறு நசுங்கல்கூட இருக்காது. ஆகையால் ஒட்டகங்கள் எந்த திசையில் சென்றிருக்கும் என்பதை அறிய அவற்றைச் சுற்றிக் காலடித் தடங்கள் தெரியும் வரை செல்ல வேண்டி இருந்தது. (வேறு சில ஒட்டகத் தடங்களோடு, இவை சேர்ந்து குழப்பத்தில் ஆழ்த்தின). இக் காலடிகளைத் தொடர்ந்து சென்று எங்காவது மேய்ந்த தடம் காணப்படுகிறதா என்று ஆராய வேண்டும். சமீபத்தில் கடிக்கப்பட்ட தீவனச் செடிகள் காணப்படுகிறதா என்று பார்க்க வேண்டும், புதிதாக, ஒட்டகச் சாணி தென்படுகிறதா என்று பார்க்க வேண்டும். (என் ஒட்டகங்களின் சாணியை, மற்றவைகளிலிருந்து நான் கண்டுபிடித்துவிடுவேன்). இதற்கு அதிகம் சுற்றி சுற்றி நடக்க வேண்டும். மிகவும் அலுப்பூட்டும் செயல் அது. அவை அனைத்தும் அதிக மைல் தூரம் செல்லவில்லை என்று கண்டுபிடித்து விட்டேன். மிகவும் பதற்றத்துடன் முகாமை நோக்கி வந்துகொண்டு இருந்தன. என்னைக் கண்டதும், நேராக என்னை நோக்கி வந்தன. தவறு செய்த குழந்தைகள் மன்னிப்பு கேட்பது போல நேராக என்னை நோக்கி வந்தன. அவற்றின் நண்பர்கள் சென்றுவிட்டன. மிகவும் பயத்தை ஏற்படுத்துவதற்கு பதில், இந்த நிகழ்ச்சி அவற்றின் மேல் உள்ள நம்பிக்கையை வலுப்படுத்தியது. இரவில் அவற்றைக் கட்டாமலே விட்டு வைத்தேன். சிறிது முட்டாள்தனம்தான். ஆனால், அம் மாதம் என் ஒட்டகங்களின் உடலில் எடை கூடியது.

ஒரு நாளில் 20 மைல்கள் நடப்பது பத்தாது என்பது போல், மதியம் ஒட்டகங்களின் சேணத்தைக் கழற்றியவுடன் டிக்கிட்டியும் நானும் வேட்டையாடவோ அல்லது சுற்றியுள்ள பகுதிகளை சுற்றிப்பார்க்கவோ கிளம்பிவிடுவோம். அப்படிச் சென்ற ஒரு நாள் மதியம் நான் வழியைத்

தவறவிட்டேன். முற்றிலுமாக வழியை மறக்கவில்லை. ஆனால், சிறிது பதற்றப்படுமளவிற்கு தவறிப்போய்விட்டோம். வந்த வழியே திரும்பிச் செல்லலாம். ஆனால், அதற்கு நேரமாகும். இரவு வேறு அருகில் நெருங்கிக்கொண்டிருந்தது. டிக்கிட்டி முகாமை நோக்கி என்னை வழி நடத்ததும்போது, அவளிடம் "வீட்டுக்குப் போ" என ஆணையிடுவேன். அவளுக்கு அது ஒரு தண்டனை போல் தோன்றும். அவளின் காதுகளைத் தலையுடன் ஒட்டிக்கொள்வாள். தன் பழுப்பு நிறக் கண்களை உருட்டிக்கொண்டே என்னை நோக்குவாள். அவளின் வால் கால்களுக்கு இடையே அடங்கிவிடும். அவளுடலின் ஒவ்வொரு அங்கமும் என்னிடம், "என்னை ஏன் இப்படி நடத்துகிறாய்? நான் என்ன தவறு செய்தேன்?" என்று கூறுவது போல் இருக்கும். ஆனால், அந்த மாலை அவள் ஒரு அதிசயமான முன்னேற்றத்தை அடைந்தாள்.

நிலைமையை சட்டெனப் புரிந்து கொண்டாள். அவளின் தலைக்கு மேல் ஒரு விளக்கு எரிவதைப் பார்க்க முடிந்தது. என்னைப் பார்த்துக் குரைத்தாள். சிறிது தூரம் ஓடினாள். பின் திரும்பிவந்தாள், குரைத்தாள், ஓடிவந்து என் கையை நக்கினாள். இது போலவே திரும்பத் திரும்பச் செய்தாள். நான் ஒன்றும் புரியாதவள் போல நடித்தேன். கவலையில் அவளுக்கு என்ன செய்வது என்று தெரியவில்லை. இச் செய்கைகளை அவள் மீண்டும் மீண்டும் செய்யத் தொடங்கினாள். நான் அவளைப் பின் தொடர ஆரம்பித்தேன். அவளுக்கு ஏதோ புரிந்தது. அது அவளுக்கு கர்வத்தைத் தந்தது. நாங்கள் முகாமை அடைந்த போது, அவளை அணைத்துக்கொண்டு கொஞ்சினேன். செல்லம் பாராட்டினேன். அவள் அப்போது சிரித்தாள் என்று என்னால் உறுதியாகக் கூற முடியும். அந்த கர்வமான பார்வை, எதையோ புரிந்து கொண்டதில் வந்த மகிழ்ச்சி, காரணத்தையும் தேவையையும் புரிந்து கொண்டது. இவை அவளை மகிழ்ச்சியில் தாறுமாறாக்கியது. அவளுக்கு யாரைப்பற்றியோ அல்லது எதைப் பற்றியோ மகிழ்ச்சி ஏற்பட்டால், அவளில் வால் முன்னேயும், பின்னேயுமாக ஆடாது. அது முழு வட்டமாக சுற்றும். அவளின் உடல் பாம்பைப் போல நெளிந்து நெளிந்து ஆடும்.

டிக்கிட்டி நாயைவிட மேலானவள் அல்லது மற்ற நாய்களைவிட மேலானவள் என்று நான் உறுதியாக நம்புகிறேன். அவளுடைய தந்தை ஒரு மிருக வைத்தியராக இருந்திருக்க வேண்டும் என்ற அடிக்கடி எண்ணுவேன். அவள் நாய்களின் உயர்ந்த குணங்களும் மனிதர்களின் உயர்ந்த குணங்களும் சேர்ந்த கலவையாக விளங்கினாள். அதே சமயம் அவள் அனைத்தையும் நன்கு காதுகொடுத்துக் கேட்பாள். இப்போது நல்ல தசைகளும் ஆரோக்கியமும் கொண்ட கருப்பு நிற

பளபளப்பான பந்து போல் விளங்கினாள். ஒரு நாளில், தொடர்ச்சியாக ஸ்பினிபிக்ஸ் புதர்களினூடே ஓணான்களைத் துரத்துவதில் ஏறக்குறைய 100 மைல்கள் நடக்கலானாள். இந்தப் பயணம் தேவையின் காரணமாக மிருகங்களோடு என்னை அதிகம் நெருக்கத்துடன் இருக்கச் செய்தது. ஆனால், டிக்கிட்டியுடனான என் உறவு மிகவும் சிறப்பானது. அன்பு என்ற வார்த்தையை டிக்கிட்டியுடன் சம்பந்தப்பட்டிருப்பது போல் மிகக் குறைவான மனிதர்களுடன்தான் என்னால் பொருத்திப் பார்க்க முடியும். இந்த ஒருவருக்கு ஒருவர் உடனான சார்பை, மனநலம் குன்றிய ஒருவனைப் போல் அல்லாது விளக்க முடியாது. ஆனால், அவள் மேல் நான் மிகவும் அன்பு வைத்திருந்தேன். மிகவும் செல்லம் கொஞ்சினேன். பொங்கிவழியும் அன்பினால் அவளை தின்றுகூட விட்டிருப்பேன். அதே சமயம் அவளும் நான் எத்தனை முரடாக நடந்துகொண்டாலும் எத்தனை கோபப்பட்டாலும் அவளின் அன்பை சிறிது கூட எப்போதும் குறைத்துக்கொள்ளவில்லை. நாய்கள் மனிதர்களை ஏன் தேர்ந்தெடுத்தன என்பதை எனக்குப் புரிந்து கொள்ளவே முடியவில்லை.

சரி, ஃப்ராடை படிப்பவர்களே! லான்ஜியனை பின்பற்றுபவர்களே, என் மனம் இப்போது உங்களுக்காக, என் பலவீனத்தை நான் ஒப்புக் கொண்டுள்ளேன். அது நாய்கள்!.

மிருகங்களை நேசிப்பவர்கள், முக்கியமாக பெண்கள், எல்லாம் நரம்புக்கோளாறினால், பாதிக்கப்பட்டவர்கள் என்ற குற்றம் சாட்டப்படுவதுண்டு. அவர்களால், சக மனிதர்களுடன் வெற்றிகரமாகப் பழக முடியாது என்று குறை கூறுவர். டிக்கிட்டியுடனான என் உறவை என் நண்பர்கள் பலமுறை கண்டுவிட்டு, மனோதத்துவ மருத்துவர்களின் துயரார்ந்த பார்வையுடன், “ஒரு குழந்தை பெற்றுக்கொள்ள வேண்டும் என நீ நினைத்ததே இல்லையா?” என கேட்டு இருக்கிறார்கள். இத்தகைய குறைகூறுதல் ஒவ்வொரு முறையும் கடுமையான பதிலை பெற்றுவிடும். ஏனெனில், என்னைப் பொருத்தவரை கடவுள் தன் அளவிலடங்கா அறிவு நுட்பத்தில், வாழ்க்கையை பொறுத்துக் கொள்ள, மூன்று பொருட்களை நமக்குத் தந்துள்ளார். அவை நம்பிக்கை, நகைச்சுவை மற்றும் நாய்கள். இதில் மற்ற இரண்டைக் காட்டிலும் மிக உயர்ந்தவை நாய்கள்தான்.

இப்பொழுதெல்லாம் முகாமிடுவதோ அல்லது பயணம் செய்வதோ எனக்கு மிகவும் மகிழ்ச்சி அளித்தது. யாராவது இந்தப் பாதையில் வருவார்களோ என்ற எண்ணம் மறைந்தே போய்விட்டது. ஆனால், பைத்தியக்காரர்களை நான் கணக்கில் எடுக்க மறந்துவிட்டேன். ஓரிரவு

ஒரு என்ஜின் ஓசை என்னைத் தூக்கத்திலிருந்து எழுப்பியது. ஆழ்ந்த தூகத்திலிருந்து கஷ்டப்பட்டுக் கண்விழித்தேன். டிக்கிட்டி கோபத்தில் குரைத்துக் கொண்டிருந்தது. இருட்டில் ஒரு குரல் கேட்டது. "ஹே! இது ஒட்டகப் பெண்தானே! நான் ஒரு பயணி! முகாமில் நுழைய எனக்கு அனுமதி உண்டா?"

"யார்? என்ன?"

என் முன்னே ஓர் உருவம் தோன்றியது. அதன் கால்சட்டையை டிக்கிட்டி தன் வாயில் பற்றிக் கொண்டிருந்தாள். அந்தப் பயணி, ஒரு சுசுகி வண்டியைப் பரிசோதனை ஓட்டம் செய்யும் ஒரு மறை கழன்றவன் என்று தெரியவந்தது. அவ்வண்டியை ஆஸ்திரேலியாவில், மண், பாறை, மற்றும் ஸ்பினி பிக்ஸ் புற்களின் மேல் அதிக வேகத்தில் ஓட்டிச் சோதனை செய்பவன் அவன். அவன் ஏதோ சாதனையை முறியடிப்பதற்காக இதைச் செய்து கொண்டிருந்தான். அதேசமயம் அவன் ஒரு வெறியனும்கூட. வேகம் பற்றிய சிந்தனையில் அவன் தன்னை மீறி இருந்தான். அவனுடைய கண்கள் அவன் கன்னத்தை நோக்கி தொங்கிக் கொண்டிருந்தன. அவன் குளிரைப் பற்றிக் குறை கூறிக்கொண்டு தன் புஜங்களைத் தட்டிக்கொண்டே இருந்தான். இங்கு தங்குவதில் தனக்கு எந்த ஆட்சேபணையும் இல்லை என்று வெளிப்படுத்திக் கொண்டே இருந்தான். எனக்கு அவன் என்னுடனோ, அல்லது அருகிலோ தங்குவதில் விருப்பமே இல்லை.

டிக்கிட்டியும் அதை விரும்பவில்லை. அதை நான் கடுமையான வார்த்தைகள் ஏதும் உபயோகிக்காது நாசுக்காகக் கூறிவிட்டேன். அவன் அரைமணி நேரம் என்னை நோக்கி உளறிக்கொண்டே அமர்ந்திருந்தேன். டிக்கிட்டி உறுமிக்கொண்டே இருந்தது. நான் குறிப்பாக கொட்டாவி விட்டுக்கொண்டே, "ஓ, அப்படியா நல்லது" கொட்டாவி, "ம்… ம்… அப்படியா கூறுகிறீர்கள்" என்று கூறிக் கொண்டு இருந்தேன். என் தடங்களை அவன் பல மைல்களுக்குத் தொடர்ந்து வருவதாகக் கூறினான். எதிர் திசையிலிருந்து வரும் அவனுக்கு அது ஒன்றும் பெரிய சாதனை இல்லை. ஒரு வழியாக அவன் கிளம்பினான். நான் என் தலையை சொறிந்துகொண்டு, இது ஏதும் பிரமை இல்லையே என்று தலையை ஆட்டிப் பார்த்துக் கொண்டேன். பின் உறங்கிவிட்டேன். இதைப் பற்றி நான் மறந்தே போய்விட்டேன். எனக்கு மட்டும் அவன் ஊர் திரும்பியவுடன் என்ன செய்யப் போகிறான் என்று தெரிந்து இருந்தால், அவன் கழுத்தை அன்றே, அங்கேயே நெறித்துப்போட்டு இருப்பேன்.

கார்னஜிக்கு அருகில் சமீபித்துவிட்டோம். ஒருபுறம் எனக்கு எங்கும் செல்ல விருப்பமில்லை. இந்த பாலைவனத்திலேயே, தனியாகவே இருக்க விரும்பினேன். மறுபுறம் என் உணவு இருப்பு குறைந்து கொண்டே வந்தது. அங்கு சென்று சேர்வதற்கு முன், நான் கடைசியாக உண்டது கஸ்டர்ட் பொடி தூவி, சர்க்கரையும், பாலும் சேர்த்த நாய் ரொட்டிகளைத் தான். மக்களை சந்திப்பது எனக்குப் பதற்றமளித்தது. இப்போது நான் எந்தவித செயல்திட்டங்களில் இருந்தும் வெளியேறிவிட்டேன். வழக்கமாய் நான் நிர்வாணமாகவே நடந்தேன். ஆடைகள் அவசியமற்றும், மிகவும் நாற்றத்துடனும் இருந்தன. என் தோல் மண்ணைப் போன்று ஆழ்ந்த பழுப்பு நிறத்தில் மாறிவிட்டது. மிருகங்களைக் கட்டுப்படுத்தும் தோலினால் ஆன சேணத்தைப் போல், என் தோல் இறுகி இருந்தது. சூரிய ஒளி இப்பொழுதெல்லாம். அதை ஊடுறுவுவதே இல்லை. தொப்பியை மட்டும் வைத்துக் கொண்டேன். ஏனெனில் என் மூக்கு உரிந்து கொண்டே வந்தது. ஒரு காலகட்டத்தில் அது மறைந்து விடுமோ என்று அஞ்சினேன். மூடப்படாத ஒரு சவ்வு மட்டும் அங்கு ஒட்டிக் கொண்டிருக்க நேரிடலாம். மேலும் சத்தியமாக பழகும் இங்கிதத்தை யெல்லாம் நான் மறந்தே போய்விட்டேன். என் சட்டை மற்றும் கால்சராயின் பொத்தான்கள் எல்லாம் தொலைந்து போனால் தவறா? என்று நினைப்பேன். அதை யாராவது பார்ப்பார்களா? அல்லது கவலைப்படுவார்களா? மாதவிடாய்க் குருதியை என்ன செய்வது? என்னைப் பொறுத்தவரை, அது இயற்கையின் புவியீர்ப்பைப் பின்பற்றி என் காலில் வழிந்தோடுவதைப் பற்றிக் கவலைப்படமாட்டேன். ஆனால், மற்றவர்கள் அவ்வாறு இருப்பார்களா? அது அவர்களைக் குழப்பத்தில் ஆழ்த்தி, கவலைக்குண்டாக்கிவிடும். ஆனால், ஏன் அவ்வாறு செய்ய வேண்டும். ஒரு காயத்தை வெட்கப்பட்டு நான் மறைத்துக் கொள்ள மாட்டேன். அவ்வாறு செய்வேனா என்ன? மிகவும் குழப்பத்திலும் வேதனையிலும் இருந்தேன். ஏனெனில், எனக்குத் தெரியவில்லை. முக்கியமான சமூக நடைமுறைக்கான புலனுணர்வு என்னைவிட்டு முற்றிலுமாகவும் விரைவாகவும், சென்றுவிட்டது. எனக்கு ஆச்சரியமாக இருந்தது. அதன் அபத்தத்தைப் புரிந்துகொள்ளும் விதம் என்னைவிட்டு விலகவே இல்லை. மெதுவாக சில நுட்பங்களை நான் திரும்பப் பெற்றேன். ஆனால், சமூகப் பண்புகளையும், பெண்களின் நாணத்திற்குமான கொள்கைப் பிடிப்பையும், ஒரு தகாத, ஆற்றலைக் கெடுக்கும் பைத்தியக்காரத்தனமாகத் தான் நான் எப்போதும் காண்பேன்.

என் பயணத்தைப் பற்றி எப்போதும் கேட்கப்படும் இரண்டு

கேள்விகள் (ஏன் இதை மேற்கொண்டாய் என்பதைத் தவிர) என்னவென்றால், கழிவறைத் தாள்கள் தீர்ந்துவிட்டால் நீ என்ன செய்வாய்? என்பதும் மற்றொன்று (இது பெண்களால் ஒரு ஓரத்தில் இளித்தபடியே கேட்கப்படும்) மாதவிடாய்க்கான நாப்கின்கள் தீர்ந்துவிட்டால் என்ன செய்வாய்? என்பதுதான்.

நான் என்ன செய்திருப்பேன் என்று அவர்கள் நினைத்தார்கள்? அருகிலுள்ள மருந்துக்கடைக்கோ, அல்லது வேறு கடைக்கே ஓடிச் சென்றிருப்பேன் என்றா? சரி என் உடல் செயல்பாடுகளைப் பற்றி மிகவும் ஆர்வமாக இருக்கும் அனைவருக்கும் கூறுகிறேன். என் கழிவறைத் தாள்கள் தீர்ந்து போனதும், மென்மையான சிறு பாறைத் துண்டுகள், புற்கள் மற்றும் பூனை வால் என்ற அழைக்கப்படும் பாலைவனச் செடி அதிர்ஷ்டவசமாய்க் கிடைத்தால் உபயோகித்துக் கொள்வேன். மாதவிடாய்க்கான துணி தீர்ந்து போனதும் நான் ஏதும் கவலைப்படவில்லை.

இன்றுவரை பயணத்தில் நான் கற்றுக் கொண்ட ஒரு புதிய விசயம், என் அபான வாயுவை வெளியேற்றுவதைத்தான். சாதாரண நாட்களில் அபான வாயு அதிகம் வெளியேறியதில்லை. ஒன்றோ அல்லது இரண்டு முறைகளோதான் நாளொன்றிற்கு, அதுவும் "ப்ஃப்" என்று பரிதாபமாய் வெளியேறும். அந்த வாயுவெல்லாம் என்னவானது? என்பது கடவுளுக்கே வெளிச்சம். இரவில் என் தோல் வழியே வெளியேறி இருக்குமோ என்னவோ? ஆனால், இப்பொழுதோ என்னால் அதி சிறந்தவைகளை அதிக சத்தத்துடன் வெளியேற்ற முடியும். அழுத்தமான நல்ல மேள ஓசையைப் போல் அது ஒட்டகங்களை பயமுறுத்தியது. ஸ்பினிஃபிக்ஸ் புற்களில் இருந்த புறாக்களுக்கு அச்சமூட்டி பறக்க வைத்தது. டிக்கிட்டிக்கும், எனக்கும் இதில் எப்போதும் போட்டிதான். அதிக விஷமுள்ள நாற்றத்தில் அவள் வென்று விடுவாள். அதிக ஓசையில் நான் வெல்வேன்.

கார்னஜியை வந்து அடைந்தேன். நான் நினைத்ததைவிட கைவிடப்பட்ட ஓர் இடமாகவும், மனிதவாடை அற்றும் சோர்வூட்டுவதாகவும், விளக்கத்திற்கு அப்பாற்பட்டு அது இருந்தது. திடீரென்று, ஓர் நாடகத் தன்மையுடன் அதன் எல்லை வேலியை அடைந்தவுடனே நிலம் பிளவுபட்டுக் கிடந்தது. கால்நடைகளால் உண்ணப்பட்டு இருந்தது. அழிக்கப்பட்டிருந்தது. யாருமே தொடாத அருமையான நிலப்பரப்புகளோடே நான் இயைந்து போயிருந்ததால், இந்த மாற்றம் என்னை முகத்தில் அறைவது போல் இருந்தது.

எவ்வாறு இவர்கள் இப்படிச் செய்ய முடியும்? எப்படித் தங்கள் நாட்டில் தேவைக்கு அதிகமாக பொருட்களைச் சேர்த்துக்கொண்டு, ஆஸ்திரேலியாவின் விரைவில் பணக்காரனாகும் வேட்கையில், இந்த இடத்தை ஒன்றுமில்லாதபடி, ஆக்கமுடியும்? என் ஒட்டகங்களுக்கு சாப்பிடுவதற்கு சுத்தமாக எதுவும் இல்லை. பயணத்தின் மிக மோசமான பகுதியை மேற்கொண்டுவிட்டு, நிஜமான மனிதனின் பாலைவனத்தைக் காணத்தான் வந்தேனோ என நினைத்தேன். மேய்க்கவிட்டவர்களைப் பற்றி நான் தவறாக நினைக்கக் கூடாது. நான்கு வருடங்களாக பஞ்சம் வறட்சி. அவர்களின் கால்நடைகள் பல இறந்துவிட்டன. ஆனால் நல்ல நிர்வாகம், மோசமான நிர்வாகம் என்று உள்ளதல்லவா? என்னைப் பொறுத்தவரை அளவிற்கு அதிகமாக சேர்த்துவைத்துக் கொண்டால், அதன் பின் நடப்பது அவனுக்குத் தேவைதான்.

சிலவகைச் செடிகள் மேய்ச்சல் நிலத்திலிருந்தே, மோசமான பேராசையுள்ள நிர்வாகத்தினால், அடியோடு காணாமல் போய்விட்டன. கால்நடைகள் உண்ணத் தகுதியற்ற விஷச் செடிகள் (டர்பன்டைன் புதர் போல) நன்கு வளர்ந்தன. முன்பு இது போன்ற செடிகளை ஆங்காங்கே கண்டிருக்கிறேன். இப்பொழுதோ அது எங்கும் வியாபித்து உள்ளன. அவை மட்டுமே உயிரோடிருக்கும் பசுமை. மேலும் அவை நன்கு செழித்து உள்ளன. நன்றி. என் ஒட்டகங்களை இதுவரை நடைபோட வைத்த முல்கா மரங்கள்கூட பழுத்துக் காய்ந்து போய் இருந்தன.

திடீரென்று எங்கிருந்தோ இரண்டு நட்பான மனிதர்கள் தென்பட்டனர். கார்ன்ஜியின் குப்பை மேட்டில் அவர்கள் கண்ட ஒரு பழைய ஜீப்பை எடுத்துச் செல்வதற்காக அங்கு வந்திருந்தனர். அவர்களுக்கும் இவ்விடம் மனித நடமாட்டம் அற்றது என்பது தெரியவில்லை. அதனால் சமீப காலத்தில்தான் இவ்வாறு நிகழ்ந்திருக்க வேண்டும். அவர்கள் மிகவும் அருமையானவர்கள். அவர்களில் ஒருவர் டூக்கிக்கு தோலால் ஒரு காலணி செய்து தந்தார்.

எனக்கு வேண்டியளவு உணவுப் பொருட்களைத் தந்தனர். அவர்களுக்கு நான் பணம் கொடுத்தபோது முதலில் அதை வாங்க மறுத்தனர். அதனை நான் கழிப்பறைக் காகிதமாகவோ அல்லது நெருப்பு மூட்டவோதான் உபயோகிப்பேன் என்று கூறியவுடன் அதைப் பெற்றுக் கொண்டனர். பின் அவர்களிடம் நாடு இவ்வாறு அழிவதைப் பற்றி கோபத்துடன் முறையிட்டேன். நான் உணரும் வித்தியாசத்தை, எனக்கு அது பாலாடைக்கும், சுண்ணாம்புக் கட்டிக்கும் இடையே உள்ள வித்தியாசம் போல் இருந்தது. அதாவது வேலிக்கு அந்தப்புறமும்,

இந்தப் புறமும் அவர்கள் அதைக் கவனித்து இருக்கவில்லை. எனக்கு ஆச்சரியமாக இருந்தது. பார்த்தால் தெரியவில்லை? இல்லையாம்! கண்களை நன்கு விரித்துப் பார்த்து, அந்நிலத்தை உணர்ந்தறிந்தால், இந்த வித்தியாசம் புலப்படும். ஆறு மாதங்களுக்கு முன் என்னால் கூட இந்த வித்தியாசத்தை உணர்ந்திருக்க இயலாது.

நடைமுறை இவ்வாறு மாறும் என்று நினைக்கவே இல்லை. இங்கிருந்து செல்வது ஒரு விடுமுறையைப் போலிருக்கும் என்று நினைத்திருந்தேன். இந்தக் கால்நடை நிலத்தின் வழியாக நேராய் விலுனாவிற்குச் சென்றுவிடலாம் என்று திட்டம் போட்டிருந்தேன். திட்டத்தை மாற்றிக்கொண்டு, வரைபடத்தைப் பார்த்தேன். வடக்கே "க்ளென்னேய்ல்" க்குச் சென்றுவிட்டு, அங்கிருந்து "கானிங் ஸ்டாக்" சாலையை அடையலாம் என்று முடிவெடுத்தேன். அங்கு கால்நடைகள் இருக்காது. முக்கியமாக மக்கள் இருக்க மாட்டார்கள். இந்த "ஸ்டாக்" சாலையைப் பற்றிப் பல பயங்கரக் கதைகளை நான் கேள்விப்பட்டு இருக்கிறேன். பல கால்நடைகளும் ஒட்டகங்களும் அந்த சாலையில் உயிரிழந்ததால், அது ஒதுக்கப்பட்டு இருந்தது. ஆஸ்திரேலியாவின் மோசமானதொரு பாலைவனத்தினூடே அது சென்றது. அங்கு கிணறுகள் இருக்கும். ஆனால், சரியாகப் பராமரிக்கப்படாமல் அவை பயனற்றதாய் விளங்கும். இருப்பினும் நான் அதன் எளிதான தெற்குப் பகுதியில்தான் செல்லப் போகிறேன். அது மிக அருமையான நிலப் பரப்பு என யாரோ கூறியிருந்தனர். க்ளென்நேயலை நோக்கிப் புறப்பட்டேன்.

இப்போது அனைவருக்கும் ஓய்வு தேவைப்பட்டது. க்ளென்நேய்லின் உட்பகுதி ஒப்பீட்டளவில் சிறப்பாக இருந்தது. (அதை மேற்பார்வை பார்க்கும் யாரோ, நிலத்துடன் இயைந்து இருக்க வேண்டும் என்றும், அவர் நிலத்தின் உயிராக இருக்க வேண்டும் என்றும் புரிந்துகொண்டேன்.) எனினும் ஒட்டகங்கள் வயிற்றிற்குச் சரியான தீவனம் கிடைக்காமல் கஷ்டப்பட்டுக் கொண்டிருந்தன. அவற்றைப் பற்றிய என் கவலை தேவையற்ற ஒன்று. ஏனெனில், ஒட்டகங்கள் உயிர்வாழ்ந்துவிடும்தான். ஆனால், ஜெலிக்கா வெறும் எலும்பு மூட்டையாக இருந்தாள். அவளுடைய திமில், துருத்திக்கொண்டிருக்கும் மார்பெலும்பை, மூடிக்கொண்டிருக்கும். பாவமான ஒரு குடுமி போல் இருந்தது. அவளின் சுமையை மற்ற ஒட்டகங்களுக்குப் பகிர்ந்து அளித்தேன். ஆனால், அதுவல்ல பிரச்சினை. அவள் கோலியாத்தின் மேல் பித்தாக இருந்தாள்.

அவனோ உருண்டு திரண்டு, சரிசெய்ய முடியாதபடிக்கு

கெட்டுப் போயிருந்தான். ஜெலிக்கா பலம் இழக்க இழக்க, இந்த ஒட்டுண்ணியுடனான என் நட்பு குறைந்துகொண்டே வந்தது. அவன் தாய்ப்பால் அருந்துவதை என்னால் குறைக்கவே முடியவில்லை. ஜெலிக்காவின் மடியைப் போல ஒரு பையைத் தயாரித்தேன். ஆனால், அவன் அதை மீறி பாலருந்தினான். மேலும் இரவில் அவனை மரத்தின் மிக அருகில் கட்டிப் போட்டாலும்கூட, அவள் அவனுக்கு அதிக அளவில் பாலூட்டுவாள். மதியம் பயணத்தை நிறுத்திக் கொள்ளும் போது ஒட்டகங்களை, ஓய்விற்காக மரத்தடியில் ஒரு மணி நேரம் அமர்த்துவது வழக்கம். அது அவர்களுக்குத் தேவை அந்த ஓய்வை அவை வரவேற்றன. அசை போட்டபடி, வெற்றுவெளியை வெறித்தபடி ஒட்டகங்களைப் பொருத்த அளவில் வாழ்க்கைப் பற்றிய யூகங்களை எண்ணியபடி அவை அமர்ந்திருக்கும். ஆனால், கோலியாத்தை அவன் தாயிடமிருந்து விலக்கிவைக்கும் வேலை எனக்கிருந்தது. நான் பார்க்காதபோது, அவன் கள்ளத்தனமாய் அவளருகில் சென்று, அவளைத் தள்ளி, நோண்டி தனக்குப் பால் தருமாறு வேண்டுவான். அவள் மறுத்தால் அவளின் மூக்காணங்கயிறைத் தன் வாயில் பற்றி இழுப்பான். அவள் உரக்க சப்தமிட்டு குதித்து எழுவாள். மின்னலைப் போல இந்த திருட்டுப் பயல் அவள் மடி நோக்கிப் பாய்வான். அவன் குட்டியாக இருக்கலாம். ஆனால், அவன் முட்டாள் இல்லை. அவனின் மற்றொரு கெட்ட பழக்கம் என்னவென்றால், மற்ற ஒட்டகங்களுக்கு அருகே ஓடிவந்து, பக்கவாட்டில் என்னை உதைப்பது தான். இதற்கு நான் என் பக்கத்தில் முல்கா மரத்திலான ஒரு தடியை என் அருகிலேயே வைத்திருந்தேன். அவன் ஆபத்தான முறையில் அருகில் குதித்தோடி வரும் சமயம் அவன் காலில் தடியால் நன்கு அனைத்துப் பலத்துடன் ஒரு அடி வைப்பேன், அந்த அடியின் அதிர்ச்சி அவனை நிறுத்தி, அதற்குப் பழி வாங்க, அவனை முற்படுத்தும். ஜெலிக்காவின் தியாகத்தை நான் வியக்கத்தான் வேண்டியிருந்தது. இருந்தாலும் அவளுடைய முதல் கன்று அவளை ஒரு கால்மிதிபோல் உபயோகிக்க அவள் விடுகிறாள் என்று எண்ணினேன்.

காட்டில் வசித்த மிருகங்கள்கூட செத்துக் கொண்டிருந்தன. பண்ணைகள் இருந்த இடத்தில், ஆழ்துளைக் கிணறு, காற்றாலை, குளம் மற்றும் குட்டைகளில் காணப்பட்ட நீரை அவை அருந்தின. ஆனால், கால்நடைகள் மிச்சம் மீதி இருந்த அத்தனை தீவனச் செடிகளையும், தின்று தீர்த்துவிட்டன. ஆழ்துளை கிணற்றின் அருகே நான் இரவில் முகாமிடவே மாட்டேன். அங்கு வலியால் சுருண்டு இறந்த மிருகங்களின் சிதைந்த பாகங்கள் காணப்படும் மண் நிரம்பிய குட்டைகள்தான். அந்த இடம் எப்போதும் மனதை உற்சாகப்படுத்தாது.

மதிய நேரங்களில் அங்கு ஓய்வெடுப்பேன். ஒட்டகங்கள் நீரருந்தும், நானும் நீரில் சுத்தப்படுத்திக்கொள்வேன். பின் மேலும் பத்து மைல்கள் போல் நடந்து, தீவனம் கொஞ்சம் அதிகமாய் உள்ள இடத்தில் முகாமிடுவேன். இப்படி எல்லா நாட்களிலும் நடக்காது. ஓரிரவு க்ளென்நேயிலை அடைவதற்கு முன் இத்தகைய கிணற்றிற்கு அரை மைல் தூரத்தில் முகாமிட்டேன்.

டிக்கிட்டி கங்காருவைத் துரத்தினால், அவளை நான் மிரட்டியதே இல்லை. ஏனெனில், அவளால் ஒரு கங்காருவைப் பிடிக்க இயலாது என்று எனக்குத் தெரியும். ஆனால், அன்றிரவு அவள் நீரருந்த வந்த ஒரு எலும்பும் தோலுமான கங்காரு ஒன்றைத் துரத்தி என்னைத் தூக்கத்திலிருந்து எழுப்பிவிட்டாள். நான் சுதாரித்து அவளை அழைப்பதற்கு முன் இருட்டில் ஓடி மறைந்துவிட்டாள். பின் நானும் உறங்கிவிட்டேன். சிறிது நேரம் கழித்து என் சாக்கின் அருகே வந்து, என்னை நக்கி எழுப்பலானாள். அவளைத் தொடருமாறு என்னை வற்புறுத்தினாள். "டிக், நீ அதைப் பிடித்துவிட்டாயா?" மீண்டும் சிணுங்கல். மற்றும் நக்குதல். நான் துப்பாக்கியில் குண்டுகளைப் போட்டுக்கொண்டு, அவளைத் தொடர்ந்தேன். அவள் நேராக அவளின் பரிசை நோக்கி அழைத்துச் சென்றாள். அது ஒரு பெரிய ஆண் கங்காரு. மரணத்தின் வாசலில் நின்று கொண்டிருந்தது. துரத்திக்கொண்டு ஓடியது. அதனால் முடியாத அளவிற்கு பலமில்லாமல் இருந்தது என்று நான் நினைக்கிறேன். டிக்கிட்டி அதைத் தொடவில்லை. எப்படித் தொடுவது என்று அவளுக்குத் தெரியவில்லை என்று நினைக்கிறேன். பாவம் அந்த ஜந்து, மாரடைப்பு ஏற்பட்டுவிட்டது. ஒருக்களித்துப் படுத்தபடி மெதுவாய் மூச்சுவிட்டுக் கொண்டிருந்தது. அதன் தலையில் சுட்டேன். அடுத்த நாள் காலையில் அதனருகில் சென்று கத்தியால் அதன் வாலையும், கால் தொடையையும் வெட்டக் குனிந்தேன். திடீரென்று சிலையாய் நின்றுவிட்டேன். இறைச்சியை வெட்டுவது பற்றி எட்டி என்ன கூறியிருக்கிறான்? "ஆனால், அது உங்களுக்குப் பொருந்தாது. ஏனெனில் நீங்கள் வெள்ளையர்". "உறுதியாகப் பொருந்தாதா?"

"உனக்கு எப்படித் தெரியும்?" முழு கங்காருவையும் என்னால் தூக்கிச் செல்ல முடியாது. அது மிகவும் கனமாக இருந்தது. ஆனால், அத்தகைய சுவையான இறைச்சி அழுகிப் போக விடுவது, பைத்தியக்காரத்தனம்தான். ஐந்து நிமிட மனப் போராட்டத்திற்குப் பின் கத்தியை எடுத்த இடத்திலேயே வைத்துவிட்டு, பயணத்தைத் தொடர்ந்தேன்.

ஒரு கலாசாரத்தின் நம்பிக்கை, மற்றொரு கலாசாரத்தின் மொழியில் மொழிபெயர்க்கப்படும் போது, "மூட நம்பிக்கை" என்ற ஒரு வார்த்தை குதித்து வரும். ஆம் மூட நம்பிக்கைதான் என்னவோ அந்த கங்காருவை கூறு போடாதபடி என்னைத் தடுத்ததோ என்னவோ, ஆனால், உண்மையும் போலியும் சந்திக்கும்போது எது சரி என்று உணர்வதற்கு, எனக்குப் போதிய அனுபவம் உண்டு. எனக்கு நிச்சயமாகத் தெரியாததால், ஒரு முடிவெடுக்கும் நிலையில் நான் அப்போது இல்லை.

க்ளென்நேயில் மக்களைப் பற்றிய என் கணிப்பு சரியாகவே இருந்தது. அவர்கள் அருமையான மக்கள் மட்டுமில்லை, இனிமையான, கருணையான, தாராள குணமுடையவர்கள். என் விநோத பழக்கங்களைப் பற்றிக் கண்டு கொள்ளாமல் இருந்தனர். நான் ஏப்பமிடும்போதும், சொறிந்துகொண்ட போதும், ஒரு பசித்த பன்றியைப்போல, தேநீரையும் வீட்டில் தயாரித்த ரொட்டிகளையும் விழுங்கிய போதும், சிநேகத்துடன் என்னுடன் உரையாடிக் கொண்டிருந்தனர். அவர்களின் வாயிலுக்கு ஒரு மதியம் சென்றடைந்தேன். அதன் மறுபுறம் தலை வெளுத்த, கோடைக்கால உடையணிந்த ஒரு பெண்மணி, தன் பூந்தோட்டத்திற்குத் தண்ணீர் வார்த்துக் கொண்டிருந்தார். என்னைக் கண்டதும் புருவங்களைக்கூட உயர்த்தாமல், "ஹலோ! உன்னைப் பார்ப்பது மகிழ்ச்சியாய் உள்ளது. வீட்டிற்குள் வந்து தேநீர் அருந்த வருகிறாயா?" என்றார்.

எல்லீன், ஹென்றி மற்றும் அவர்களின் மகன் லூ என்னை அங்கு ஒரு வாரம் தங்குமாறு கூறினர். நான் மகிழ்ந்தேன். அவர்கள் நல்லதொரு துணையாக மட்டுமில்லாது, எனக்கு நன்கு உணவளித்து, அந்த நிலத்திற்கே உரிய விருந்தோம்பலுடன் என்னை நன்கு கவனித்துக் கொண்டனர். இந்த தாராள குணமும், பரந்த மனப்பான்மையும்தான். புதுநிலக் குடியிருப்பாளர்களின் குணம் இது. உலகம் முழுவதற்கும் பொதுவானது என்று உறுதியாக நம்புகிறேன். இக்குணம், நேர்மை, கடும் உழைப்பு, எளிமை, மற்றும் மண்ணை நேசிக்கும் குணத்தோடு, சேர்ந்து இயைந்து இருக்கிறது. கானிங்கிற்குச் செல்லுமுன், என் ஒட்டகங்களுக்கு சிறிது மேய வேண்டி இருந்தது. ஹென்றி குதிரைகள் மேயும் இடத்தில் அவைகளை மேய அனுமதித்தார். இந்த மேய்ச்சல் நிலம் சதுர மைல் அளவில் இருந்தது. அதில் பாறைகளும், உண்ணத் தகுதியற்ற ஸ்பினிஃபெக்ஸ் புல்லும் மண்ணும் நிரம்பி இருந்தன. ஆனால், சிறிது முல்கா மரங்களும், வேங்கை மரச் செடிகளும், பளிச்சென்ற பசுமை நிறத்தில் ஒரு விதமான பசை மரங்களும் இருந்தன. அவற்றிற்கு அதிக அளவில் நீர் தேவைப்படாதிருக்கலாம்.

அல்லது அவற்றின் வேர்கள் பல நூறு அடிகள் நிலத்தின் கீழ் பாய்ந்து இருக்கலாம். அடுத்த ஒரு மாதத்திற்கு அவைதான் என் ஒட்டகங்களுக்கு முக்கிய உணவாக இருக்கப் போகின்றன.

அம் மனிதர்களுடன் பழகப்பழக அவர்களின் தன்னடக்கமும், அடக்கமுடியாத, நகைச்சுவை உணர்வும் என்னைக் கவர்ந்தன. அவர்களுக்கு கையைப் பிசைந்துகொண்டு அழவும், தங்கள் விதியை நொந்து கொள்ளவும் சரியான காரணம் இருந்தது. கால்நடைகள் எங்கு பார்த்தாலும் இறந்து வீழ்ந்தன. குதிரைகள் எலும்பும் தோலுமாய் காணப்பட்டன. இப்போது அவை ஸ்பினிஃபிக்ஸை உண்ண முயற்சி செய்து கொண்டிருந்தன. மேலும் கண்ணுக்கெட்டிய தூரம் வரை ஒரு மேகம்கூடத் தென்படவில்லை. க்ளென்நேயல் தான் பாலைவனத்தின் இறுதியில் உள்ள இருப்பிடம். அது தூரத்தில் அமைந்திருப்பதுதான் அங்கிருந்த மக்களின் ஒற்றுமைக்கு காரணமானது போலும். மேலும் ஹென்றி ஒரு அருமையான குடியிருப்பாளர். அவர் நிலத்தை நேசித்தார். உலகில் உள்ள மழை அனைத்தையும் கொடுத்தாலும், நகரவாசிகளோடு தங்கள் இருப்பிடத்தை மாற்றிக் கொள்ள மாட்டார்கள். நான் அங்கு இருக்கும் சமயத்தில் என்னையும் மேற்பார்வைக்காக, அழைத்துச் சென்றனர். இறப்பதற்கு முன் சில எருதுகளைக் கண்டுபிடித்து, தோலுரிப்பதற்காக. அந்த இறைச்சியிலிருந்து கிடைக்கும் தொகை போக்குவரத்துச் செலவுக்கு மட்டுமே சரியாக இருக்கும். அதுவும் கிடைத்தால், இரவு நேரத்தில் முகாமிட்டு, மாட்டிறைச்சி உண்டு, சிரித்து, ஸ்லிம் டஸ்டியுடன் சேர்ந்து, தாய்மார்களின் உயர்வைப் பற்றிப் பாடுவோம்.

தெரியாதவர்களுக்கு, ஸ்லிம் டஸ்டி ஆஸ்திரேலியாவின் ஆகச்சிறந்த தற்கால மேற்கத்திய நாட்டுப்புறக் கவிஞன். அவன் பாடல்களை ஒலிக்கச் செய்தால், என் நண்பர்களில் பலர் கேலி செய்வார்கள். ஆனால், அது அவர்கள் “மவுண்ட் இஸர் ரேடியோ”விற்குச் சென்றதில்லை என்ற காரணத்தினால்தான் என்று கூறிக் கொள்வேன். இப்படிப்பட்ட மக்களுடைய விழாக்களுக்குச் சென்று, காலை நான்கு மணிக்கு ஒலிபெருக்கியில் அலறும் ஸ்லிம்மின் குரலால், மது போதை ஏற்படுத்திய முக்கியமான, குதிரை சவாரி செய்வது போலவும், குதிரையில் ஏறி காளையை அடக்குவது போன்ற கனவுகளிலிருந்தும் விழித்துக் கொள்ள வேண்டும். ஒரு வாரம் முழுவதும் அவரின் பாடலை கேட்டிருக்க வேண்டும். ஸ்நேக் பிட் என்றழைக்கப்படும், மதுபானக் கடைக்கு ஆஸ்திரேலிய நண்பர்களுடன் சென்ற மதுவருந்தி இருக்க வேண்டும். அங்கு ஒரு கிதார் வாசிக்கும் மாட்டிடையனின் பாடலுக்கும், அவனின் தோழிகள் இசைக்கும் “உராண்டாங்கி டான்டி”

இசைக்கும் நடனமாடி இருக்க வேண்டும். பின் அதிசயத்திலும் அதிசயமாக, முழு போதையிலிருக்கும் பார்வையாளர்களோடு, மாடு மடக்கும் போட்டியின் இறுதி நாளன்று ஸ்லிம், தொப்பியும், வயலட் நிற சட்டையும் அணிந்து நேடியாக, நல்ல வாத்தியக்காரர்களுடன் பாடும்போது, 'எ டால் டார்க் மேன் இன்த சாடில்' என்ற பாட்டை கண்களில் நீருடனும், கையில் பீருடனும், பாடியிருந்தால் இந்த ஆஸ்திரேலியக் கவிஞனின் உணர்ச்சிகளின் வேகம் புரியும்.

அங்கு என் கடைசி நாளில், ஒட்டகங்களை அழைக்கச் சென்றேன். அவைகளில் எடை அதிகரிக்கவில்லை என்றாலும் சிறிது பூசினாற் போல்தான் காணப்பட்டன. ஜெலிக்காவும் பாவப்பட்ட மூட்டை போல காணப்படவில்லை. ஆக மொத்தத்தில் அவை நான் நினைத்தபடியே நல்ல ஆரோக்கியத்துடன் இருந்தன. வழக்கம் போல பப்தான் முதலில் வந்து ஏதாவது தின்பதற்கு கொடுப்பேனோ என்று மோப்பம் பார்த்தது. அவனுடைய பங்கை அவனுக்குத் தந்துவிட்டு, மற்றவைகளைக் கவனிக்காமல் நின்றிருந்தேன். எப்போதுமே பொறாமை குணம் உடைய, தன்னைக் கூட்டத்தின், (நான் உட்பட) தலைவன் என்று எண்ணிக் கொள்ளும் டூக்கி, என் முழுத் தலையைத் தன் வாயால் கவ்விவிட்டான். அது ஒரு தலைக்கவசம் போல் பொருந்தியது. என் தலைமுடியில் தன் எச்சிலை வழியவிட்டு, பின் தன் பின்னங்கால்களால் சுற்றிக் கொண்டு, மிகவும் திருப்தியுடன் பின்னால் நகர்ந்தால், அவன் மட்டும் நினைத்திருந்தால், என் தலையை ஒரு திராட்சையைப் போல் நசுக்கியிருக்கலாம். இப்படிப்பட்ட வரம்பு மீறுதல்களை என் ஒட்டகங்களில் நான் அனுமதிப்பதில்லை. ஏனெனில், யாருக்கத் தெரியும்? ஒரு நாள் அவை, ஒரு கண்டத்தின் ஊடாக இழுத்துச் செல்வதை வெறுத்துப் போராடத் துவங்கலாம். ஆனால், அவன் செய்த செயலின் வேடிக்கைத்தனத்தை நான் புரிந்து கொண்டேனா என்று என்னை பசப்பாகக் காணும் டூக்கியை நான் என்னதான் செய்ய முடியும்?

என்னுடன் சேர்ந்து வரைபடத்தை ஹென்றி பார்வையிட்டார். பின் 10 வது கிணற்றின் அருகே எவ்வாறு கானிங்கைச் சென்றடைவது என்று காட்டிக் கொடுத்தார். அங்கு எந்தெந்த தடங்கள் உள்ளன என்றும் எந்தெந்த தடங்கள் இல்லை என்றும் கூறினர். தெற்கு திசையில் எப்போது திரும்ப வேண்டும் என்று விளக்கினார். மேலும் சாலையின் மீதுள்ள கிணறுகளில் எவையெல்லாம் உபயோகப்படுத்தலாம் என்று கூறினார். சாலையா? எனக்கு ஆச்சரியமாக இருந்தது. கண்ணுக்குத் தெரியாத, அல்லது மிகவும் தெளிவற்ற பாதையைத்தான் நான் எதிர்பாத்திருந்தேன். என் திசைமானியைத்தான் நம்ப வேண்டும்

எனவும் எதிர்பார்த்திருந்தேன். இத்தகைய காட்டுப் பாதைகளில் சாலைகள் இருப்பதற்கு சுரங்கத் தொழிலே காரணம். எங்கிருந்தோ பாதைகள் தோன்றி எங்கோ சென்று மறையும்.

ஒரு வழியில் பார்த்தால் என்கு ஏமாற்றமாய் இருந்தது. "கானிங்" தான் நான் காணப் போகும், கடைசிக் குடியிருப்புகள் அற்ற பூமி. வருத்தத்துடன் சேணங்களைப் பூட்டும்போது, இப்பயணத்தின் முக்கியப் பகுதி முடிவுக்கு வரப்போகிறது என்று எண்ணினேன். ஆலிஸ் ஸ்பிரிங்கை போன்ற அடுத்த முதல் நகரமான விலுனாவை அடைவதற்கு இன்னும் மூன்று வாரங்கள் ஆகும் என்று கணக்கிட்டேன்.

முதல் இரண்டு நாட்கள் கொடுமையாக இருந்தன. பூமி வறண்டு வெடித்திருந்தது. எங்கு நோக்கினும், பழுப்ப நிற மண் படிந்திருந்தது. எனக்கு இரு முறை உடல் நலம் குன்றியது. இந்த மொத்தப் பயணத்திலேயே எனக்கு ஏற்பட்ட உடல் உபாதை இதுதான். ஓர் ஆழ்துளைக் கிணற்றில் மிகக் குறைந்த நீரில் குளித்துவிட்டு, காய்வதற்காக நிர்வாணமாக நடந்தேன். அன்றிரவு மிக மோசமான சிறுநீர் உபாதையில் கண் விழித்தேன். அதற்கான மாத்திரையை உண்டேன். கடவுளுக்கு நன்றி. அவற்றை நான் எடுத்து வைத்திருந்தேன். ஆனால், அது உறக்கமற்ற இரவாய்ப் போனது. ஓரிரு நாட்கள் சென்று எனக்கு கடுமையான வயிற்றுவலி ஏற்பட்டது. நிச்சயமாக, நான் அருந்திய நீரினால்தான், அடக்க முடியாத அவசரத்துடன் அது வந்துவிட்டது. என் கால்சராயை கழட்டுவதற்கு முன்பே, ஆ ஆ என்று முனகிக் கொண்டே இருந்தேன். எனக்கு சிறிது அவமானமாய் இருந்தது. சமூகத்தில் இருந்ததின் பாதிப்புதான் இது. என் கால்சராய்களை எரித்துவிட்டு, சுத்தம் செய்து கொள்ள வண்டி வண்டியாய் நீரை வீணாக்கினேன். ஆனால், அதற்குப் பிறகு நிலப்பகுதி சீரடையத் துவங்கியது. சென்ற நான்காண்டுகளில் பெய்த மழையானது, தெற்கில் இருக்கும் குடியிருப்புகளை விட்டுவிட்டு இந்த வடக்குப் பகுதியில் தான் பொழிந்திருக்கிறது. மிகவும் பசுமையாக இல்லாவிட்டாலும், ஒட்டகங்கள் உண்பதற்குத் தேவையானவை இருந்தது. இப் பிரயாணத்தின் ஆரம்ப கட்டங்களில் இத்தகைய நிலத்தைக் கண்டு முகம் சுழித்திருப்பேன். ஆனால், இப்போது என் கண்களுக்குப் பசுமையாகக் காட்சியளித்தது. ஆதிகாலத்துப் புதைவடிவ அமைப்பில் அருமையானதொரு நிலப்பரப்பாய் அது விளங்கியது. பூமியின் பரிணாமத்தில் இருந்து தனியே நிற்கும், அமைதியான, முறுக்கிக் கொண்ட பிழன்ற மணற்பாறையின் அடுக்கு இது. கடவுளின் நிலமாய் அது இருக்கலாம். ஆனால், ஒட்டகங்கள் மீது கருணையற்று விளங்கியது. அவை தேவையான

நீர் அனைத்தையும் சுமந்து கொண்டிருந்தன. கடினமான சரிவுகள் அவற்றைப் பலவீனப்படுத்தின. அவற்றின் கால்களை வருத்தின. விரைவில் நீரும், அவற்றிற்கான தீவனமும் கண்ணில் பட்டால், அவற்றிற்கு உடனே ஓய்வு தரவேண்டும்.

வரைபடத்தைப் பொருத்தமட்டில் ஆறாம் எண் கிணறு நல்லதெனத் தோன்றியது. வெப்பம் அதிகமாய் இருந்தது. மேலும் வரைபடத்தில் காணப்பட்ட பாறைகளின் படுகை அருகில் இருப்பதைப் போலிருந்தது. ஆனால், அப்படி இல்லை. எனக்கு வெறுப்பாய் இருந்தது. என் வலது பக்கத்தில் இருந்த மலைக்கு முடிவே இல்லை. ஒட்டகங்களை டிக்கிட்டி பயமுறுத்தியபோது, சத்தம் போட்டு, அவளை உதைத்தேன். கோபத்தினால் நான் கொதித்துக் கொண்டிருந்தேன். பாவம் தான் என்ன தவறு செய்துவிட்டோம் என்று தெரியாமல் சமாதானப்படுத்த முடியாத சோகத்துடன் தன் வாலை கால்களுக்கிடையே இட்டுக்கூட நடந்து வந்தாள். சமீப காலங்களில் அவள், தண்டனைகளை, அல்லது தண்டனை என அவள் கருதியவற்றை ஏற்றுக்கொண்டே இருந்தாள். ஆஸ்திரேலிய நாட்டு நாய்களை ஒழிப்பதற்காக வானத்திலிருந்து எறியப்பட்டிருந்த “ஸ்ட்ரைக் நைன்” கலந்த இரைப் பொருளை உண்ணாமல் இருக்கத் தோலினால் ஆன வாய் மூடி ஒன்றை எனக்குத் தந்திருந்தனர். ஆனால், அவள் அதை வெறுத்தாள். அழுதும், அதைப் பிறாண்டியும், பின் கவலையே உருவாய் இருந்தும், காணப்பட்டதால் காலப்போக்கில் அதைக் கழற்றிவிட்டேன். இறந்து போன மிருக இறைச்சியை உண்ணும் வழக்கம் அவளுக்கு இல்லை. அதே சமயம் அவற்றால் கவரப்படாத அளவிற்கு அவளுக்கு நல்ல உணவு வழங்கிவந்தேன்.

ஒருவழியாய் மலையின் இறுதிக்கு வந்து சேர்ந்தேன். உயர்ந்த மணற்குன்றுகளின் விளிம்பில் நடந்தேன். அதன் முகட்டை அடைந்தபோது, முடிவே இல்லாது விரிந்திருக்கும் மெல்லிய நீல நிறத்திலான மூடுபனி கிண்ணத்தைக் கண்டேன். அதில் நெளிந்து சுருண்டிருக்கும், மலைகளும், பிறைவடிவங்களும் அதில் மிதந்து மின்னிக் கொண்டிருந்தன. நெருப்பின் நிறத்தில் மணற்குன்றுகள் அதன் காலடியில் நின்றன. தூரத்தில் ஏதோ மாயம் போல வயலட் நிறத்தில் மலைகள் தெரிந்தன. மலைகள் கர்ஜனை செய்து அழைப்பதைக் கேள்விப்பட்டு இருக்கிறீர்களா? இவை செய்தன. பிரம்மாண்ட சிங்கங்களைப் போல, அந்தக் கர்ஜனை பைத்தியக்காரனின் காதுகளிலும், காது கேளாது, வாய்பேச முடியாதவர்களுக்கு மட்டும்தான் கேட்கும். அந்தக் காட்சியில் உறைந்து நின்றேன். நான் இதுவரை இத்தனை அழகாய் என் கனவில்கூட ஒரு காட்சியைக் கண்டதில்லை.

பலவித நில வகைகளின் சங்கமமாக இங்கு காணப்பட்டது. உருளும் சமவெளிகளும், ஸ்பினிஃபெக்ஸ் புற்கள் நிறைந்த பீட பூமிகளும், தூரத்தே தெரிந்த நீல நிற மூடுபனியும், பலவித நிறங்களில் மணல் குன்றுகளும், ஆழ்ந்த சிவப்பு நிறத்தில் கோடிட்ட மணற்பாறை மலைகளும் அதனூடாக பாம்பைப் போல் நெளிந்து கிடந்த பசுமையும், பளபளக்கும் வெண்மையும், கலந்த பாறைப் படுக்கையும் காணப்பட்டன. கடைசி மணல் குன்றிலிருந்து குதித்துக் கிணற்றை நோக்கிச் சென்றோம். ஒட்டகங்கள் தீவனத்தைக் கண்டு கொண்டு அங்கு செல்ல பிரயத்தனப்பட்டன. கிணற்றைப் பார்க்க முடியவில்லை. நன்கு உலர்ந்த யூகலிப்டஸ் மரம் அதை மறைத்துக் கொண்டு நின்றது. கிணறு 15 அடி ஆழத்தில் இருந்தது. அழுகிப் போன சாக்கடையைப் போல நாற்றமடித்தது. ஆனால், ஈரமாக இருந்தது. சில நாட்கள் தங்குவதற்கு அது போதும். நீர் - மண குழப்பைப் போன்ற சுவையுடன் இருந்தது. போதுமான காபித்தூள் சேர்த்தால், குடித்துவிடலாம். கிணர்றுக்கு மேல் உபயோகப்படுத்த முடியாத பக்லீஸின் வாளி ஒன்று இருந்தது. என் சொந்த வாளியில் 5 கேலன் நீர் இறைப்பதே இயலாததாய் இருந்தது. அந்த முயற்சியில் எனக்குக் குடல் இறக்கமே ஏறக்குறைய ஆகிவிட்டது.

அம்மாலையில் ஒட்டகங்கள், வெள்ளை மண்ணில், விளையாடி பலூன் போன்ற மேகங்களை ஏற்படுத்தின. அவற்றில் மறையும் சூரியனின் கதிர்கள் பட்டு வெடித்துத் தங்க நிறமாய் மாற்றி, அந்த தங்க நிற வெளிச்சத்தை ஆயிரம் திசைகளில் சிதற அடிக்கும். கீழே உதிர்ந்து ஓர் அடி உயரத்தில் இருந்த இலைகளின் படுக்கையில் நான் கிடந்தேன். இரவு வந்தது இலை பெருமூச்சுவிட்டுக்கொண்டு, என்னை நோக்கி மிதந்து வந்தது. என்னைச் சுற்றி கறுப்பும் வெள்ளியுமாய், தேவாலயம் போல் பிரமாண்ட மரங்கள் இருந்தன. மெலிதான பிளாட்டின நிலா அதன் கிளைகளில் ஊஞ்சாடியது. உலகின் இருதயத்தைக் கண்டுபிடித்துவிட்டேன். அந்த அரண்மனையில் நான் தூக்கத்தில் ஆழ்ந்து மலைகளை நினைவின் விளிம்பிலிருந்து மறைவிட்டேன். உலகின் இதயம், சொர்க்கம்.

தண்ணீர் எத்தனை நாட்கள் தாங்குமோ அத்தனை நாட்கள் அங்கு தங்கலாம் என்று முடிவு செய்தேன். பொறுப்புகளும், ரிக்கும் என்னை விட்டு வெகு தூரத்திற்குச் சென்றுவிட்டனர். மிகவும் தொலைவிற்கு சென்றுவிட்டதால் ஒரு விநாடி கூட அவர்களைப் பற்றி நினைக்கவில்லை. மணல் குன்றுகளில் நுழைந்து, தூரத்து மலைகளுக்குச் செல்லத் திட்டமிட்டேன். ஆனால், முதலில் ஒட்டகங்களுக்கு ஓய்வு தேவை. இங்கு உண்ண உணவு உண்டு. உப்புப் புதர்கள், ஒட்டக முட்கள்,

முல்கா, அவை விரும்பும் அனைத்தும் இருந்தன. டிக்கிட்டியும், நானும் ஆராய்ந்தோம். பைன் ரிட்ஜில், பழங்குடியினரின் ஓவியங்கள் காணப்பட்ட ஒரு குகையைக் கண்டுபிடித்தோம். பின் குறுகலான, ஆபத்தான பாறைகளின் இடைவெளியில் ஏறினோம். காற்று எங்கள் மேல் ஓசையிட்டது. தட்டையான உச்சியை அடைந்தோம். அங்கு பிழன்ற பாறைகள் பெரும் படிகளாகவும், பிரம்மாண்ட முட்டுச் சுவராகவும் காணப்பட்டன. அங்கிருந்த மரங்கள், காற்றின் கனத்தால் பழுதுபட்டு, சிறுத்து இருந்தன.

தொடு வானத்தில் மணற்புயல் ஒன்று சிவப்பு நிற மேகமாய் "போஜெஸ்ட்" படத்தில் காணப்படுவதைப் போலவே உருவாகுவதை, என்னால் காண முடிந்தது. மேற்குப் பக்கத்தில் கறுப்புப் பையன் என அழைக்கப்படும் பழங்கால பாலைவனப் பனைமரங்களைக் கண்டுபிடித்தோம். கடினமான கறுப்புத் தண்டுகளில் நீர் ஊற்றைப் போலப் பச்சை நிற ஊசிகள் தலைப்பாகத்தில் காணப்பட்டன. அனைத்தும் தாறுமாறாய் தங்களுக்குள்ளேயே குவிந்து கிடந்தன. மறந்து போன ஒரு கிரகத்தின் வேற்று கிரகவாசியைப் போல. இந்த இடத்தில் மனதை முற்றுகையிடும் மாய குணம் காணப்பட்டது. அதனால் ஒரு பட்டத்தைப் போல நான் பொங்கி உயர எழுந்தேன். இதுவரை நான் அறிந்தே இராத ஓர் உணர்வால் நிறைக்கப்பட்டேன். அது மகிழ்ச்சி.

அந்நாட்களில் பிரயாணத்தின் அத்தனை நல்ல போதும் படிகங்களாய் மாறியது போல் இருந்தது. நான் அடைய விரும்பிய பூரணத்துவத்தின் மிக அருகில் அது இருந்தது. நான் கற்றுக் கொண்டதை எல்லாம் மீண்டும் நினைத்துப் பார்த்தேன். இந்தப் பயணத்திற்கு முன்பான, தூரத்தில் தெரியும், கனவு போன்ற நாட்களில், சாத்தியம் என்று நான் நினைத்துக்கூடப் பார்த்திராத தகுதிகளையும், ஆற்றலையும் நான் கண்டுபிடித்தேன். என் கடந்த காலத்தில் இருந்த மனிதர்களை மீண்டும் கண்டுபிடித்து, அவர்களுடனான என் மனோநிலையைச் சரிசெய்தேன். காதல் என்றால் என்ன என்பதைக் கற்றுக்கொண்டேன். அந்த அன்பு உங்களுக்கு அக்கறை உள்ள அனைவருக்கும் சிறந்தது கிடைக்கவேண்டும். அது உங்களுக்கு இல்லாவிட்டாலும்கூட, என்று விரும்பியது முன்பு, அன்பு இல்லாமலேயே மக்களை ஆளுமைப் படுத்த விரும்பினேன். இப்போது அவர்கள் இல்லாமலேயே அவர்கள் மேல் அன்பு செலுத்தி அவர்களுக்கு நல்லது நடக்க வேண்டும் என்று நினைக்க முடிகிறது. விடுதலையையும் பாதுகாப்பையும் புரிந்து கொண்டேன். பழங்கங்களின் அடித்தளத்தை ஆட்ட வேண்டிய அவசியத்தைப் புரிந்துகொண்டேன்.

சுதந்திரமாய் இருக்க ஒருவர் தொடர்ச்சியாய் சிறிதுகூட இரக்கமற்று, தம் பலவீனத்தைக் கண்காணித்துக்கொண்டு வரவேண்டும். அந்த கண்காணிப்பிற்கு ஒழுக்கம் சார்ந்த சக்தி தேவை. அதை உருவாக்க பலரால் முடியாது. பழக்கங்களின் அச்சுக்களில் நாம் ஓய்வெடுக்கிறோம். அது பாதுகாப்பானது. அது நம்மைச் சுதந்திரத்தின் விலையில் அதில் கட்டிப்போட்டுவைக்கிறது. அச்சுகளை உடைப்பதும், பாதுகாப்பின் தூண்டுதலைப் பற்றிக் கண்டுகொள்ளாமல் இருப்பதும் முடியவே முடியாத ஒரு போராட்டம். ஆனால், மிக முக்கியமான ஒன்று, சுதந்திரமாய் இருப்பதென்றால், கற்றுக்கொள்வது, நம்மைத் தொடர்ந்து சோதனைக்குள்ளாக்குவது, பணயம்வைப்பது. அது பாதுகாப்பானது அல்ல. நான் என் பயங்களை உயரே செல்லும் படிகளாக உபயோகிக்கக் கற்றுக்கொண்டேன். அவற்றை என்னைத் தடுமாறச் செய்யும் கற்களாக எண்ணவில்லை. எல்லாவற்றிலும் அதிகமாக சிறந்தது என்னவென்றால், நான் சிரிப்பதற்குக் கற்றுக்கொண்டேன். நான் வெல்ல முடியாதவளாய், யாராலும் தொட முடியாதவளாய் உணர்ந்தேன்.

என்னை நான் நான்கு பக்கங்களிலும் வளர்த்துக் கொண்டேன். இப்போது நான் ஓய்வாக அமர்ந்தால், இந்தப் பாலைவனம் கற்றுத் தருவதற்கு இனி எதுவுமில்லை என்று நம்பினேன். இவை அனைத்தையும் ஞாபகத்தில் வைத்துக்கொள்ள விரும்பினேன். இந்த இடத்தை என் நினைவில் வைத்துக்கொள்ளவும், இது எனக்கு எப்படி முக்கியமென்றும், இங்கு நான் எவ்வாறு வந்தேன் என்றும் நினைவில் வைத்துக் கொள்ள விரும்பினேன். அதை என் தலையில் மிக மிக அழுத்தமாய் பொருத்திக் கொள்ள எண்ணினேன். அப்போதுதான் நான் எப்போதும் மறக்கவே மாட்டேன்.

கடந்த காலத்தில் என் துக்கமும் நம்பிக்கை இன்மையும் சாக்கடைகளைப் போல் ஒரே இடத்திற்கே கொண்டு சென்றன. அந்த இடத்தில் “இதோ இருக்கிறது” என்ற அறிவிப்பு காணப்பட்டது போல் இருந்தது. இங்குதான் நீ மேலும் கற்றுக்கொள்வதற்கு முன் தள்ள வேண்டிய, தாண்டிச் செல்ல வேண்டிய சமாச்சாரம் உள்ளது. அந்த இடத்திற்கு என் சுயம் அடிக்கடி இட்டுச் சென்றது. ஒரு வாய்ப்புக் கிடைத்தாலும் அவ்விடத்தை எனக்குச் சுட்டியது. எனக்கு தைரியம் இருந்தால்தான் அங்கிருந்த பொத்தானை அழுத்தலாம் என்பது போல் இருந்தது. அது மட்டும் எனக்கு நினைவில் இருந்தால், ஆ! நாம் எப்போதும் மறந்து விடுவோம். அல்லது மிகவும் சோம்பல் படுவோம் அல்லது பயப்படுவோம். அல்லது உலகில் உள்ள நேரம் முழுவதும் நமக்கு இருப்பதாக எண்ணுவோம். அதனால் ஓடையை சௌகரியமான

இடத்திற்கே திருப்பிவிடுவோம். அங்கு நாம் அதிகம் சிந்திக்கத் தேவையில்லை. அங்கு வாழ்க்கையென்றால் கடந்து செல்லுதல், அங்கு நாம் உயிரோடு இருப்போம், பாதி தூக்கக் கலக்கத்தில் நான் செய்துவிட்டதாக எண்ணினேன். எனக்கான ஒரு மாயையை எனக்காக உருவாக்கி விட்டதாக நம்பினேன். விதி என்றழைக்கப்படும் வினோதமான, உறுதியான சம்பவங்களின் சங்கிலியில் நானும் ஒரு பகுதி என்று நம்பினேன். யாரும் எதுவும் எனக்கு அப்பாற்பட்டது என்றும், எனக்கு அவை தேவையில்லை என்றும் நம்பினேன். அந்த இரவு ஆழ்ந்த, குரூரமான பாடத்தைக் கற்றுக்கொண்டேன். மரணம் திடீரென வாய்க்கும் என்றும் இறுதிப்பொழுது எங்கிருந்தோ வரும் என்றும் கற்றுக்கொண்டேன். அது என் அகமகிழ்ச்சியின் உச்சத்தை அடையும்வரை காத்திருந்துவிட்டு, என்னைத் தாக்கியது. அந்த இரவு டிக்கிட்டி விஷமிட்ட இறைச்சியை உண்டுவிட்டாள்.

நாயுணவு குறைந்துகொண்டே வந்தது. நானும் மிகவும் சோம்பலுடன் இருந்தேன். அவளுக்கான உணவை வேட்டையாடச் செல்ல அலுப்பாய் இருந்தது. அதனால் அவளுக்கு உணவை அளந்து இட்டேன். என்னை அவள் எழுப்பினாள். "என்ன ஆச்சு டிக். எங்கு போயிருந்தாய்?" அவள் என் முகத்தை மிகவும் நக்கிவிட்டு, சாக்குகளுக்கு இடையே பொதிந்து எப்போதும் போல் என் வயிற்றில் படுத்தாள். அவளை நான் கட்டிப்பிடித்தேன். திடீரென்று அவள் வெளியே வழுக்கிச் சென்று வாந்தி எடுத்தாள். என் உடல் சில்லிட்டது. "இல்லை... இருக்காது, ஜீஸஸ் இருக்கக்கூடாது." அவள் என்னிடம் திரும்ப வந்து என் முகத்தை மீண்டும் நக்கினாள். "ஒன்றுமில்லை டிக், உனக்கு சும்மா வாந்திதான். கவலைப்படாதே! வா இங்கு வந்து படுத்துக்கொள். காலையில் சரியாகிவிடும்" என்றேன். சில நிமிடங்களில் அவள் மீண்டும் வெளியே சென்றாள். இது நிகழக்கூடாதது. அவள் என் செல்லக் குட்டி நாய். அவள் விஷமருந்தி இருக்க முடியாது. அது நடக்கக்கூடாதது. அவளுக்கு நடக்கக்கூடாது. அவள் எதைக் கொண்டு வந்திருக்கிறாள் என்று காண எழுந்துசென்றேன்.

இறந்துபோன ஏதோ ஒரு மிருகத்தை அவள் உண்டிருக்கிறாள். அது அழுகிப் போகவில்லை. அதனால் அது விஷமில்லை என்று மீண்டும் மீண்டும் நான் கூறிக்கொண்டேன். அதை நம்புவதற்கு என்னைக் கட்டாயப்படுத்தினேன். ஆனால், அது உண்மையல்ல என்று எனக்குத் தெரியும். ஸ்ட்ரைச்னைன் விஷத்திற்கு என்ன முறிவு என்று என் மனதில் ஓடியது. தலைக்கு மேலே சுற்றி, அது அனைத்தையும் வெளிக்கொணர வேண்டும். அப்படிச் செய்தாலும் பிழைப்பதற்கு வழியே இல்லை. "சரி, நான் அப்படிச் செய்ய மாட்டேன். நீ விசமருந்தவில்லை. நீ என்

டிக், உனக்கு அப்படி ஆகாது.” டிக்கிட்டி அங்கும் இங்கும் நடக்கத் தொடங்கி மிக அதிகமாய் வாந்தியெடுத்தாள். பின் ஆறுதலுக்காக என்னிடம் வந்தாள். அவளுக்குத் தெரிந்துவிட்டது. திடீரென ஒரு புதரை நோக்கி ஓடி, பின் என்னைப் பார்த்து நின்றாள்.

அவள் என்னை நோக்கிக் குரைத்தாள். ஊளையிட்டாள். அவள் பிரமை பிடித்து நிற்கிறாள் என்று எனக்குத் தெரியும். அவள் இறந்துகொண்டிருக்கிறாள் என்ற எனக்குத் தெரிந்துவிட்டது. அவளுடைய கண்ணாடி போன்ற கண்கள் என் மூளையில் படமாகப் பதிந்துவிட்டன. அது மறையவே மறையாது. அவள் என்னருகே வந்து தன் தலையை, என் கால்களுக்கு இடையே வைத்துக்கொண்டாள். நான் அவளைத் தூக்கி என் தலையைச் சுற்றி சுற்றினேன். வட்ட வட்டமாக, அவள் உதைத்துப் போராடினாள். அது ஒரு விளையாட்டு என்று நான் நடித்தேன். அவளைக் கீழே இறக்கினேன். அவள் புதர்களில் வெறிபிடித்த நாயைப் போல் குரைத்துக்கொண்டு ஓடினாள். நான் வேகமாகச் சென்று துப்பாக்கியை எடுத்தேன். அதில் குண்டுகள் இட்டுப் பின்புறம் சென்றேன். பக்கவாட்டில் படுத்தபடி அவள் கிடந்தாள். அவள் உடல் இழுத்துக் கொண்டிருந்தது. அவள் மூளையைச் சிதறடித்தேன். அப்படியே உறைந்துபோய் நீண்டநேரம் மண்டியிட்டு அமர்ந்திருந்தேன். பின் தள்ளாடியபடியே படுக்கைக்குச் சென்று புகுந்துகொண்டேன். என் உடல் கட்டுப்படுத்தமுடியாமல் நடுங்கியது. வாந்தியெடுத்தேன். வியர்வை தலையணையையும் போர்வையையும் நனைத்தது. நானும் இறந்துகொண்டிருக்கிறேன் என்று நினைத்தேன். அவள் என்னை நக்கியபோது சிறிது “ஸ்ட்ரைச்னை”னை நானும் விழுங்கியிருக்கலாமோ என்று நினைத்தேன். “இறக்கும்போது இப்படித்தான் இருக்குமா? நான் இறந்து கொண்டிருக்கிறேனா? இல்லை, இல்லை. இது வெறும் அதிர்ச்சிதான். நிறுத்து! தூங்கச் செல்.” அப்போது செய்ததை என் வாழ்நாளில் இதுவரை செய்ததே இல்லை. என் மூளையை அடைத்து, நானே உருவாக்கிக்கொண்ட உடனடி மயக்கத்தில் ஆழ்ந்துவிட்டேன்.

நோயுற்ற, இரும்பைப் போன்ற விடிகாலைக்கு முன்னான வெளிச்சமே, நான் தேடும் பொருட்களைக் கண்டுபிடிக்கப் போதுமானதாய் இருந்தது. ஒட்டகங்களைப் பிடித்து அவற்றிற்கு அருந்த நீர் கொடுத்தேன். என் பொருட்களை மூட்டைக் கட்டிக்கொண்டு ஏற்றினேன். சிறிது நீரை கஷ்டப்பட்டு அருந்தினேன். எனக்கு எந்த உணர்வும் இல்லை. திடீரென்று அந்த இடத்தைவிட்டு, நீங்கும் நேரம் வந்துவிட்டது. என்ன செய்ய வேண்டும் என்று எனக்குத் தெரியவில்லை. அந்த நாயைப் புதைக்க வேண்டும் என்ற எண்ணம் இருந்தது. ஆனால், அது

வினோதமானது என்று கூறிக்கொண்டேன். பூமியின் மேலே அந்த உடல் அழுகிப் போவதுதான் இயற்கையானதும் சரியானதும்கூட. ஆனால், சடங்குகளைப் பின்பற்ற வேண்டும் என்ற தேவை என்னுள் பொங்கிக் கொண்டிருந்தது. நடந்தது உண்மையென்றும், தெளிவானது என்றும் உணர சடங்கு தேவையாக இருந்தது. டிக்கிட்டியின் உடலின் அருகே சென்று, வெறித்துப் பார்த்தேன். அங்கு உள்ளதை உணர என்னால் ஆன அத்தனை முயற்சிகளையும் செய்தேன். ஆனால், அவளைப் புதைக்கவில்லை. எந்த நிபந்தனைகளுமற்று, எந்தக் கேள்விகளுமற்று நேசித்த ஓர் உயிருக்கு பிரியாவிடை தந்தேன். நன்றி கூறினேன். முதல் முறையாக அழுதேன். அதன் உடலைக் கீழே கிடந்த இலைகளால் மூடினேன். அதிகாலையை நோக்கி நடந்தேன். எதையும் உணரவில்லை. மரத்துப் போயிருந்தேன். ஏதுமற்றவளாய் ஆனேன். எனக்கு ஒன்றே ஒன்றுதான் தெரிந்தது. நடப்பதை மட்டும் நான் நிறுத்தவே கூடாது என்பதுதான் அது!

பகுதி 4
வெகுதூரத்தில்

1

அன்று முப்பது மைல்களோ அதற்கு மேலோ நான் நடந்திருக்க வேண்டும். நிறுத்துவதற்கு எனக்குப் பயமாக இருந்தது. இழப்பும் தனிமையும் குற்றவுணர்வும் என்னை விழுங்கி விடுமோ என்று பயமாக இருந்தது. இறுதியாக ஒரு நீர்நிலை அருகில் தங்க முடிவு செய்து சிறிது நெருப்பை உண்டாக்கினேன். யோசிப்பதற்குக் கூடச் சக்தியில்லாமல் நான் தூங்கி விடுவேன் என்று எதிர்பார்த்திருந்தேன். ஒரு வினோதமான நிலையில் நான் இருந்தேன். என் உணர்வுகளைக் கட்டுக்குள் கொண்டு வர என்னால் இயலாதென நினைத்திருந்தேன். ஆனால், நானோ அமைதியாகவும் தெளிவாகவும் கருணையற்றும், அனைத்தையும் ஏற்றுக் கொள்ளும் பக்குவத்தில் இருந்தேன். விலுனாவில் என் பயணத்தை முடித்து விடவேண்டும் என ஒரு முடிவிற்கு வந்தேன். அதிலிருந்து நான் ஓடவில்லை. ஆனால், அப்பயணம் தானே ஒரு முடிவுக்கு வந்துவிட்டது என்று கருதினேன். அது மனோரீதியாக இறுதிக் கட்டத்தை எட்டிவிட்டது. ஒரு புதினத்தின் கடைசிப் பக்கத்தைப் போல் எளிதாய்ப் பூரணத்துவத்தை அடைந்துவிட்டது. அவ்விரவிலும் அதைத் தொடர்ந்த இரவுகளிலும் பல மாதங்களுக்கு டிக்கிட்டி நன்றாக இருப்பதாகக் கனவு வந்தது. என் கனவுகளில் அந்நிகழ்வுகள் வரிசையாக நடக்கும். ஆனால், இறுதியில் அவள் தப்பித்துக் கொள்வாள். என்னையும் மன்னித்து விடுவாள். இக்கனவுகளில் அவள் ஒரு மனிதப் பிறவியைப் போலத்தான் காணப்படுவாள். என்னிடம் பேசுவாள். அவை உண்மையில் நடப்பதைப் போலவே மிகவும் சங்கடமூட்டுவதாக இருந்தது. தனிமை என்ற யதார்த்தத்தில் நான் விழித்துக் கொள்வேன். அதை ஏற்றுக் கொள்ளக்கூடிய சக்தி எனக்கு வியப்பை அளித்தது.

ஒரு நாயின் மரணம் ஒருவர் மீது இத்தனைத் தாக்கத்தை ஏற்படுத்துவது அதிசயமாக இருக்கலாம். ஆனால், என் தனிமையில் டிக்கிட்டி ஒரு செல்லப் பிராணியைவிட நினைத்து நினைத்து மகிழக்கூடிய ஒரு நண்பனாய் ஆகிவிட்டாள். இந்த நிகழ்வு மட்டும் ஏதாவது நகரத்தில் மக்கள் புடை சூழ நான் இருக்கையில் அதன் தாக்கம் இத்தனை அதிகமாக இருந்திருக்காது. ஆனால், அங்கே மாறிப் போன, ஓர் இழுபட்ட மனநிலையில் அது ஒரு மனிதனின் மரணத்தைப் போல துயர் தருவதாக இருந்தது. ஏனெனில், அவள் பெருமளவில் என்னவாக ஆனால் என்றால், அவள் மக்களின் இடத்தை எடுத்துக் கொண்டாள். தெற்கு திசைக்கு எவ்வாறு திரும்ப வேண்டும் என்று ஹென்றி வார்ட்வரைபடத்தில் எனக்குக் காட்டியிருந்தான். அதில் நான் இட்ட குறியில் இருந்து ஒரு குறிப்பிட்ட தண்ணீர்க் குழாயில் இருந்து, சில மைல் தூரத்திலே அது இருந்தது. நான் நிச்சயமாக ஏதோ தவறு செய்திருக்க வேண்டும். நான் இன்னும் மேற்கு நோக்கியே, தட்டையான ஒரே மாதிரியான நிலங்களினூடே நடந்து கொண்டிருந்தேன். அவற்றைக் காணும்போது, அவை என் பின்னால் குறைந்து கொண்டிருக்கும் மலைகளின் கணவாய்கள் என நான் நினைத்துக் கொண்டேன். அன்றிரவு அலைகளால் விட்டுச் சென்றது போல் தோற்றமளித்த ஒரு சிறிய மணற்குன்றின் மேல் முகாமிட்டேன். இது ஒரு வினோதமான அழுத்தமான நிலப்பரப்பு. அது மிகவும் தட்டையாகவும், வெள்ளை ஜிப்சத் துகள்களினால் மூடப்பட்டும், 12 அடிகள் வளர்ந்திருந்த உப்பு நிறைந்த கள்ளிச் செடிக் கூட்டங்கள் நிறைந்தும் காணப்பட்டது. இதனின்று அவ்வப்போது மண் அலை போல் மரங்களாலும் புதர்களாலும் மூடப்பட்ட ஒரு பெருவெளி நிமிர்ந்து நிற்கும். அதனிடம் ஓர் தனித்து விடப்பட்ட இயல்பு இருந்தது. அது எனக்கு நடுக்கத்தை ஏற்படுத்தியது.

அன்றிரவு நான் வெறுக்கும் ரேடியோவை உபயோகப்படுத்தி ஹென்றியை அழைத்து என் திசையைச் சரி பார்த்துக் கொள்ள முடிவு செய்தேன். எனக்குச் சங்கடமாக இருந்த அளவிற்குப் பதற்றம் இல்லை. எனக்கு யாரிடமாவது பேச வேண்டும் போல் இருந்தது. அனைத்தும் மிகவும் அமைதியாக இருந்தது. விளையாடவோ, பேசவோ, பிடித்துக் கொள்ளவோ டிக்கிட்டியும் இல்லை. அந்த வீணாய்ப் போன பொருளைப் பொருத்துவதற்கே எனக்கு அரை மணி நேரமானது - ஒரு நீண்ட வயரை மரத்தின் மேல் சுற்றியும், மற்றொரு நீண்ட வயரைத் தரையின் மேல் கிடத்தியும். அது வேலை செய்யவில்லை. இந்த பூதத்தை நான் 1500 மைல் தூக்கிக்கொண்டு வந்திருக்கிறேன். நூறு முறைகளுக்கு மேல் நான் அதை இறக்கியும்

ஏற்றியும் உள்ளேன். எனக்குத் தேவையான ஒரே ஒரு நேரத்தில் அது வேலை செய்யவே இல்லை. ஆரம்பத்திலிருந்தே அது பழுதானதாய் தான் இருந்திருக்க வேண்டும்.

அன்றிரவு நான் இதுவரை கேட்டிராத மயிர்க்கூச்செறியும் உறைய வைக்கும் ஒரு கூச்சலால் எழுப்பப்பட்டேன். மெதுவான உச்சஸ்தாயில் இருந்த அவ்வொலி சிறிது சிறிதாய் உரக்கக் கேட்டது. இருளில் எனக்குப் பயமே கிடையாது. மேலும்என்னால் இனம் காண முடியாத ஓர் ஒலியைக் கேட்டால் அது என்னைப் பதற்றமடைய வைக்காது. மேலும் என்னைப் பாதுகாக்கவும் அமைதிப்படுத்தவும் எப்போதும் டிக் அருகிலேயே இருப்பாள். ஆனால் இதுவோ? என் உடலில் அதிர்வுகள் மேலும் கீழும் ஓடின. நான் எழுந்து முகாமைச் சுற்றி நடந்தேன். அனைத்துமே சரியாக அமைதியாக இருந்தது. ஆனால், அவ்வொலி இப்போது தொடர்ச்சியான அழுகைத் தொனியில் இருந்தது. பதற்றத்தின் முதல் அறிகுறி என்னைப் பற்றிக் கொண்டதை நான் புரிந்து கொண்டேன். அவ்வொலிக்கு ஒரு அறிவுபூர்வமான விளக்கம் இருக்கவேண்டும். அப்படி இல்லையென்றால் நான் மீண்டும் மனநலம் குன்றியவளாய் ஆகிவிட்டேன் அல்லது என்னை விரட்டுவதற்காக ஏதோ ஓர் ஆவி அங்கிருக்க வேண்டும். பின் தென்றல் முதன் முதலாக என்னைத் தடவிச் சென்றது. ஆம், நான் கேட்ட ஒலி நான் கீழே தங்கியிருக்கும் அந்த மரத்தின் மேல் தென்றல் காற்று சுழன்று ஊதிய ஓசைதான். தரையில் ஒரு சிறு அசைவுகூட இல்லை. ஆனால், விடியலுக்கு முன்னான அத்தென்றல், அந்த அசைவற்ற திடமான குளிர்ந்த காற்று என் எலும்பு வரை ஊடுருவிக் குளிர்வித்தது. கரிக் கங்குகளை ஒளிரச் செய்தது. என்னுடைய சாக்குக்குள் நடுங்கிக்கொண்டே புகுந்து சிறிது உறங்க முயற்சி செய்தேன். கதகதப்பான அந்த நாயின் உடலை அப்போது அணைத்துக் கொள்ள முடிந்திருக்குமானால் நான் எது வேண்டுமானாலும் தந்திருப்பேன். அந்தத் தேவை உடல் சார்ந்த வலி போல் இருந்தது. அவள் இல்லாமல் திடீரென்று என்னை மூழ்கடிக்கும் அர்த்தமில்லாத பய மற்றும் எளிதில் காயப்படுத்தும்உணர்வுகளுக்குப் பலிபொருள் ஆனேன்.

மீதமுள்ள அந்த வாரமோ இல்லை பத்து நாட்களும் நேரமற்ற, தெளிவற்ற பொழுதாய் ஆனாது. இயந்திரத்தனத்தில் இருந்த என் மனத்தைச் சில இடங்கள் அதிர்ச்சி அளிக்கும் வரை என் காலடியில் நிலம் காணப்படாமலே பயணித்தது. நான் அசையாது இருப்பது போலவும், உலகை என் கால்களால் உந்தித் தள்ளுவது போலும் நினைத்துக் கொண்டிருந்த அந்தப் பழைய உணர்வை நான் மீண்டும் பெறலானேன்.

பாசி நாற்றமடித்த, இறந்து அழுகிப் போன கால்நடைகள், குதிரைகள் மற்றும் கங்காருகளின் உடல்கள் நிறைந்த, ஏறக்குறையக் காய்ந்து போன ஒரு நீர்நிலையை அடைந்தேன். அதைச் சுற்றி அதன் கரைகளில் நீண்ட கல் சுவர்கள் இருந்தன. அது பழங்குடியினரின் 1000 வயதுள்ள வேட்டையாடும் மறைவிடமாய் இருந்திருக்க வேண்டும். வேடுவர்கள் இதன் பின்னால் பொறுமையாக மறைந்துகொண்டு இருந்திருக்க வேண்டும். நீர் அருந்த வரும் மிருகங்களைத் திடீரென தங்கள் ஈட்டிகளால் கொன்றிருக்க வேண்டும். ஆரம்ப காலங்களில், இந்நீர் நிலையை அவர்கள் தூய்மையாக வைத்திருக்கலாம். ஆனால், இப்போது இதைப் பராமரிக்கவும், இந்த அழகிய நீர்நிலையைப் பாதுகாக்கவும் யாருமற்ற நிலையில் என் ஒட்டகங்கள் கூட அதைக் கண்டு தங்கள் மூக்கைத் திருப்பிக் கொண்டன. அது ஒரு கொடுமையான, மரணமும் அழுகலும் மணக்கும் சாக்கடை. அன்றிரவு ஒரு பாதுகாப்புக்காக என் ஒட்டகங்களுக்கு என் டிரமில் இருந்து வேண்டிய மட்டும் நீரைப் பருகத் தந்தேன். நல்லவேளையாக அவ்விரவு குளிர்ச்சியாக இருந்ததால் அவை அங்குச் சென்று புரளவில்லை.

இதற்குள் என் பயணத்திலேயே மிகுந்த தாக்கத்தை ஏற்படுத்தக்கூடிய மாய நிலப்பரப்பிற்குள் நான் நுழைந்து அதனைச் சுற்றிப் பார்க்கத் தொடங்கினேன். உடைந்த பீடபூமியில் மிகுந்த ஆழமான குழி ஒன்று ஏற்பட்டிருந்தது. அதைச் சுற்றி நம் கற்பனைக்கு எட்டாத நிறங்களில் குன்றுகள் இருந்தன. சில பளிங்கைப் போல் பளபளப்பாகவும் வழுவழுப்பாகவும் இருந்தன. சில கண்ணைப் பறிக்கக்கூடிய வெள்ளை நிறத்திலும், இளஞ்சிவப்பு நிறத்திலும், பச்சை நிறத்திலும், பழுப்பு நிறத்திலும், சிவப்பு நிறத்திலும் இருந்தன. இந்தக் குழி சாம்ஃபையர் என்ற செடியால் மூடப்பட்டு இருந்தது. அதை நான் மணல் நெருப்பு (Sand fire) என எண்ணினேன். அச்செடிக்கு அது மிகப் பொருத்தமான பெயர். இச்செடி காய்ந்தவுடன் பல வண்ணங்களாய், அதைச் சுற்றியுள்ள குன்றுகளின் பளபளப்பை ஏற்று மாறி விடுகிறது. இத்தொலைந்த நிலப்பரப்பு முழிவதிலும் வினோதமாய் வடிக்கப்பட்ட பாறைகளும் கூழாங்கற்களும் நிறைந்திருந்தன. பலவித வண்ணக் கண்ணாடிகளின் ஊடே காணக்கூடிய செவ்வாய் கிரகம் போல் காணப்பட்டது. நான் ஒரே ஒரு சிறிய இளஞ்சிவப்புக் கல்லொன்றை எடுத்து வைத்துக் கொண்டேன். அதன் ஒருபுறம் பளபளப்பாகவும், மற்றொரு புறத்தில் மேடும் பள்ளமுமாகவும் இருந்தது.

ஆனால், இந்த ஆராய்ச்சி நடைகூட வெறுமையாகத்தான் இருந்தது. நான் என்னைப் பலவந்தப்படுத்திக்கொண்டு செய்தேன். நான் செய்யும் அனைத்தும் இப்பொழுதெல்லாம் இவ்வாறே இருந்தன

-தன்னிச்சையற்று பலவந்தப்படுத்தப் பட்டதாய். இரவில் எனக்காக உணவு தயாரிப்பதைக்கூட நிறுத்திவிட்டேன். பைகளில் உண்பதற்கு ஏதாவது இருக்கிறதா என்று தேடி பசியில்லாவிட்டாலும் எதையாவது கொறிப்பதற்குக் கட்டாயப்படுத்திக் கொள்வேன்.

என் வழியில் என்னை நிறுத்தி வியப்பில் ஆழ்த்திய மற்றொரு நிலப்பரப்பு அதிசயம் என்னவென்றால் க்ளேபேன்(Claypan) எனப்படும் களிமண் சட்டிகள்தான். பல மைல்களுக்கு, இந்தப் பழுப்பு நிற, நன்குசுடப்பட்ட தரை நீண்டு சென்றது. ஒரு புல்லோ, மரமோ, மிருகமோ, ஏன் ஒரு கள்ளிச்செடிகூட அவற்றின் மேல் இல்லை. அவை என்னவென்றால், மெலிதான பழுப்பு நிற உயரத்தில் சுழன்று கொண்டிருக்கும் மண்ணானது, சூரியனின் சூட்டில் அனேகமாக எரிந்து கொண்டிருக்கும் தரையினால் உறிஞ்சப்பட்டவை. இவற்றைக் காணும்போது ஓர் அமைதியான சமுத்திரத்தைப் பார்ப்பதைப் போல் தோன்றும். என்ன? இவற்றின் மேல் நடக்க இயலும். ஒரு பெரிய சட்டியின் அருகே அதைப் போலவே ஒரு சிறிய சட்டி காணப்படும். இவை சுமார் நூறு அடிக்குப் பரந்து நிற்கும். இவை புதர்க்காட்டின் நடன அறைகள். புதர்க்காட்டின் விளையாட்டு அரங்கம். மதிய உணவிற்காக ஒட்டகங்களை அந்தச் சுத்தமான, பளிச்சென்ற ஏறிக் கொண்டே இருக்கும் ஈரப்பதமற்ற வெயிலில் நிறுத்தினேன். என் உடைகளைக் களைந்து நடனமாடினேன். என்னால் நடனமாட இயலாத வரை நடனமாடினேன். எல்லாவற்றையும் நடனமாடித் தீர்த்தேன். டிக்கிட்டி, இந்தப் பயணம், ரிக், கட்டுரை, எல்லாவற்றையும். கத்தினேன். அழுதேன். ஊளையிட்டேன். துள்ளினேன். நகர மறுக்கும் வரை என் உடலை நெளித்தேன். ஒட்டகங்களிடம் தவழ்ந்து சென்றேன். உடல் முழுவதும் வியர்வையும் அழுக்கமாய்ச் சோர்வினால் உடல் நடுங்கிக்கொண்டு, காதுகள், மூக்கு, வாய், இவற்றிலெல்லாம் மண் அப்பியபடியே ஒரு மணி நேரம் தூங்கினேன். நான் விழித்தபோது எனக்குக் குணமாகிவிட்டது போல் உணர்ந்தேன். எடையற்று இருந்தேன். எதற்கும் தயாராய் இருந்தேன்.

பண்ணைகள் இருக்கும் நிலப்பரப்பிற்கு இப்போது நான் வந்துவிட்டேன். இங்கிருக்கும் சாலைகள் நன்கு உபயோகிக்கப்பட்டவை. நான் கண்ட அடுத்த நீர்நிலையில் நீந்தியபடியே குளித்து, என் தலையையும் உடைகளையும் நன்கு தேய்த்தேன். துணிகளைச் சேணங்களின் மீது காயப் போட்டேன். அங்கெல்லாம் துணி காய 5 நிமிடங்கள் போதும். மீண்டும் நடக்கத் தொடங்கிய பிறகு, அன்றிரவு ஒழுங்காக உண்ணவேண்டுமென்று உறுதி பூண்டேன் - எனக்கு மிகவும் மயக்கமாக இருந்தது. என் செயல்கள் அனைத்தையும் முடிவுக்குக்

கொண்டு வருவது போல் தோன்றியது. என்னை நிஜத்திற்கு இழுத்து வரும் தேவை இருந்தது.

அடிவானம் வரை சிவப்பு நிற மண் பறக்க ஒரு வண்டி வருவதைக் கண்டேன். பண்ணையில் இருந்து யாராவது சரி பார்க்க வருகிறார்களோ என நினைத்தேன். அவசர அவசரமாக என் உடைகளை அணிந்து கொண்டு, அம்மக்களுடன் குறைந்த அளவு எளிதான உரையாடலுக்காக என் மனதைத் தயார் செய்து கொண்டேன். அவர்கள் சாதாரணமாகக் குறைவாகப் பேசக் கூடியவர்கள்தான். ஆனால், அந்தக் கார் எனக்குப் பயத்தை ஏற்படுத்தியது.

அவர்கள் காட்டுவாசிகள் அல்ல. அவர்கள் பத்திரிகையைச் சார்ந்த ஓநாய்கள், கழுதைப்புலிகள், ஒட்டுண்ணிகள் மற்றும் தீண்டத்தகாதவர்கள். கேமிராவின் நீண்ட லென்ஸ் என்னை நோக்கியிருப்பதைக் காணும் போது ஒளிந்து கொள்வதற்கும், துப்பாக்கியை எடுத்து அவர்களைச் சுடுவதற்கும் அல்லது அத்தகைய பைத்தியக்காரச் செயலை நான் செய்வேனா என உணர்வதற்கும்கூடச் சமயமில்லாமல் போனது. அவர்கள் வண்டியில் இருந்து உதிர்ந்தனர்.

“கதைக்காக நாங்கள் 1000 டாலர்கள் தருகிறோம்.”

“சென்று விடுங்கள். என்னைத் தனியாக இருக்க விடுங்கள். எனக்கு ஆர்வமில்லை.”

நான்கு பக்கமும் சூழப்பட்ட முயலின் இதயத்தைப் போல் என் இதயம் படபடத்தது.

“சரி, வந்து ஒரு குளிர்ந்த பீராவது அருந்து.”

மனித மனத்தை அவர்கள் நன்கு புரிந்து வைத்திருந்தனர். 1000 டாலர்களால் வாங்க முடியாத என்னை ஒரு குளிர்ந்த பீரினால் வாங்கி விடலாம் என்பது அவர்களுக்குத் தெரிந்திருந்தது. வெளியுலகில் என்ன நடக்கிறது என்பதைத் தெரிந்து கொள்ளவும், அவர்கள் இங்கு ஏன் வந்தனர் என்பதைத் தெரிந்து கொள்ளவும், அந்த லஞ்சத்தை நான் ஏற்றுக் கொண்டேன். அவர்கள் சில கேள்விகளை என்னிடம் கேட்டனர். அவற்றிற்கு நான் மேலோட்டமாகப் பதிலளித்தேன். சிலவற்றிற்குப் பதிலளிக்க மறுத்தேன்.

“உன் நாய் எங்கே?”

இம்மனிதர்களைத் தாண்டி எவ்வாறு செல்வது என்பது எனக்குத்

தெரியவில்லை. மீண்டும் இவ்விளையாட்டின் விதிமுறைகளை மறந்துவிட்டேன். ஒன்று அவர்களின் மூளை தெறிக்கச் சுட்டுவிட்டு ஓடி விடவேண்டும் அல்லது அனைத்தையும் ஏற்றுக் கொள்ளும் ஓர் உருண்டையைப் போல் மாறி, சமநிலையில் இருக்க கடுமையாகப் போரிட வேண்டும்.

"அவள் இறந்துவிட்டாள். ஆனால், தயவு செய்து இதை உங்கள் பத்திரிகையில் எழுதி விடவேண்டாம். ஏனெனில் வீட்டில் உள்ள சிலர் இச்செய்தியால் பாதிப்புக்கு உள்ளாவார்கள்."

"சரி. நாங்கள் செய்யமாட்டோம்."

"உறுதியளிக்கிறீர்களா?"

"நிச்சயம். நிச்சயம்."

ஆனால், அவர்கள் அதைப் பிரசுரித்தனர். அவர்கள் பெர்த்திற்குச் சூடான ஒரு செய்தியுடன் சென்று, தாங்களாகவே அதிசயமான ஒட்டகப் பெண்மணியைப் பற்றிய கற்பனையான ஒரு புதிர்க் கதை பிரசுரித்தனர்.

அன்றிரவு சாலையைவிட்டு வெகு தொலைவில் அடர்த்தியான புதர்க்கு அருகில் முகாமிட்டேன். இதை நான் எதிர்பார்க்கவே இல்லை. நாள் முழுவதும் தலைக்கு மேல் பறந்து கொண்டிருந்த, என்னை வியப்பில் ஆழ்த்திய விமானங்கள் என்னைத்தான் தேடிக் கொண்டிருந்திருக்க வேண்டும். வெளியுலகில் இருந்த மக்களுக்கு என்னவாயிற்று. இதுவரை உள்ள செய்திகள் பற்றிப் பேசும்போது, அச்செய்தியாளர்களிடம் ஒரு விதமான மன நோய் இருப்பதை நான் கண்டேன். "உலகம் முழுவதும்" என்று அவர்கள் கூறினர். என்னால் அதை நம்பவே முடியவில்லை. "பொதுமக்களுக்கு அறியும் உரிமை உண்டு" என்ற அசிங்கமான பொய்யைக் கூறியபடியே தங்கள் வேலையை முடித்துவிட்டு தங்கள் வீட்டிற்கு விரைந்து சென்றனர். இன்னும் இரு நாட்கள் காத்திருக்கலாம் என்று முடிவு செய்தேன். பத்திரிகையாளர்கள் உண்மையாகவே என்னைப் பின் தொடர்ந்து வருகிறார்கள் என்றால் அது முடியும் வரை ஒளிந்து கொண்டிருப்பதே நல்லது.

என்னை நிஜத்தில் வெறியேற்றியது ஓர் ஊர்சுற்றிதான். அவன் நாகரீக வாழ்க்கைக்குத் திரும்பிச் சென்றபோது, தனக்குப் புகழ் ஏற்படுவதற்காக, தான் இந்தஅருமையான பெண்மணியுடன் "ஓர்

இரவைக்" கழித்ததாக ஒரு கதையைக் கூறி இருக்கிறான். அந்தக் கதையானதுஇவ்வாறு செல்கிறது. "அது மிகவும் புதுமையாக இருந்தது. அவளுடைய ஆடைகளற்ற தோல்கள் உறங்கும் பையில் இருந்து வெளியே நீட்டிக் கொண்டிருந்தன. ஒட்டகங்களின் மணியோசை கேட்டுக்கொண்டே இருந்தது. அவளுடன் நிலவொளியில் மணிக்கணக்கில் பேசிக் கொண்டிருந்தேன். அவள் ஏன் அதைச் செய்கிறாள் என்று நான் கேட்கவில்லை. அவளும் நான் ஏன் செய்கிறேன் என்று கேட்கவில்லை. நாங்கள் இருவரும் பிரிந்து கொண்டோம்." அப்பாவித்தனமாய், சூரிய ஒளியினால் வியர்வை பொங்க, ஒட்டகங்களுக்கு இடையே அழுக்கான ஒரு சாக்கில் உறங்கிக் கொண்டிருக்கும் ஒரு பெண்மணியைப் பற்றி இதை விட நல்லவிதமாகக் கூற இயலாதுதான். புழுவைப் போன்றவன். எனக்கு ஏதோ நன்மை செய்வதாக அவன் நினைத்திருக்கலாம்.

கார்கள் மற்றும் தொலைக்காட்சியும் கேமிராவும் வந்தபோது நான் புதர்களில் சென்று மறைந்தேன். அந்தப் பத்திரிகையாளர்கள் கருப்பர் ஒருவரை வேலைக்குச் சேர்த்திருந்தனர். ஆனால், என் போரிடும் தன்மையை நான் திரும்பப் பெற்றுக் கொண்டிருந்தேன். அவர்கள் மிகுந்த பருமன் உள்ளவர்களாகவும் முட்டாள்களாகவும் இருந்தனர். அவர்கள் இந்நிலத்தைச் சார்ந்தவர்கள் அல்ல. ஓரளவிற்கு அவர்களை விட எனக்கு அதிகம் தெரியும். நான் மறைந்திருந்த இடத்தில் இருந்து பழைய சிவப்பிந்தியர்களின் போர்க்கால கூச்சலிட்டேன். பின் புதர்களூடே சுற்றிச் சென்றேன். நான் முகாமிட்டிருந்த இடம் மணலால் ஆனது. அதனால் ஒரு கண் தெரியாத முட்டாள்கூட நான் ஒளிந்திருந்த இடத்தைக் கண்டுபிடித்திருக்கக் கூடும். என் காலடித் தடங்கள், நியான் விளக்குகளைப் போல ஒளிர்ந்தன. மணற்குன்றில் ஒரு ட்ரக்கின் தடம் போல் அது தெளிவாய் இருந்தது.

"அவள் எங்கே?" என்று வியர்வை வழிந்த சிவப்பு நிற டி-ஷர்ட் அணிந்த பருமனான ஒருவன் கருப்பரைக் கேட்டான். வெப்பத்தினால் சிவந்த அவன் முகம், அவன் சட்டையை ஒத்து இருந்தது.

"பாஸ், அந்த ஒட்டகப் பெண்மணி நிச்சயம் புத்திசாலிதான். அவள் தடங்களை அழித்துவிட்டாள். அவள் எங்குச் சென்றிருக்கக் கூடும் என என்னால் கண்டுபிடிக்க முடியவில்லை" என்று தலையை ஆட்டிக்கொண்டும், முகவாயைச் சொறிந்துகொண்டும் ஆச்சரியமாக யோசிப்பது போல் கூறினான்.

"இப்பீ. ஊப் ஊப்" இவ்வாறு அவன் கூறியதற்காகத் துள்ளிக் குதித்து அவனை நான் முத்தமிட்டிருப்பேன். நான் எங்கிருக்கிறேன்

என்பது அவனுக்கு நன்றாகத் தெரியும். அவன் எனக்கு ஆதரவாய் இருந்தான். அந்தப் பருத்த மனிதன் சபித்துவிட்டு இஷ்டமில்லாமல் அவன் அவனுடைய 10 டாலர் சம்பளத்தைக் கொடுத்தான். அந்தக் கருப்பன் சிரித்தபடியே அதைத் தன் சட்டைப்பையில் இட்டுக் கொண்டான். பின் அவர்கள் கிளம்பினர். 150 மைல் பின்னாலுள்ள விலுனாவை நோக்கி. நான் என் முகாமிற்குத் திரும்பிச் சென்று மீண்டும் நெருப்பை உண்டாக்கினேன். என்னுடைய தோல் பற்றி இழுக்கப்பட்டது போல் இருந்தது. என் வயிறு பதற்றத்தில் ஓர் உருண்டை போல் சுருண்டுவிட்டது. கடவுளின் பெயரால் இங்கு என்ன நடக்கிறது. இதற்கு முன் இது போன்ற பயணங்களை மக்கள் மேற்கொண்டுள்ளனர்தான். என் மேல் ஏன் இத்தனை கவனம்? இந்தக் கவனம் எந்த அளவு உள்ளது என்பதுகூட எனக்குத் தெரியாது. நான் நடந்து வந்த பாதையை அழித்து விடலாமென்று யோசித்தேன். ஆனால், பூர்வகுடியினர் இதனால் ஏமாற மாட்டார்கள். காலப்போக்கில் யாராவது ஒருவர் என்னைக் கண்டுபிடித்துவிடுவார். அவர்களை, சில துப்பாக்கித் தோட்டாவினால் பயமுறுத்தலாமா என்றுகூட எண்ணினேன். ஆனால், அந்த எண்ணத்தை உடனே கைவிட்டேன் - அது ஒரு வேறு ஒரு கதையாக மாறிவிடும்.

அதன் பின் ரிக்கின் கார் ஒளியின் வேகத்தில் விரைந்து செல்வதையும் மற்ற கார்கள் அவனைத் துரத்துவதையும் கண்டேன். "கடவுளே! இங்கு என்ன நடக்கிறது?" ரிக் ஐந்து நிமிடத்தில் திரும்பி வந்தான். என் வழியில் திரும்பி என்னை நோக்கி வந்தான். அவர்கள் எங்களைச் சூழ்வதற்கு முன், எனக்குச் செய்திகள் கூற அவனுக்கு ஐந்து நிமிடமே இருந்தன. சிலர் லண்டன் பத்திரிகையில் இருந்தும், தொலைக்காட்சியில் இருந்தும், சிலர் ஆஸ்திரேலியப் பத்திரிகையில் இருந்தும் வந்திருந்தனர். நான் பல்லைக் கடித்துக்கொண்டு அவர்களை நோக்கி முகத்தைச் சுழித்தேன். புதர்களில் இருந்து வெளிவந்து ஒரு மரத்தின் பின்னால் நின்று கொண்டு அவர்களின் கேமிராவைக் கீழே பணித்தேன். பின்பு ஒரு பைத்தியக்காரப் பெண்ணைப் போல் நான் தோற்றம் அளித்ததாகவும், அவ்வாறே நான் நடந்து கொண்டதாகவும் ரிக் என்னிடம் கூறினான். இது தான் அவர்களும் நிச்சயம் எதிர்பார்த்தது. உப்பு நீரில் தலை குளித்ததால், என் முடி தலையில் நெட்டிக்கொண்டு தலையைச் சுற்றி வெளுத்த ஒளிவட்டம் போல் நின்றன. சூரிய ஒளியால் என் தோல் கருத்து வெடித்திருந்தது. கடந்த வாரங்களில் நான் நன்கு உறங்காததால், என் கண்கள் பன்றியின் கண்கள் போல் சிறிய பிளவுகளாய் அதன் கீழ் பழுப்புப் பைகள் தொங்கிக் கொண்டிருந்தன. நான் இன்னும் டிக்கிட்டியின் மறைவில் இருந்து

மீளவில்லை. நட்சத்திரக் கூட்டங்களுக்கு இடையே நடக்கும் போரைப் போல, இந்த ஆக்கிரமிப்பு என்னால் கையாள முடியாமல் இருந்தது. நான் மிகவும் பிடிவாதமாகவும் பைத்தியக்காரத்தனமாகவும் நடந்து கொண்டதால் அவர்கள் சங்கடத்துடன் நான் கூறியபடி செய்தனர். நான் திரும்பிச் சென்றேன். பிறகு ஒரு முட்டாளைப் போல், அவர்கள் கேட்டுக் கொண்டதற்கு ஓரளவு இணங்கினேன். ஒரு பூனை ஆவல் மிகுதியால் இறந்து விடுகிறது. திரும்பி எண்ணும்போது என்னை நினைத்து நானே வியந்து கொள்வேன். என் மேல் நடக்கத் தயாராக மனிதர்களிடம் நான் எதற்காக மன்னிப்புக் கேட்டிருக்க வேண்டும்? புகைப்படம் எடுக்க நான் அவர்களுக்கு அனுமதி தரவில்லை. அதனால் முகாமில் இருந்த நெருப்பை ஒருவன் புகைப்படம் எடுத்தான். “ஏதும் இல்லாமல் திரும்பிச் செல்ல இயலாது. இல்லை என்றால் வேலையைவிட்டுத் தூக்கி விடுவார்கள்” என்றான்.

தொலைக்காட்சியை ஊடகம் என்று நியாயப்படுத்திய ஒருவன் என்னிடம் மன்னிப்புக்கூடக் கேட்டான். இருப்பினும் பொதுமக்களுடன் என்னைப் பற்றிப் பகிர்ந்து கொள்ளாததற்கு என்னைக் கடிந்து கொண்டான். “உண்மை எப்படி எல்லாவற்றிற்கும் இடையில் வந்து விடுகிறது என்பது சிரிப்பாக இருக்கிறது” என்றான்.

விளம்பரம் எனக்குப் பிடிக்காது என்பதைக் குறித்து, மற்றவர்கள் நான் ஏற்கெனவே ஒரு பத்திரிகையுடன் ஒப்பந்தம் கொண்டுள்ளதாகவும், அந்தப் பத்திரிகையின் சார்பில் இந்தப் பயணத்தை நான் மேற்கொண்டுள்ளதால், மற்றவர்களிடம் இது பற்றிப் பேசக்கூடாதெனப் பேசவும் எழுதவும் செய்தார்கள். நம்மில் சிலருக்குப் பிரபலமாக இருப்பது பிடிக்காது என்பதும், அநாமதேயத்தை ஒருமுறை தொலைத்துவிட்டால், எந்த விலை கொடுத்தும் அதை மீண்டும் வாங்க முடியாது என்பது ஏன் அவர்களுக்குப் புரியவில்லை? ரிச்சர்ட் எனக்குப் பாதுகாவலனாக விளங்கினான். அது எனக்கு மகிழ்ச்சியளித்தது. என்னை நானே பாதுகாத்துக் கொள்ள முடியாதபடிக்கு வலிமையற்றும் குழப்பத்துடனும் இருந்தேன். மேலும் அவன் ஊடக மொழியைப் பேசுபவன். ஒருவழியாக அவர்கள் சென்றனர். ரிக்கும் நானும் எந்தத் தடைகளுமின்றிப் பேச முடிந்தது. அவன் தன்னுடைய சொந்தத் துன்பங்களைக் கூறினான். ஏதோ ஒரு வெளிநாட்டுப் பத்திரிகையில், ஒட்டகப் பெண்மணி தொலைந்துவிட்டாள் என்று அவன் படித்ததாகவும், அதிலிருந்து நான்கு நாட்களுக்கு அவன் தூங்கவே இல்லை என்பதையும், இந்த அலையலையான ஊடகவியலாளர்கள் என்னை அடையும் முன் தான் என்னைத் தொடர்பு கொள்ள வேண்டி முயற்சி செய்ததாகவும், நான் இறந்து விட்டேனோ என்று எண்ணியதாகவும் கூறினான்.

விலுனாவில் அவன் மேல் உண்மையாகவே பத்திரிகையாளர்கள் விழுந்ததாகவும், அவர்களை விரட்ட முடியவில்லை என்பதையும் கூறினான். அங்கிருந்து கொண்டு வந்த சில பத்திரிகைகளை அவன் காட்டினான். அதில் கேமிராவை நோக்கிச் சிரித்தபடி என் புகைப்படம் இருந்தது.

இதையெல்லாம் அவர்கள் எவ்வாறு பெற்றனர் என அதிர்ச்சியுடன் கேட்டேன். சுற்றலாப் பயணிகள் நாளிதழ்களுக்குப் புகைப்படத்தை விற்றதாக அவன் கூறினான்.

"கடவுளே!"

சில செய்திகள் உண்மையிலேயே சுவாரசியமாக இருந்தன. "மிஸ் டேவிட்சன், வாழைப் பழங்களையும், பெர்ரி பழங்களையும் மட்டுமே உண்டு வாழ்கிறார். உணவு இல்லை என்றால் தன் ஒட்டகங்களை இறைச்சிக்காகக் கொன்றுவிடுவேன் என்று கூறினார்" என்றும், "மிஸ் டேவிட்சனை, தனியாளான, மர்மமான ஒரு பூர்வகுடி மனிதன் ஓரிரவு சந்தித்தான். அவருடன் சில நாட்களுக்குப் பிரயாணம் செய்தான். பின் அவன் வந்தது போலவே மர்மமாக மறைந்து விட்டான்" என்றும் மற்றொரு பத்திரிகையில், "ஆஸ்திரேலிய ஒட்டகத்தைக் கொன்றதற்காக இந்த வாரம் ராபின் டேவிட்சனிற்கு எந்த மதிப்பெண்ணும் கிடையாது. அவர் வேட்டைக்கு வந்திருக்கோம் என்று நினைத்துக் கொண்டாரோ என்னவோ?" என்று எழுதியிருந்தது. முட்டாள்கள்.

எதிரிகள் திடீரென வேறு பக்கம் சாய்ந்துவிட்டனர். ஆலிஸ் ஸ்பிரிங்கில் உள்ள மக்கள், என்னைப் பற்றி யாருக்குமே தெரியாத நாட்களில் நான் எரிந்து போயிருந்தால்கூட, என் மேல் எச்சில்கூடத் துப்ப யோசிப்பவர்கள், இப்போது திடீரெனப் பிரபலமாகி விட்டனர். "ஆம். எனக்கு அவளைத் தெரியும். நான்தான் ஒட்டகங்களைப் பற்றி அவளுக்கு அனைத்தையும் கற்றுக் கொடுத்தது."

அப்போதுதான் நான் எதனுள் புகுந்து விட்டேன் என்பது எனக்குப் புரிந்தது. இதை முன்பே உணராமல் இருக்குமளவு முட்டாளாக இருந்திருக்கிறேன். இது ஓர் ஆதாரப் பொருட்களின் கூட்டு - பெண், பாலைவனம், ஒட்டகங்கள் மற்றும் தனிமை. இது இந்த யுகத்தின் இதயமற்ற ஆர்வமற்ற வலியுடன் கூடிய ஆன்மாவை எங்கோ தட்டிவிடுகிறது. பைத்தியமாகிப் போன ஒரு உலகில் இருந்து தாங்கள் விலக்கப்பட்டவர்களாகச் சக்தியற்றவர்களாக, எதையும் செய்ய இயலாதவர்களாகத் தங்களைக் காணும் மனிதர்களின் கற்பனையைப் பறக்க விட்டிருக்கிறது. இந்த எதிர்வினைச் சிறிது கூட எதிர்பார்க்காதது.

மிகவும் விநோதமானது. நான் இப்போது ஒரு பொதுச்சொத்து. நானொரு பெண்ணியத்தின் குறியீடு. குறுகிய புத்தியுள்ள ஆணாதிக்கவாதிகளுக்கு நானொரு கேலிப்பொருள். சிறிது கூடப் பொறுப்பற்ற பைத்தியக்காரி. ஆனால், இதை எல்லாவற்றையும் விட மோசமானது என்னவென்றால் நினைத்துக்கூடப் பார்க்க முடியாத அளவிற்கு, மிகத் தைரியமாக ஒரு செயலைப் புரிந்த புதிரான பெண்மணி. நான் பகிர நினைத்ததற்கு முற்றிலும் மாறான ஒன்று அது. யாராலும் எதையும் செய்ய இயலும். பாலைவனத்தில் என்னால் இழுத்துக்கொண்டே பயணம் செய்ய முடிந்தது என்றால், யாரும் அதைச் செய்யலாம். அது சத்தியம். முக்கியமாகப் பெண்களுக்கு. அதுவும் இத்தனை நாட்கள் தங்களைப் பாதுகாக்க, தங்கள் கோழைத்தனத்தை உபயோகித்துக்கொண்டு, அதையே வழக்கமாக்கிக் கொண்ட பெண்களுக்கு.

இவ்வுலகம் சிறுமிகளுக்கு மிகவும் ஆபத்தானது. மேலும் சிறுமிகள் மிகவும் மென்மையானவர்கள், சிறியவர்களை விட எளிதில் உடைந்துவிடும் இயல்பு உடையவர்கள். “பார்த்து பார்த்து! கவனமாக இரு. மரத்தின் மேல் ஏறாதே. உடையை அழுக்காக்கிக் கொள்ளாதே. தெரியாத மனிதர்களின் வண்டியில் ஏறாதே. கேள், ஆனால் படிக்காதே! அது உனக்குத் தேவையில்லை.” இப்படியாக அந்த நத்தையின் உணர்ச்சிக் கொம்பு வளர்கிறது. இதைப் பார்த்தபடி, அதைநோக்கியபடி, அனைத்தின் கீழிருந்தபடி. பின் மிரட்டல். அவள் தன் சக்தி அனைத்தையும் விரயம் செய்கிறாள். இந்தத் தடைகள் எல்லாவற்றையும் உடைப்பதற்கும், படைப்புத்திறனையும், சக்தியையும், தன்னம்பிக்கையையும் அழுத்திக் கொண்டிருக்கும் ஆயிரக்கணக்கான கட்டை விரல்களைத் தள்ளுவதற்கும், சாத்தியத்திற்கும் தைரியத்திற்கும் எதிராய் வேலியைக் கட்டிக்கொள்ளச் செய்து, தான் எதற்கும் உபயோகமற்றவள் என்ற கருத்திற்குள் அவளை மிகச் சரியாகச் சிறையிட்டு வைத்திருக்கும் அனைத்தையும் உடைப்பதற்குத் தன் சக்தியை விரயம் செய்கிறாள்.

இப்பொழுதோ ஒரு புராணக் கதையைப் போல் ஒன்று உருவாக்கப்படுகிறது. அதில் நான் வித்தியாசமானவளாக, மாறுபட்டவளாகக் காணப்படுவேன். சமூகத்திற்கு அதுதான் தேவை. ஏனெனில், மக்கள் தங்கள் கற்பனையை நடைமுறைப்படுத்த ஆரம்பித்து விட்டால், இயல்பு வாழ்க்கை என்ற பெயரில் எந்தப் பலனும் தராத சுவாரசியமற்ற பொழுதை ஏற்றுக் கொள்ள மறுத்துவிட்டால், அவர்களைக் கட்டுபடுத்துவது கடினமாகப் போய்விடும். அடுத்து, “ஒட்டகப் பெண்மணி” என்ற பெயர். நான் ஆணாக இருந்து இருந்திருந்தால், “விலுனா டைமிஸிலோ” அல்லது

சர்வதேசப் பத்திரிகைகளிலோ, என்னைப் பற்றி செய்தி வருவதற்கு அதிர்ஷ்டம் செய்திருக்க வேண்டும். அது போல் "ஒட்டகக் கனவான்" என்ற ஒரு பெயரை அவர்கள் சூட்டுவதைக் கற்பனைகூடச் செய்து பார்த்திருக்க முடியாது. ஒட்டகப் பெண்மணி என்ற பெயருக்குத் தட்டிக் கொடுக்கும், சிறுமைப்படுத்தும் தொனி இருந்தது. முத்திரை குத்துதல், ஒரு புறாக் கூண்டில் அடைத்தல் - என்ன மாதிரியான தந்திரம் அது.

★

ஊரில் ரிக் ஒரு மனிதனைச் சந்தித்தான். அவன் பெயர் பீட்டர் ம்யூர். ஒரு காலத்தில் குதிரை இறைச்சி விற்பவனாகவும் அருமையான ஒரு தட வழியாளராகவும் இருந்தவன். நான் சந்தித்ததிலேயே பல திறமைகள் உள்ள ஒரு புதர் மனிதன். இவனைப் போன்றவர்கள் இப்போது அழிந்துகொண்டு வருகின்றனர். அவன் தன் மனைவி டோலியுடனும், தங்கள் குழந்தைகளுடனும் எங்களைக் காண வந்தான். அமைதியான அழகான அருமையான மக்களைக் காண்பதற்கு மிகவும் நன்றாக இருந்தது. மற்ற எவரையும் விட பீட்டருக்கு அது நன்கு புரிந்தது. அவன் தன் வாழ்க்கை முழுவதும் வெள்ளையர்கள் மற்றும் பழங்குடியினர்களின் கலாசாரத்தின் நடுவே ஊசலாடியபடி கழித்தவன். இரண்டின் அருமையான தன்மைகளை ஒன்றாகச் சேர்த்துக் கொண்டவன். விலுனாவில் என்ன நடக்கிறது என்று அவன் எங்களுக்குக் கூறினான். அந்த ஊரே பத்திரிகைக்காரர்களால் முற்றுகையிடப்பட்டு இருக்கிறது என்றும், என்னைக் கண்டுபிடிக்கக் கூடிய எவருக்கும் அவர்கள் பணம் தரத் தயாராக இருக்கிறார்கள் என்றும் அவன் கூறினான். இது ஒரு வகை முற்றுகைதான். காவலர்கள் இரவு முழுவதும் சர்வதேச தொலைபேசி அழைப்புகளைப் பெறுகிறார்கள் என்றும், அதனால் என் கழுத்தை நெறித்துவிடத் தயாராக இருக்கிறார்கள் என்றும், பறக்கும் மருத்துவரின் ரேடியோ அழைப்பால் அதிர்கிறது என்றும், அதன் காரணமாக உண்மையான அவசர தேவைக்கான அழைப்புகள் அவரை வந்து சேர்வதில்லை என்றும் கூறினான். இது என்னை மிகவும் கோவப்படுத்தியது. அடிமனதில் கோபம் கனன்றது. விசித்திரமாக ஊரிலுள்ள மக்கள் அனைவரும் (அங்கு ஏறக்குறைய இருபது வெள்ளையர்களும், ஒரு பெரிய கருப்பினக் குழுவும் இருந்தது) என் பக்கம்தான். விளம்பரத்தை நான் விரும்பவில்லை என்று அவர்கள் அறிந்தவுடன் அவர்கள் அதிலிருந்து என்னைக் காக்க எதையும் செய்யத் தயாராக இருந்தனர். அந்த ஊரே என்னைப் பற்றிப் பேச மறுத்தது.

விலுனாவில் இருந்து சில மைல் தூரத்தில் அமைந்திருந்த அவர்களுடைய இரண்டாவது வீட்டை நான் ஒளிந்து கொள்வதற்காக அவர்கள் தந்தனர். குன்யூவில் உள்ள மக்கள், என் ஒட்டகங்களை அவர்களுடைய குதிரை லாயங்களில் தங்குவதற்கு அனுமதி தந்து, என் இருப்பிடம் பற்றி எதையும் மற்றவர்களிடம் கூற மறுத்தனர்.

"ஒட்டகப் பெண்மணியா? மன்னிக்கவும். எனக்குத் தெரியாது."

ரிக்குடன் விலுனாவிற்குக் காரில் சென்றேன். அவன், ஜென்னியும் டோலியும் என்னை வந்து காண்பதற்கான ஏற்பாடுகளைச் செய்திருந்தான். அருமையானவன். அவர்களின் அண்மைதான் இப்போது நான் விரும்புவது.

நாங்கள் ஒளிந்துகொள்ளப் போகும் இடத்தில் தேவையான பொருட்களை நிரப்பிய பின் மீக்காதாரா என்ற இடத்திற்கு டோலியையும் ஜென்னையும் விமான நிலையத்தில் இருந்து அழைத்து வரச் சென்றோம். அது மேற்கில் 100 மைல் தூரத்தில் உள்ள ஒரு பெரிய நகரம். அவர்களை முதலில் பார்த்தவுடன் என்னால் பேச முடியவில்லை. ஆனால், அவர்களை இறுக அணைத்துக் கொண்டேன். பின் நாங்கள் காப்பி அருந்துவதற்காக நகரத்திற்குச் சென்றோம். அங்கு எங்களின் கதைகளை அவிழ்த்துவிட்டோம். அவர்களைக் காண்பதும் தொடுவதும் உற்சாக மருந்து அருந்துவதைப் போலிருந்தது. அவர்கள் புரிந்து கொண்டனர். அவர்கள் என் கலைந்து போன சிறகுகளைத் தடவிக் கொடுத்து, இச்சூழ்நிலையின் முட்டாள்தனத்தை எண்ணிச் சிரிக்க வைத்தனர். தேடப்படும் ஒரு குற்றவாளியைப் போன்ற உணர்வு சிறிது சிறிதாக என்னைவிட்டு நீங்கியது. ஒரு சாதாரண மனிதப் பிறவியைப் போல் உணரத் தொடங்கினேன். நான் முன்பு கூறியது போலவே ஆஸ்திரேலியாவின் சில உட்பிரிவுகளில் நட்பு என்பது ஒரு மதம். இந்த அண்மையும் பகிர்தலும் நட்பு என்றால் இரவு உணவிற்கான விருந்தும், தங்களின் வேலையைப் பற்றிப் பகிர்ந்து கொள்ளுதலும், அல்லது சுவாரசியமான ஆனால், அதே சமயம் ஒருவரை ஒருவர் சந்தேகிக்கும் பயப்படும், தாம் சுவாரசியமானவர் இல்லையோ என்று கருதும் மக்கள் நிரம்பிய வேறெந்தக் கலாசாரக் குழுவிலும் விளக்கிக் கூற முடியாது.

பின் கடிதங்கள். ஆயிரக்கணக்கானவை. நண்பர்களிடம் இருந்தும் அன்பானவர்களிடம் இருந்தும், யாரென்றே தெரியாத நூற்றுக் கணக்கானவர்களிடம் இருந்தும், அவற்றின் பொதுவான சாரம் என்னவென்றால், "நான் செய்ய விருப்பப்பட்ட ஆனால், செய்வதற்குத்

தைரியமில்லாத ஒரு காரியத்தை நீ செய்திருக்கிறாய்". கடிதங்கள் அனைத்தும் மன்னிப்புக் கேட்கும் தொனியில் இருந்தன. அவை என்னை வியப்பில் ஆழ்த்தியது. எரிச்சலடையச் செய்தது. ஏனெனில், நான் அவர்களிடம் தைரியத்திற்கும், இதற்கும் எந்தவொரு சம்பந்தம் இல்லை என்றும், நல்ல அதிர்ஷ்டமும் தொடர்ந்து செய்யக்கூடிய சக்தியும்தான் காரணமென்றும் கூற வேண்டும் போலிருந்தது. சில கடிதங்கள் இளைஞர்களிடம் இருந்து வந்திருந்தன. அதில் மூன்றாவது பக்கத்தில் அவர்களைப் பற்றிய குறிப்புகள் (உயரமான, வெண்முடியுடன், அழகான, போன்றவை) இருந்தன. பின் அவர்கள் தங்களுக்கு பெருவில் பெரியதொரு காடு தெரியும் என்றும், அதை அவர்களுடன் சேர்ந்து சுற்றுவதற்கு எனக்கு விருப்பமுண்டா என்று கேட்டிருந்தனர். பின் வயதான ஓய்வூதியக்காரர்களிடம் இருந்தும், குழந்தைகளிடம் இருந்தும் கடிதங்கள் வந்திருந்தன. அதிசயத்தக்க வகையில் மனநல மருத்துவமனைகளில் இருக்கும் நோயாளிகளிடம் இருந்து பெருமளவில் கடிதங்கள் வந்திருந்தன. இவை மிகவும் சுவாரசியமானவை. ஆனால், புரிந்து கொள்ளக் கடினமானவை. நிறைய படங்களும் அம்புக்குறிகளும் புரிந்து கொள்ள முடியாத புதிரான செய்திகளும் இருந்தன. ஒரு வாரத்திற்கு முன்பு இவைகளை நான் கண்டிருந்தால் எனக்கு நிச்சயம் புரிந்திருக்கும். என் பல வருட நண்பரிடமிருந்து ஒரு தந்தி வந்தது. அதில், "ரியோவின் மணல்கள் முடிவற்றவை என்று கூறுகிறார்கள்" என்று இருந்தது. எனக்கு அது பிடித்து இருந்தது.

அன்று நாங்கள் சிரித்துக்கொண்டும், நகைச்சுவையைப் பரிமாறிக் கொண்டும், சில கண்ணீர்த் துளிகளைச் சிந்திக்கொண்டும் இருந்தோம். பின் உள்ளூர் மதுபானக் கடைக்குச் சென்றோம். அங்கு ஒரு பெண்மணி (ABC-இன் உள்ளூர் பிரதிநிதி). ரிக்கின் கேமிராவைப் பார்த்துவிட்டு, "ஒட்டகப் பெண்மணி எங்கு இருக்கிறாள் என்று தெரியுமா?" என்று கேட்டாள். அவன் அதற்கு, ஒட்டகப் பெண்மணி இன்னும் ஒரு வாரத்தில் மீக்கதாராவிற்குச் செல்லப் போவதாகவும், அங்கிருந்து தெற்கு திசை நோக்கிப் பயணிக்கப் போவதாகவும் கூறினான். பின் அதை தயவு செய்து பிரசுரித்து விட வேண்டாம் என்றும், ஏனெனில் ஒட்டகப் பெண்மணிக்கு விளம்பரம் சிறிதும் பிடிக்காது என்றும் கூறினான். அவள் ப்ச்ச்... ப்ச்ச்... என்று கூறியபடி, "ஆம். மிகவும் மோசம். பாவம்" என்றெல்லாம் கூறிவிட்டு, கடகடவென்று வீட்டினுள் சென்று தட்டச்சு செய்யத் தொடங்கிவிட்டாள். அது அனைவரையும் வேறு திசையில் செல்ல மாற்றிவிட்டது. எங்கள் இடத்தில் அமர்ந்து கொண்டு வயிறு வலிக்கச் சிரித்தோம். ரிக் அதைக் கூறும்போது,

மிகவும் அப்பாவியான முகபாவத்துடன் இருந்து கொண்டு அவளிடம் பொதுவான நன்னடத்தைக்குத் தக்கபடி சரியானதைச் செய்யுமாறு கூறினான். நிச்சயம் அவள் அவ்வாறு செய்யமாட்டாள் என்பது அவனுக்குத் தெரியும். மக்களை மடை மாற்றும் கலையில் ரிக் எத்தனை கைக்காரன் என்பதை நான் புரிந்து கொண்டேன். பின் நாங்கள் டொயோட்டோவில் மேலும் உணவுப்பண்டங்களை நிரப்பி விலுனாவில் உள்ள எங்கள் தங்குமிடத்தை நோக்கி நகர்ந்தோம்.

நாங்கள் அனைவரும் ஒரே அறையில் நெருப்பை உண்டாக்கிக்கொண்டு தங்கினோம். போர்வைகளைப் போர்த்திக் கொண்டு இனிப்புகளை நெருப்பில் வாட்டிக்கொண்டு பேசினோம், பேசினோம், பேசினோம். உண்மையான காப்பியும், சாக்லேட் பானமும் அருந்தினோம். கீரை பையும் (Pie), மற்ற ருசியான உணவு வகைகளும் சமைத்தோம். பின் குன்யூவில் உள்ள ஒட்டகங்களைக் காணச் சென்றோம். ஏனெனில், இந்த ஊரில் நான் மிகுந்த சந்தோஷத்தில் இருந்ததால் நேரடியாக அங்கு சென்று பார்க்கவில்லை என்று எண்ணிக்கொண்டே இருந்தேன். நாயைப் பற்றிய உணர்வும் எனக்கு மேலோங்கி இருந்ததால், கேனிங் வழியாக அங்குச் சென்று பார்ப்போம் என்று முடிவு செய்தோம்.

பிராயணத்தின் முதல் பகுதி சரியாகத்தான் இருந்தது. குடியிருப்பின் சாலைகள் நன்றாக இருந்தன. ஆனால், நாங்கள் பாலைவனத்திற்குள் செல்ல ஆரம்பித்ததும், மணிக்கு ஐந்து மைல் வேகத்தில் நகரத் தொடங்கினோம். காட்டின் தன்மை பற்றியும், யாரும் அடக்காத தூய்மையான அதன் குணத்தையும், காட்டின் சுதந்திரத்தையும், மாய குணத்தையும் பேசிக்கொண்டே நாங்கள் திரும்பியபோது நதியின் கரையில் ஒரு ஹெலிகாப்டரைக் கண்டோம். யுரேனியத்தைத் தேடி வருபவர்கள். எதுவுமே புனிதமானது இல்லையா?

இரண்டு மூன்று நாட்கள், கூற இயலாத மகிழ்வோடு கேனிங்கில் இருந்தோம். பின் விலுனாவிற்குத் திரும்பினோம். அங்கு ஜிம்கானா (சந்திப்பு)நிகழ்ந்து கொண்டிருந்தது. நூறு மைல் அளவு சுற்று வட்டாரத்தில் உள்ள குடியிருப்பில் இருந்து மக்கள் கலந்து கொண்டனர். இதுபோன்ற சமூக நிகழ்ச்சிகள் இங்கு அதிகம் நிகழ்வதில்லை. அதனால் எப்பொழுதாவது இவ்வாறு நிகழும்போது, அனைவரும் எப்படியாவது அதில் கலந்துகொள்ள வேண்டும் என்று முயற்சி செய்தனர். ஒரு காலத்தில் தங்கம் குவித்து வைத்திருந்த, இப்போது உடைந்த கண்ணாடிகளும், சுவர் முழுவதும் கிறுக்கல்களும் நிரம்பிய போலீஸ், தபால்காரர், கடைக்காரர்கள் மற்றும் அரசியல்வாதிகள் மற்றும் முன்பு வசித்த இப்போது யாருமே வசிக்காத காலி

கட்டடங்களைக் கொண்ட பேய் நகரம் இது. அது இப்போது புதர் மக்களின் நகரமாக முன்பு இருந்த பரபரப்பின் மீதியாக இருந்தது. அன்று மாலை ஒரு நடன நிகழ்ச்சி ஏற்பாடு செய்யப்பட்டு இருந்தது. அதற்கு எங்களுக்கு அழைப்பு விடுத்திருந்தனர். நாங்கள் அங்கு சென்றபோது, சிதிலமான கூடத்தின் வாயிலில் கோட், சூட் அணிந்து கொண்டு ஒரு காவலாளி நின்றிருந்தான். அவனுக்கு நாங்கள் யார் என்று தெரியவில்லை. நாங்கள் கழுத்துப் பட்டை அணியாததால் உள்ளே செல்ல இயலாது என்று தடுத்து விட்டான். பழங்குடியினரை உள்ளே அனுமதிக்க மறுக்கும் நாசுக்கான வழி இது. வெளியே பூர்வகுடியினர் குழுக்களாக நின்று கொண்டிருந்தனர்.

இது எனக்கு மிகவும் தர்மசங்கடமான ஒரு சூழல். கருப்பர்களை இவ்வாறு நடத்துவதில் டோலியும் ஜென்னும் மிகவும் கொதித்துப் போயிருந்தனர். நான் உண்மையின் இரண்டு பக்கங்களுக்கு இடையே மாட்டிக்கொண்டிருந்தேன். எனக்கு குடியிருப்பில் உள்ள வெள்ளையர்களைப் பற்றித் தெரியும். அவர்கள் இனவாதிகள் அல்ல. ஊரிலுள்ள கேவலமான முகாம்களைப் பார்க்கும்போது, அவர்களின் அழுக்கையும் வன்முறையையும், புரிந்துகொள்ளவே முடியாத வேலை செய்யும் இடத்தில் இருந்த ஒழுங்கீனத்தையும் தான் கண்டனர். வயதான பூர்வகுடியினரிடம் அவர்களுக்கு மரியாதை இருந்தாலும், தங்களுடைய சொந்த மதிப்புகளைத் தாண்டி அவர்களால் உடனடியாகப் பார்க்க முடியவில்லை. இந்த அழிவு ஏன் ஏற்பட்டது என்றும், அதில் மரபு வழியாகவோ தற்காலமாகவோ, தங்களுடைய பங்களிப்பு என்ன என்பதையும் புரிந்துகொள்ள முடியவில்லை. விலுனாவில் சமூகப் பிரச்சனைகள் கொட்டிக்கிடந்தன. கலாசார அழிவு எங்குக் கொண்டு செல்லும் என்பதின் உதாரணமாகத் திகழ்ந்தது.

ஒருநாள் கழித்து விலுனாவில் இருந்து கிளம்பினோம். ஜென் மற்றும் டோலியுடன், சாலையில் நான் கழித்த கடைசி இரவு, ஒட்டகங்கள் உண்மையாகவே மனிதர்களைப் போலத்தான் என்று அவர்களை நம்ப வைத்தது. என் ஒட்டகங்களுக்கு, நாங்கள் அவற்றிற்கு ஏதாவது தருவோமோ என்றோ அல்லது நாங்கள் பார்க்காத சமயம் நாக்கை நீட்டிக்கொண்டு உணவுப் பைகளில் தலையை விடுவதற்காகவோ, முகாமின் அருகிலேயே இருக்கும் பழக்கம் உண்டு. என் பக்கத்தில் ஒரு பையில் ஒரு பெரிய தேன் டின் இருப்பதை அறிந்த டூக்கி அதை எடுக்கச் செய்த பிரயத்தனங்களைக் கண்டு நாங்கள் மகிழ்ந்தோம். “போய்த் தொலை” என்று அவளை விரட்டினேன். அடுத்து, “ராபை எவ்வளவு தொலைவு பிடித்துத் தள்ள முடியும்?” என்ற விளையாட்டு தொடங்கியது. அவள் ஆர்வமே இல்லாமல், முன் நகரத்

தொடங்கினான். அவன் மட்டும் ஒரு மனிதனாக இருந்திருந்தால், கைகளைப் பின்னால் கட்டிக்கொண்டு வானை நோக்கிக்கொண்டு லேசாக விசில் அடித்துக்கொண்டிருப்பது போல் இருக்கும் அவன் தோற்றம். நாங்கள் உண்பது போல நடித்துக் கொண்டிருந்தாலும், ஒரு கண்ணை அவன் மேல் வைத்துக் கொண்டிருந்தோம். திடீரென அவன் பை மேல் பாய்ந்தான். நான் அவன் உதடுகளில் அடித்தேன். அவன் ஒரு ஆறு அங்குலம் பின் நகர்ந்தான். நாங்கள் உண்பதைத் தொடர்ந்தோம். அதன் பின் டோலியின் அடக்க முடியாத ஆர்ப்பாட்டத்தின் நடுவே, காய்ந்த புல்லைத் திண்பது போல நடித்துக் கொண்டிருந்த டூக்கி -அவன் கண்கள் மட்டும் பை மேலேயே இருந்தது -நாங்கள் எல்லாம் ஏமாந்து விட்டோம் என்று அவன் நம்பிய ஒரு வேளையில் அவனுடைய அப்பாவித்தனமும் திருட்டுத்தனமும் ஒரு சேர பை மேல் பாய்ந்து அதை எடுக்க முயற்சி செய்தான். "சரி சரி. ராப், அதை நான் சொன்னதை மீண்டும் திரும்ப வாங்கிக் கொள்கிறேன். நீ அனைத்திற்கும் மனிதரைப் போல ஓர் உருவத்தைக் கொடுக்க வேண்டாம்" என்றான் டோலி.

உணவை இரவில் இறுக்கக் கட்டி வைக்க வேண்டும் என்பதை ஒரு நிகழ்ச்சியின் மூலம், பப்பினால் கன்பேரலில் கற்றுக் கொண்டேன். ஒரு டின் செர்ரிப் பழங்களைப் (அங்குக் கிடைக்கக்கூடிய ஆகப் பெரிய சிறந்த ஆடம்பரப் பொருள்) பாதி தின்றுவிட்டு, மீதியை மறுநாள் காலை உணவிற்கு உண்ணலாம் என்று என் உறங்கும் சாக்கினுள் வைத்திருந்தேன். காலையில் எழுந்தபோது, என் மடி மீது பப்பின் தலை இருந்தது. அவன் உதடுகள் முழுவதும் செர்ரிப் பழங்களின் சிவப்பு நிறம். இந்தத் திருட்டுத்தனத்தை சரி செய்ய முடியவே இல்லை. மேலும் எனக்கு அது பிடித்திருந்தது. என்னை அது சிரிக்க வைத்தது. இருப்பினும் என்னால் தரக் கூடியதை அவர்களுக்குக் கொடுத்துக்கொண்டே இருந்தேன். ஆனால், அவர்களுக்கு அதைப் பற்றிய எண்ணம் வேறு விதமாக இருந்தது. அவர்களும் உண்டு கொண்டிருக்கும் அதே குல்கா பழத்தை நானும் சாப்பிடுவதற்கு என்று ஒன்று எடுத்தால், அவை அனைத்தும் அதற்காகச் சண்டையிடும். ஏனெனில், அது என் கையிலிருந்து வருவதால்.

ரிக்குடன் கழித்த அடுத்த இரு வாரங்கள் நல்லபடியாகச் சென்றன. பாலைவனத்தின் ஒருவருடன் இருப்பதின் முடிவு என்னவாக ஆகுமென்றால், ஒன்று அவர் உங்களின் கடுமையான எதிரியாக மாறி இருப்பார். அல்லது, பிரிக்கவே முடியாத நண்பராக மாறி இருப்பார். ஆரம்பத்தில் சிறிது ஒட்டியும் எட்டியும் ஆக இருந்தது. இப்பொழுதோ என்னிடம் இருந்து அவன் எதையோ திருடி விட்டான்

என்ற எண்ணங்களின் அழுத்தமில்லாததாலும், காரியங்களை அவை செல்லும் போக்கிலேயே போக விட்டதனாலும், ரிக் இப்போது ஒரு மாறிய மனிதனாய் இருப்பதாலும், எங்களின் நட்பு இறுகியது. பகிரப்பட்ட அனுபவங்கள் மற்றும் ஒருவரை அவரின் உன்னத கணங்களிலும், மட்டமான பொழுதுகளிலும் கண்டு அதனால் ஏற்பட்ட சகிப்புத்தன்மையும், ஒருவரின் முதுகெலும்பாக இருக்கக் கூடிய, சமூக மதிப்பற்று இருப்பதினாலும் எங்கள் நட்பு பாறை போல் உறுதியாய் இருந்தது. இந்தப் பயணத்தில் அவன் நிறைய கற்றுக் கொண்டான். சில சமயம் என்னைவிட அவன் கூடுதலாகக் கற்றுக் கொண்டானோ என எனக்குத் தோன்றும். அற்புதமான ஒன்றை நாங்கள் பகிர்ந்து கொண்டோம். அது எங்களை அடிப்படையிலேயே மாற்றிவிட்டது. எங்களுக்கு ஒருவரை ஒருவர் நன்கு தெரியும் என்று நான் நினைக்கிறேன். மேலும் அவன் தன் கேமிராவின் பின்னாலிருந்து நகர்ந்து, இப்பயணத்தின் ஒரு பகுதியாகி விட்டான்.

இந்தச் சமயத்தில் நான் நினைத்ததைவிட ஒட்டகங்களுக்கு உணவளிப்பது மிகவும் கடினமாக இருந்தது. ரிக்கூட இருந்ததால் அதன் தாக்கம் அவ்வளவாகத் தெரியவில்லை. அவன் அருமையாக உதவி புரிந்தான். மீக்கதாராவில் இருந்து வண்டி வண்டியாக ஓட்ஸை இங்கு எடுத்துக்கொண்டு வர ஆயிரம் அதிகப்படியான மைல்கள் அவன் வண்டி ஓட்டி இருக்க வேண்டும்.

நாயின் மரணம் அவனை மிகவும் பாதித்தது. இதுவரை அவனிடம் ஒரு வளர்ப்புப் பிராணிகூட இருந்தது இல்லை. ஒரு மிருகத்தின் உடன் அவன் கொண்ட அதிகபட்ச உறவு முறை இதுதான். அவர்கள் இருவரும் ஒருவரை ஒருவர் மிகவும் விரும்பினர். டிக்கிட்டி இந்த அளவு ஒருவரை விரும்பி நான் பார்த்ததே இல்லை. விலுனாவில் இருந்து கிளம்பி இரண்டு வாரங்கள் ஆன பின், ரிக் மிகவும் தாமதமாக -ஒரு 200 மைல்கள் தீவனத்திற்காக அவன் கார் ஓட்டி வந்திருந்தான்- முகாமிற்கு வந்தான். அவன் உடல்நிலை சரியாக இல்லை. நான் தொந்தரவான ஒரு கனவு கண்டு கொண்டிருந்தேன். அதில் டிக்கிட்டி முகாமைச் சுற்றிச் சுற்றி ஓடிக் கொண்டிருந்தது. நான் அழைத்தபோது அது வர மறுத்தது. அந்தச் சமயத்தில் ரிக் என்னை எழுப்பினான். என்னிடம், “ஹே, டிக்கிட்டி அங்கு என்ன செய்துகொண்டிருக்கிறது? நான் வரும்போது ஏறக்குறைய அதன் மேல் விழுந்து விட்டேன்” என்றான். அவனுக்கு டிக்கிட்டி இறந்தது நினைவிலேயே இல்லை. அதற்கு விளக்கம் அளிக்க எனக்குத் தெரியவில்லை -முயற்சி செய்யவும் இல்லை. ஆனால், அங்கு தங்கி இருந்த வாரங்களில் நடந்த, இது போன்ற நிகழ்ச்சிகளில் இதுவும் ஒன்று.

இப்போது நாங்கள் மாற்றி மாற்றி ஒட்டகங்களை ஓட்டிச் செல்லலானோம். அதாவது நான் பதற்றத்துடனும், வேறு வழி இல்லாமலும் அவனை அனுமதித்தேன். அவன் அந்த வேலையை நல்லவிதமாகவே சமாளித்தான். என்ன? டூக்கிக்குத்தான் அவன் மேல் தீராது எரியும் பொறாமையும் வெறுப்பும். அதைக் கண்டு நான் கிண்டல் அடித்துச் சிரித்து மகிழ்ந்தேன். டூக்கியிடம் ஏதாவது அவன் செய்ய முயற்சி செய்தால், டூக்கி தன் கண்களை உருட்டி தலையைத் தூக்கி, தன் கழுத்தை உப்பி, ஆண் ஒட்டகங்கள் சத்தம் போடுவதைப் போலவே கத்த முயன்றது. “நீ என் எஜமானன் அல்ல. என்னைத் தொட நீ முயற்சி செய்தால், உன்னை ஒரு சிறு கிளை போல் உடைத்து விடுவேன். முட்டாளே!” என்பதுதான் அதன் பொருள். டூக்கி உண்மையாக ரிக்கிற்குத் தீங்கு விளைவிக்க மாட்டான் என்பது எனக்குத் தெரியும். சரி ஒரு 99 சதவிகிதமாவது தெரியும். ஆனால், டூக்கியைச் சமாளிப்பதை என்னிடம் விட்டு விடவே ரிக் விரும்பினான். நான் ரிக்கின் அருகில் நின்று டூக்கியின் மூக்கணாங்கயிறைப் பொருத்துமாறு கூறுவேன். உடனே டூக்கி மேற்கூறியபடி நடக்கத் தொடங்கும். பின் என்னிடம் வந்து தலையைத் தொங்கப் போட்டுக்கொண்டு என்னை முகர்ந்தும், செல்லமாய்க் கடித்தும் ஒரே அன்புமயமாய் ஆர்ப்பாட்டம் செய்யும். இவை அனைத்தும் அதன் பிரியம் எங்கிருக்கிறது என்பதைக் காட்டத்தான்.

ஒட்டகங்களைப் பற்றிய நல்ல விஷயங்களை நான் கூறுவதை நிறுத்தவே முடியாது. இறுதியாக அவை தேன் பாத்திரத்தை வெற்றி கொண்டு விட்டன. ரிக்கும் நானும் குடியிருப்பிற்குச் சென்று ஜியாகிராஃபிக்கிற்கு ஒரு தந்தி கொடுப்பதற்காகச் சென்று இருந்தோம். நாங்கள் திரும்பி வந்தபோது முகாமே தலைகீழாக இருந்தது. எங்கு பார்த்தாலும் தேன் வழிந்து கிடந்தது. மூட்டை, தூங்கும் சாக்கு, ஒட்டகங்களின் உதடுகள், அதன் இமைகள், அதன் திமில்கள், அனைத்திலும். தாம் என்ன செய்து விட்டோம் என்று அவற்றிற்குத் தெரிந்து இருக்கிறது. என்னைப் பார்த்தவுடன் அவை மாயமாயின.

வழியெல்லாம் நான் சந்தித்த குடியிருப்பின் மக்கள் நம்ப முடியாத அளவிற்குக் கருணையுடன் இருந்தனர். அவர்களின் முகத்தைப் பார்த்தால் வறட்சி அவர்களை வாட்டுகிறது என்பதைக் கூறவே முடியாது. ஒட்டகத்திற்கும் எங்களுக்கும் வயிறு முட்டுமளவிற்கு உணவு அளித்தனர். கடற்கரையில் நான் சென்றடைய திட்டமிட்டிருந்த கார்னர்போன் என்ற நகரில் என்னை வரவேற்பதற்கு ஒரு குழு காத்துக் கொண்டிருக்கிறது என்று கூறினர். ஊப்ஸ். இப்போது என் திட்டத்தை மாற்ற வேண்டும். சில மாதங்களுக்கு முன் சாலையில்,

சில மனிதர்களைச் சந்தித்தேன். கண்டவுடனேயே அவர்களை எனக்கு மிகவும் பிடித்தது. கார்னர்போனில் இருந்து, 200 மைல் தொலைவில் அவர்கள் ஓர் ஆட்டுத் தொழுவம் வைத்திருந்தனர். அங்கு வருமாறு எனக்கு அழைப்பு விடுத்திருந்தனர். அதைச் செய்து விடலாம் என்று முடிவு எடுத்தேன். மேலும், ஒட்டகங்களை அவர்களே வைத்துக் கொள்ள சம்மதித்து விட்டால் என் பெரிய பிரச்சனைக்கு ஒரு தீர்வு கிடைத்துவிடும்.

2

இறுதிப் பேரிடர் நிகழ்ந்தபோது, நான் செல்வதற்கு 200 மைல்களுக்குக் குறைவாகவே இருந்தது. ரிக் கூட இருந்தபோது, ஒரு மாயையான பாதுகாப்பு உணர்வில் நான் இருந்தேன். நிச்சயம் இப்போது எதுவும் தவறாகப் போகாது. நாங்கள் எத்தனையோ விஷயங்களை இதுவரை கடந்து வந்துவிட்டோம். மீதி உள்ளவை மிகவும் இலகுவாகத்தான் இருக்கப் போகிறது. கேஸ்காயின் நதியின் கரைகளில் அமைந்த குடியிருப்புகளின் வழியே நாங்கள் தயாரித்துக் கொண்டிருந்தோம். தீவனம் ஓரளவு கிடைத்துக் கொண்டிருந்தது. ரிக் கூட இருந்தான். அனைத்தும் சரியாகவே இருந்ததாகத் தோன்றியது. அப்போது ஜெலிகாவிற்கு ரத்தப்போக்கு ஏற்பட்டது.

ரத்தம் பிறப்புறுப்பிலிருந்தா அல்லது சிறுநீர் துளையிலிருந்து வருகிறதா என்று எனக்குத் தெரியவில்லை. சிறுநீர் தொற்று ஏற்பட்டிருக்குமோ என்று நானாகவே யூகித்து, என்னுடைய மாத்திரைகளில் நாற்பதை ஒரு நாளுக்கு அவளுக்குக் கொடுத்தேன். அவற்றை ஒரு ஆரஞ்சுப் பழத்தின் உள்ளே வைத்து மறைத்துத் தந்தேன். அதிக அளவிலான டெராமைசினையும், ஊசி மூலம் செலுத்தி அனைத்தும் சரியாகிவிடும் என்று நம்பினேன். அவள் பயணம் முழுவதும் கோலியாதிற்குத் தாய்ப்பால் அளித்துக் கொண்டே வந்திருந்தாள். இப்போது அவள் வெறும் எலும்பும் தோலுமாக இருந்தாள். ரிக் அடுத்த குடியிருப்பான டால்கெட்டி டவுன்ஸிற்குக் காரில் சென்று, அங்கு ஏதாவது கை வைத்தியமோ மருந்தோ கிடைக்குமா என்று காணச் சென்றான். ஜெலிகா உணவு உண்ண மறுத்தாள். அவள் நிச்சயம் இறந்து விடுவாள் என்று நான் எண்ணினேன்.

டால்கெட்டி மக்கள், ரிக்கிடம் தேவையான பொருட்களும்

கால்நடைக்கான ஒரு ட்ரக்கையும் அளித்து அதில் ஜெல்லியைச் சௌகரியமாக அவர்கள் இடத்திற்கு அழைத்து வந்து ஓய்வெடுக்கவும், மருந்து உண்பதற்காகவும் ஏற்பாடு செய்திருந்தனர். குடியிருப்புகளின் விருந்தோம்பல்.

பிடிவாதமான அந்தக் கிழட்டு ஒட்டகம், ட்ரக்கின் பக்கம் திரும்பக் கூட இல்லை. நாங்கள் அனைத்தையும் முயற்சி செய்துவிட்டோம். அதில் ஏறுவதற்காக மண்ணால் சரிவுப்பாதைகூட அமைத்தோம். ஆனால் பிரயோஜனமில்லை. அவள் பின்னால் கயிறு கட்டினோம், லஞ்சம் கொடுத்தோம், கொஞ்சினோம், அடித்தோம், அவளுக்குப் பிடிக்காத ஒன்றில் பணத்திற்கோ அன்பிற்கோ, எதுவாயினும் அவள் காலடி வைக்கமாட்டாள். நான் சேணங்களைப் பொருத்திவிட்டு டால்கெட்டி வரை நடந்து செல்ல முடிவெடுத்தேன். ஜெல்லியைச் சுதந்திரமாகவிட்டு அவளை எங்களைப் பின் தொடரச் செய்யலாம் என்று முடிவெடுத்தேன். அப்போதுதான் அவள் என்னை வியப்பில் ஆழ்த்தினாள். கோலியாத்கூட இருந்தாலோ அல்லது இல்லாவிட்டாலும் கூட அவளுக்கு ஆலிஸ்பிரிங்கிற்குத்தான் செல்லவேண்டும். இரண்டு முறை நான் முயன்றேன். இரண்டு முறையும் அவள் கிழக்கை நோக்கிச் செல்லத் தொடங்கினாள். இறுதியாக அவளைப் பின்னால் கட்டிக்கொண்டு பொறுமையாக டால்கெட்டி நோக்கி நடந்தேன்.

முதல் நாள் மாலை ஒரு நீர்நிலையின் அருகில் நாங்கள் முகாமிட்டோம். தலைக்கு மேலே ஒரு வான ஊர்தியின் ஒலி கேட்டது. அது எங்கள் முகாமை சிலமுறை சுற்றி தன் இறக்கைகளைத் தாழ்த்தி, நாங்கள் வியந்து பார்த்துக் கொண்டிருக்கும்போதே, மண் சாலையில் தரையிறங்கியது. ரிக், அந்தப் பைத்தியக்கார விமானி யாராக இருக்கக்கூடும் என்று அறிவதற்குச் சென்றான். அவன் திரும்பி வரும்போது மிகப் பெரிய தொப்பியும், காலணிகளும் அணிந்த ஒரு வேட்டைக்காரன் போல் இருந்தவனை வண்டியின் முன்னால் வைத்து அழைத்து வந்தான். அவன் வண்டியில் இருந்து குதித்து, என் கைகளை அழுத்தித் தன்னை அறிமுகப்படுத்திக் கொண்டான். என்னிடம் நோயாளியான ஒரு ஒட்டகம் இருப்பதாக அவன் கேள்விபட்டதால் நேரில் வந்து எனக்கு ஏதாவது தேவைப்படுமா எனக் காண வந்ததாகக் கூறினான். நாங்கள் கடந்து வந்த குடியிருப்பைச் சேர்ந்தவன் அவன். ஆனால், நாங்கள் அங்கிருந்தபோது அவன் வெளியே சென்றிருந்தான். நான் அவனை ஒட்டகங்களிடம் அழைத்துச் சென்றேன். அவன் தொடர்ச்சியாகத் தன் தந்தை சில ஒட்டகங்களை வைத்திருந்ததாகவும், அதனால் அவற்றைப் பற்றி ஓரளவு தெரியும் என்றும் பேசிக் கொண்டிருந்தான். “ஆம், அவள் நோயாளிதான்” என்றேன். எளிதாக அவனுடைய வட்டார

வழக்கிலேயே பதிலளித்தேன். "ஜாம் டின்களின் மேல் அமர்ந்துள்ள காக்கை போல! அவள் ஒரு சோளக்கொல்லைப் பொம்மைதான் இப்போது" என்றேன். ஆஸ்ச்விச்சில் (நாஜி முகாம்) இருந்து தப்பித்தவள் போல காணப்பட்ட ஜெலிகா மற்ற ஆரோக்கியமான இரண்டு காளைகளுடன் அருகே நின்று கொண்டிருந்தாள். அம்மனிதன் அமைதியாக டூக்கியின் அருகில் சென்று அவனை நன்றாகப் பார்த்துவிட்டுத் தன் தலையை மெதுவாக ஆட்டியபடி, "ஆம், இந்த ஒட்டகம் மிகவும் நோயுற்று இருக்கிறது. பாவம். ப்ச்ச்... ப்ச்ச்... ப்ச்ச்... இவளுக்கு என்ன மருத்துவம் செய்வதென்று எனக்குத் தெரியவில்லை" என்று சோகத்துடன் கூறினான். ரிச்சர்டும் நானும் எங்கள் சிரிப்பை அடக்கிக் கொள்ள மிகவும் முயற்சி செய்தோம். அம்மனிதனோ தொடர்ந்து ஒட்டகங்களைப் பற்றிக் கூறியவாறே இருந்தான். ரிச்சர்ட் அவனை அவன் விமானம் வரை காரில் அழைத்துச் சென்றான். அடர்ந்து பறந்த புழுதியின் ஊடாக அவன் விமானம் மேல் எழுந்தது. இறக்கைகள் தாழ்ந்தன. அவன் தன் இடம் நோக்கிப் பறந்தான். நாங்கள் இன்னும் சிரித்துக் கொண்டிருக்கிறோம்.

ஒருநாள் கழித்து நாங்கள் டால்கெட்டியை அடைந்தோம். மார்காட்டுக்கும், டேவிட் ஸ்டெட்மேனுக்கும் முதல் பார்வையிலேயே ஒட்டகங்களை மிகவும் பிடித்துவிட்டது. அவற்றிற்கு அளவற்ற சலுகைகளை அளித்தனர். அங்கு ஒரு வாரம் தங்கிய பின், எளிதில் கடற்கரையை அடைந்து விடலாம் என்ற அளவிற்கு ஜெலிகாவின் உடல்நிலை தேறியது. ஒருமுறை நீச்சலடித்தால் அவளுக்குச் சக்தி வருமென நான் நம்பினேன். கோலியாத்தை அவளிடமிருந்து தனிமைப்படுத்தி இருந்தேன். அவள் தேற அது ஒரு முக்கியமான காரணம். வாளி வாளியாகப் பாலும் வெள்ளப்பாகும் தந்தும் அவன் ஒரு விநாடிகூட கத்துவதையும் அழுவதையும் விடவில்லை. அது ஜெலிகாவிற்கும் மிகவும் சங்கடமாக இருந்திருக்க வேண்டும். வேலியின் ஊடாக அவள் தன் மடியைத் திணித்து அவனுக்குப் பாலூட்ட முயற்சி செய்தாள். மேலும் ஒரு வாரம், அவளை நன்கு கவனித்ததில், பயணத்தில் என்றும் இல்லாதபடி ஆரோக்கியத்துடன் விளங்கினாள். அதிகாலை வெளிச்சத்தில் ஒன்றல்லது இரண்டு முறை தன் பின்னங்கால்களால் எத்தவும் முயற்சி செய்தாள்.

ஜேனும் டேவிட் தாம்ஸனும் எங்கள் வரவை ஆவலுடன் எதிர்பார்த்துக் கொண்டிருக்கும் வுட்லே ஸ்டேஷனுக்கு அனைவரையும் எடுத்துச் செல்ல முடிவெடுத்தேன். அது கடலில் இருந்து 50 மைல் தொலைவில் இருந்தது. எங்களை வரவேற்கும் குழுவும், பத்திரிகையாளர்களும் இருக்கும் கார்னர்வோன் அங்கிருந்து 150 கிலோமீட்டர்தான்.

நிருபர்களிடம் எனக்குச் சிறிது பதற்றம் இருந்தது. அவர்கள் என்னைத் தேடிக் கண்டுபிடித்து வராமல் இருக்க ஒரு போலி தந்தி கொடுக்கத் தீர்மானித்தோம். அதாவது நான் ரிக்கிற்கு, "ஜெலிகா இன்னும் நோயுடன் உள்ளாள். நவம்பர் மத்தியில் வரை கார்னர்வோனில்தான் இருப்பேன்" என்று ஒரு தந்தியை அனுப்பினேன் - ஒரு அசிங்கமான யுக்திதான். ஆனால், பின்னாட்களில் அது மிகவும் சிறந்ததென்று எனக்குப் புரிந்தது. இச்சிறிய இறுதித் தூரத்தை நான் ரிக்குடன் தனியே பயணிக்க விரும்பினேன். சில வாரங்களில் வுட்லேயைச் சந்திக்க ஏற்பாடுகளைச் செய்தேன்.

வானிலை இப்போது மாறிக் கொண்டிருந்தது. பாலைவனத்தில் உண்மையான வசந்தமோ, இலையுதிர்க்காலமோ இல்லை. குளிர்ச்சி, வெப்பம், மிகுந்த வெப்பம், தாங்க முடியாத வெப்பம். இப்படித்தான் இருக்கும். இப்போது தாங்க முடியாத வெப்பமாய் மாறிக் கொண்டிருந்தது. டால்கெட்டி அருகே உள்ள தங்கும் இடங்கள் நல்ல பசுமையான நிலங்களைக் கொண்டதாய் இருந்தன. ஆனால், தெற்கே செல்லச் செல்ல வேறு விதமாய் இருந்தது. வளர்ச்சி குறைந்த பழுப்பு நிற, வான்யூ என்றழைக்கப்பட்ட புதர் போன்ற மரங்களால் மூடப்பட்ட சிவப்பு நிற அலைகள் போன்ற மண் குன்றுகள் காணப்பட்டன. இம்மரங்கள் ஒட்டகங்களுக்கு ஏற்றதொரு உணவு. ஆனால், என் ஒட்டகங்கள் இவற்றை உண்ண மறுத்தன. இம்மரங்களை அவை இதுவரை கண்டதே இல்லை. டால்கெட்டியில் அடைந்த ஆரோக்கியம் அனைத்தையும் அவை இழக்கத் தொடங்கின. இவ்வுணவு ருசியானது என்று அவற்றை நம்ப வைக்க நான் முயற்சி செய்தேன். ஆனால், அவை நம்பவில்லை. என் மேல் அவற்றிற்கு நம்பிக்கை இல்லை. வான்யூவைத் தவிர வேறு எதுவும் உண்பதற்காக இல்லை. வுட்லேக்கு முன்பான காலிதாராவை அடைவதற்குள் மீண்டும் நான் அவற்றைப் பற்றிக் கவலைப்படத் தொடங்கிவிட்டேன்.

இம்முறை ஜார்ஜும் லோர்னாவும் என் உதவிக்கு வந்தனர். இரும்புத் தகடுகளாலான, அழகிய ஆனால் வெப்பமான, உடைந்த இயந்திரங்களின் புழுதியாலும், வீட்டு விலங்காய் மாற்றப்பட்ட காட்டு ஆடுகள் சூழ்ந்திருந்த இருப்பிடத்தை அடைந்தேன். அவ்விருவரும் என்னை மிகவும் வியக்க வைத்தனர். அவர்களிடம் எதுவும் இல்லை. மின்சாரம் இல்லை. பணம் இல்லை. வறட்சி அவர்களை மிகவும் தாக்கியிருந்தது. அவர்கள் அசாதாரண மனிதர்கள். அவர்களிடமிருந்த அனைத்தையும் என்னுடன் பகிர்ந்து கொண்டிருந்தனர். எத்தனையோ நாட்களாகப் படுக்கையின் கீழ், வயிற்று வலிக்காகப் பொதித்து வைத்திருந்த ஒரு பழைய பீர் பாட்டிலை லோர்னா இந்நிகழ்விற்காக

வெளியே எடுத்தாள். ஒட்டகங்களுக்கு மிக விலையுயர்ந்த உணவளித்தாள். காணாமல் சென்று திரும்பி வந்த ஒரு மகளைப் போல் என்னைப் பாவித்தாள். ஆஸ்திரேலியர்கள், "உண்மையான போராளிகள்" என்று அழைக்கும் சொல்லிற்குச் சரியான உதாரணமாய் விளங்கினர். ஐம்பது அல்லது அறுபது வயதிருக்கும் (சரியாகக் கணிக்க இயலவில்லை) லோர்னா, குதிரை மேல் சேணமற்று சவாரி செய்தாள். ஜார்ஜ் தன் இருப்பிடத்தின் அனைத்து இயந்திரங்களையும் சிறிய வயர் துண்டுகளாலும், உதைகளாலும் இயங்க வைத்தான். எப்படியோ அவர்கள் ஒருவரை ஒருவர் பற்றிக்கொண்டு, கருணையுடனும் தாராளத்துடனும் அன்புடனும் எதைப் பற்றியும் புகார் கூறாமல் இருந்தனர். அவர்களை விட்டுப் பிரிந்த அன்றிரவு அவர்கள் தங்களுடைய பழைய காரில் பயணித்து, மேலும் சிறிது ஒட்டகத் தீவனமும், சிறிது வெதுவெதுப்பான எலுமிச்சைச் சாறும் கொண்டு வந்து தந்தனர். அவ்வண்டி வழியில் பழுதடைந்தது. ஆனால், ஜார்ஜினால் எதையும் சரி செய்ய இயலும். அவர்கள் முகாமைப் பின்னிரவில் அடைந்தனர். என் பயணத்தில் சந்தித்த அனைத்து மக்களிலும், ஜார்ஜும் லோர்னாவும்தான் போராடும் புதர் மக்களின் ஆன்மாவை அதிகளவு பிரதிபலித்தனர் என்று கூறலாம்.

வுட்லேயை அடைய இன்னும் இரண்டு நாட்களே இருக்கும்போது, அனைத்தும் உடையத் தொடங்கியது. சாக்குப் பையில் திடீரென ஓட்டைகளும் கிழிசல்களும் தோன்றின. சேணங்கள் ஒட்டகங்களின் முதுகில் உராயத் தொடங்கின. என்னுடைய கடைசி செருப்பு ஜோடி உடைந்தன. அதை ஒரு கயிற்றால் கட்டி அணிந்து கொண்டேன். அது என் காலைக் கடித்து வலியை உண்டாக்கியது. என்னால் வெறுங்காலால் நடக்க முடியவில்லை. அம்மணலில் ஒரு முட்டையைப் பொரித்து எடுக்கலாம். அருகிலுள்ள ஊர்களும் அவ்வாறே இருந்தன. நீர்க் குழாய்களில் வெப்பமான உப்புத் தண்ணீர்தான் கிடைத்தது. வுட்லேவிற்குச் சென்று எங்காவது நிழலில் அமர்ந்து, கோப்பைகளில் தேநீர் அருந்தினால் போதுமென்று தோன்றியது. நான் செல்ல வேண்டிய இடத்தை அடைந்த சமயம், வெப்பம் தாங்காமல் என் உடைகளைக் களைந்து விட்டிருந்தேன். அவ்விடம் வரைபடத்தில் தவறாகக் குறிப்பிடப்பட்டிருந்ததால் 10 மைலுக்கு முன்பே அவ்விடம் வந்துவிட்டது. அவசர அவசரமாக என் உடைகளை அணிந்துகொண்டு வீட்டினுள் நுழைந்தேன்.

என்னைப் பார்த்தா அல்லது என் ஒட்டகங்களைப் பார்த்தா, எதைப் பார்த்து அவர்களுக்கு மிகுந்த மகிழ்ச்சி ஏற்பட்டது எனக் கூற முடியாது. என் ஒட்டகங்கள் இங்கு மகிழ்வான கனிவுடன்

கூடிய ஓய்வைப் பெறக் கூடும் என்று எனக்குத் தெரியும் - இன்று வரை வுட்லேவில் உள்ள நண்பர்களிடம் மட்டுமே ஒட்டகங்களின் நடவடிக்கைகளைச் சிறிதுகூட அலுப்பில்லாமல் என்னால் விவாதிக்க முடியும். அவர்களும் அதைப் புரிந்து கொள்வார்கள் என்று எனக்குத் தெரியும். என்னைப் போலவே அவர்களும் அவற்றின் மேல் அதிக பற்று வைத்து, அவற்றின் ஒவ்வொரு விருப்பத்தையும் நிறைவேற்றும் அடிமைகளாக இருந்தனர். டூக்கி, பப், ஜெல்லி, கோலியாத் ஆகியோர் சரியான இடத்தை அடைந்து விட்டனர். இதுதான் அவர்களுடைய புதிய வீடு. அவர்கள் உடனடியாக அதனை ஏற்றுக் கொண்டனர்.

சில நாட்கள் கழித்து வேகமாகவும், துள்ளலோடும் வெளியுலகத்துடன் ஏற்பட்ட ஒப்பந்தங்களினால் அடக்க முடியாமல் ரிக் வந்து சேர்ந்தான். இம்முறை அவன் போர்னியோவில், ஹெலிகாப்டரில் இருந்து குதித்தான். அவன் கார்னார்வோனில் தன் காரைச் சரி செய்யக் கொடுக்கச் சென்றபோது அங்குள்ள மெக்கானிக் ஒருவன், “கே, உன் தோழிக்கு என்னவாயிற்று தெரியுமா? அவளின் ஒட்டகம் நோய்வாய்ப்பட்டுள்ளது. அவள் நவம்பர் இரண்டாவது வாரம்தான் வர முடியுமாம்?” என்றிருக்கிறான்.

கடலிலிருந்து ஆறு மைல் தொலைவிலுள்ள ஓரிடத்திற்கு ஒட்டகங்களை ட்ரக்கில் அழைத்துச் செல்வதற்கு ஜேனும் டேவிட்டும் முன் வந்தனர். அது எனக்குச் சரியாகவே பட்டது. நானும் கோட்பாடுகளை அந்தளவுக்குப் பற்றிக் கொண்டிருப்பவள் அல்ல. மேலும் வெப்பம் மிகவும் அதிகமாக இருந்தது. ஒட்டகங்களை இம்முறை ஒன்றாகக் கட்டிக் கோலியாத்தை இறுதியாய் நிற்க வைத்தேன். அவன் எந்த ஒரு பிரச்சனையும் செய்யாது வண்டியில் குதித்து ஏறினான். தனக்கு பால் தரும் ஒன்று தன்னைவிட்டுப் போவது அவனுக்கு ஏற்றதாய் இல்லை.

ஒட்டகங்களோடு என்னையும் இறக்கிவிட்டனர். ஒரு வாரத்தில் வந்து திரும்ப அழைத்துக் கொள்வதாக ஜேனும் டேவிட்டும் உறுதியளித்தனர். சேணங்களைப் பொறுத்திவிட்டு, அவ்விறுதி மைல்களை மிகுந்த யோசனையுடன் நான் கடந்தேன். இந்தப் பயணம் முடிவடைவதில் எனக்கு விருப்பமில்லை. ஆலிஸிற்கோ கேனிங்கிற்கோ திரும்பச் செல்லவேண்டும் போல் இருந்தது. இதைச் செய்வது எனக்குப் பிடித்திருந்தது. நான் அதை மிகவும் விரும்பினேன். அதில் ஓரளவு திறமையாகவும் இருந்தேன். பல ஒட்டகங்கள் புடைசூழப் பாலைவனம் முழுவதும் தன் எஞ்சிய வாழ்நாளைக் கழிக்கும் ஒரு நாடோடி என என்னைப் பற்றிய ஒரு கனவு எனக்கிருந்தது. என் ஒட்டகங்களை நான் மிகவும் விரும்பினேன். அவற்றைவிட்டு விட்டுச்

செல்லும் எண்ணம் தாங்க முடியாததாக இருந்தது. அதே சமயம் கடலில் எனக்காக ரிக் காத்துக் கொண்டிருப்பதையும் நான் விரும்பவில்லை. அச்சமயம் தனிமையில் இருக்க நான் விரும்பினேன். புகைப்படங்கள் எடுக்க வேண்டாமென்று அவனைக் கேட்டுக் கொண்டேன். உடனே அவன் முகம் தொங்கி விட்டது. "சரிதான்" என்று புன்னகைத்தவாறு, ஆரம்பத்தில் இருந்தாற்போல் இறுதியிலும் இருக்கட்டும் என்று நினைத்தேன். அது அத்தனை முக்கியமானது அல்ல. இது சரியானதொரு தீர்ப்பு. கடைசி மண் குன்றின் பின்புறத்தில் இந்திய மகாசமுத்திரம் மதிய சூரியனைத் தகதகத்துக் கொண்டிருந்தது. அதன் வாசத்தை ஒட்டகங்களால் சுவாசிக்க முடிந்தது. அவை நிலை கொள்ளாமல் தவித்தன. என் பயணத்தின் இலக்கை நான் அடைந்து விட்டேன். ஆரம்பத்தில் இருந்தாற்போலவே அனைத்தும் மசமசப்பாகவும் உண்மையற்றும் இருந்தன. கண்களில் பயத்துடன் சொல்லாத பல விஷயங்களைத் தேக்கி, சுற்றி எரிச்சலூட்டும் புழுதியின் மணத்தோடு தன் நண்பர்களிடம் ஒட்டகங்களோடு விடை பெற்றுக் கொள்ளும் அந்தப் பைத்தியக்காரப் பெண்மணியைப் பார்க்கும் அதே விதத்தில், என்னைச் சூரிய அஸ்தமனத்தில், அந்தக் கடற்கரையில் நடப்பதை ரிக்கின் கேமிரா மூலமாகக் காண்பதற்கு எனக்கு இலகுவாய் இருந்தது. சொல்ல முடியாத ஒரு சந்தோஷமும், மிகவும் வலியுடன் கூடிய ஒரு சோகமும் அதற்கு இருந்தது. இவை அனைத்தும் திடீரென நிகழ்ந்து விட்டன. இதுதான் முடிவு என்பதை என்னால் நம்பவே முடியவில்லை. இதில் ஏதோ தவறு இருக்கவேண்டும். யாரோ இடையில் என்னிடமிருந்து இரண்டு மாதங்களைக் கவர்ந்துவிட்டனர். கடலை அடைவது தவறான இறுதிக் காட்சி போல் இல்லைதான். ஏனெனில் இதற்கு முந்தைய நிகழ்வை நான் எவ்வாறோ தவற விட்டு விட்டேன் என்ற எண்ணம் என்னுள் பொங்கியது.

அந்த அருமையான அட்டகாசமான யுகமற்ற, அதன் தட்டையான அடிவானத்தில் சூரியன் உருண்டு நிற்கும் கடற்கரையில் நான் நடந்த போது எனக்குத் தோன்றியது என்னவென்றால், இவையனைத்தும் மிக விரைவாக முடிந்து விட்டது என்றும், அது முடிவுக்கு வந்து விட்டதென்ற உண்மையை என்னால் ஏற்றுக் கொள்ள முடியவில்லை என்றும், என் பிரியமான ஒட்டகங்களையும் பாலைவனத்தையும் பல வருடங்களுக்குப் பிறகுதான் என்னால் காண இயலுமென்றும் உறைத்தது. இந்த அதிர்ச்சி அலைகளுக்கு என்னைத் தயார் செய்து கொள்ள எனக்குப் போதிய அவகாசம் இல்லை. நான் உணர்வற்று மரத்துப் போனேன்.

கடலைக் கண்டதும் ஒட்டகங்கள் அதிர்ந்து போய்விட்டன. அவை

இந்தளவு தண்ணீரைக் கண்டதே இல்லை. அலையின் நுரைகள் ஓடி வந்து அவற்றின் பாதங்களைக் கிச்சுகிச்சு மூட்டின. அவை நான்கு கால்களாலும் குதித்தன. பப், என்னை ஏறக்குறைய கீழே தள்ளி விட்டான். அவை ஒரு நிமிடம் நின்று திரும்பி அலைகளை வெறிக்கும், பின் பக்கவாட்டில் குதிக்கும். ஒருவரை ஒருவர் தங்களின் மூக்கை நீட்டிக்கொண்டு கோமாளித்தனமாய்ப் பார்த்துக் கொள்ளும். பின் அலைகளை வெறிக்கும். முன்னோக்கிக் குதிக்கும். கயிறு சிக்கலாகிப் போகும் அளவிற்கு அவை ஒன்றோடு ஒன்று சேர்ந்தன. கோலியாத் நேரடியாக நீச்சலடிக்கச் சென்று விட்டான். அபாயம் என்பதைப் பற்றி அவன் இன்னும் கற்றுக் கொள்ளவில்லை.

அக்கடற்கரையில் நிலைகொள்ளாது ஒரு வாரத்தைக் கழித்தேன். இதில் ஆச்சரியம் என்னவென்றால் உலகிலேயே தனித்துவமான ஒரு கடற்கரையில்தான் என் பயணத்தை முடித்துக் கொண்டேன். அங்கு ஹேம்லின் பூல் என்ற நதித்துவாரம் இருந்தது. கடல் பாசியால் ஆன ஒரு பாறை, அதன் வாயிலில் இருந்தது. அதனால் அந்த ஆழமில்லாத நதித்துவாரத்தில் உப்பின் அளவு மிக அதிகமாக இருந்தது. அது 50000 மில்லியன் வருடத்திற்கு முன் தோன்றிய ஆதி உயிரான ஸ்ட்ரோமேட்டோலைட்ஸ் என்ற உயிரிகள் வாழும் இடமாய் அமைந்திருந்தது. இப்பாறைகள் நீர் மட்டத்தில் இருந்து, ஒரு கொத்து பேய் முகங்களைப் போல் மேலெழுந்து இருந்தன. கடற்கரை முழுவதுமே குழந்தைகளின் நகங்களைப் போல வடிவாகவும் மென்மையாகவும் இருந்த கிளிஞ்சல்களால் நிறைந்திருந்தது. இதன் பின்னால் நூறடியில், ஓர் அடர்ந்த, சுண்ணாம்பால் கழுவப்பட்ட கிளிஞ்சல் மலையொன்று நாற்பது அடி உயரத்தில் இருந்தது. இதை அங்குள்ளோர் வெட்டித் தங்கள் வீடுகளைக் கட்டிக் கொள்ள உபயோகித்தனர். சிறிய மரங்களும், சப்பாத்திக் கள்ளிகளும், அவற்றின் மேல் வளர்ந்திருந்தன. இவை அனைத்தும் சரியான ஒட்டகத் தீவனங்கள். இவற்றின் பின்புறத்தில் ஒரு ஜிப்ஸம் படுகையும், பாலைவனத்தின் சிவப்பு நிற சிறு மண்குன்றுகளும் அமைந்திருந்தன. மஞ்சள் நிற மீன் பிடித்து, நான் பார்த்தேயிராத தூய நீல நிற நீரில் நீந்தினேன். அனைத்து ஒட்டகங்களையும் (ஜெலிகாவைத் தவிர -நீரில் நடக்கக்கூட அவள் மறுத்துவிட்டாள்) நீச்சலுக்கு அழைத்துச் சென்றேன். கண்ணைக் கூசும் அளவிற்கு வெண்மையாக இருந்த கடற்கரையில் கால்கள் அமிழ நடந்தேன். கண்ணாடி போன்ற பச்சை மற்றும் சிவப்பு நிற செடிகளை வெறித்தேன். செவ்வானத்தின் ஒளியில் ஓய்வெடுத்தேன். ஒட்டகங்களுக்கு நீரின் ஆச்சரியம் தீரவில்லை. அதைக் குடிக்கலாம் என்று இன்னும் அவை நினைத்தன. அடிக்கடி அதை வாயிலிட்டுத்

துப்பினாலும்கூட! சூரியன் மறையும் நேரத்தில் அவை கடலின் அருகே வந்து நின்று வெறித்து நோக்கிக் கொண்டிருக்கும்.

மீண்டும் கடைசி முறையாக என் மனம் சிறகடித்துப் பறந்தது. என்னிடம் எந்த உடைமைகளும் இல்லை. உயிர் வாழத் தேவையானவை மட்டுமே இருந்தன. வெப்பமான நாட்களுக்கான ஒரு பழைய உடையும், குளிர்காலத்திற்கான காலுறையும், மேலங்கியும் இருந்தன. தூங்குவதற்காக ஏதோ ஒன்றும், உண்பதற்கும் அருந்துவதற்குமான ஏதாவதும்தான் எனக்குத் தேவையாய் இருந்தது. நான் சுதந்திரமானவளாகவும் சகல உரிமைகள் உள்ளவளாகவும், எடையற்றவளாகவும் இருந்தேன். அதை மட்டும் என்னால் பற்றிக் கொள்ள முடியுமானால், அவ்வாறு இருக்கவே விரும்பினேன். வெளியே உள்ள பைத்தியக்காரத்தனத்தில் மாட்டிக் கொள்ள எனக்கு விருப்பமில்லை.

பைத்தியக்காரி, நான் அதை எல்லாவற்றையும் நம்பினேன். ஓரிடத்திலுள்ள உண்மை மற்றொரு இடத்தில் உண்மையாக இருக்க வேண்டும் என்ற அவசியம் இல்லை என்பதை நான் மறந்து விட்டேன். ஐந்தாவது நிழற்சாலையில் ஒட்டகச் சாணியின் நாற்றமடித்துக்கொண்டு எனக்கு நானே பேசிக் கொண்டிருந்தால் தொற்று நோய் கொண்டவளைப் போல என்னை விலக்கி வைத்து விடுவர். என் மிக நெருங்கிய நண்பர்கள்கூட என்னைச் சொந்தம் கொண்டாட மாட்டார்கள். என் இறுதியான, வலிவற்ற, மயக்கம் தரும் அப்பாவித்தனம் - நான் நான்கு நாட்களில் சென்றடையப் போகும், கண்ணாடியாலும் சிமெண்ட்டினாலும் கட்டப்பட்டிருக்கும் கட்டடங்களின் பிரமாண்டத்தில் அமிழ்ந்து, சாகசக்காரி என்ற என் புதிய அடையாளம் பொருத்தமற்றதாகவும் அசௌகரியமாகவும் மாறி, அர்த்தமற்ற கேள்விகள் என்னை ஒரு வளர்ப்புப் பிராணிகளின் கடையை நடத்துபவள் போல் தோன்றச் செய்து, “அடுத்து என்ன? ஆண்டிஸ் மலைகளில் பனிச்சறுக்கும் சாகசமா?” என்று கேட்கும் மக்களிடம் இருந்து என்னைப் பாதுகாத்துக்கொண்டே, மற்றொரு பாலைவனத்தைப் பற்றிக் கனவு கண்டு கொண்டு வசிக்கும் நியூயார்க் நகரத்தினால் - முற்றிலுமாகச் சுருங்கிப் போய் விடப் போகிறது.

என் கடைசி நாள் காலையில் விடிவதற்கு முன் காலை உணவைச் சமைத்துக் கொண்டிருக்கும்போது, ரிக் தூக்கத்தில் திரும்பிப் படுத்து தன் முழுங்கையில் தலையைப் பொருத்திக்கொண்டு குற்றம் சாட்டும் பார்வையை என் மேல் வீசி, “இந்த ஒட்டகங்களை எப்படி இங்கு அழைத்து வந்தாய்?” என்று கேட்டான்.

“என்ன?” என்று கேட்டேன்.

“அவற்றின் பெற்றோரை நீ கொன்று விட்டாய் அல்லவா?” என்றான்.

அவன் தெரிந்துகொண்டே, ஒரு விநாடி என்னைக் கிண்டல் செய்துவிட்டு, அடுத்த கணம் தூக்கத்தில் ஆழ்ந்துவிட்டான். பின் அவனுக்கு எதுவும் நினைவில் இல்லை. அந்தக் கனவில் எங்கோ ஓர் ஆதி உண்மை மறைந்திருக்க வேண்டும்.

ஜேனும் டேவிட்டும் தங்கள் ட்ரக்குடன் வந்தனர். நன்கு கொழுத்த என் ஒட்டகங்களை அதில் ஏற்றி, அவற்றின் ஓய்வு விடுதிக்கு அழைத்துச் சென்றேன். சுற்றுவதற்குப் பல மைல்கள் அவற்றிற்கு இடமிருந்தது. அவற்றின் மேல் அன்பு செலுத்தவும் கொஞ்சவும் ஆட்கள் இருந்தனர். மீதமிருந்த ஆயுளில் வேறெதுவும் செய்யாமல் மெக்காவை நோக்கிக்கொண்டு தங்கள் திமில்கள் வளர்வதைப் பற்றி யோசித்துக் கொண்டிருந்தால் மட்டும் போதும். பல மணி நேரம் செலவு செய்து அவற்றிடம் பிரியா விடைபெற்றேன். அவற்றைப் பிரிவது உண்மையாகவே உடல் வலி கொடுத்தது. அவற்றிடம் திரும்பித் திரும்பிச் சென்று என் வெற்றியை அவற்றின் பொசுபொசுவென்ற தோளில் அழுத்தி அவர்கள் எத்தனை அருமையானவர்கள் என்றும், புத்திசாலிகள் என்றும், உண்மையானவர்கள் என்றும், அவர்களின் பிரிவு என்னை மிகவும் வருத்தப் போகிறது என்றும் கூறினேன். ரிக் என்னை 150 கிலோமீட்டர் தொலைவில் உள்ள கார்னர்வோனிற்குக் காரில் அழைத்துச் சென்றான். அங்கு இருந்து விமானத்தில் பிரிஸ்பேன் சென்று, மீண்டும் அங்கிருந்து நியூயார்க் செல்வேன். அந்தக் கார் பயணத்தைப் பற்றி எந்தவொரு நினைவும் எனக்கில்லை. என் கண்களில் இருந்து அருவியெனப் பொங்கிய உப்பு நீரைச் சங்கடத்துடன் மறைத்துக் கொண்டிருந்ததைத் தவிர.

ஆலிஸ் ஸ்ப்ரிங்ஸ் அளவில் இருந்த கார்னர்வோனில், பல மாதங்களுக்கு என்னை அதிர வைக்கப் போகும் கலாசார அதிர்வு நிகழ்ந்தது. அதிலிருந்து நான் முற்றிலும் மீளவே இல்லை. கடற்கரையின் ராணி எங்கே? “நியூயார்க்கைக் கொண்டு வா. ஜியாகிராஃபிக்கைக் கொண்டு வா. நான் அழிவற்றவள்” என்று கூறினாளே! ஆனால், இப்பொழுதோ அவள் விசித்திரமாய் இருக்கும் மக்களின் தாக்குதலுக்கும், கார்களுக்கும், தந்திக் கம்பங்களுக்கும், கேள்விகளுக்கும், ஷேம்பெய்னுக்கும், நல்ல உணவிற்கும் பயந்து தன் கூண்டுக்குள் ஒளிந்து கொள்கிறாள். உள்ளூர் நீதிபதியினால் விருந்துக்கு அழைத்துச் செல்லப்பட்டேன். அவர் மனைவி, ஒரு போத்தல் ஷேம்பெய்னைத் திறந்தார். பாதி

உணவில் நான் மயங்கி, பின் ட்ரக்கின் அருகே தவழ்ந்து சென்று, சாப்பிட்ட அனைத்தையும் வாந்தி எடுத்தேன். ரிக், என் தலையைப் பற்றிக்கொண்டு, "அனைத்தும் சரியாகிவிடும்" எனக் கூறினான். ஆனால் நானோ, "இல்லை. இது கேவலமாக இருக்கிறது. நான் திரும்பிச் செல்லவேண்டும்" என்று கூறினேன்.

பயணத்தைப் பற்றி நினைத்துப் பார்க்கும்போது, கதையில் இருந்து உண்மையைப் பிரித்து நோக்கும்போது, ஒரு குறிப்பிட்ட சமயத்திலோ நிகழ்விலோ, நான் எவ்வாறு உணர்ந்தேன் என்று ஞாபகப்படுத்திக்கொள்ளும்போதும், ஆழமாகப் புதைந்து, கருணையற்று உடைந்திருக்கும் ஞாபகங்களை மீண்டும் நினைவிற்குக் கொண்டுவரும்போதும், அந்தப் புதை மணலில் இருந்து ஒரு சத்தியமான உண்மை வெளிப்படுகிறது. இந்தப் பயணம் மிகவும் எளிதாகத்தான் இருந்தது. சாலையைக் கடப்பதைவிடவோ, கடற்கரைக்குக் காரை ஓட்டிச் செல்வதைவிடவோ, அல்லது நிலக்கடலையைத் தின்பதைவிடவோ ஆபத்தானதல்ல. நான் கற்றுக் கொண்ட முக்கியமான இரண்டு விஷயங்கள் என்னவென்றால், நீங்கள் உங்களை அனுமதித்துக் கொள்ளுமளவிற்குச் சக்தியும் ஆற்றலும் மிக்கவர்கள். மேலும், ஒரு செயலின் மிகுந்த கடினமான பகுதி என்னவென்றால், அந்த முதல் அடியை எடுத்து வைப்பதும், முதல் முடிவை எடுப்பதும்தான். இருந்தாலும் அதை அவ்வப்போது நான் மறந்து விடுவேன் என்பது எனக்கு அப்போதே தெரியும். அடிக்கடி அர்த்தமற்றுப் போகும் அவ்வார்த்தைகளைத் திரும்பிச் சென்று, திரும்பச் சொல்லி நினைவில் வைக்க முயற்சி செய்ய வேண்டும். அதிலுள்ள சாரத்தை நினைவில் வைத்துக் கொள்வதை விட்டுவிட்டுத் தேவையற்ற ஞாபகங்களில் நான் மூழ்கிவிடுவேன் என்று எனக்கு அப்பொழுதே தெரியும். ஒட்டகங்களுடனான பயணத்திற்கு நான் சந்தேகப்பட்டது போலவே, நான் உறுதிப்படுத்த நினைப்பதைப் போலவே, ஆரம்பமோ முடிவோ இல்லை. அவை ஓருருவில் இருந்து மற்றொன்றிற்கு மாறிக் கொள்பவைதான்.

பின்குறிப்பு

நாம் மீண்டும் கட்டமைக்க முயற்சி செய்யும் சில குறிப்புகளை விட்டுவிட்டு, கடந்த காலமானது குழியில் விழுந்து மறைந்து விடுகிறது. அது ஒரு நம்பிக்கையற்ற செயல் - வரலாறானது நிகழ் காலத்தில் வசிக்கிறது.

என் அருமையான ஒட்டகங்களுடனும், நாயுடனும் ஆஸ்திரேலியாவின் பாதி தூரத்தைக் கடந்து 30 ஆண்டுகளுக்கு மேல் ஆகின்றன. மனதை ஒருமுனைப்படுத்தினால், சில இடங்களைப் பற்றிய ஞாபகமும், அம் மிருகங்களின் மேல் நான் வைத்திருந்த அன்பும் நினைவிற்கு வரும். எல்லை கடந்து நிற்கும் அவ்வெளியில் நடந்த பரவசமும், மிகச் சிறிய கொல்லும் தவறுகளால் அதன் அலட்சியத்தினைப் புரிந்து கொண்டபோது, எழுந்த வினோதமான பயவுணர்வும், நியாபகத்தில் உள்ளன. ஆனால், அவை விரைவில் மறைந்துவிடும்.

இந்திய மகா சமுத்திரத்தை நான் அடைந்த பின்- என் பயணம் முடிவுக்கு வந்து இரண்டு வருடங்கள் கழித்து இந்நூலை நான் எழுதினேன். உலகின் மறுபகுதியில் இருந்த ஒரு தொகுப்பு வீட்டில், நினைவுகளை மீண்டும் மலரச் செய்யும் மாபெரும் வேலை ஒன்று நடந்தது. அந்த மொத்த ஒன்பது மாதங்களையும், 2000 கிலோமீட்டர் நடைபயணத்தின் போது, முகாமிட்ட ஒவ்வொரு இடத்தையும், தெளிவாக நினைவில் கொண்டுவந்தது (எனக்கு அப்படித்தான் தோன்றியது). ஆனால், நூல் அவற்றை திருடிவிட்டது போல. உண்மையான பயணமும் அதை மேற்கொண்ட சமயம் நான் என்னவாக இருந்தேனோ அவையெல்லாம் பள்ளத்தில் மறைந்து, அவற்றைப்போல் இருக்கும் 'ட்ராக்ஸ்'(தடங்கள்) என்ற ஒன்றையும், என்னால் அடையாளம் காண முடியாது ஒரு இளம் பெண்ணின் புகைப்படங்களையும் விட்டுச்சென்றது.

அவை அனைத்தும் அருமையான புகைப்படங்கள். ஆனால், அவற்றை நான் பார்த்த கணத்திலிருந்து அவை என்னை தர்ம சங்கடத்தில் ஆழ்த்தின. முழுவதும் வளர்ச்சியடையாத ஒரு பக்குவத்தில், உள்ளுணர்வற்ற ஒன்றை அவை குறிப்பிடுவதாக, நான் புரிந்துகொண்டேன். மேலும் பயணம், அதாவது என் பயணம் அதன் மாற்றுக் கட்டமைப்புகளில் உறிஞ்சப்பட்டுவிடும் என்றும் புரிந்து கொண்டேன். நான் நினைத்தது சரிதான். முதலில் தன் சொந்த நூலாலே கடத்தப்பட்டது. பின் ரிக்கின் புகைப்படங்களாலும். இப்போது "என்ன உண்மையில் நடந்ததோ" அத்துடன் எதுவுமே சம்பந்தம் இல்லாத, எந்த நேரத்தில் வெளியாகப் போகும் ஒரு திரைப்படத்தினாலும் கடத்தப்பட்டுவிட்டது.

ஆக, இப்புத்தகத்தில் நான் என்ன மேலும், சேர்க்க இயலும்? எழுத வேண்டும் என்று நினைத்துப் பார்த்தே இராத ஒரு நூல், நான் ஒரு எழுத்தாளர் என்று என்னை உணராத நாட்களுக்கு வெகுநாட்களுக்கு முன்பே எழுதப்பட்டது. இருப்பினும் அது வெளிவந்தது முதல், மீண்டும் மீண்டும் மீள் பிரசாரம் ஆகிக் கொண்டிருக்கிறது. இந்த முப்பது வருடங்களில் அதன் மூல விளிம்புகளில் சிலவற்றைத் திருத்த நினைத்தேன். ஆனால், வேண்டாம் என்று முடிவு செய்துவிட்டேன். எழுத்து நடை பண்படாததாக இருக்கலாம். ஆனால், அது ஆர்வத்தோடும், தன்னம்பிக்கையோடும், உண்மைக்கான தேடலோடும், என சொந்த நடவடிக்கைகளை: அது அப்படியே இருக்கட்டும். ரிக் சாலமனின் சில புகைப்படங்களில் இந்த வெளியீட்டிலும் சேர்க்கப்பட்டு உள்ளன. எந்தவொரு மனத் தடையும் அற்று அதை நான் விரும்புகிறேன். உண்மையான நினைவுகளை அது நீக்கி இருக்கலாம். ஆனால், அவை அற்புதமாக உள்ளன இல்லையா? எனினும் அது அவனுடைய பயணமும்தானே?

என்னை நோக்கி அடிக்கடி கேட்கப்படும் கேள்வி "ஏன்?" அதைவிட, பொருத்தமான கேள்வி என்னவென்றால், அவர்கள் மேல் திணிக்கப்படும் வரையறையிலிருந்து தப்பிக்க ஏன் மக்கள் முயற்சி எடுப்பதில்லை? இந்தத் தடங்கள் என்ற நூலுக்குள் ஏதாவது செய்தி இருக்குமானால், அது பழக்கமான ஒன்று என்பதால், அது இயற்கையானது என்று சிலவற்றிற்குக் கீழ்படிந்து இருக்க வேண்டும் என்ற கட்டாயம் உள்ளது என்ற உண்மையை உணர்ந்து கொள்வதே ஆகும். எங்கெல்லாம் ஒத்துப்போகக் கூடிய கட்டாயம் இருக்கிறதோ? (ஒருவர் ஒத்துப் போவது மற்றவருடைய பலத்தைக் காட்டுகிறது) அதை அங்கெல்லாம் எதிர்க்க வேண்டிய தேவை உள்ளது. மக்கள் தாம் செய்து கொண்டிருப்பதை எல்லாம் அப்படியே போட்டுவிட்டு காட்டை நோக்கிச் செல்ல வேண்டும் என்று நிச்சயமாகக் கூறவில்லை.

நான் செய்ததை அவர்கள் நிச்சயம் பின்பற்ற வேண்டாம். சாதாரண சூழ்நிலையிலும் ஏதாவது சாகசத்தைப் பின்பற்றலாம் என்று கூறுகிறேன். மனதின் சாகசம் இல்லையென்றால் ஆதிகாலம் தொட்டு வழங்குவதைப் போல், ஆன்மாவின் சாகசம்.

என்னைப் பொறுத்தவரையில், அந்தக் கேள்விக்கு ஒன்று விடையே இல்லாது இருக்க வேண்டும். அல்லது விடையானது மிகக் குழப்பமாகவும், பல படிமங்களைக் கொண்டதாகவும் இருந்து அதை அடைவதில் எந்த அர்த்தமும் இல்லாது இருக்க வேண்டும், ஒரு செயல் தானே தனக்கான நியாயத்தை சொல்லிவிடுகிறது. அந்த அருமையான பாலைவனத்தில் இருக்க யாருக்குத்தான் விருப்பமிருக்காது. அதில் பயணம் செய்ய ஒட்டகங்கள் தான் புத்திசாலித்தனமான சாதனம் (ட்ரக் வாங்க என்னிடம் பணம் இல்லை). ஏதாவது ஒரு எளிமையான பதிலைக் கூற விரும்பினால், தன் வாழ்க்கையில் அந்த முடிவை எடுத்த அந்தப் பெண்மணி நானில்லை. அவளோடு எனக்கு ஒரு பந்தம் உண்டு. ஏன் சில சமயங்களில் அவளை நினைத்து பெருமையும் படுவேன். ஆனால், அவள் நானல்ல.

சரி! அப்படி என்றால் அவள் யார்? அந்தக் கேள்விக்கு விடையளிக்க அவள் யுகத்தைச் சார்ந்த சிலவற்றைப் புரிந்து கொள்ள வேண்டும். அறுபதுகளின் இறுதி, எழுபதுகளின் ஆரம்பம், அப்போது எதுவும், அனைத்தும் சாத்தியமாக இருந்தது. வளர்ச்சியடைந்த உலகின் நடைமுறை நிலைமை அதன் இளைஞர்களால் முழுமையாக சரிபார்க்கப்பட்டது.

போருக்குப் பின்னான வளத்தை அனுபவிக்கும் அதிர்ஷ்டம் எங்களுக்கு இருந்தது. பணத்தைப் பற்றி நாங்கள் கவலை கொள்ளவில்லை. எங்களின் எதிர்காலம் பற்றி வேறுவிதமான கவலைகள். அணுகுண்டும், பனிப்போரும், அது நிகழும் வினைப் பகுதிகளும், சுற்றுச்சூழல் தகர்வதுமான பயம் இருந்தது. இருப்பிடங்களைப் பகிர்ந்து கொண்டோம். வளைந்து கொடுத்து வாழக் கற்றுக் கொண்டோம். குறைவானவற்றில் வாழக்கற்றுக் கொண்டோம். மிகத் தீவிரமாக நட்பு பேணினோம். இரத்த உறவுபோல் அவற்றில் அவ்வுறவின் உறுதி இருந்தது. அரசியலில் ஈடுபடாமல் இருக்கலாம். ஆனால், அதைத் தவிர்க்க முடியாது. நீங்கள் சுவாசிக்கும் காற்றில் அது இருந்தது. மேலும், அரசியல் என்பது நீதிக்காக இருந்தது. அது உயர்ந்த எண்ணங்களைக் கொண்டிருந்தது. அரசியலைத் தம் வேலையாகக் கொண்ட அரசியல்வாதிகள் கீழான பதவிப் போராட்டங்களுக்கும் அதற்கும் தொடர்பில்லை.

போருக்குப் பின்னான சிறு குடும்ப அமைப்பு, அருகி வருவதை எதிர்த்தோம். அதன் பாதுகாப்பு கருதியும், பெண்கள் இல்லறம் என்ற கூட்டினுள் இருக்க வேண்டும் என்ற அதன் அனுமானத்தையும் எதிர்த்தோம். சமூகத்தை உருவாக்கும் அரசியல் விசைகளைப் புரிந்து கொள்ள விரும்பினோம். நாங்கள் அனைத்துப் பொருட்களும் நுகர்ந்து வாழவும், உலகின் மற்ற பல பகுதிகள் உணவின்றி தவிக்கவும் அனுமதித்த அநியாயத்தையும், இனம், மதம் மற்றும் பாலினங்களிடையே விளங்கிய பதவி மற்றும் வாய்ப்புகளுக்கான ஏற்றத்தாழ்வுகளைப் பற்றியும் அறிய விரும்பினோம். முக்கியமாக என்னைப் போல் ஒருத்திக்கு "சுதந்திரத்தை" விடப் பெரியது ஏதுமில்லை. தானாகவே முடிவெடுக்கும் சுதந்திரம், தன்னை உருவாக்கிக் கொள்ளும் சுதந்திரம். அத்தகைய இலட்சியங்களில் சந்தேகமில்லாமல், ஆபத்துகள் இருந்தன. ஆனால், அதில்தான் கற்றுக்கொள்ளவும், கண்டுபிடிக்கவும், குறிப்பிடத் தக்கதாய் மாறுவதற்குமான வாய்ப்புகள் கட்டவிழ்த்துவிடப்படுகின்றன.

ஆம், புரையோடி நைந்துபோன ஒன்றைத்தான் நான் இப்போது விளக்கிக் கொண்டிருக்கிறேன். ஆனால், நிஜமே மிகவும் மாறுபட்டும், சிக்கலாகவும், இருந்தது. (நாங்கள் மிகவும் செல்லம் கொடுக்கப்பட்டவர்களாகவும், சுயநலம் உடையவர்களாகவும் இருந்தோம்). ஆனால், அவரவர் காலத்தின் புரையோடிய எண்ணத்தை மீறி ஒருவரால் வாழ இயலாது. அந்தக் காலகட்டத்தின் சத்திய உணர்வும், தேடலும் நீதியும் ஒன்றான வேகத்தில், ஒரு பகுதியையாவது சுமந்து கொண்டுதான், ஆலிஸ் ஸ்பிங்கிற்கு வந்து சேர்ந்தேன்.

பூர்வகுடி மக்களின் நில உரிமைக்காக இப்போது சட்டம் இயற்றப்பட்டுள்ளது. படித்த இளைஞர்கள், அச்சட்டத்தை நடைமுறையாக்குவதற்கும், சில இயக்கங்களைத் தோற்றுவித்து, அதன் மூலம் பூர்வகுடியினரின் உரிமையை நிலைநாட்ட வந்தனர். இந்தச் சமூக இயக்கங்களில் நான் நேரடியாக பங்குபெறவில்லை. (ஒட்டகங்களைப் பயிற்றுவிப்பதிலும், சேணங்களை உருவாக்குவதிலுமே நான் மும்முரமாய் இருந்தேன்) ஆனால், நானும் அதன்கூடவே பயணித்தவள்தான். இடதுசாரி எண்ணங்களைச் சார்ந்தவள்தான். அதன் அடுத்த பக்கத்தை எனக்குப் பிடிக்கவில்லை என்பதல்ல காரணம். இந்தப் பக்கத்தோடு என்னை நான் அடையாளப்படுத்திக்கொண்டேன். அப்போது நான் ஒரு எழுத்தாளர் இல்லைதான். இருப்பினும் ஒரு எழுத்தாளரைப் போல் உணர்ச்சிவயமாய் இருந்தேன். ஒரு எழுத்தாளரின் கடமை என்னவென்றால், தனி ஒருவன், ஒருத்தியின் பார்வையில் இந்த உலகத்தை நோக்கித் தான் கண்ட உண்மையைக்

கூறுவதே ஆகும். அந்த சமயத்தில் ஆலிஸ் ஸ்பிரிங்கில் அவ்வாறு செய்வது எளிதான வேலை அல்ல. (எப்போதுமே அது எளிதல்ல) "சரியான" அரசியல் பார்வை என்று ஒன்று இருந்தது. அதை 100 சதம் ஆதரிக்கவில்லை என்றால், எதிரிகளுக்குத் துணை போகுபவராய் கருதப்படுவீர்கள். அந்த தார்மீக அழுத்தத்தினால், உண்டான மன உளைச்சல், என் வாழ்நாள் முழுவதும் தொடர்ந்து வந்தது. அது கருத்தியல் உறுதிப்பாட்டின் குருட்டுத் தன்மையைக் குறித்து சர்வகாலமும் விழிப்புடன் இருக்கச் செய்தது.

அப்பொழுதிலிருந்து, பூர்வகுடி இனத்திலேயே பல முரண்பாடான அரசியல் பார்வைகள் உருவாகி இருக்கின்றன. அது நல்ல விசயம் தான். அதற்குள் ஆஸ்திரேலியாவும், உத்தியோகபூர்வமாக, பூர்வகுடியினரிடம் மன்னிப்புக் கேட்டுக்கொண்டுள்ளது. அது அவர்களுக்கு நன்மை ஏதாவது புரியுமா? யாருக்குத் தெரியும்?

அதேபோன்றதொரு பயணத்தை இப்போது மேற்கொள்ள இயலுமா? இல்லை. நிச்சயமாக முடியாது. அங்கு இப்போது அதிக அளவில் மக்கள் இருக்கக் கூடும். உங்கள் மேல் கண்காணிப்பு அதிகம் இருக்கக் கூடும். அலுவலக நடைமுறைகள் மேலும் கடுமையாகி உங்களை இழுத்து நிற்கவைக்கலாம். நிறைய போகக்கூடாத இடங்கள் இருக்கலாம். மேலும், கூடுதலான கட்டுப்பாடுகள், புதிய தொடர்பு சாதன தொழில்நுட்பத்தினால், நீங்கள் எத்தனை முயற்சி செய்தாலும் காணாமல் போகவே முடியாது. நான் என் பயணத்தை ஆரம்பித்த போது, அந்நாட்டினூடே சுதந்திரப் பிரஜையாக பயணிப்பது இலகுவான ஒரு செயலாய் இருந்தது. எந்த ஒரு கண்காணிப்புக் கருவியின் கீழும், இருக்க இயலும். நம் வாழ்விற்கு நாமே பொறுப்பேற்றுக் கொள்ள இயலும்.

அந்தரங்கம் என்ற கருத்தியலே மாறிவிட்டது. மேலும் அதற்கு விருப்பப்பட்டால் இந்நாட்களில் சந்தேகக் கண்கொண்டு பார்க்கத் தொடங்குவார்கள். என் முடிவிற்குப் பின்னால் இருந்த ஊக்க சக்தி ஆழமாக என்னுள் இருந்தே வந்த ஒன்று. ஆகையால் ஒரு பத்திரிக்கையிலிருந்து பணம் பெற்றுக் கொள்வதென்பது, என்னையே நான் காட்டிக்கொண்டது போல இருந்தது. அந்த எண்ணத்தை இப்போது மனப்பிழற்சியாகக் காண்பார்கள்.

எழுபதுகளின் ஆரம்பம். குழுக்களாக உல்லாசப் பயணம் செய்யும் முறையின் ஆரம்ப நாட்களாக இருந்தது. மேலும், காடுகளில் பயணிக்கு நான்கு சக்கர வாகனங்களை வாங்குவது புதுப் பாணியாக

இருந்தது. அந்த வாகனங்களில் சென்ற மனிதர்கள்கூட தங்கள் சுற்றுச்சூழலிலிருந்து அடைகாத்துக்கொண்டவர்களைப் போலத் தோன்றினர். அவர்கள் வேகமாகக் கடந்து செல்லும், சுற்றுச்சூழலை உண்மையாகக் காணாமல், அதனுடன் உண்மையாகத் தொடர்பு வைக்காமல் இருந்தனர். அவர்களின் கார்களில் இரு திசைத் தொடர்பு ரேடியோக்கள் பொருத்தப்பட்டு, சிலிர்த்தபடி இருந்தன. அவர்களிடம், சூரியஒளி பாதுகாப்புக் களிம்பும், காடுகளில் அணியவென்று பிரத்தியேக உடைகளும், குளிரூட்டும் சாதனங்களும் இருந்தன. பொருட்களால் அவர்கள் நிறையக் கஷ்டப்பட்டிருந்தனர். அப் பொருட்கள், அவர்களை அவர்கள் இருக்கும் இடத்திலிருந்து தள்ளிவைத்தது. ஏனெனில் நீங்கள் அந்த நிலத்தைப் புரிந்துகொண்டுவிட்டீர்களானால், மிகவும் குறைவான சாதனங்களுடன் சுற்றுவதையே கற்பனை செய்வது எளிது.

எனக்குச் சுமைகளை உதிர்க்க வேண்டியிருந்தது. தேவையில்லாதவற்றை களையத் தோன்றியது. நேரடியாகப் பொருள் கொண்டால், எனக்குத் தேவையற்றவைகளை, தொடர்ச்சியாகக் களைந்து என் பின்னே விட்டுச் செல்வது, உவமை எனக் கொண்டால் என் மனச் சுமைகளை உதிர்த்துச் செல்வது.

இந்நூலின் ஆன்மாவே, என்னைப் பொருத்தவரை, தேவையற்றவையை செதுக்கித் தள்ளிவிட்டு, ஒரு வித்தியாசமான புரிதல் மலரும் அந்தக் கணத்தில்தான் உள்ளது என்று நான் எண்ணுகிறேன். சில விதத்தில் நான் அதனின்று இன்னும் விழிக்கவில்லையோ என்றும் சந்தேகம் கொள்கிறேன். அது ஒரு விதத்தில் ஒரு எல்லையைக் கைவிடுவது (ஆரம்பத்தில் மிகவும் பயத்தைக் கொடுக்கும்) பின் நம்மைச் சுற்றியுள்ள அனைத்துடன் ஒன்றாகக் கலக்கும் ஓர் உணர்வு. அந்தத் தோற்றப்பாட்டை உணர்ச்சிவயப்படாமல் மதவாத வார்த்தைகளை உபயோகிக்காமல் விவரிக்க முயற்சி செய்திருக்கிறேன்.

நிச்சயமாக, நாம் ஒரு பகுதியாய் விளங்கும், அந்த வலை போன்ற சுற்றுச்சூழலோடு ஆழமாக ஒருவயப்பட்டிருந்தேன். பொருட்களின் இடையே ஆன அந்தத் தொடர்பை என்னால் உணர முடிந்தது. திரு. எட்டி என்ற வயதான ஒரு பூர்வகுடி மனிதனுடன் நான் பயணித்தது, அந்த மாற்றத்திற்கு என்னைத் தயார் செய்தது. பழங்குடியினரின் மரபில், அவர்கள் இயற்கையோடு இயைந்து இருந்தது போலத்தான், என் புது மனநிலையும் இருந்தது எனக் கூறினால் அது செருக்கினால் அல்ல. வரலாற்றின் முரண்நகை என்னவென்றால், அளவிடற்கரிய அறிவுத் திறனானது, உலகம் அதை உணரத் தொடங்கும்போதுதான் அரிதாகிவிடுகிறது. ஐரோப்பிய ஆஸ்திரேலியே 200 வருடங்கள்

இருந்திருக்கும். ஆனால், அந்தக் காலகட்டத்தில் மாபெரும் சிதைவு நிகழ்ந்துவிட்டது.

பழகாத கண்களுக்கு புராதனமாகத் தோற்றமளிக்கும் இந்தப் பாலைவனம், கால்நடைகளால் விளாசப்பட்டு, புதிதாக அறிமுகப்படுத்தப்பட்ட நல்ல நிலைமைகளால் வெளியேற்றப்பட்டு விளங்குகிறது. அலை அலையாக மரபழிவு நிகழ்ந்து கொண்டிருக்கிறது. இப்போது அது மிக வேகமாக நிகழ்கிறது. அதை நானே உணர்ந்தேன். அதைப்பற்றி எழுதவும் செய்தேன். வறட்சிக் காலத்தில் கிப்ஸன் பாலைவனம் ஊடாகப் பயணம் செய்வதைப் பற்றி, அது உண்மையில் பசுமை நிறைந்துதான் காணப்பட்டது. என் ஒட்டகங்களுக்கு அதிகமாய் உணவுப் பொருட்கள் கிடைத்தன. பின் ஒரு மாதம் சென்று, முதல் மேய்ச்சல் நிலத்தை அடைந்தபோதுதான், உண்மையான பாலைவனம் ஆரம்பிப்பதைக் கண்டேன். புழுதி நிறைந்த குட்டைகளில் இறந்த அல்லது இறந்துகொண்டிருக்கும் எருமைகளும் விஷப்புதர்களைத் தவிர வேறு எதுவும் அற்ற நிலமே இருந்தன. அந்த வேலி தான் என் முழு பயணத்திலும் மிகவும் மனத்தளர்ச்சியைத் தந்த ஒரு மாற்றம்.

ஆனால், இன்னும் 30 ஆண்டுகளில் எனக்கு மிகவும் நன்கு பழக்கமான இந்த நிலப்பரப்பு வேறு விதமாய் எனக்கு அடையாளமே தெரியாத அளவிற்கு மாற்றப்பட்டுவிடும் என்றோ, அங்கு திரும்பிச் செல்வது எனக்கு மாளா துயரையும், வலியையும் தரும் என்றோ அப்போது எனக்குத் தெரியாது.

மணற்குன்றின் மேலே சில சமயம் சூரிய அஸ்தமனத்தைக் காண்பதற்கு அமர்ந்திருக்கையில், மணலில் சிறிய பல்லிகளும், எலிகளும், சிறிய பூச்சிகளும் ஏற்படுத்திய மெல்லிய கீரல்களாய் அதன் தடங்கள் காணப்படும். பெரிய பல்லிகள் நகர்ந்து சென்ற தடங்களும், பாம்புகள் ஊர்ந்து சென்ற தடமும், கங்காருவின் அழுந்திய கால் தடங்களும் எமு பறவைகளின் பாதச் சுவடுகளும் காணப்படும். மாலை வேலைகளில் அந்த முட்டாள் பறவைகள் என் முகாமிற்குள் வரும். டிங்கோ எங்கள் அருகில் ஊளையிட்டுக்கொண்டும் இருக்கும். இரவு முழுவதும் சிறிய கங்காருகள் ஓசை எழுப்பிக்கொண்டும் மற்ற மிருகங்களின் அசையும் ஓசை கேட்டுக்கொண்டும் இருக்கும். இப்பொழுதோ, பல மிருகங்கள் அழிந்துவிட்டன. அல்லது மிகச் சிறிய அளவிலேயே காணக்கிடைக்கின்றன. அவற்றின் தடங்களெல்லாம் ஒட்டகங்களின் காலடியாலும், பூனைத் தடங்களாலும், நரிகள் ஓடிய பாதையாலும், முயல் பொந்துகளாகவும் மாற்றப்பட்டுவிட்டன. எங்கு பார்த்தாலும், இந்தப் புதிய உருவமைப்புகளும் அடையாளக் குறிகளும், பூஞ்ச

காளானைப் போல் பூமியெங்கும் பரவியுள்ளன. மற்ற இடங்களில் ஆப்ரிக்காவிலிருந்து கொண்டுவரப்பட்ட ஆழ்ந்த பச்சை நிறமுள்ள பஃப்பில், புட்கள் நிறைந்து அதன் கீழ் உள்ள அனைத்தையும் அழித்துப் படர்ந்து, ஆஸ்திரேலியாவின் தனித்துவமான உட்புற வண்ணக் கலவையையே மாற்றிவிட்டது. சில சமயங்களில் இந்த மாற்றங்கள் எனக்கு மிகவும் வேதனை அளிப்பதாய் இருக்கின்றன. பாலைவனத்திற்குத் திரும்பிச் செல்வதில் எனக்கு விருப்பம் இல்லை. சில சமயங்கள் ஓர் இடத்திற்கான ஏக்கம் என்பதே, திரும்பிப் பெறவே முடியாத ஓர் அனுபவத்திற்காகத்தான் என்றும், அது கடந்த காலத்தில் தங்களின் உண்மையான இருப்பையும் எண்ணங்களையும் பொருத்திவைத்துக்கொண்டிருக்கும் மனிதர்களுக்காகவும்தான் எனத் தோன்றும். இந்தப் பாலைவனம் மற்றொரு “நிகழ்காலத்திற்கு” உரியது. அதை ஒப்பிடுவது முட்டாள்தனம்.

“தடங்கள்”-லின் அந்த யுவதி அறிவுப்பூர்வமாய் கூறியதுபோல, ஒட்டகப் பயணங்கள் ஆரம்பிப்பதோ முடிவுறுவதோ இல்லை. அவை தம் தோற்றங்களை மட்டும் மாற்றிக்கொள்கின்றன.

ராபின் டேவிட்சன்

ஜுன் 2012.

ஒப்புகை

என் நண்பன் ரிக் ஸ்மோலனுக்கு இந்நூலில் உள்ள புகைப்படங்களுக்காக நன்றி கூற விரும்புகிறேன். "From Massacres to Mining" என்ற நூலில் இருந்து ஆராய்ச்சித் தகவல்களையும் மேற்கோள்களையும் எடுத்தாள அனுமதி தந்த ஜானின் ராபர்ட்ஸிற்கு என் நன்றி.

© 2012 All Photos by Rick Smolan/Against All Odds Productions

© 2012 All Photos by Rick Smolan/Against All Odds Productions

என் தந்தை (இடதுபுறம்) மற்றும் சாலே. பாரம்பரிய சேணத் தயாரிப்பில்.

© 2012 All Photos by Rick Smolan/Against All Odds Productions

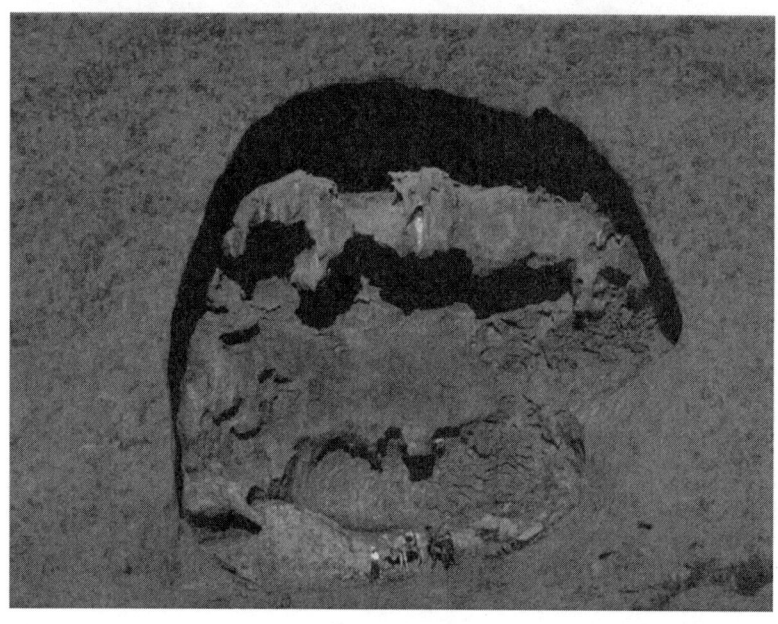

© 2012 All Photos by Rick Smolan/Against All Odds Productions

© 2012 All Photos by Rick Smolan/Against All Odds Productions

© 2012 All Photos by Rick Smolan/Against All Odds Productions

308 | ராபின் டேவிட்சன்

© 2012 All Photos by Rick Smolan/Against All Odds Productions

தடங்கள் | 309

© 2012 All Photos by Rick Smolan/Against All Odds Productions